Nguyễn Vy Khanh

33
NHÀ VĂN NHÀ THƠ
HẢI NGOẠI

tuyển-tập nhận-định văn-học

Nguyễn Publishings
Toronto 2016

NGUYỄN, Vy-Khanh, 1951-

   33 Nhà văn nhà thơ hải ngoại: tuyển-tập nhận-định văn-học / Vy-Khanh Nguyên
Included bibliographical references.

   1. Vietnamese literature -- 20th century -- History and criticism.

PL4378.9.N55 M97 2016
895.92209

Edition 2016
ISBN: 978-09736748-2-8
Library and Archives Canada

©Copyright by Nguyễn Vy Khanh & Nguyễn Publishings

All rights reserved. No part of this book may be reproduced, in any form or by any means, without permission in writing from the author Vy-Khanh NGUYÊN
nguyenvykhanh@yahoo.com

Cover: An Phú Vang

Mục-lục

19 NHÀ VĂN HẢI NGOẠI

1. **Hoàng Chính**
   Về cứu-rỗi và thế-giới nan-y, nhân đọc Hoàng Chính   9
2. **Hoàng Khởi Phong**
   Gánh nặng lịch sử qua *Người Trăm Năm Cũ*   28
3. **Hồ Minh Dũng**
   Truyện Hồ Minh Dũng: Huế, tình, thực tại hay dĩ vãng,…   45
4. **Lâm Chương**
   Về truyện dị thường, nhân đọc *Đoạn Đường Hốt-Tất-Liệt*   56
5. **Mai Thảo**
   Mai Thảo, hoài niệm của người viễn xứ   69
6. **Nguyễn Mộng Giác**
   Về tiểu-thuyết lịch-sử nhân đọc *Sông Côn Mùa Lũ*   79
7. **Nguyễn Trung Hối**
   Trong Mê Cung của hội-nhập và Nguyễn Trung Hối   99
8. **Nguyễn Văn Sâm**
   Đọc *Khói Sóng Bên Sông*   111
9. **Nhật Tiến**
   Thế-giới nhân-bản của Nhật Tiến   121
10. **Phùng Nguyễn**
    Tính tự truyện ở Phùng Nguyễn   141
11. **Song Thao**
    Những chốn cũ của Song Thao   150
12. **Thảo Trường**
    Thảo Trường, nhà văn dấn thân với nỗi ý-thức không rời…170
13. **Trần Hoài Thư**
    Người lính trong truyện Trần Hoài Thư   198
14. **Võ Kỳ Điền**
    Võ Kỳ Điền và dòng ý-thức xuyên-suốt trong tác-phẩm   211
15. **Xuân Vũ**, **Hồ Trường An**, **Kiệt Tấn**, **Nguyễn Tấn Hưng**, **Phùng Nhân** : Nỗi nhớ qua năm tác-giả   222

14 NHÀ THƠ HẢI NGOẠI

1. **Cao Đông Khánh**
    Cao Đông Khánh, ngọn lửa cuồng của ngôn-ngữ   243
2. **Du Tử Lê**
    Thơ Du Tử Lê   252
3. **Hà Nguyên Du**
    Thơ Hà Nguyên Du   270
4. **Hoàng Lộc**
    Bên Tây-Hiên xem *Qua Mấy Trời Sương Mưa*   281
5. **Hoàng Xuân Sơn**
    Thơ Hoàng Xuân Sơn   294
6. **Luân Hoán**
    Luân Hoán nơi Cõi người ngơ ngác   312
7. **Nguyên Nhi**
    Nguyên Nhi: gió chướng và ngọn hải đăng   325
8. **Nguyên Sa**
    Nguyên Sa, nhà báo, nhà thơ   332
9. **Nguyễn Nam An**
    Thơ Nguyễn Nam An   356
10. **Quan Dương**
    Thi cảm và ngôn ngữ thơ Quan Dương   366
11. **Sương Mai**
    Trăng Mộng của Sương Mai   380
12. **Thái Tú Hạp**
    Thiền tính trong thơ Thái Tú Hạp   388
13. **Tô Thùy Yên**
    Thơ Tô Thùy Yên, quán trọ hồn đông-phương   409
14. **Trần Trung Đạo**
    Trần Trung Đạo: thơ như một lên đường   424

Dẫn nhập

Trước ngưỡng cửa hưu-trí cho cuộc đời chuyên-nghiệp, chúng tôi đã tới lúc tổng kết và cập-nhật những biên khảo và nghiên cứu từ gần hai thập niên qua, một đa mang nghề tay trái nghiên cứu lịch sử và nhân văn liên hệ đến Việt Nam, vì chúng tôi vẫn tâm niệm, trong khả năng khiêm tốn và khả thể, nếu đã có cơ may nghiên cứu hay đi tìm sự Thật và cái Đẹp thì cũng có bổn phận ghi lại cho các thế hệ sau, với hy vọng rằng chỉ có thống nhất nhân tâm và địa lý khi nào những khúc mắc và vấn nạn lịch sử đã được nhìn nhận và giải tỏa. Chúng tôi đã hân hạnh được ông Võ Thắng Tiết NXB Văn-Nghệ (tức thầy Từ Mẫn của Lá Bối trước biến cố 30-4-1975) xuất bản tập Văn Học Và Thời Gian *năm 2000, ông Trương Đình Nho nhà Đại Nam xuất bản hai tập* 40 Năm Văn Học Chiến Tranh *(1997) và* Văn Học Việt Nam Thế Kỷ XX: Một Số Hiện Tượng Và Thể Loại *(2004) và ông Phạm Công Danh NXB Xuân Thu hai ấn-phẩm biên khảo và dịch thuật khác; cũng như đã được một số văn hữu, độc giả và sinh viên trong ngoài nước góp ý, cổ võ, tham vấn - nhưng cũng hơn một lần bị một số nhà văn lớn nhỏ làm nản lòng vì tính địa phương và vì tấm chiếu.*

Việc tổng-kết này đưa đến tuyển-tập đầu mang tựa **33 NHÀ VĂN NHÀ THƠ HẢI NGOẠI***. Nhà văn nhà thơ ở hải ngoại khó có con số chính xác, tùy tiêu chuẩn và quan điểm văn nghệ, nhưng qua hơn 33 năm, con số lên đến nhiều trăm. Phần chúng tôi chỉ nói đến một số tương đối rất nhỏ, trong nhiều hoàn cảnh khác nhau, về tác-giả, tác phẩm, về một thể loại hay đề tài, ... Tuyển tập này do đó sẽ gồm 1- một số các tác-giả Việt-Nam đã khởi đầu sự nghiệp trước trong thời miền Nam 1954-1975 và tiếp tục sinh hoạt văn nghệ khi rời đất nước sau ngày 30-4-1975, người trước (Du Tử Lê, Hoàng Khởi Phong, Xuân Vũ, Nguyên Sa, v.v.) người sau (Mai Thảo, Nhật Tiến, Nguyễn Mộng Giác, Trần Hoài Thư, Thái Tú Hạp, Hoàng Lộc, Luân Hoán, Tô Thùy Yên, Thảo Trường, v.v.), và 2- những nhà văn thơ khác mà phần sự nghiệp chính là ở ngoài nước hoặc chỉ xuất bản, sáng-tác sau khi rời đất nước hoặc vì chủ đề, phân tích của chúng tôi đặt trọng tâm vào tác phẩm của tác-giả đó xuất bản ở* *ngoài nước (Hồ Trường An, Hồ Minh Dũng, Lâm Chương, Nguyễn Trung Hối, Nguyễn Văn Sâm, Tô Thùy Yên, Võ Kỳ Điền, Song Thao, v.v.). Trong số có những tác-giả đã quá-cố (Cao Đông Khánh, Mai Thảo, Nguyên Sa, Xuân Vũ), có vị về sau không tiếp tục sáng tác (Nguyễn Tấn Hưng, Nguyên Nhi) hoặc bớt/không xuất hiện trên báo chí hoặc phương-tiện Internet.*

Chúng tôi cũng từng có dịp nhận định về một số các nhà văn thơ hải ngoại khác, qua các đề tài và nghiên cứu, những bài viết này đã và sẽ xuất hiện trong các tuyển-tập tổng-quan. Ngoài ra, một tuyển tập khác về Nhà Văn Miền Nam 1954-75 sẽ gồm những bài viết về các nhà văn thơ Dương Nghiễm Mậu, Duyên Anh, Võ Hồng, Võ Phiến, Bình Nguyên Lộc, Thanh Tâm Tuyền, Doãn Quốc Sỹ, Toàn Phong, Bùi Giáng, Vũ Hoàng Chương, Trần Dạ Lữ, v.v. Sau cùng, chúng tôi hy vọng các tập tổng quan về Văn Học Miền Nam Lục-Tỉnh 1862-75, Văn Học Miền Nam 1954-75 và Văn Học Hải Ngoại 1975-2005 sẽ có dịp ra mắt độc giả qua phương tiện in ấn.

33 NHÀ VĂN NHÀ THƠ HẢI NGOẠI *tuyển tập một số bài viết, xếp theo vần danh-tính, như một dấu chứng về hiện tượng viết ở hải ngoại, một nối dài và một có-mặt hiển nhiên, qua một số tác phẩm và người viết, qua một số dấu mốc thời gian. Có bài và sự việc đã có bụi mờ của năm tháng nhưng có thể hãy còn tiếng vang vọng hôm nay và sau này. Các bài viết được giữ lại thời điểm biên soạn, do đó các chi tiết về tiểu sử và tác-phẩm cũng được giữ nguyên. Khi xuất bản, chúng tôi sẽ thêm phần tiểu sử chi-tiết ở cuối tập. Các phân tích và nhận định về các nhà văn thơ cũng được giữ nguyên dù có thể có những dữ kiên và sự Thật dễ (và đã) mất lòng, vì thiển nghĩ mục-đích của các nghiên cứu nói chung là nói lên các tính cách nghệ thuật, độc đáo và đa dạng thật sự của văn-chương cũng như trả lời văn-chương là gì hoặc có mục đích gì?*

Montréal (Canada), mùa Hạ năm 2008
Nguyễn Vy Khanh

19
NHÀ VĂN HẢI NGOẠI

Về cứu-rỗi và thế-giới nan-y,
nhân đọc Hoàng Chính

Giới y-sĩ Việt-Nam cầm bút không nhiều trước biến cố 30 tháng Tư 1975 (Hoàng-Vũ Hoàng Văn Đức, Trần Ngọc Ninh, Nhân-Tử Nguyễn Văn Thọ, Nguyễn Hữu Phiếm, Trần Văn Tích, Dương Tấn Tươi, Anh Tuấn Nguyễn Tuấn Phát, v.v.); sau ra đến hải-ngoại thì có tăng nhân-số nhưng là tăng theo cùng tỉ lệ với số cây bút tài tử và cộng đồng ngoài giới này, và cũng lão hóa có phần nặng nề hơn khuynh hướng chung. Những cây bút y-sĩ sau 1975 viết nhiều thể loại từ thơ văn đến nghiên cứu, từ điển, hồi ký, ... Tuy vậy những ngòi bút thuần túy văn-chương thì vẫn không nhiều so với tổng-số người hành nghề y-khoa - trong khi những ngành nghề khác cung cấp nhiều nhà văn thơ hơn như giáo chức, nhà báo, chuyên-viên điện toán, v.v. Đã khởi viết từ trước, nay tiếp tục sáng tác văn-chương ở hải ngoại có Trang Châu, Ngô Thế Vinh, ... thật mới và tương đối mới thì có Nguyễn Xuân Quang, Mai Kim Ngọc, Hoàng Chính, Trần Long Hồ, ...

Mặt khác, các nhân-vật y-sĩ trong tiểu-thuyết hải ngoại cũng không hẳn nhiều hoặc có những đặc tính tiêu biểu, đáng gây chú ý. Phần các nhân-vật y-sĩ này, có thể tìm thấy rải rác ở các tác-giả y-sĩ như Nguyễn Xuân Quang, Mai Kim Ngọc, Trang Châu, Hoàng Chính, ... hoặc ngoài nghề y như Nguyễn Trung Hối (bác sĩ Nguyên trong Khi Lá Rừng Phong Dần Đỏ), v.v. Các tác-phẩm này dĩ nhiên có thể tương đối so được về qui mô kỹ thuật với những *Le Médecin de Campagne* của H. Balzac (chuyện viên sĩ quan Genestas và Benassis y-sĩ vùng quê), chuyện tình *Docteur Zhivago* với nàng

Lara của B. Pasternak, *Les Hommes en Blanc* của André Soubiran (nhiều tập, 1-Tu seras médecin đến 6-Au revoir docteur Roch), hay chuyện tình bác sĩ tên Naôê đã cả đời nghiên cứu bệnh ung thư xương nhưng chính định mệnh khiến ông mắc bệnh nan y đó; dù thân xác đau đớn vẫn mãi giữ kín bí mật với người yêu, và rồi trầm mình xuống lòng hồ giá lạnh - trong *Đèn Không Hắt Bóng* của Junichi Watanabe, ...

Về phần Việt-Nam, có thể ghi nhận *Mây Bão* (1963), *Vòng Đai Xanh* (1970) của Ngô Thế Vinh và truyện ký *Y Sĩ Tiền Tuyến* (1970) của Trang Châu là những tác-phẩm đặc biệt mà nhân-vật chính là các y-sĩ quân đội. Nhân-vật Vũ, sinh viên rồi y-sĩ, của *Mây Bão* đã nhận biết sứ mạng khi "thấy các bệnh nhân mệt lả rên xiết trong bộ áo trắng, lồm cồm bò giữa đống gạch vữa như những con bọ trắng ngầy ngụa trong một đống rác. Vũ hơi rùng mình, đồng thời chàng thấy đời mình có thể hy sinh trọn vẹn cho những nơi như đây, cho những con người bất hạnh của chiến tranh và bệnh tật cần được chăm sóc ...", vì chiến tranh đã hiện diện khắp nơi, hết còn chuyện "nhà thương như một nơi bất khả xâm phạm của các tai họa chiến tranh"! Nhân-vật của *Mây Bão* lý-tưởng, phức-tạp, chính-trị bao nhiêu thì nhân-vật Tôi trong *Vòng Đai Xanh* bất chấp hiểm nguy nơi các chiến trường Cao nguyên. Sau Ngô Thế Vinh, Trang Châu qua nhân-vật Tôi trong *Y Sĩ Tiền Tuyến* đã không còn lựa chọn, không chỉ cứu người ở bệnh xá mà ngay cả nơi giao chiến, cứu chiến hữu và cứu cả kẻ thù đồng nghiệp. Từ đó, người y-sĩ nhập cuộc không tránh khỏi những suy tư, "Một ngày máu lửa đã cho tôi cảm nghĩ gì? Điều tôi ước mong đã đến: có đụng độ lớn, có chiến thắng. Nhưng trong vinh quang tôi thấy buồn hơn vui. Chiến tranh ở giờ phút này, trong tư tưởng tôi, không còn là một ván cờ như tôi thường ví. Quân cờ bị loại là quân cờ vứt đi, nhưng những cái xác nằm kia còn liên hệ ảnh hưởng đến biết bao nhiêu người". Sau 1975, các nhân-vật y-sĩ và bệnh-nhân trong các truyện ngắn dài của Trần Long Hồ, Nguyễn Xuân Quang và Hoàng Chính mang sắc thái của thời-đại và tình-cảnh mới. Bài viết này ngừng lại ở một số sáng tác của Hoàng Chính mà chúng tôi có dịp thưởng thức.

Nếu những *Mây Bão, Vòng Đai Xanh, Mặt Trận Ở Sài-gòn, Y Sĩ Tiền Tuyến* đặc biệt do ở khung cảnh chiến-tranh, nhà văn trực diện với cái chết và sự sống-còn thi ở Hoàng Chính chủ yếu là tình cảnh di trú, lưu đày, xa lạ nơi xứ người. Thế-giới thơ văn của Hoàng Chính căn bản là không-gian của tình yêu, nhưng đó đây vẫn có những cảnh tượng bệnh-viện và nhân-vật thuộc ngành y-tế, xảy ra trước và sau biến cố 30-4-1975, trong nước và ở hải ngoại sau khi rời khỏi nước, ở các trại tạm trú tị nạn và nơi định cư mới - phần chính là ở Canada 'đất lạnh tình nồng' vốn cũng là đề tài và không gian quen thuộc trong các sáng tác của ông: những nhà thương, những cảnh cấp cứu, những con bệnh nan-y bên cạnh những cảnh tượng tòa án và các văn phòng dịch-vụ xã hội và thế giới *ghetto* Việt Nam.

Ở Việt Nam

Trước hết, thế-giới khổ-nạn của Hoàng Chính bắt đầu ở quê nhà sau biến cố tháng Tư năm 1975. Sau cái ngày gọi là 'giải phóng', một mỹ từ ngược ngạo cho vết hằn thô bạo mà lịch sử sẽ ghi sâu, tập đoàn toàn trị vì thù hằn, thiển cận, đã đày ải con người, những con người sống ở miền Nam đã hành-xử như những kẻ dấn thân trọn vẹn - họ là người lính, người công chức, nhưng cả những y-sĩ và những người Hoa, người Thượng. Cuộc 'gặp gỡ' lịch sử giữa một y-sĩ và một 'ông già Tàu' trong truyện Gửi Riêng, Chốn Nào đã xác nhận rằng con người còn sống với tình cảm và những cảm xúc hướng thượng, hơn là những lý-thuyết ngoại nhập. Truyện như tuyên ngôn cho một trường phái:

"Chời ơi nị viết gì lên tường vậy. Ông già Tầu vừa la khẽ vừa chăm chăm nhìn vách tường. Rồi lầm nhẩm đọc. *Ngày ta buồn thần thánh cũng thôi linh*. Rồi cái cổ gật gù. Hay đó. Cái này nị nghĩ ra hả. Đâu có. Vậy ai nghĩ ra. Nguyễn Tất Nhiên. Y ta viết cho nị hả. Ừ. Phải bạn không. Không. Quen không. Không. Không quen biết làm sao người ta viết cho nị được. Cười. Hắn cười hạnh phúc. Ông già cười, xớt chia niềm hạnh phúc nhỏ nhoi. Có một người không quen, viết cho mình những dòng chữ bùa phép. Hạnh phúc chứ sao không.

(...). Tối nào nị với ngộ cũng ngồi đọc thơ Đường. Nị với ngộ chu du thiên hạ, nị với ngộ bay theo tiếng chuông chùa Hàn San, nị với ngộ uống rượu bằng chén bồ đào. Nị với ngộ đi tìm hình ảnh hoa đào năm cũ. Nếu không có những thứ đó, tụi mình làm sao mà sống sót cái nóng hừng hực của hơi người, bao tử tụi mình làm sao pha cho loãng được chất cường toan tiết ra đặm đặc. Thành ra ngộ nghĩ Nguyễn Tất Nhiên làm thơ cho ngộ. Nếu nị thích, ông ấy cũng viết cho nị luôn. Rồi mấy ông Lý Thương Ẩn, Thôi Hộ, Liễu Tôn Nguyên, Trần Tử Ngang hay Vương Hàn gì gì đó ... khi viết, cũng là viết cho nị, cho ngộ.

Chứ cho ai bây giờ.

Ông già Tầu gật gù. Nị học bác sĩ mà ăn nói văn hoa, mai mốt ra tù nị viết văn làm thơ được đó. Hắn nhớ lời ông già Tầu. Và hắn thấy cõi sống này còn có biết bao nhiêu điều để viết.

(...) Nhưng hắn biết chắc những người đã đặt bút xuống viết bất cứ một điều gì chân thật, bao giờ cũng là viết cho một người nào đó. Như Nguyễn Tất Nhiên đã gửi vào Khám Lớn cho hắn câu thơ bùa phép; như Thôi Hộ ngàn năm trước đã gửi qua không gian và thời gian biền biệt đến cho hắn và ông già Tầu, một dung nhan mặn mà người con gái có đôi má hoa đào.

Và hắn tin, nếu mình viết với cả tấm lòng thì hôm nay, ngày mai, hay cả ngàn năm sau nữa, thế nào cũng có ít là một người ở đâu đó, nói một ngôn ngữ nào đó, đón nhận với cả tấm lòng.

Và hắn viết, là viết cho những cõi người xa xôi ấy".

Ý-hướng của một loại văn-chương nhân-bản, vị nhân-sinh: một tuyên ngôn cho con người, chăng?

Ở miền Nam, một cuộc chiến-tranh ý thức hệ đã xảy ra nơi các lớp 'học tập chính trị', trong lớp học và cả nơi nhà xí. Truyện Mùa Thu Cuối Cùng ghi lại rằng chỉ vì một cơn gió làm người sinh viên y-khoa mất chăm chú nghe anh chàng giảng viên của 'đỉnh cao trí tuệ' đến từ Bắc phương, đã bị tên này nhồi sọ rằng "Con người xã-hội xã-hội chủ nghĩa cũng biết rung cảm, và rung cảm nhiệt tình nữa kia. Tôi nhắc lại, trước khi rung cảm, phải xác định quan-điểm của mình. Nếu cậu đứng trên lập trường tư sản, mọi rung cảm sẽ lệch lạc, thoái bộ, và phản động. Từ cảm xúc đi tới hành động là một bước ngắn. Cậu sẽ đi ngược chiều của cả ba dòng thác cách mạng thế giới. Tuy nhiên, nếu đứng trên lập trường quan-điểm vô sản, những rung động vô sản sẽ thuận lợi cho cuộc cách mạng vô sản trên bình diện thế giới. Nếu được như thế, cậu sẽ đi cùng chiều với bánh xe lịch sử". Phòng vệ sinh của khu Cơ thể học vương mùi "formol dùng để ướp xác chết đặm nồng trong không khí" trở thành nơi "đấu tranh giai-cấp gay gắt giữa các đại biểu (hoặc cũng có thể là bọn cách-mạng theo đuôi) của giai-cấp thống trị với giai-cấp bị trị trong đám sinh viên". Truyện gợi lại cái không khí rùng rợn mất nhân tính của ... khung trời đại-học đáng ra phải đầy thơ mộng và tình người - Hoàng Chính đã khôi hài hóa những lời lẽ đấu tranh chính trị phát ra từ những cửa miệng xinh xắn của những cô sinh viên Nha, Y ở lứa tuổi đáng ra phải biết yêu, biết người khác phái ra sao!

Ở Việt Nam, cái nghèo của con bệnh (ở đây là bệnh sâu răng) khiến liên hệ con bệnh với ông nha-sĩ cũng khó khăn. Nhân-vật chính có "cái răng sâu, làm độc. Một bên má anh sưng phù". Người bố cần tiền nhưng đã giúp cho người con số tiền để dành để đi chữa răng, "cái răng đau làm mất ăn mất ngủ cả tuần lễ rồi. Thiếu ngủ, hai con mắt thâm quầng". Tìm nha sĩ, nhưng vì không hẹn, nên "ông nha sĩ cau có, ục ịch những bước đi. Mắt kính cận gọng vàng đẩy người đối diện ra xa, phía bên ngoài vòng phấn trắng giai cấp. Cái khoảng cách viền bằng vũng không gian nồng mùi băng phiến tỏa ra từ chiếc áo choàng trắng nõn.

"Được rồi. Cậu vào đây đi. Đau sao? Há miệng lớn ra!"

Anh run rẩy, há miệng. Nước mắt trào ra hai khóe.

"Ồ, tởm quá! tởm quá! Người lớn mà răng để đến thế này ư. Phải thuốc trụ sinh mới được. Tuần sau lại đây tôi trám nó lại. Tởm quá!"

Ông nha sĩ cần kiệm, mướn ông già lụm cụm làm phụ tá. Ông già mặc áo sơ mi cụt tay nhăn nhúm, trơ ra cái khuỷu tay đen đúa chằng chịt những sẹo. Ông già đi tới đi lui, lê đôi dép da lẹt quẹt.

Tiền chữa răng là do người bố nhịn cả cà-phê, nhưng vẫn không đủ. Ông nha sĩ phán:

"Chỉ có bấy nhiêu thôi ư!" Ông nha sĩ chép miệng, "Tởm quá!"

Anh ngẩn ngơ. Nghèo mà cũng đáng tởm sao. Hay tại những ngón tay nhà giầu mũm mĩm phải sờ vào những tờ giấy bạc mềm nhũn và lạnh như miếng cá ươn.

"Có bấy nhiêu thì làm sao mà trám được cái răng cho ra hồn mà ăn chứ! Thôi được rồi! Bấy nhiêu cũng được. Tôi giúp cậu làm phước." Ông nha sĩ nhét tiền vào túi áo blouse trắng muốt.

Anh thấy lòng xốn xang. Số tiền ấy, bố để dành chắc phải lâu lắm.

(...) Lần hẹn chót. Ông nha sĩ hứa sẽ lấy hết những thứ trám tạm ra khỏi lòng cái răng sâu. Anh mừng thầm trong bụng. Hẹn tới hẹn lui hoài thế này, tiền nào chịu cho nổi" (Vời Vợi Non Cao).

Trong hoàn cảnh xã hội thiếu phương tiện và tình người đó đã khiến xảy ra những chuyện thương tâm khác, như chuyện người phụ nữ trong truyện vượt cạn một mình và đã chết sau khi sanh thằng con trai sẽ côi cút trên đường đời trong Khó Đi Mẹ Dẫn Con Đi.

Có những chứng bệnh bất thường trong một xã-hội bất an. Hoàng Chính đã tả tài tình một người bị mắc bệnh 'liên tưởng'. Nhân-vật Hắn bị bạn bè nghi bị "mát dây" mà chính hắn cũng nghi mình bị chứng gàn. "Hắn bị một chứng bệnh mà tự hắn chẩn đoán lấy là Bệnh Liên tưởng. (Mấy cha biết không? Tôi bị cái bệnh tạm gọi là "Hội chứng pháo dây". Hồi còn nhỏ mỗi lần tết đến, mấy cha đi lượm pháo, chắc là còn nhớ pháo dây chứ gì. Sợi pháo dây dài, đốt ở một đầu, ngọn lửa sẽ ngoằn ngoèo cháy theo sợi dây cho tới hết. Cái bệnh của tôi y chang như vậy. Nghĩa là một khi bị "đốt" bởi một ý tưởng nào, là tôi cứ bị ám ảnh bởi ý tưởng đó, cho tới khi bị đánh thức bởi một ý tưởng khác. Chẳng hạn như thấy con nhỏ N.- tạm dấu tên nó nghe mấy cha, không khéo mấy cha làm um lên, nó dám giải phẫu cắt bỏ một trái thận của tôi à - kể tới đâu rồi? à, tới chỗ con nhỏ N - trong phòng mổ, phải rồi - con nhỏ N. trong phòng mổ, mặc vỏn vẹn có một cái áo blouse - không có gì ở trong hết ráo - đường nét, núi đồi, sông rạch vân vân ... cứ làm hai con mắt tôi xốn xang như bị đau mắt cấp tính, thế là cóc có cầm con dao mổ được đúng cách nữa, và đầu óc cứ bần thần mụ mẫm như thằng cha bệnh nhân tai biến mạch máu não sắp sửa mê man bất tỉnh, đến nỗi hôm ấy chút xíu nữa cắt đứt cha nó cái dây thần kinh của thằng cha bệnh nhân vô tội vạ. Cho tới khi con nhỏ y-tá gây mê tới đứng cạnh con nhỏ N, tôi mới được *cứu rỗi*, nhưng rồi lại bị đôi mắt long lanh của con nhỏ y-tá thôi miên. Bố khỉ! Không hiểu sao mình biết rõ như ban ngày rằng dưới cái vỏ căng phồng, mơn mởn gọi mời ấy cũng chỉ là da, mỡ dưới da, những sợi cơ trơn, cơ vân, những mạch máu li ti chạy ngoằn ngoèo, những phiến mỡ dưới da trắng ởn ởn, những tuyến bài tiết mồ hôi uốn khúc quanh co, sâu hơn chút nữa là xương sườn, xương sống, xương chậu, xương hông, xương mu ... Vậy mà mỗi lần nhìn thấy khối vật chất dễ thương ấy, lòng vẫn mềm rũ xuống như bánh tráng nhúng nước mưa" (Phiên Tòa).

Ở đảo tị-nạn

Hàng triệu người Việt trở thành người-không-xứ-sở khi bước chân lên đảo tị nạn. Không những vậy, một số trong họ còn là những con bệnh bất thường. Và may mắn thay, trong số tị-nạn có những y-sĩ. Vầng Trăng Lưu Lạc viết về người y-sĩ làm ở phòng khám ngoại chẩn trại tỵ nạn Mã Lai và một thiếu nữ 'bệnh nhân' tên Liên: "Em muốn biết mình có sức khỏe tốt để mong sớm được định cư, mới giúp đỡ được ba mẹ em bên nhà ...". Trốn đi để thoát khỏi bàn tay đồng loại tàn độc, lại rơi vào tay những kẻ lợi dụng ở đảo, những tay cảnh sát Mã lai, "ở đâu (thì) quyền lực và tiền bạc cũng giết đi được bao nhiêu thứ trên cõi đời (...) Trong một thoáng, chàng thấy mình hẹp hòi, nhỏ bé ngay trong cõi đời vốn đã quá đỗi nhỏ bé, hẹp hòi. Chiếc ống nghe rơi xuống đất, xoắn lại rồi bật ra như con rắn giẫy chết dưới trăng. Chàng không dám nhìn vào mặt cô. Chàng nhìn xuống chiếc bóng con gái nhỏ bé mảnh mai nhập nhằng bên cái bóng gầy nhom lổng khổng của chàng, miệng chàng thều thào cái tên vừa mới nắn nót ghi vào dòng đầu một trang trong trí nhớ, "Liên ơi, Liên ơi ...". Con bệnh đáng thương!

Chuyện đảo tị-nạn có Nàng Tiên Cá, một chuyện tình thống thiết, giữa người nam tị nạn và một thiếu nữ bệnh tâm thần suốt ngày ra bờ biển để kiếm tìm ở tha nhân một giải thoát, một cứu-rỗi. Và nàng đã tìm ra ở nhân-vật Tôi. "Nàng ngả người, gục đầu vào vai tôi như nương nhờ sự chở che, *cứu vớt*, "Em ghét mấy người trong bệnh viện Sickbay. Họ cứ đòi mang em đi chạy điện."

Tôi vòng tay qua vai nàng, vỗ về, "Em có bị gì đâu mà chạy điện."

Nàng thì thầm, "Họ nói em điên."

"Họ nói giỡn chơi."

"Không có, họ rất nghiêm trang. Họ thành thật."

"Đừng tin họ."

"Em không tin họ. Nhưng họ vẫn bắt em uống thuốc. Em sợ những viên thuốc; em ghét những viên thuốc. Những viên thuốc màu trắng đắng ngắt và những viên thuốc màu hồng không chua, không ngọt, không đắng, người ta bắt em uống mỗi ngày. Những viên thuốc làm tim em đập mạnh, làm tay em run, làm miệng em khô đắng, làm đầu óc em mịt mờ u ám. à, Nguyên ơi tại sao người ta lại làm ra những viên thuốc không chua không ngọt không đắng nhỉ? Em thù những viên thuốc như thế ..."

"Tôi ngơ ngác nhìn nàng đang say sưa trong giấc mộng trả thù. Nhìn nghiêng, nàng giống pho tượng một nữ thần đang thôi miên kẻ tử thù trong thần thoại.

"Nếu có Nguyên làm bác sĩ, em sẽ làm y tá. Em sẽ chích cho họ một trăm mũi thuốc mỗi ngày. Nguyên biết không. Những buổi sáng, họ hay bắt em phải chích thuốc. Em trốn, nhưng họ hứa tìm Nguyên cho em nên em mới chịu uống và chích thuốc. Họ hứa hoài mà chẳng bao giờ tìm cho em. Thành ra sáng nào em cũng ra tìm Nguyên ngoài biển. đâu biết là Nguyên ở rất gần bên em từ bao lâu nay."

Nhân viên bệnh-viện tìm con bệnh để cho uống thuốc, nhưng nàng không muốn trở lại nhà thương 'điên' và cuối cùng đã tự vẫn. "Nàng ném cho tôi cái nhìn thù oán, "đồ phản bội!".

Tiếng hét của nàng vang trong tiếng sóng, lẫn với tiếng xôn xao hốt hoảng của đám đông. Tôi mê muội nhìn nàng buông mình xuống vực sâu, mất hút sau vách đá dựng trên bờ vực. Những tiếng "Ê! đừng! Ấy! Kìa kìa! đừng đừng! Trời ơi!..." lẫn vào nhau thừa thãi, vô nghĩa.

Không một tiếng động nào vọng lên được từ cõi thẳm sâu mịt mùng của biển. Đám người đứng lặng như những hình người hóa đá trong cổ tích, trên mỗi khuôn mặt còn đậm nét kinh hoàng.

Ngoài kia, biển vẫn thản nhiên như con bệnh tâm thần không còn ý niệm nào về thời gian và sự đau khổ của kiếp người. Cơn bệnh dửng dưng với mọi đổi thay của cuộc đời".

Ở xứ người

Những người tị-nạn may mắn cuối cùng đến được một quốc-gia thứ ba. Đời sống mới với văn minh vật chất và với những đảo lộn, biến thái về gia-đình, xã hội. Nơi đây còn là thế-giới mới của những cuộc tự do tình dục, phá thai, như Hoàng Chính ghi lại trong các truyện Tai Họa, Vực Sâu Khổ Lụy, Di Chúc, ... Vực Sâu Khổ Lụy là chuyện người con gái có chửa vì bị chính người quen cưỡng hiếp, sanh con xong tìm cách biến con đẻ thành con nuôi ký giấy đem cho một gia đình người bản xứ với ước mong con sẽ có tương lai. Di Chúc ghi lại chuyện của một y-sĩ người Việt tị-nạn không được tiếp tục hành nghề và một "người đàn bà già nua, nghèo nàn, bệnh tật, sống một mình ở thành phố lạ, và chết một mình cũng trong cái thành phố chưa quen biết". Với bà cụ thì người y-sĩ này "có tấm lòng nhân ái, ông lại mát tay như ông bác sĩ Kính ở đầu ngõ nhà tôi bên Phú Nhuận, vậy thì ông còn thiếu cái gì nữa mà không cho mở phòng mạch chứ. - Mảnh giấy ngoại à, cháu thiếu mỗi một mảnh giấy thôi. Mảnh giấy có mấy chữ bằng hành nghề ấy mà". Mà rồi bà cụ đã làm thật, di chúc của bà là chứng chỉ hành nghề viết tay: "Bằng hành nghề Bác sĩ Y khoa. Cấp cho Bác sĩ Châu, đã tốt nghiệp Y khoa ở Việt Nam, đã đậu bằng tương đương ở Canada. Bác sĩ Châu có tấm lòng, có khối óc, có bàn tay của người thầy thuốc lý tưởng. Nếu không có bác sĩ Châu, tôi đã chết lâu rồi. Bằng hành nghề này có giá trị trên toàn thế giới".

Người y-sĩ hành nghề ở xứ người nhưng tâm tư và tham chiếu vẫn là ở Việt Nam, một quê hương của ngày nào, một quê hương thật! Ông Thầy là một vị y-sĩ 'nhân bản', không máy móc: "Ông Thầy chợt bối rối. Theo đúng sách vở, chàng sẽ phải làm hồ sơ bệnh lý đầy đủ, khám cổ tử cung và thử nước tiểu, tìm dấu hiệu mang thai, nhưng nhìn đôi mắt trẻ thơ trên khuôn mặt trái soan, chàng đâm ra ngại ngần. Chàng viết nguệch ngoạc những dòng đầu tiên trên hồ sơ bệnh lý của cô, rằng cô lập gia đình đã được gần hai tháng, rằng hiện nay sức khỏe của cô bình thường. Ông Thầy tìm kế hoãn binh. Vào y khoa lâu rồi, mà chàng vẫn chưa "khoa học hóa" được chút nào. Chàng "*nhân bản*" không chịu được; nhìn đâu cũng thấy những con người có cảm xúc, chàng khó thấy được những đối tượng thuần túy của Y Học. (...) Làm xong cái hồ sơ bệnh lý chi-tiết của cô, Ông Thầy lấy dụng cụ đo huyết áp. Cô vén cao tay áo, đưa cho chàng một cánh tay no tròn, trắng nuột như màu của những cánh hoa sứ bên hồ nước trong sân trường chàng học. Liên tưởng đến cây hoa sứ trong sân trường, tai chàng nghe liền được tiếng chân bước trên đám sỏi màu ngà. Tiếng rào rạo của bước chân trí tưởng trộn lẫn vào tiếng mạch máu cánh tay đập đều đặn, xa vắng". (Ông Thầy). Y-sĩ mà nhiều tình cảm và lãng mạn!

Những khốn khó của kiếp người, của sinh-lão-bệnh-tử, không nơi nào và thời nào con người có thể tránh. Trốn khỏi những địa ngục trần gian và những tập đoàn tàn độc có thể thành công, nhưng bệnh tật thì như lưỡi hái định-mệnh cứ chực-chờ con người:

"Cô ... cô..à, bác sĩ ... nói sao? chồng tôi bị bệnh gì?"

"Leukemia. Ngoài bắc gọi là bệnh bạch cầu trong nam gọi là ung thư máu; tất cả đều dịch ra từ chữ leukemia của Mỹ." Giọng cô bác sĩ trẻ chợt buồn thiu, "Yes, I'm sorry but he has leukemia. Nothing can be done here. Tôi muốn cho chuyển lên Los Angeles nhưng ông ấy không chịu. I don't know why ..."

Nàng thấy khuôn mặt tròn xinh xắn của cô gái xoay xoay trong không gian, chiếc bàn làm việc ngả nghiêng như đang trong cơn địa chấn (Ở cái đất Cali này cứ lo hoài những cơn địa chấn bất ngờ). Trời đất u ám mịt mờ. Đầu gối nàng quỵ xuống. Tai nàng ù đi, nhưng trong những tiếng động rì rào xa vắng của thế giới bên ngoài, nàng còn nghe được tiếng la thảng thốt của chị bạn; lẫn trong tiếng nói chuyện ngọt ngào của người nữ bác sĩ trẻ trung, tươi mát". (Cây Gậy Lão Ăn Mày).

Bệnh-viện không hẳn là nơi vui sống, hấp dẫn, dù có thể cứu vớt con người khỏi bệnh tật và những tai-biến hiểm nghèo. Một nhân-vật nữ của truyện Hôn Lễ vốn "không thích bác sĩ. Nàng sợ bệnh viện. Nàng ghét cái mùi hôi nồng của phòng cấp cứu. Mùi của bệnh tật và sự chết. Vì vậy mà không muốn nói chuyện với bất cứ ai về cõi u mặc ấy. Với nàng, bệnh viện là thế giới âm u của những người chờ chết, và những người thầy thuốc khoác lên mình chiếc áo choàng trắng dài tới đầu gối là đám phù thuỷ đầy quyền năng, đầy pháp thuật đáng ngờ". Nàng không thích, vì ở đó còn có những cái nhìn của tha nhân, những cái nhìn như soi mói, như muốn làm yếu lòng người đối diện, những cái nhìn thấp hèn: "Những cái đầu tóc đen đồng loạt ngước lên; những con mắt đen nâu hau háu tia nhìn. Nàng thấy rõ những con mắt tạt át xít vào người nàng rát bỏng. Những con mắt gỡ mái tóc nàng rối bù; những con mắt luồn lách dưới mảnh áo ngực nhỏ bé của nàng; những con mắt mầy mò đôi bắp đùi thon gọn dưới lớp vải quần jeans dày; những con mắt bò loanh quanh trên bụng nàng ... Những con mắt đồng hương; những con mắt Việt Nam quen thuộc. Phòng đợi đầy ắp bệnh nhân. Phòng đợi nêm cứng những mắt nhìn xoi mói. Trong không đầy một phút đứng ủ rũ đợi hắn đưa thẻ y tế cho người thư ký ghi vào sổ, nàng đã bị những con mắt cào xước hết thịt da".

Nhưng nàng vẫn phải đến đó, vì cần phẫu thuật ngón tay thứ sáu, phẫu thuật luôn cảm giác thừa thãi: "Nàng nhắm nghiền mắt, như muốn lả đi bên hắn. Nếu không vì cái đám cưới mà hắn hứa hẹn sẽ rình rang cho cha mẹ nàng nở mày nở mặt bên nhà, nàng chắc không thể nào đủ can đảm bước vào đây, chìa bàn tay ra cho người ta xăm xoi. Rồi sẽ còn phải nằm trên bàn mổ cho người ta lấy đi cái ngón tay thừa thãi. Hắn nói sẽ yêu nàng dù nàng có thế nào đi nữa ... Nàng cố nghĩ đến những bộ áo cưới trắng như mây trời mùa hạ; đến những chiếc găng tay có năm ngón thon dài. Ơi, những chiếc găng tay sang trọng biết bao nhiêu! Bụng nàng nôn nao. Nàng muốn ói. Đầu óc nàng quay cuồng. Sao lại khó chịu giống như có thai vậy nè. Và nước mắt (ơi cái thứ không làm sao mà ngăn được ấy!) lũ lụt đổ xuống má, môi nàng. Giọng hắn vẫn sôi nổi bên tai nàng, "Vị hôn thê của tôi ... Bác sĩ nhắm chừng kịp làm đám cưới không? Tôi thuyết phục cô ấy hoài mà cô ấy không nghe ... Như thế này làm sao mang găng tay, làm sao làm đám cưới ... rồi làm sao tôi biết đeo nhẫn cưới ngón nào cho đúng ...". Một kết thúc truyện bất ngờ!

Mất quê hương, mất điểm tựa, dễ gây ra hội-chứng xa-lạ, trong khi tâm trí vô định, mà sự cứu-rỗi lắm khi bi đát, bất ngờ và khó hiểu. Có thể gọi là cứu-rỗi nhưng tàn nhẫn nhất có thể là trường hợp một ông già người Việt làm sở rác nhìn đâu cũng thấy toàn rác rưởi, kể cả con ông và đám bạn của nó. Mất ngủ, thất vọng về người con và lo sợ khi chết con nó sẽ đưa về quê nhà, ông đã lựa chọn cái chết, với lò thiêu rác ngay tại sở làm. Tony, người bản xứ làm chung đã vô tình làm nhân chứng lờ mờ về quyết định tự cứu của ông già:

"Trước khi ra về, Tony trở ra chỗ lò thiêu thêm một lần, kiểm lại những nút bấm cho chắc ăn là máy sẽ tự động tắt sau ba tiếng đồng hồ. Hơi nóng hừng hực phả lên người anh. Anh mỉm cười nghĩ tới ông già. Hồi nãy ông già nhắc mở lửa cho thật cao. Thiệt tình, ông già dễ thương mà lẩm cẩm. Rác cỡ nào bỏ xuống lò thiêu này mà không thành tro, thành bụi.

Toan bước đi, anh bỗng nảy ra ý nghĩ chỉnh máy cho đốt thêm hai giờ nữa, ngày mai ông già trở lại, sẽ thấy cái lò sạch sẽ, khô rang. Mùi khét quyện lấy mũi anh. Ừ, sao rác hôm nay có cái mùi khét lạ kỳ ...

Chắc chỉ ông già mới biết được đó là mùi của thứ gì bị đốt. Tony lẩm bẩm. Ông già có chơi trò chiến tranh ở nước ông hồi đó. Ông già vẫn bảo mùi thịt người cháy nó kỳ lạ lắm. Mai mình sẽ kể cho ông già nghe về cái mùi kỳ lạ này. Tội nghiệp ông già. Poor old man!" (Rác)

Khổ nạn và cứu rỗi

Truyện Một Đoạn Trong Thánh Kinh có thể xảy ra ở Việt Nam nhưng hãy cứ xem như chuyện của con người và có thể xảy ra bất cứ ở nơi đâu. Chuyện của những con người bị bệnh nan y và đến giai đoạn chót ở Viện Ung Thư; những ung thư ruột già, cuống họng, v.v.: "ung thư thì cầm bằng như lãnh án tử hình rồi còn hy vọng mẹ gì nữa!" và "những xác người vặt vẹo, những thân thể khô đét không còn chút vướng bận chuyện cõi sống này". Nhưng ở đó, tất cả đã lớn tuổi, chỉ có Tâm hãy còn trẻ, 28 tuổi đời, nên hắn trở nên phẫn nộ từ đó, từ khi hắn là tử tội đã được kêu án - còn sống được "... khoảng sáu tháng nữa. Có thể dài hơn một chút." Ông bác sĩ đã lên giọng, mắt nhìn hắn đăm đăm, ngừng một chút rồi hạ thấp giọng nói, như cố tình không để hắn nghe thấy, "Cũng có thể ngắn hơn". Nhân vật Tâm thường được dì phước Têrêsa thăm hỏi, giúp đỡ và ủi an:

"Hắn ngồi bên cạnh giường, nhìn đăm đăm cuốn Kinh Thánh. Ma sơ à. Gì con? Ma sơ đừng đọc Thánh Kinh nữa được không? Được chứ. Thôi thì dì để cuốn Kinh Thánh đây, lúc nào buồn con mở thử một trang đọc xem sao nhé. Một đoạn cũng được nữa. Nghe Tâm. Lúc buồn, lúc giận, hắn gọi "ma-sơ" nghe cho xa một chút, như người ngoài; lúc lòng lắng xuống, hắn gọi "dì", như người trong dòng tộc. Chỉ có vậy. Dì phước không nói gì thêm. Cái nhẫn nhịn của người tu hành đôi khi làm hắn bực mình. Phải như dì hỏi hắn thêm một câu thôi, cõi lòng hắn sẽ mở bung ra như cái bọc chứa đầy vấn nạn rắn rết của cuộc sống. Ừ thì cứ hỏi cái câu đơn giản này xem dì có giải đáp nổi không rằng Chúa ngày xưa chữa người què, người mù, người câm, người điếc ... nhưng biết Chúa có chữa nổi chứng bệnh của con không. Chúa; vâng Chúa của ý đó, có chữa nổi bệnh của tôi không; chứng bệnh mà cách đây chưa đầy một tháng, ông bác sĩ chuyên khoa đã gật gù kêu án rằng còn được may lắm là sáu tháng; có thể ngắn hơn. Cái câu có thể ngắn hơn ông ấy nói thật nhẹ, thật mơ hồ, như thể sợ người ta nghe thấy".

"Dì phước dặn thì cũng cố ngoan ngoãn gật đầu cho bà vui chứ thời buổi này làm gì có ai làm phép lạ mà mơ tưởng".

Tâm trách móc cả Chúa, cả định mệnh phũ phàng, hắn nghĩ quẩn là già 70 như ông già nằm cạnh và cả bà xơ mới đáng bị bệnh nan y Ung thư: "Sao Chúa không bắt những người già như ma-sơ bị ung thư. Ma-sơ chán đời, bỏ đi tu thì có ung thư cũng là hợp lý. Tôi còn trẻ; tôi chưa đầy ba mươi tuổi; tôi còn ham sống." Giọng hắn chợt nhão đi, "Dì ơi, con còn ham sống ..." Nước mắt dàn dụa trên má hắn. Dì phước lau vội nước mắt cho hắn bằng những ngón tay xương". Nan y với đủ thứ sợ hãi của bệnh, nào tác dụng của thuốc gây tóc rụng, và cả chuyện xài thuốc lâu bị bất lực, làm giảm sự thèm muốn đàn bà. Tâm hy vọng hắn chưa đến thời kỳ đó, do đó khi có cơ hội, hắn thử, hắn nhìn chăm chú như muốn nuốt cô y tá đến đo máu: "Bệnh vậy mà vẫn còn thèm. Giời ạ! Hay là không phải bệnh. Hắn thầm nghĩ. Bác sĩ cũng nói sai được chứ. Mấy ông ung thư chung phòng vẫn ghẹo hắn rằng cái bướu sẽ lớn dần mãi lên, sẽ ăn mòn hết sinh lực hắn. Hắn sẽ liệt bại dần từng phần cơ thể. Cái bộ phận tí teo kia chắc cũng rũ liệt thôi. Nhưng lúc này thì chưa. Cơn thèm muốn vẫn còn. Những người nữ còn gợi tình. Khuôn ngực cong cong; khoảng hông uốn khúc và vũng tối lập lờ còn gợi lên thấp thoáng trong lòng hắn ít nhiều xớn xác".

Con bệnh trong hoàn cảnh đó dễ phẫn-nộ; ở đây phẫn-nộ đồng nghĩa với những khốn-cùng của nhân sinh. "Dì phước hăng hái tháo cúc áo cổ hắn. Hắn gạt tay dì ra. Dì đưa tay vuốt ve cái đầu tóc bù xù ướt sũng. Hắn vùng dậy giận dữ giật tấm khăn choàng trên đầu dì xuống. Một cái đầu trọc, lơ thơ những sợi tóc ngả mầu, khô như lá thông mục hiện ra trước mặt hắn. Dì phước cuống cuồng giật vội cái khăn ra khỏi tay hắn, "Lạy Chúa tôi, con đừng làm vậy chứ!" Và run rẩy giắt vội những nếp gấp chiếc khăn choàng nữ tu lên đầu. Hắn sững sờ nhìn người đàn bà. Môi hắn mấp máy không thành lời, nhưng trong đầu hắn, ngôn ngữ chạy vòng quanh, diễu cợt. Ô, cái bà này đầu trọc, ta ơi! (...). Dì Têrêsa cười nói hồn nhiên, "Người lớn tuổi thì vậy đó, ốm đau, bệnh tật, nhức mỏi lúc trái gió trở trời. Đó là chuyện tự nhiên. Những con chiên của Chúa thì biết rõ việc mình phải làm, đường mình phải đi. Chúa đã vạch sẵn con đường, mình chỉ việc đi theo thôi."

Hắn kéo dì về với nỗi bận tâm của hắn, "Mai dì có đến nữa không?". "Đến chứ."

Nhưng dì không đến và sẽ chẳng bao giờ nữa. Bà xơ cũng bị bệnh ung thư! Mà còn nặng hơn Tâm nhưng hắn không hay biết, có thể vì vị-kỷ, vô tâm. "Hôm sau dì Têrêsa không đến. Hắn đứng ngồi không yên. Hắn bực bội vì phải tự bóp đầu, phải lê xuống nhà bếp xin đá lạnh chườm đầu, phải tự lột vỏ trái chuối trước khi ăn ... Hắn thầm nguyền rủa người nữ tu bê trễ (...) Lúc này chỉ còn những cơn đau viền quanh đầu hắn như vòng gai ngày xưa lính La Mã gài lên đầu Chúa. Ấy cũng nhờ dì phước kể cho hắn nghe về vòng gai trên đầu Chúa. Những mảnh đau móc xuống da đầu, cày sâu vào xương sọ. Vặn cong những mạch máu, làm ứa ra trong não bộ những cơn đau đinh đóng. Ừ, hắn nghĩ, cái đau của Chúa lúc đội vòng gai trên đầu đã thấm thía gì với thứ đau gò siết của cái bướu đang lớn dần trong đầu hắn.

Hắn cố tìm hiểu vì đâu vị nữ tu luôn đáp lại những cơn cuồng nộ của hắn bằng sự dịu dàng. Có phải cũng nhờ sự bao dung, cao cả đó mà những đứa con hoang đàng luôn luôn quay trở về với mẹ hiền sau những tháng ngày lang thang, phiêu dạt. Những lúc bình tâm, hắn hỏi lòng như thế. Hắn còn nhớ hoài đoạn Kinh Thánh nào đó dì đã đọc cho nghe hôm nào, về đứa con trai hoang đàng.

Đêm, hắn nằm chiêm bao gặp dì phước. Dì bóp trán cho hắn và cơn đau dịu xuống. Như đứa trẻ hoàn hồn sau cơn ma hành, hắn *thành con người khác*. Hắn cầm lấy bàn tay mỏng mảnh của dì phước, tần mần vuốt ve những vết bầm như vết mực tím loang trên ngón tay học trò thời thơ ấu. Tay dì sao vậy? Dì cười. Đôi môi khô bật máu nơi những vết lở như vết nứt trên mặt ruộng khô hạn. Sao dì không uống thuốc? Đau ốm xoàng ấy mà.

Rồi hắn cầm lấy bàn tay của dì. Hắn nhìn đăm đăm vào những vệt gân xanh ngoằn ngoèo trên làn da trắng bệch. Cố gắng đi con. Rồi Chúa sẽ sắp xếp mọi chuyện. Giọng nói khàn khàn phù thuỷ, nhưng những lời nói ra là mật ong. Hắn nhìn vào mắt dì phước. Hắn bắt gặp trong đó nỗi niềm gì đó không tên gọi, như thể niềm hy vọng, nỗi ước mơ. Bao nhiêu thứ. Nhưng người ta có thể mong đợi gì ở những con bệnh ung thư. Liệu Chúa có sắp xếp được không hở dì. Môi hắn mấp máy. Nụ cười tin yêu nở ra trên đôi môi khô, nứt nẻ của dì phước. Không một lời nào được nói ra, nhưng hắn nghe thấy thật nhiều.

(...) Đoạn Kinh Thánh nói về phép lạ của Chúa. Lại phép lạ. Chúa chữa bao nhiêu thứ; chữa người mù, người què, người điên. Không nghe Kinh Thánh nói về bệnh ung thư. Chẳng biết Chúa có chữa được bệnh của hắn không. Nếu có thì tìm Chúa ở đâu bây giờ. Hắn dự tính ngày hôm sau sẽ hỏi dì phước những câu hỏi đó.

Ừ, không nghe nói Chúa chữa bệnh ung thư. Chắc thời đó không có bệnh này. Hay là có mà Chúa không chữa được nên người ta không chép vào Kinh Thánh".

Nhưng tin dì Têrêsa đã chết đến như tiếng sét:

"Ông bác sĩ ngập ngừng nhìn hắn, "Bà ấy chết rồi cậu không biết sao?"

Những tiếng kêu bàng hoàng từ đám bệnh nhân đồng loạt réo lên từ đầu đến cuối phòng. Hắn lao đao một giây như người bước hụt. Nhưng rồi cái tính cộc cằn lại choàng ôm lấy hắn, như những ống hút của loài bạch tuộc.

Không thèm để ý tới những điều hắn nói, ông bác sĩ bâng khuâng nhìn bức tượng Chúa đóng đinh treo trên tường, giọng gẫy khúc, "Tội nghiệp dì phước Thérèse, bà ấy bị ung thư máu ..."
Hắn điếng người".
Bỗng dưng những vệt máu loang lổ nhòa đi, trôi bập bềnh trong mắt nhìn của hắn. Và câu dì phước nói hôm nào mang mang trong trí. Chúa bao giờ cũng công bằng, Tâm ơi. Chúa bao giờ cũng công bằng ...".

Con người phải cộng tác với ơn cứu rỗi của một đấng Bề Trên (Trời, Thượng đế, Thiên Chúa, v.v.) thì mới được cứu rỗi. Đức tin cũng đã có thể cứu rỗi! Ơn cứu độ phải khởi từ bản thân. Cứu rỗi mình chưa xong, nói gì đến cứu độ thế gian!

Lịch sử người Việt sau khổ nạn tháng Tư 1975, có những cái chết vì đòn thù, của những người miền Nam bị lừa đi 'cải tạo'. Hoàng Chính kể chuyện Cuối Đường Khổ Nạn, nhưng không hẳn là cuối thật, cho biết người mẹ và người con từ ngoài nước khó khăn tìm về đến đó mới biết người cha sau gần 20 năm bị giam giữ không lý do, đã chết ở trại 'cải tạo' sáu tháng trước đó!

Lịch sử cũng đã ghi nhận những cái chết tức tưởi, bi phẫn và cũng có những vết tích lịch sử bị phá hủy một cách bạo ngược. Hoàng Chính ghi lại cái chết của một thuyền nhân, một người mẹ trẻ trên một hòn đảo tị nạn trong truyện Viết Lên Bia Mộ:

"Tôi nhớ đã dẫn em ra khỏi bệnh viện. Em chập chững trên con đường sống trâu gập ghềnh đá núi của đảo hoang như em bé mới tập đi. Tôi dọa không chịu tập, mai mốt quên luôn, không biết đi như thế nào nữa đó. Em sợ ra ngoài gặp thiên hạ. Em sợ ngồi một chỗ mai mốt liệt luôn. Em sợ lỡ chết, không ai nhớ, không ai thắp cho mình một cây nhang. Tôi chỉ cho em coi tấm bia tưởng niệm sơ sài. Em nước mắt chạy quanh. Còn tôi lòng xoắn lại như ai rút ruột mình ra mà buộc đầu những ngọn dừa cao vời vợi. Mai kia mọi chuyện lắng xuống, người ta sẽ qua thăm nơi này, người ta sẽ dựng lên những tượng đài. Để thế nhân có lòng ghé qua thắp cho một nén nhang, sưởi ấm hồn oan những người không đến được bến bờ. Tôi nghĩ nếu em không sống được, tôi sẽ là người khắc tên em lên tấm bia đài tưởng niệm". Tấm bia đã bị thế lực đồng tiền đục bỏ!

Trong Đoạn Chúc Thư Dang Dở, một trong những truyện ký viết gần đây, Hoàng Chính nói đến những ám ảnh bị nan-y như bệnh ung-thư, đến cả với người y-sĩ. Việc chuẩn bị và đương đầu với cái chết: "Rồi một buổi sáng, dặn lòng rằng ừ thì trước sau gì cũng chết. Phải chết sao cho coi được. Như tụi Mỹ vẫn bảo die in style ... Có người hỏi anh có cầu nguyện với Chúa không. Mỉm cười bảo không, bởi ai lại đi làm phiền Chúa vì cái chuyện nhỏ nhoi". Rồi: "Hôm qua, trong bệnh viện, thử máu xong, lăn quay ra xỉu. Cái cảm giác lúc vừa tỉnh lại thấy lạ lẫm chi đâu. Chắc lúc gần chết, cũng thấy lâng lâng như thế." đối đầu với những người bạn hay thân quen, mới biết cái nhìn, cái ái ngại của tha nhân là một khó vượt qua: (...) Bao nhiêu là cái nhìn ái ngại của bạn bè ở chỗ làm. Bạn khỏe không. Đã bảo hình ảnh cuối cùng để lại cho nhân gian phải là hình ảnh đẹp, nên rộn ràng, vâng tôi khỏe. Thật không đó. Bạn có vẻ mệt mỏi. Đã cố che dấu bằng nụ cười. Nhưng nét tiều tụy thì che làm sao được. Bạn xanh quá. Lúc nào tôi cũng cầu nguyện cho bạn (...) Hay là thử đến với đông y xem sao. Người bạn thơ chân tình. Mày phải để ý kỹ những triệu chứng hô hấp. Thằng bạn học cùng lớp ngày xưa. Không sao đâu. Thời tiết cả đấy. Chỉ cần ăn uống đầy đủ, uống thuốc bổ và tập thể dục đều. Những người thân yêu. Dễ gì mà chết. Sách tướng số bảo anh sống tới chín mươi hai tuổi. Chắc không đó. Sao không. Chín mươi hai tuổi vẫn còn nhớ thế nào là thơ lục bát. Những giọt nước mắt. Ơi, yêu quá là yêu, cõi sống này. Bỏ đi sao đành! Thế giới vây quanh. Bao nhiêu là thương mến. Ai mà nỡ bỏ đi. Nhưng sao cứ nóng, lạnh, nhức đầu và mệt đuối người. Hay mình có cái gì đó xa lạ, đang lớn lên dần trong bộ óc đã già ...".

Lại cái nhìn của người khác, những cái nhìn xuống xả, chủ quan, của những người ngoài cuộc. Cuối cùng lại là một chuyến trở về: "Chuyến này về, hứa mỗi ngày sẽ đi nhà thờ với mẹ, sẽ ngồi uống cà phê với bố, sẽ coi bóng đá với bố và đứa em trai, coi phim tập Hàn quốc với mấy cô em gái. Và hứa tới những đoạn cải lương Hồ Quảng (hình như bên nhà, người ta dùng chữ *sến*) mình sẽ cố dấu đi nụ cười chế nhạo.

Mai mốt trở về đây lại, tha hồ mà viết. Hình ảnh cuối cùng để lại cõi sống này sẽ không là hình ảnh gã bệnh nhân èo uột trong trại ung thư (phải ung thư không?) mà là hình ảnh kẻ làm thơ gục chết trên trang bản thảo vừa viết xong chương cuối. Nếu viết bằng máy vi tính, sẽ nhớ lưu cái truyện hoặc bài thơ, để lỡ có gục xuống trên bàn phím sẽ không vô tình xóa hết đi những gì mới viết".

Sống cho ra con người thật khó, vì hiểm nguy, gian khổ và sinh-lão-bệnh-tử lúc nào cũng chực chờ. Cuộc sinh tồn như một nan-y, mà cứu-rỗi khả-dĩ có khi lại là những trang chữ, những vần thơ. Với nhân-vật chính trong bút ký vừa kể, cũng như với người y-sĩ và một 'ông già Tầu' trong trại 'cải tạo' trong Gửi Riêng Chốn Nào ở một đoạn trên.

*

Có thể nói rằng hoàn cảnh và mục đích sáng tác là những yếu tố tham gia gián tiếp vào nội dung sáng tác nhưng có khi những động cơ sáng tác trở thành chính. Nhìn chung, những truyện của Hoàng Chính có thể được xuất phát từ ý-tưởng 'cứu-rỗi', 'chữa lành' cho nhân-vật và những tình cảnh xảy ra; tác giả chúng vốn xuất thân từ y-giới. Chính mục đích, động cơ sáng tác này đã quy định nên nội dung tác phẩm, khiến chúng khác với sáng tác của những nhà văn 'ngoại đạo' như Nguyễn Trung Hối, Tiểu Thu, v.v. Hoàng Chính theo thiển ý đã vừa chú tâm thể hiện tâm-tư bản thân hoặc theo chủ quan của tác-giả mà cũng vừa viết theo nhu cầu cấp thiết, đã xảy ra, của hiện-thực cộng đồng bản xứ hoặc của *ghetto* người Việt. Nói như một nhân-vật trong Gửi Riêng Chốn Nào,"*những người đã đặt bút xuống viết bất cứ một điều gì chân thật, bao giờ cũng là viết cho một người nào đó (...), nếu mình viết với cả tấm lòng thì hôm nay, ngày mai, hay cả ngàn năm sau nữa, thế nào cũng có ít là một người ở đâu đó, nói một ngôn ngữ nào đó, đón nhận với cả tấm lòng*". Ông viết các truyện này dĩ nhiên trong thời gian sống lưu-xứ, xa quê, xa cả môi-trường nghề-nghiệp gốc. Chúng tôi không tin các sáng-tác đó là do phẫn chí, nhưng có thể đây là cách ông tìm đến văn chương vì hoàn cảnh và thời thế không thuận lợi. Ông viết để đền bù và có thể để bày tỏ sự phẫn nộ với hoàn cảnh cũng như những tàn độc của con người. Trong một số truyện, Hoàng Chính đi tìm thông cảm với tha nhân qua những nỗi buồn đau, bệnh tật và cùng tìm giải thoát với nhân-vật của ông.

Nếu đặt khung cảnh xã-hội văn hóa vào văn-bản thì việc đọc lại sẽ cho thấy những ngẫu nhiên trùng hợp ở một tác giả, hoặc đặc điểm của một nhà văn khác với các cây viết khác. Người ta còn có thể tìm thấy quan hệ của chuyện kể trong tiến trình chữa trị, xác và cả hồn, vì có thể có những liên hệ khả dĩ giữa y khoa và văn-chương qua bệnh tật, qua các nhân-vật y-sĩ và bệnh nhân, qua sự sử-dụng và diễn-văn, suy-nghĩ về bệnh tật trong cuộc sống cũng như sinh hoạt qua văn-chương.

Có chăng một thứ ý-thức cơ-thể khi đã có thể có sự thể-hóa của văn-bản và sáng-tác?

Các tác-phẩm trưng-dẫn trong bài được trích từ các tuyển-tập:

Mùa Thu Cuối Cùng (Làng Văn, 1994): Mùa Thu Cuối Cùng; Cây Gậy Lão Ăn Mày; Phiên Tòa; Nàng Tiên Cá
Lời Tỏ Tình Đã Cũ (Văn Mới, 2000): Rác; Cuối đường Khổ Nạn
Viết Cho Mẹ Ở Quê Nhà (Văn Mới, 2005): Khó Đi Mẹ Dẫn Con Đi; Vời Vợi Non Cao; Vực Sâu Khổ Lụy; Di Chúc
Một Đoạn Trong Thánh Kinh (Nhân Ảnh 2006): Ông Thầy; Một Đoạn Trong Thánh Kinh
Tình Ở Đài Bắc (Nhân Ảnh 2007): Hôn Lễ; Vầng Trăng Lưu Lạc
Khi Loài Chim Thôi Hót (2007): Gửi Riêng, Chốn Nào
Núi Không Còn Linh Thiêng (2008): Viết Lên Bia Mộ
Trang Internet Hoàng Chính http://hoangchinh.net/: Đoạn Chúc Thư Dang Dở.

7-2008

Gánh nặng lịch sử
qua Người Trăm Năm Cũ
(Hoàng Khởi Phong)

1

Năm 1988, Hoàng Khởi Phong thật sự đến với văn-học Việt Nam với *Ngày N+* - dù trước đó ông đã là nhà thơ với hai tập *Mặt Trời Lên* (1967) và *Phục Hồi Quyền Chức Làm Người* (1970). *Ngày N+* là một bút ký chiến tranh về những ngày sau cùng của cuộc chiến. Ngày N+ (1) là ngày 17-3-1975, ngày đầu của cuộc di tản chiến thuật bỏ vùng cao nguyên. Cuốn phim chạy tìm sống, đoàn quân thiếu đầu, mất kỷ luật và kỷ cương, đưa đến những tự sát tập thể và cá nhân trong cơn đại nạn. Sau đó, trong hai tập truyện *Thư Không Người Nhận* (1991) rồi *Cây Tùng Trước Bão* (1994), ký sự về một thời chiến tranh sôi nổi, về một số nhân vật là anh hùng phần lớn vô danh nhưng chính họ đã làm nên lịch sử; sôi nổi tâm tư với Thầy Giáo Thị, Thư Không Người Nhận, Cháo Lú, v.v. Năm 1995, tâm lắng đọng hơn, ông xuất bản *Những Con Chuột Thời Thơ Ấu* lùi thời gian viết về những kỷ niệm ấu thơ đồng thời có cái nhìn dung hòa về đất nước và chiến tranh. Rồi truyện dài *Viết Lên Trời Xanh* (1996), với "ước ao được thấy ngay từ lúc khởi đầu của thế kỷ mới, chiến tranh sẽ không còn ngự trị trên giải đất thân yêu". Truyện những người lính hai miền Bắc Nam từng đối đầu nhau trong chiến tranh và sau cuộc chiến, họ tình cờ gặp lại nhau. Ý thức hệ nhường chỗ cho lòng người: tình người vẫn còn lại ở họ, những kẻ một thời không dung thứ người kia. Tương lai rọi sáng mọi tâm hồn, đương nhiên thù hằn phải vơi bớt. Sau một thời gian đi tìm con người và tìm hiểu thế trận lịch-sử Việt Nam qua cuộc chiến 1957-1975 (năm 2001 thêm tập truyện *Quán Ven Sông*), ông muốn lùi xa hơn nữa, cả trăm năm lịch-sử, bắt đầu viết trường thiên lịch sử *Người Trăm Năm Cũ* (2) với ý ôn-tập kinh nghiệm cả trăm năm chiến tranh gần như không ngừng trên đất nước Việt Nam.

Bàn về một bộ trường thiên tiểu-thuyết lịch-sử như Người Trăm Năm Cũ chưa xuất-bản hết và không biết được dự-phóng của tác-giả là một chuyện khó, dù sao thì với hai quyển đã xuất-bản, chúng tôi xin thử liều đưa ra một số nhận xét.

Hai tập Trên Núi Đồi Yên Thế tiểu-thuyết hóa giai-đoạn kháng Pháp hồi đầu thế-kỷ với những nhân-vật lịch-sử và đấu tranh về sau sẽ đưa đến những chuyển tiếp, phân chia đảng phái cũng như cắt nghĩa phần nào chân dung chính-trị và chiến-tranh nhiều thập niên sau. Nhân-vật chính làm cốt lõi toàn tập là Hoàng Hoa Thám với nhóm kháng chiến chống Pháp của ông gồm đại gia-đình ông, các con ông như Cả Tuyền, Cả Huỳnh, Cả Trọng, Cả Rinh, rồi Lãnh Túc, Cai Sơn, Cai Cung, Đội Hổ và những nhân-vật thật sự lịch-sử như Tôn Thất Thuyết, Nguyễn Thiện Thuật, Trần Quý Cáp, Phan Chu Trinh, Phan Bội Châu (Giải Phan), Nguyễn Lộ Trạch, Nguyễn Trường Tộ, Kỳ Đồng, Huỳnh Thúc Kháng, v.v. Hàng trăm nhân vật và nhiều sự kiện lịch-sử lớn nhỏ. Khí thế anh hùng của những con người sống theo tinh thần nhà Nho và ái-quốc, chỉ có thể đứng thẳng người vì chí khí, quyết liệt vì sứ mệnh đối với đất nước, dân tộc, và hoàn toàn không vì chức quyền, vật chất! Một cuộc thư hùng kéo dài hao tổn nhân và vật lực cho cả đôi bên, gây suy nghĩ và giao động cho cả hơn một thế hệ. Nhiều đường lối, chủ trương khác nhau, bởi những con người gốc gác và địa phương khác nhau, nhưng cùng một mục-đích đánh đuổi kẻ xâm lược, ngoại bang. Một giai-đoạn lịch-sử hùng tráng, người người lên đường, nhập cuộc, với một chủ đích không thể lay chuyển. Hình ảnh một Phan Bội Châu khi hy sinh bôn ba tìm đường cứu nước với những suy tư, qua ngòi bút tác-giả: "những giai-đoạn lịch-sử hiện tại giống như vùng trời bão tố kia ... Phải vượt qua một chặng đường dài, mà trong đó không biết bao nhiêu con người phải bỏ mình vì tổ-quốc. Phải có đủ thời gian, đủ sức mạnh. Mai kia mốt nọ trời lại sáng. Có điều khi trời sáng Giải Phan và những người đồng trang lức với ông, đã không còn hiện diện trên cõi đời này nữa" (tr. 523).

Một cuộc kháng Pháp có thể xem là khá trường kỳ, một ý chí truyền thừa từ thế hệ khởi đầu cuộc đấu tranh đến những thế hệ con cháu. Và một kết thúc không ổn, vì phải đưa đến những hậu quả tất nhiên mà một mặt kẻ thắng phải đương đầu, mà kẻ thua thì tự xem như tạm thời xong một giai-đoạn. Tiếp nối lịch-sử sẽ rẽ sang con đường khác, với những con người và phương pháp cùng chiến lược khác. Lịch-sử cũng đã tạo ra những nhân-vật có cái nhìn xa và cần thiết như Kỳ Đồng (tr. 841), như Nguyễn Trường Tộ, ... nhưng tư tưởng họ lúc bấy giờ trật nhịp, quá sớm hoặc không thành công len vào quyền lực khiến định mệnh dân-tộc phải bi đát, thua thiệt! "Ông Tộ tuy là người theo đạo Gia-Tô nhưng ông ấy vẫn là một người Việt Nam, ông ấy vẫn yêu nước" (tr. 425), "Ông Tộ tha thiết với công việc, tha thiết với dân chúng, tha thiết với triều đình, mặc dù triều đình nhìn ông ta như là một đứa con hoang ... Ông ta đúng là một nhà nho" (tr. 427).

Về những phê phán triều đình Huế và các nhà lãnh đạo, tranh đấu, Kỳ Đồng đã nghĩ "có lẽ ông Petrus Ký, Paulus Của sẽ đi trước các nhà nho Bắc-kỳ một bước, trong việc canh tân đầu óc trước khi có thể canh tân mọi điều. Phải thay đổi cách suy nghĩ, muốn thay đổi sự suy nghĩ thì phải thay đổi cách đào tạo, dậy dỗ" và cũng theo ông, thì "trong vài chục năm nữa, những người như ông Đề Thám chỉ làm được một điều, là hâm nóng bầu nhiệt huyết của những người yêu nước không mà thôi. Như thế đã là quá nhiều cho một đời người, và tất nhiên sẽ có rất nhiều máu trong giai-đoạn tranh tối, tranh sáng của lịch-sử này" (tr. 364).

Vậy, qua hai tập *Người Trăm Năm Cũ*, Hoàng Khởi Phong đã làm công việc khảo viết "gia phả" một nhánh họ Hoàng lịch-sử, từ ngọn nguồn đến chung cuộc với mở rộng ra cùng lịch-sử, rốt cùng cũng chỉ là một nhánh, một mảng của lịch-sử. Hoàng Khởi Phong tiểu-thuyết hóa một giai đoạn lịch-sử đã gây suy nghĩ cho nhiều thế hệ từ cả thế kỷ qua, đã tiếp sức và hun đúc tinh thần dân-tộc ở những anh hùng hậu sinh tiếp nối chống ngoại bang và bạo lực: "Khi Hoàng Hoa Thám nằm xuống, ông đem theo cả một giai-đoạn lịch-sử chống ngoại xâm cùng với ông. Đó là giai-đoạn chống Pháp chịu ảnh hưởng của Hán học. Ông đã chết cho nhiều người còn sống, để rồi những thế hệ sau ông bước vào một giai-đoạn lịch-sử khác, trong những vùng đất khác và chịu ảnh hưởng một học thuật khác" (tr. 864, trang cuối tập 2).

Tiểu-thuyết lịch-sử đa dạng về một số nhân vật lịch-sử, cũng là lịch-sử của dân-tộc Việt Nam, qua không gian (rừng núi Yên Thế, Vân Nam, ...), qua những tranh chấp, đối đầu chính-trị và quân sự, nhân sự, qua nền tảng văn hóa và triết lý sống và chết, v.v. Lịch-sử thời vận nước tệ nát đã có những anh hùng thì cũng đầy dẫy những tiểu tâm, những con người hèn yếu, như Lê Hoan, Trương Quang Ngọc, ... Tác-giả còn cho thấy ưu tư của người dân thường là những con người thời nào cũng lo sống còn và thực tế, "cần sống trước khi biết thế nào là Độc Lập, Tự Do ..." (tr. 444).

Công việc làm tiểu-thuyết lịch-sử ở Hoàng Khởi Phong cũng là một cách diễn bày tâm sự và xác tín sự tiếp nối thiết yếu của định-mệnh Việt Nam. Một quá-khứ lịch-sử đầy ký ức nơi con người! *Người Trăm Năm Cũ* như một tập hợp những định mệnh, nối kết nhiều kinh nghiệm lịch-sử cần được những thế hệ sau học hỏi, chia xẻ. Chuyện kể nguồn cơn, vẽ, nối lại những mảnh chắp, vụn, ... tái tạo một bảo đảm cho sự hiện hữu và trường tồn của dân-tộc - một mục-đích cao cả, đáng thán phục!

2

Hiện-tượng tiểu-thuyết lịch-sử gần đây nhiều về số lượng, chứng tỏ một điều rằng người Việt Nam ý thức sống động cái biến thiên của quá-khứ, hiện tại, lịch-sử trong liên hệ với thời gian. Sự biến thiên này ảnh hưởng đến hiện tại vì dấu vết của kinh nghiệm gần nhất thường hãy còn hiện diện. Vào thập niên 1960, Nguyễn Mạnh Côn đã làm một cuộc xét lại chuyện *Lạc Đường Vào Lịch-Sử* năm 1945 của ông ("làm anh hùng lạc đường, một cách bất đắc dĩ"), sau khi đã *Đem Tâm Tình Viết Lịch-Sử* (3). Gần bốn thập niên sau, Hoàng Khởi Phong muốn đóng góp việc tìm hiểu lịch-sử, như một đóng góp cho một xét lại kiến thức lịch-sử và ý thức tập thể về dân-tộc và lịch-sử đang đánh mất linh hồn và lý trí! Dĩ nhiên có những bức xúc con người đã muốn quên hay không còn muốn nói đến. *Người Trăm Năm Cũ* như một đề nghị xét lại lịch-sử đồng thời cũng đánh dấu một biến đổi sâu sắc thái độ và liên hệ giữa người đọc và người hôm nay với quá-khứ lịch-sử!

Hoàng Khởi Phong qua hai tập này, theo thiển ý, đã viết như làm một nỗ lực văn hóa, như để tìm hiểu lịch sử và từ đó để hiểu tại sao chúng ta - hay cả tập thể dân tộc, đang dừng ở đây trong tình cảnh này! Ông dùng chất liệu và tâm tình ngay trong thời đại, truyện ở đây kết thành từ những tập hợp tình cờ của lịch sử. Viết tiểu thuyết về lịch sử hiện đại là một can đảm dám nhìn lại, suy nghĩ về những biến cố vừa xảy ra trong đó người viết có tham gia một cách nào đó. Người viết ở đây cạnh tranh với sử gia và có thể có một giá trị tài liệu đáng kể và nếu thành công, sẽ đi sâu vào tâm thức sống động của nhiều người.

Bộ tiểu-thuyết *Người Trăm Năm Cũ* được viết để tưởng niệm một giai-đoạn lịch-sử, một quá-khứ và một số anh hùng dân-tộc. Thứ nữa, có thể tác-giả chúng viết để minh định gia tài dân-tộc, gia sản chung của ông cha để lại là gì, qua một số kinh nghiệm lịch-sử. Có thể xem như một hình thức "tái bản" tạo lại quá-khứ và tu-bổ một hình thức ký ức, một ngôi nhà "từ đường", một "gia tài của mẹ" nếu dùng chữ của Dương Nghiễm Mậu. *Người Trăm Năm Cũ* có vẻ như tái dựng lại một mảnh lịch-sử vừa bi thương vừa hào hùng của Việt Nam thời đầu thế kỷ XX, thay vì tưởng tượng, tiểu-thuyết hóa một cách dài dòng rườm rà, Hoàng Khởi Phong dù phải gần 2 tập 864 trang hình như vẫn chưa xong, như còn xoáy sâu chưa đủ, công việc tái tạo một số nét chính của lịch-sử chưa được khơi khởi tro tàn, chưa được đưa ra ánh sáng. *Người Trăm Năm Cũ* vừa như một bạch thư, vừa như một bản án, một cắt nghĩa đồng thời nêu vấn-đề, một yêu sách hợp tình hợp lý! *Người Trăm Năm Cũ* xác nhận một dòng ý thức dân-tộc sinh động, là một phát động cho một chiến dịch ký ức tập thể và cá-thể, một cách phát biểu, một đánh giá lại những liên hệ và biến cố lịch-sử, một loại "Chiến-tranh và Hòa Bình" (Tolstoi) đã xảy ra ở miền Bắc Việt Nam hồi đầu thế kỷ. Ký vãng mà Hoàng Khởi Phong dựng nên sát nhập vô định mệnh chung của đa số, của toàn dân chẳng hạn. Tác-giả bộ tiểu-thuyết như nhắm đưa ra ánh sáng những mảnh vụn của lịch-sử với mục-đích xây dựng lại xuyên qua kích thước ký ức. Cái hiện thực của một quá-khứ bắt đầu xa, như càng được sống lại cái thế giới, cái bàn cờ đã mất, đã bị xem như thua. Một quá-khứ đã qua nhưng vô-thức tác-giả họ Hoàng như không muốn cho qua luôn, ông muốn cho những xác ma anh hùng dân-tộc mặc lại mũ áo rồi nhảy lên lưng ngựa nhắm giặc mà phóng tới. Chỉ sợ ngựa và anh hùng tung hoành, phóng nước kiệu trong ơ hờ, lãnh đạm của người đọc, của con người hôm nay! Thật vậy, Hoàng Khởi Phong viết tiểu-thuyết lịch-sử không nhân danh máu thù, không đòi quyền với lịch-sử, mà nhân danh chính lịch-sử chưa tỏ rạng, chưa được thật sự hiểu đúng mức.

Hiện nay, trong cũng như ngoài nước có hiện-tượng người Việt "sợ" lịch-sử nhất là lịch-sử gần, lịch-sử như đã trở thành ác mộng với chiến-tranh, chết chóc, chia lìa rồi ... chia rẽ, v.v. Đây là biến thái cảm tính mất lòng tin vào lịch-sử và dân-tộc từ nhiều thập niên qua, làm chùn, biến, mọi cảm nhận về lịch-sử và những con người làm ra nó. Từ lâu, người dân thường đã hết tin ở lãnh đạo lẫn trí-thức. Nay ở ngưỡng cửa một thế kỷ / thiên niên kỷ mới, thời tận mạng của tiến bộ khoa-học, ý thức hệ, của giới trí thức, lãnh đạo, gia-đình, hết giai cấp, ... Thần quyền ở Âu-châu và Nho giáo ở nhiều nước Á-châu (thần đạo ở Nhật) đến thế kỷ XIX đã lần hồi nhường chỗ cho khoa học và trí-thức, Marx cũng từ đó mà ra. Nhưng sau những thất bại của chủ nghĩa cộng-sản và chiến-tranh lạnh, giới gọi là ... trí thức bị khủng hoảng lớn, có người so sánh họ với đàn kiến bị bể ổ phải tẩu tán chạy tứ tung, và khuynh hướng tínngưỡng lớn mạnh trở lại dù lần này khác với cùng hiện-tượng quy phục thần quyền của nhiều thế kỷ trước.

Quá-khứ đã mất hoặc vẫn được tiếc nuối, không còn là quá-khứ "oai hùng", gây hứng khởi kiểu người người như một, một lòng, một ý chí, từ đó có thể hy sinh hết lòng hết sức. Quá-khứ nay vẫn được tiếc nuối là một lịch-sử bất động, lịch-sử đã mất, một thời gian nặng chĩu những biến cố, sự kiện, nguyên thủy, cần được trau chuốt lại! Công việc tiểu-thuyết lịch-sử như vậy là khám phá lại những liên hệ xã hội, những hành cử tập thể, những móc xích, những liên đới tự nhiên hoặc phải như vậy trong một hoàn cảnh lịch-sử! Chân dung dân-tộc và "bức tranh" lịch-sử Việt Nam được nhận ra từ những biến động nối tiếp nhau, từ những chế độ chính-trị, những thành-tích và dang dở, từ những tiến bộ theo thời gian. Nhưng lịch-sử một dân-tộc biến động vì đồng thời cũng là những tổ chức xã hội, những cách sống và cách yêu đương, những tâm tình, giấc mơ, v.v. Thể loại tiểu-thuyết lịch-sử do bề dài tác-phẩm, cho phép một hơi dài hợp lý kiếm tìm và tham chiếu để từ đó cảm nhận thời gian và nếu muốn có thể chặt nát diễn văn về lịch-sử! Tuy vậy không giản đơn vì vấn-đề đối với người Việt hiện đại là viết lịch-sử nào đây và viết ra sao?

Hoàng Khởi Phong đã thành công cho thấy Hoàng Hoa Thám là một bi kịch của lịch-sử, một phản anh hùng vì hành cử đấu tranh của ông đã cùng lúc chuẩn bị cho cái chết của chính ông và nhóm của ông. Lịch-sử mà tác-giả kể và cố tái tạo qua thể loại tiểu-thuyết là lịch-sử một thử nghiệm nhìn lại và tái tạo lịch-sử. Tiểu-thuyết lịch-sử trở thành một địa-bàn thí nghiệm nhân văn, với những yếu tố mới hoặc được tư duy lại, thẩm định lại!

Điều kiện khá lùi xa để có thể nhìn lại lịch-sử, tra vấn lại có thể đã hội đủ mà chưa chắc đã thật đủ trong trường hợp *Người Trăm Năm Cũ*. Một văn bản tha thiết, đòi hỏi và phức tạp vì đó cũng là tâm sự của tác-giả chúng đối với dân-tộc, đất nước. Tác-giả đưa ra cái nhìn từ phương xa và từ chối trở nên một kiểu với cách làm lịch-sử và văn-học minh họa của trong nước. Vì muốn là một cái nhìn năng động, do đó có thể tác-giả sẽ phải viết lại tập đầu khi xong tập cuối? Dù sao đi nữa, lịch-sử Việt Nam không hề tĩnh, chết, qua các thời đại, chế độ, do đó chưa thể có một lịch-sử như chân lý muôn đời, cố định, có thể đáp ứng, trả lời thỏa đáng mọi thắc mắc, ưu tư về chân-lý lịch-sử! Viết tiểu-thuyết lịch-sử do đó là đi tìm lịch-sử và chưa chắc đã thấu hiểu trọn vẹn hoặc tổng kết được 'lịch-sử' đó!

3

Chúng tôi đã có dịp định nghĩa và phân biệt tiểu thuyết và lịch-sử: " Văn và sử, văn chương và lịch sử, quan hệ như thế nào? Một mặt, văn chương là hư cấu và tác phẩm là một cái nhìn hoặc cách nhìn, tiên tri, dự báo, một nhận thức lịch sử - hoặc bên lề lịch sử, của một tác giả, trong khi đó, lịch sử là một nỗ lực tìm "sự thật" chính xác, khách quan, không thiên lệch. Có hay có dở, có mạnh thì có yếu, có vinh quang thì cũng có thất bại phải cáng đáng với lịch sử. Tuy vậy, chuyện viết sử cũng không dễ gì khách quan, người viết sử thường là quan lớn của một triều đại, chế độ. Vả lại chuyện đọc sử cũng tùy cách đọc và người đọc, với nào hành trang, nào tư cách! Viết sử như vậy cũng là một cách nhìn lịch sử, tùy thời, bước đi lịch sử và triều đại mà có nhiều văn bản lịch sử, có khi trở thành những trò nói dối, cố tình làm sai lạc lịch sử. Vậy có thể có "bản chất lịch sử" khách quan, vượt không gian thời gian không? Thiển nghĩ đây là không tưởng! Về phần tiểu thuyết lịch sử, chúng là một cách tra hỏi và nghi vấn quá khứ để biện minh hiện tại và chỉ hướng cho tương lai, qua trung gian một hay nhiều tác giả. Như vậy, chúng cũng là những tiểu thuyết luận đề khi đặt lại vấn đề, dữ kiện lịch sử, đề ra luận đề mới, mượn dĩ vãng nói chuyện hiện tại, có thể có ý chống lại bước lịch sử hoặc trật tự xã hội đang có (ngoại bang đô hộ, độc tài đảng trị, v.v.). Dĩ nhiên đây là nói về những tiểu thuyết lịch sử chính loại, không thương mại hoặc nhắm thị hiếu thấp hèn!" (4).

Tiểu thuyết lịch sử Việt Nam qua nhiều giai đoạn của thế kỷ XX đã chứng tỏ thực sự là viết về con người thời đại, so với hiện thực là cái thấy, cái hiện sinh, cái có đó, cái gây cảm xúc, nhận thức. Nhưng rồi ra hiện thực cũng chỉ là một ảo tưởng có khi chết người, vì phải qua lăng kính, cách nhìn. Mặt khác, tiểu thuyết lịch sử hay được dùng để nói đến thảm trạng người trí thức chí lớn, luôn thao thức, lỡ thời, không được trọng dụng hay có công không được đền bù xứng đáng: Nguyễn Trãi, Nguyễn Du, Nguyễn Trường Tộ, ... cũng là bi kịch của dân tộc! Nói bi kịch xưa để thật sự nói đến bi kịch thời nay dù phần nào đã có khác khi người trí thức nay luôn thiên vị, khác người và dễ bị rơi vào thái độ "tháp ngà", dễ bị thiêu hoặc gãy ... bút!

So với sử gia, người viết tiểu thuyết lịch sử thành công hay không là ở tài năng riêng, tài vẽ, biết sử-dụng những sắc màu làm nổi nguồn gốc của sự kiện; ở cái tài vạch ra những bí ẩn của tâm hồn con người, nhân vật lịch sử, những tâm hồn với những biến chuyển cao thấp mà nhà viết sử thường phải bỏ qua, ở cả tài thi vị hóa, tiểu thuyết hóa những nhân vật lịch sử. Nhân vật lịch sử cần "sống", tiếp tục sống sau khi người đọc gấp sách, khác với nhân vật sử đã được đồng thuận bởi thời gian và lịch sử, hay bất hạnh thay, bởi "tập thể" ... cá lớn! Tuy nhiên nhân vật lịch sử phải ở lại tầm thước con người, chứ không thể ngự với thần thánh khiến con người phải với cao mới đến được!

Một khía cạnh khác cần xét là người viết tiểu thuyết lịch sử là sĩ hay trí? Lịch sử từng cho thấy vai trò người trí thức có giới hạn. Viết tiểu thuyết lịch sử lại còn giới hạn hơn, vì thiên kiến và ngụy biện dễ cưỡng bách nội dung cho giai cấp trí thức hoặc vì tự hào về trách nhiệm. Thiển nghĩ, người trí thức không phải là con người hành động toàn diện, họ làm lịch sử trong giới hạn của chính họ. Đó là lý do trong *La Trahison des clercs*, Julien Brenda dù đã viết vào năm 1927, đã nhắc nhở người trí thức phải kiểm lại sứ mạng nhập cuộc của mình. Theo ông, chủ nghĩa, chính trị, tham vọng, ... sẽ đưa người trí thức và văn nghệ sĩ xa lần vai trò chính của mình, ông đưa thí dụ chủ nghĩa Marx và cả chủ nghĩa xã hội đòi dân chủ nhưng lại áp đặt độc tài và hình thức chủ nghĩa! Ông có cái nhìn tiên tri khi cho rằng thế kỷ XX là thế kỷ của những tổ chức trí thức tạo hận thù chính trị (*siècle de l'organisation intellectuelle des haines politiques*) (5). Karl Marx, Mao, v.v. nổi tiếng 'xúi dại' và cuộc chiến ở Việt Nam vừa qua là một thí dụ điển hình thiển cận của trí thức, mà một lời xin lỗi hình như chưa đủ khi bao triệu người đã phải ngã xuống. Vậy mà nay vẫn có những người chúng tôi gọi là "ngụy trí thức" vẫn bày trò trí thức dạy đời hoặc tự cho vai-trò sửa đổi lịch sử đã qua! Julien Brenda kết án đám trí thức cực đoan tả cũng như hữu mà ông cho là hèn hạ, vì họ là những kẻ thường hay lên tiếng chống cơ cấu và chính phủ và những ai không theo họ nhưng lại câm như hến không dám hó hé chống lại phát-xít Đức, Franco, Mussolini cũng như bôn-xê-vít Nga Xô. Miền Nam Cộng-hòa trước 30-4-1975 đầy dẫy thứ "ngụy trí thức" này, những Lý Chánh Trung, Lý Quí Chung, Lữ Phương, Nguyễn Ngọc Lan, Nguyễn Phước Đại, Ngô Bá Thành, v.v. Giới viết lách cũng rơi vào cùng tình trạng khi trên đà thành công với vài truyện ngắn hay tiểu-thuyết (nhà thơ ít hơn!) liền tự cho có "sứ mạng" lớn, rồi lách, đi tắt qua lĩnh hạt chính-trị, văn hóa hoặc xã hội! Cũng như những ông bà 'trí thức bằng cấp' trước tháng Tư 1975 được miền Nam cho đi du học rồi theo Cộng, ngay sau biến cố 30-4 liền làm giống hến, nhưng rồi lại chứng nào tật đó lên tiếng ẽng-ương viết lách dạy khôn, làm … 'văn hào nhớn'!

Đến đây thiển nghĩ có thể phân biệt hai hạng người viết (6). Loại thứ nhất như Nguyễn Mộng Giác (qua *Sông Côn Mùa Lũ*) và Nam Dao (qua *Gió Lửa, Đất Trời, Bể Dâu*) viết vì trí, họ muốn nói lên điều muốn nói, muốn đạt đến với người đọc, cùng trường hợp với những cây viết tiểu thuyết lịch sử thời minh họa ở miền Bắc và cả nước từ sau 1975, là cưỡng bách lịch sử, cưỡng ép nhân vật lịch sử vào mô hình khô cứng của một lý tưởng tuyên truyền, một ý đồ! Có người ngụy biện, đổ tội, chạy tội, v.v., rõ rệt muốn dùng chuyện xưa để nói chuyện đời nay và có mục tiêu chính trị, lịch sử, một cách viết bình luận thời sự bằng phương tiện truyện đời xưa và lịch sử, nắn bản ngã thứ hai cho nhân vật nhất là nhân vật chính. Đây nên gọi là là *sử thoại* và *truyện ký tiểu thuyết hóa* hơn là *tiểu thuyết lịch sử*! Họ muốn phê phán một chế độ, chủ nghĩa, ... nhưng người đọc tinh ý sẽ nhận ra mưu đồ thể hiện trong tiểu thuyết và chưa chắc đã thuyết phục được người đọc hôm nay nói gì đến sau này. Xét cho cùng, các vị đó - cũng như Nguyễn Gia Kiểng trong *Tổ Quốc Ăn Năn*, cuối cùng đã huyền thoại hóa các nhân-vật và lịch sử! Như vậy nếu có người viết tiểu thuyết lịch sử có dối trá, ngụy biện thì đâu có khác gì những biện giả thời Khổng-tử và cả thời Jesus bên Trung-đông?

Loại thứ hai gồm phần lớn các tác giả trước đệ nhị thế chiến, rồi Phùng Cung, rồi Nguyễn Huy Thiệp, Trần Huy Quang, ..., gần đây thêm Hoàng Khởi Phong, Lê Minh Hà, v.v. viết tiểu thuyết hay truyện lịch sử là vì tấm lòng đối với đất nước, vì cảm xúc. Các tác-giả này chứng tỏ nỗ-lực xét lại lịch sử để mà đề cao, tiếc rẻ, thương cho người xưa, viết với cảm tính văn hóa! Nói chung, truyện dựng trên nền lịch sử hay ngoại sử, các tác giả gửi gấm tâm sự, "làm lại" lịch sử, phê bình các triều đại. Thường các tác-giả đưa ra cảm nhận về lịch sử của họ! Có thể họ viết về con người hôm nay hoặc là một cách đi tìm đạt cái Chân Thiện Mỹ, cái thẩm mỹ văn chương. Họ viết để chia xẻ, nuối tiếc và cả hối hận! Trong khi lịch-sử chỉ ghi sự-kiện, biến cố với những nhân danh lịch-sử, các tác-giả cho người đọc thấy cái Tâm của người xưa - mà đối tượng "người đọc" đối với những tác-phẩm như *Người Trăm Năm Cũ*, còn là người đời sau. Cái Tâm ở đây nối kết đất với trời, quá-khứ với hiện tại! Và mỹ-học cá nhân ở đây phục vụ cho sự thật tập-thể; mỹ học nằm ở sự trình bày với người khác, với tập thể!

Tác-giả viết tiểu-thuyết lịch-sử, nếu không tự cho mình một thiên chức, thì cũng ít ra ý thức việc mình làm. Hoàng Khởi Phong đã làm công việc dã sử, với tâm nóng của một con người từng suy nghĩ về con người và lịch-sử hiện đại, của một nhà văn dấn thân, không trốn tránh trách niệm công dân và nhà văn! Khác với một Nguyễn Huy Thiệp sắc bén, lạnh lùng, muốn vượt lên trên lịch-sử và hậu quả hiện tại để hướng tới nguyên lý tối thượng của ... con người, của ... tâm thức Việt Nam! Cũng khác Nam Dao và Nguyễn

Mộng Giác muốn hướng tới một mục-đích nào đó, một lý giải nào đó, tự cho có sứ mạng tìm sinh lộ mới cho toàn bộ dân-tộc, một thứ tiểu-thuyết luận đề cưỡng ép, có khi gần với thể loại "tâm lý chiến", "sử thi"!

4

Về phương diện hình-thức và thể-loại, Hoàng Khởi Phong đã khá thành công diễn đạt nhiều tiêu biểu của con người đất ngàn năm văn vật, làm cho người đọc yêu mến con người văn-hóa nơi đó (như trang 454-455, v.v.), như Khái Hưng đã thành công thời tiền chiến. Một số nhân-vật lịch-sử được tác-giả thành công trình bày tỏ chí khí cao, lòng ái quốc dạt dào nhưng bất phùng thời. Dưới ngòi bút tác-giả, hình ảnh những Tôn Thất Thuyết, Tôn Thất Đạm, Nguyễn Thiện Thuật dũng liệt nhưng đồng thời gây cảm thương, tưởng tiếc cho vận số dân-tộc. Những hành cử và ngôn từ của một số nhân-vật lịch-sử khá linh động, đúng là của người thời đại ấy. Vì thế đã thành công gây xúc động, hấp dẫn tự nhiên - như về Tôn Thất Đạm, con Phụ Chính Đại Thần Tôn Thất Thuyết (tr. 545-6). Chân dung oai dũng của Tôn Thất Thuyết - được người Tàu cư dân nơi ông sống lưu vong sau khi khởi nghĩa thất bại, gọi là "đả thạch lão" vì bao hận nước ông chuyển qua lưỡi gươm mỗi ngày ông "chém nhầu vào mấy gốc cây, mấy tảng đá quanh nhà" (tr. 531). Tác-giả thêm "hình ảnh có vẻ oai hùng, nhưng thê lương quá" (tr. 557) nhất là đối với chứng-nhân cảnh bi đát ấy lại là cụ Phan Bội Châu!

Việc cụ Phan Chu Trinh cắt búi tóc trở thành biến cố. Búi tóc thời ấy vốn được xem là thể thống, là một phần thân thể sinh thành, trở thành biến cố vì từ nay được xem "cái búi tóc này là một hủ tục, trang phục của chúng ta cũng thế (...) Bộ dạng bên ngoài phải thay đổi trước, sau đó mới hòng thay đổi được bên trong ..." (tr. 497). Đấy là những con người thời lịch-triều, thời đạo Nho, tự xử: "Quan trọng là phải được sống cho ra con người, thì nhiên hậu muốn làm gì thì làm, nếu không được sống cho ra con người, thì có làm gì chăng nữa cũng thành vô dụng mà thôi" (tr. 103).

Tác-giả có những ví von đặc biệt : "Cũng như ông Đề và ông Sự đã phải bỏ làng mà đi, chỉ vì không sống nổi trong một cái làng ao tù nước đọng. Còn người ta thì chôn chân trong một chỗ hệt như những cái cây. Một loại cây không có được cả một cái thân, trườn bò trên mặt đất như những giây khoai lang. Cũng có thể là một loại hoa mầu phụ như lạc, đỗ được trồng xen giữa hai mùa lúa. Cai Tuất là một cái cây như vậy ..." (tr.114).

Nếu so với *Sông Côn Mùa Lũ* và *Gió Lửa*, thì những cảnh tả chiến trận, những cuộc thư hùng, phục kích, tấn công, ... trong *Người Trăm Năm Cũ* khá sinh động và hiện thực. Một phần vì Hoàng Khởi Phong đã có kinh nghiệm trận mạc, phần khác tác-giả để tâm tư mình vào từng nhát gươm, từng mũi tên, viên đạn, từng nạn nhân, ... mà cả trong những tình huống ngược lại, ở những nhát dao xử tử những anh hùng kháng chiến chống thực dân. Cảnh xử tử Đề Tiến được mô tả trực tiếp ở pháp trường nơi dân chúng tò mò đến xem trong hãi sợ, và gián tiếp qua Xuyến, qua âm thanh vọng lại, là một trong những đoạn tả tài tình, đáng đem vào sách giáo khoa (tr. 104-8). Lương-tri bỗng chợt vượt lên trên hận thù: "Chỉ có trời mới có thể quyết định cho số phận của con người. Mọi cái chết gây ra bởi con người, với con người đều là những việc bất thường" (tr. 107).

Những cảnh đấu trí - khá nhiều trong suốt 864 trang, có cảnh bi thiết, đấu trí đi đến thư hùng: "Trận giao đấu tay đôi giữa hai tiểu tướng kéo dài vừa đúng một khắc. Máu của hai mãnh hổ vương đầy một khoảnh đất. Sau cùng Lãnh Túc nhờ một thế võ gia truyền, đã phạt một đường đao chặt ngay mạng mỡ đối thủ. Lưỡi đao ngập nửa thân người, ruột gan phòi ra cùng với thân người đổ xuống. Xen kẽ với những mớ ruột lòng thòng nửa trắng nửa hồng đó là một túi mật xanh lè. Lãnh Túc đột nhiên nẩy lòng yêu mến đối thủ vừa nằm xuống ..." (tr. 212-3).

Mà những cảnh trí thiên nhiên, đất nước hùng vĩ của một vùng đất nước được Hoàng Khởi Phong tài tình mô tả, như những bức tranh sau những trận đánh lớn, vì chỉ lúc đó con người ("du khách", người đọc và tác-giả) mới nhìn thấy cái đẹp thật của thiên nhiên, của cảnh vật nay hết vô tri, vô cảm!

Tình-yêu đôi lứa dưới ngòi bút của Hoàng Khởi Phong nồng nàn và cả lãng-mạn, nhưng không quá sỗ sàng, thô tục đời thường như một số nhà tiểu-thuyết lịch-sử cùng thời (Nam Dao, Trần Vũ, Trần Nghi Hoàng, ...). Cảnh tình-yêu của những con người dấn thân tranh đấu như Cả Tuyển và Xuyến, Cai Sơn và Nụ (tr. 684-6) gợi cảm. Cũng như những cảnh cô Ba Cẩn phải lòng ông Đề (tr. 255-263).

5

Các tác giả tiểu thuyết lịch sử có thể hiện đại hóa, biến hóa ngôn ngữ, nhân vật, ... nhưng có thể nào tin tưởng họ có thể nói lên "tâm hồn" của cả một dân tộc? Con người hôm nay khoa học, mất gốc, xa dần những huyền thoại về nguồn gốc, lại muốn tìm lại gốc gác, nguyên ủy văn hóa qua tiểu thuyết lịch sử? Xét cho cùng, tiểu thuyết lịch sử hay lịch sử, văn hay sử, rồi ra cũng là trò chơi của con người, của giải mã và nhất là thuyết phục! Mở ra cho thế hệ tương lai, phải bỏ ám ảnh của quá khứ, lịch sử, chánh tà, v.v., người viết tiểu thuyết lịch sử mới có thể thành công để lại cho đời những tác phẩm văn chương lớn!

Lịch sử có anh hùng và phản động, phê phán tốt xấu công tội luôn là chủ quan từ cái nhìn thời đại, phe nhóm. Sự thật do đó chỉ là tương đối. Những chuyện tàn bạo, loạn luân, sai quấy, ... đầy dẫy trong lịch sử từ khi có con người. Lịch sử luôn có hai mặt, thời nào và ở đâu cũng vậy! Cuối thế kỷ XX về kinh tế, chủ nghĩa hậu-hiện-đại lùi trở lại một thế kỷ, vì lại cũng quyền lực kinh tế, dù nay có những hình dung từ mới như "hoàn cầu", "siêu không gian", v.v. Nghịch-lý tất yếu của lịch sử cũng như văn chương là sự xuất hiện và bành trướng của cái mới-rất-cũ, nói mới tái-xuất thì đúng hơn!

Sau chiến tranh, ở Việt Nam, người sống tìm cho được xác người thân và cả đồng đội đã chết vất vưởng trong rừng, nơi khuất, và cả nạn nhân của thủ tiêu và đấu-tố từ quá-khứ 50, 60 năm. Tìm không được, con người nhờ đến thầy bói, địa lý và cả lên đồng, ... Giới cầm bút và làm phim ảnh ngược lại, đào mồ các nhân vật lịch sử, có thể nói Nguyễn Huy Thiệp, Trần Huy Quang, Trang Thế Hy, ... là những người dẫn đầu, sau đó cả một "đội ngũ" trí thức, thương mại đua ào theo quật mồ người chết! Chiến tranh, hòa bình, tham vọng, tình yêu, hạnh phúc, sự sống và cái chết, v.v. Thoạt nhìn thì các đề tài có vẻ được lập lại, như những đề tài vĩnh cữu. Tuy nhiên *Người Trăm Năm Cũ* cho thấy lịch-sử được viết, được vẽ lại, một cách mới mẻ, không trùng hợp với lối mòn của những cây viết bắt chước, háo danh, thiếu tài hoặc rỗng nội dung, không gây được hồn cho tác phẩm! Hoàng Khởi Phong có vẻ tránh được những căn bệnh tự hào lố bịch về giá trị của quá-khứ, của một số nhân-vật lịch-sử, và lý tưởng hóa quá đà những điều hãy còn khúc mắc!

Về khía cạnh tác giả, với thể-loại tiểu thuyết lịch sử, nếu không thành công - và thường là như vậy, tác giả biến mất, núp dấu đằng sau tác phẩm, nội dung, cái được nói ra, phải nói lên, phải này phải nọ. Riêng *Sông Côn Mùa Lũ, Gió Lửa* là tác phẩm tham chiếu, là lịch sử, là thời gian và không gian được nói đến hơn là tác giả. Nhất là về nghệ thuật văn chương, miêu tả, thì Người Trăm Năm Cũ vượt trội. Những cảnh tượng hùng tráng, những sự kiện đáng nhớ, đều được ngòi bút Hoàng Khởi Phong chăm sóc, nâng niu. Trào phúng, châm biếm nếu có thì cũng dở khóc dở cười, thay vì trịch thượng như ở một số người viết tiểu thuyết lịch-sử khác! Chỉ mới hai tập, nhưng Hoàng Khởi Phong đã chứng tỏ bản lãnh nhà văn "làm chủ tình hình" tác phẩm tiểu-thuyết lịch-sử của mình, cả một hệ thống đề tài được nối kết, liên hệ và bổ túc cho nhau một cách thành thạo; sợi dây xuyên suốt tác phẩm được co dãn, nhưng luôn hiện-diện và chằng chịt nối kết với nhau!

Chưa biết Hoàng Khởi Phong sẽ dàn dựng tiểu-thuyết lịch-sử những phần kế tiếp ra sao, nhưng có những khó khăn cũng như dễ dàng. Dễ vì càng gần thì tác-giả có thể biết qua, kinh qua, có thể đã từng tham gia, hỏi han người trong cuộc, nhưng khó vì tác-giả phải vận dụng nhiều lý hơn cảm tính đồng thời cho người đọc thấy được quan niệm mỹ học, dù chỉ là bàng bạc, qua cấu-trúc tác phẩm càng đa dạng càng không giản đơn thì càng thành công!

Làm sao để thoát những ám ảnh của quá khứ và có cái nhìn trong suốt, điều gần như bất khả? Điều khả-thể là có cái nhìn đa diện, có tính phê phán và nhân bản, sẽ phong phú và hữu ích hơn! Văn hoá cũng như giá trị lịch sử là cái còn lại, và là của các thế hệ sau! Và người Việt Nam có vẻ thích sống lịch-sử, đã qua thì ôm chặt, thay vì sống cái hiện thực trăm phần trăm, vì thế có những người thích hằn học, trả thù cả người chết! Viết tiểu-thuyết lịch-sử trong hoàn cảnh nhân tình đó, là mang lên vai và đè nặng tâm-thức một số gánh nặng lịch-sử!

Chú-thích

1. Hoàng Khởi Phong. *Ngày N+ : hồi ký*. Westminster CA : Văn Nghệ, 1988. 272 tr.
2. *Người Trăm Năm Cũ*. Hai tập đầu đã xuất-bản mang tiểu-tựa Trên Núi Đồi Yên Thế: Tập 1 xuất-bản lần đầu do nhà Đại Nam (Glendale CA, 1993, 433 tr.), tái bản năm 2002 cùng năm xuất-bản Quyển 2 do nhà Người Việt (Westminster CA, 2 quyển, 864 tr.).
3. Nguyễn Mạnh Côn. *Đem Tâm Tình Viết Lịch-Sử*. Sài-Gòn: Nguyễn Đình Vượng, 1958. 200 tr. (ký Nguyễn Kiên Trung); *Lạc Đường Vào Lịch-Sử*, Quyển 1: 1945. Sài-Gòn: Giao Điểm, 1966. 294 tr. Sau không thấy xuất bản tiếp hai tập về thời "đảng tranh 1945-1946" và "kháng chiến 1946-1954" như tác-giả đã loan báo.
4. X. Nguyễn Vy Khanh. "Về tiểu-thuyết lịch-sử" in *Văn Học Việt Nam Thế Kỷ XX: Một Số Hiện Tượng Và Thể Loại* (Glendale CA : Đại Nam, 2004), tr. 183 -220.
5. Julien Brenda. *La Trahison des clercs* (Paris: Bernard Grasset, 1927), p. 40. Gần một thế kỷ sau, 2003, Herbert Lottman (*L'écrivain engagé et ses ambivalences*. Paris : Editions Odile Jacob) và Jean-Claude Guillebaud (*Le goût de l'avenir*. Paris: Editions du Seuil), minh chứng và xác nhận quan điểm phê phán của Julien Brenda.

6. Chúng tôi không liệt kê vào hai loại kể đây những ấn phẩm thương mại hoặc người soạn ra chúng muốn có ... "tác-phẩm", những ấn phẩm khá nhiều trên thị trường sách báo trong cũng như ngoài nước!

11-2003

Truyện Hồ Minh Dũng:
Huế, tình, thực tại hay dĩ vãng, ...

Nếu lại lấy tháng 4 năm 1975 làm mốc thời gian, hai ba thập niên đang qua đã cho nhiều người Việt cái diễm phúc (!) thấy hết "nhãn tiền" trong một phần đời tương đối ngắn đó những "họa phúc, nhân quả, thắng thua, mất còn, quốc gia, cộng sản, thiên đàng, địa ngục, ..." liên tục thay đổi định nghĩa và nội dung! "Bể dâu, bến lở, sông bồi" trong văn chương Việt Nam cũng đã xảy ra!

Thời chiến tranh trước 1975, thanh niên sinh viên sống ở đô thị theo dõi và chịu ảnh hưởng không thể tránh của báo chí và văn chương dấn thân, của ca nhạc phản chiến và của cả những biến cố và phong trào ở nước ngoài như Hippies, sinh viên Paris nổi dậy năm 1968, phản chiến Mỹ, v.v. Trong bầu không khí vừa "căng thẳng" vừa "oi bức" và "ẩm thấp" đó, truyện thơ của những Dương Nghiễm Mậu, Thế Uyên, ... đã có một ý nghĩa nào đó đối với tuổi trẻ. Miền Trung của đất nước, nơi xuất phát của nhiều nhà cách mạng cũng như nơi bộc phát những nổi loạn và phản kháng, đã có những cây bút trẻ rất nhập cuộc của những Phan Nhật Nam, Luân Hoán, Vũ Hữu Định, Sương Biên Thùy, Trần Hoài Thư, Ngụy Ngữ, Mường Mán, Kinh Dương Vương, ... với những tác phẩm xuất hiện trên *Bách Khoa, Đối Diện, Văn Học, Văn, Đất Nước, Vấn Đề, Ý Thức, Chính Văn, Thời Tập, Tân Văn,* ... hoặc trên một số tạp chí "văn nghệ đen" "đứng bên lề" như *Hành Trình, Trình Bày,* ... Một thiểu số người làm văn nghệ có thể hăng say thiên một phía thành mù quáng hoặc quá lý tưởng bị lợi dụng, nhưng cái cần nói đến là thái độ lựa chọn của họ.

Rồi hơn hai thập niên "mất nước", tị nạn và lưu vong, cứ tưởng phần văn học đó đã bị chôn vào quá vãng cùng với cuộc chiến, cũng như bao nhiêu thứ quý giá khác bị chôn vùi. Nhưng không, thế giới xoay vần rất nhanh và phúc họa vẫn vô lường. Những Kinh Dương Vương, Sương Biên Thùy (Lê Mai Lĩnh), Phan Nhật Nam, Thảo Trường, ... tưởng đã bị kẻ thù và định mệnh "chôn vùi" đâu đó trên phần đất chữ S điêu tàn đã tái xuất trên văn đàn hải ngoại, một hai thập niên sau đợt "thuyền nhân" của những Nguyễn Mộng Giác, Trần Hoài Thư, Luân Hoán, Thái Tú Hạp, ... Kẻ thua trận hoặc đứng "lầm" phía đã bị trả thù tận tình, nhưng luật nhân quả - nay còn được gọi là luật kinh tế - khiến kẻ chiến thắng phải quỳ gối trước sức mạnh vạn năng của đô la kẻ thù và đẻ ra chương trình H.O. Cũng nhờ vậy mà chúng ta lại được đọc những tác phẩm đầy sinh khí của nhiều cây viết cũ nói trên, trong số ấy có Hồ Minh Dũng! Hơn bốn năm, với sức phấn đấu trong vô vàn nghịch cảnh ở xứ người, Hồ Minh Dũng đã thường xuyên có mặt trên nhiều tạp chí văn học và đã xuất bản ba tập truyện: *Hoa Vạn Hạt, Cuối Mùa* (Đại Nam, 1996), *Câu Nam Ai, Thất Lạc* (Văn Mới, 1997) và mới đây, *Một Mình Em, Đến Giữa Đời* (Văn Mới, 1998).

Ở ngoài nước, lần đầu chúng tôi đọc lại Hồ Minh Dũng là những truyện đăng trên *Hợp Lưu* và *Văn Học*; chúng tôi đã nghi ngờ trí nhớ của mình. Trước 1975, những truyện ngắn của Hồ Minh Dũng sôi sục nhiệt huyết của những người trai trẻ sống trong chiến tranh loạn lạc không lối thoát. Họ dấn thân, đi lính, xông pha ngoài trận tiền, nếu bị địch bắt, thì mổ bụng tự sát (Vết Cuồng Lưu, *Văn* số 136, 15-8-1969). Hoặc làm nghề chuyên môn như dạy học, y tá ... Nhưng người đọc nhìn thấy họ luôn đơn côi và đối đầu với những bế tắc của thân phận con người và chiến tranh. Lâm, hiệu trưởng một ngôi trường trên Cao Nguyên buồn bã, yêu Thục. Riêng Thục, đây là mối tình đầu đời nhưng nàng cho mà không là dâng hiến và tận hưởng hạnh phúc, nàng xem như "không có gì đáng quan tâm, như một ngọn nến bị cơn gió thổi phụt tắt đi, giữa biên giới của hai trạng thái mất, còn đó phải có một ngọn khói lơ lửng, vật vờ, khó biến tan nổi" (Giọt Nước Trôi Sông, *Văn* số 210, 15-9-1972). Và với bút hiệu Hồ Nghi Triều, ông đã để thêm nhiều ấn tượng về một mùa Xuân Mậu Thân (1968) bi thảm nơi người đọc trẻ thời bấy giờ với những truyện ngắn như Ngôi Nhà Trên Thượng Thành, Thi Hài Số ... trên *Bách Khoa*. Trước 1975, ông làm thơ cũng nhiều, có bài nổi tiếng như Bài Kinh Chiều Của Mẹ đăng trên tạp chí *Văn* giữa năm 1964, lúc bối cảnh xã hội loạn ly đang cần những lời nguyện cầu.

Truyện và thơ Hồ Minh Dũng xuất hiện trên văn đàn hải ngoại từ khi ông sang Nam California theo chương trình H.O., nói chung, có tính cách điển hình, độc đáo. Xưa và nay, thực tại và dĩ vãng, mỗi tác phẩm hoặc tác giả lệ thuộc thời đại hoặc giai đoạn lịch sử mà họ sống. Trước 1975, Hồ Minh Dũng viết "không bằng" sau 1993, vậy cái gì đã khiến cho tác phẩm của ông "khác" và "hay" hơn vậy?

Trước hết có thể thấy Hồ Minh Dũng sau 1993 độc đáo và điển hình hơn do tích lũy kinh nghiệm sống dồi dào hơn và sau những biến động lịch sử mà ông cũng đã phải nhận hậu quả chung; nhân vật, câu chuyện và cả bối cảnh đều cô đọng, mới và độc đáo, người và vật sinh động và có "hồn" hơn! Cái sôi sục, nhiệt thành vẫn còn đó nhưng chín hơn, có khi bi phẫn hơn. Đọc Hồ Minh Dũng thấy rõ nghệ thuật là một cách nhìn, là cái "thấy" của một tác giả, bằng trực giác, bằng quan sát và kinh qua. Kết quả của một suy niệm đã chín hay vẫn ở giai đoạn khai phá, tìm tòi. Kết truyện có thể đã là đoạn cuối của một cuộc đời, dở dang hay trọn vẹn, cũng có thể là một đối chiếu, một nghĩ lại, nhưng cũng có thể vẫn là một "thất lạc" hay kiếm tìm chưa xong. Cũng có thể là một hối hận hay một hy vọng hoặc một viễn tượng thử đưa ra. Với Hồ Minh Dũng, nghệ thuật là cái cớ để người nghệ sĩ trình với đời cảm xúc và trực quan của mình. Và ở vào một hoàn cảnh, không thể không viết ra!

Chúng tôi tạm tập trung các truyện ngắn trong ba tập truyện của Hồ Minh Dũng đã xuất bản, vào bốn đề tài chính: chuyện đời xưa, chuyện Huế, chuyện chiến tranh, tù đày và chuyện đời sống mới H.O. ở xứ người.

Chuyện xưa

Hồ Minh Dũng viết chuyện người và đời xưa có vẻ khác những nhà văn cùng thời với ông. Hình như ông không dùng ẩn dụ để nói lên một thông điệp chính trị, văn hóa, cùng trường hợp với Nguyễn Huy Thiệp. Ông cũng không dùng chuyện xưa như một thể loại sáng tác hoặc có tính cách ngụ ngôn như Trần Long Hồ, Trần Vũ, mà ông yêu cái tinh hoa vốn tiềm ẩn trong chuyện xưa tích cũ và muốn viết lại với cái nhìn và hiểu biết của mình. Ông lại tỏ ra sành sỏi điển tích, khiến lời văn có được không khí cổ xưa và địa phương thích hợp. Dù vậy, các chuyện xưa của Hồ Minh Dũng cũng có dấu ấn của hôm nay, của thực tại, của tâm tình tác giả hoặc của những người sống đồng thời chung quanh ta. Chúng tôi nghĩ cuộc tang thương dâu bể nặng nề sau 1975 đã đưa ông đến với thể loại này! Hồ Minh Dũng đến nay thường viết về hai đề tài: chuyện cung cấm lạ đời ở Cố Đô Huế và chuyện vua chúa thăng trầm ở đất Thăng-Long. Xuất sắc là những chuyện vua chúa rối rắm nhà Nguyễn, có thể vì tác giả có điều kiện hơn với tài quan sát và nghiên cứu kỹ lưỡng hơn ở một nơi chốn mà mình đã tận tình sống nhiều tháng năm dài.

Chỉ riêng truyện 'Hoa Vạn Hạt, Cuối Mùa' đã đưa người đọc trở lại với thế giới cung cấm đầy lạ lùng của vua Minh Mạng, vị vua nổi tiếng "biết" hưởng lạc thú cũng như biết ổn định xã tắc. Ngòi bút tài hoa của tác giả gợi cảnh mà không sa đà cũng đủ để người đọc "thấy" lối hoan lạc đặc thù của vua, "hoan lạc trong đau thương ngang trái", với Hoàng Hoa, tân giai phi, hoa-vạn-hạt-đầu-mùa đầy bí ẩn và trớ trêu.

Đất Thăng Long, nơi bao đời lịch sử thăng trầm xuất hiện những nhân vật lặn lờ không mệt mỏi quanh bãi vinh hoa đã được tái tạo dưới ngòi bút của Hồ Minh Dũng một cách cặn kẽ làm cho người đọc nghiền ngẫm thêm cuộc nhân tình thế thái thời nào cũng có. Riêng chuyện Thị Lộ ông đã vẽ lên cho người đọc chân dung của một người thiếp yêu của công thần Nguyễn Trãi đời nhà Lê; một Thị Lộ nõn nà, đa cảm, thích cái đẹp của thơ văn. Và một Nguyễn Trãi cũng rất con người, biết yêu mùi hương đàn bà cũng như đã yêu mùi hương thiên nhiên của rừng núi Côn-Sơn. Hoa cói nơi chốn bùn lầy đã đưa hai kẻ yêu đến tuyệt đỉnh tình thì hoa thiên lý vương giả chóng tàn sẽ kết thúc chuyện tình đẹp thời phong kiến ấy.

Chuyện xứ Huế

Hồ Minh Dũng còn điển hình hơn khi ông viết về Huế, sinh quán của ông, nơi ông đã sống một thời với những cảm xúc thăm thẳm đầu đời. Viết về Huế, lúc ở xa, đối với ông, như một cứu vãn tình thế: "Trong bước phiêu lưu dạt trôi cùng trời cuối đất, mới thấy rằng, không nhớ Huế, không có Huế trong trí tưởng thì chúng tôi chẳng thể nào viết được ... " như ông đã viết lời Tựa cho tập truyện *Vầng Trăng Nội Thành* (Văn Mới, 1998) của Hồ Đình Nghiêm. Và cả lời thơ ông, tình sâu sông núi ấy không ngừng đeo đẳng: "... Nợ sông, mấy nhánh, qua cồn cát/ Thân ta tôm đất có gì vui/ Xa rong, mới biết bùn chua ngọt/ Đời trôi xuôi, mình bò giật lùi. Và: Lọng người che đồi hoang kín mít/ Co ro mình ta vạch lá nhìn trời/ Vầng trăng ngày ấy, lời thề ấy/ Trấn nước với ta, đuối giữa đìa người".

Nếu Huế của Túy Hồng, Nguyễn Thị Hoàng, Hoàng Xuân Sơn, Trần Doãn Nho, Hồ Đình Nghiêm, v.v. là Huế thị tứ và hiện đại, xô bồ, thì Huế của Hồ Minh Dũng là Tám cửa thành một mình em đứng đợi, là của cô gái mồ côi Tịnh Quyên từng buổi chiều nhìn phong rêu tàn úa trên những bậc tam cấp lên thượng thành. Của những hàng mù u tả tơi ở đền Xã Tắc hay từng giọt nắng vàng rơi xuống trên một dòng sông âm vang lời nguyền.

Đọc truyện Hồ Minh Dũng viết về Huế, ta yêu thích thêm cái xứ sở đầy huyền thoại ấy và ta sửng sốt biết bao điều trong thế giới quyến rũ tuyệt vời ấy. Trong mất mát đau thương mù mịt của trần thế, nhà văn đã dẫn ta lên một nơi quang đãng để nhìn thấy. Và ai cũng cảm nhận rằng, chỉ có tình yêu ở lại. Tình yêu thật cần thiết cho con người và cả vạn vật bên ngoài!

Nhan sắc người con gái Huế xưa nay được ca ngợi. Vẻ đẹp đó ra sao? Đẹp như hai chị em Thiều Dung và Thiều Hoa trong Câu Nam Ai Thất Lạc chăng? "Thiều Hoa có đôi mắt nhìn vào ai thì người đó phải bồn chồn, lo lắng. Các chàng thanh niên chỉ nhìn đôi mắt ấy một lần thì về nhà trùm chăn mà mộng tưởng tới, có khi cả mấy ngày không cần ăn. Còn Thiều Dung thì có mái tóc khác đời, nếu nàng đi một mình trên vệ cỏ ven sông Hương thì mây phủ trên dòng sông đó kéo đổ dồn về phía tóc nàng". "Tóc nàng nhiều quá, mượt, từng sợi óng ánh. Gió thổi tóc nàng, tức là gió làm cho lòng người lay động, cuốn theo". Hồ Minh Dũng nghĩ "một người đàn bà đẹp, tự nó đứng lên trên tất cả cái tầm thường khuôn thước" (MME,ĐGĐ). Vì "nếu con gái Huế đẹp, thì vẻ đẹp đó kỳ diệu, chạm khắc những đường nét cổ điển, hài hòa, tinh vi nhưng vững vàng, không nhất thời mây bay gió thoảng" (Tà Huy). Nhan sắc của con gái Huế, qua ngòi bút của Hồ Minh Dũng, "lạ đời" hơn, "trù phú" và cả "thăng hoa" hơn những trang văn chương khác đã được viết ra. Vì tình dù vốn ích kỷ nhưng khi cần vẫn có thể chia xẻ, không luôn cả biên giới và giai cấp. Người con gái đó có thể là thiếu nữ người tình thôn Vĩ Dạ, như ông đã có lần thú: "Ta yêu em trong cuộc đời mấy thuở/ Vĩ Dạ ơi! Ta yêu người lúc nào? (Bài thơ do nhạc sĩ Nguyễn Tất Vịnh phổ nhạc, 1998).

Ở giai đoạn văn học Miền Nam trước 1975, nhà văn Túy Hồng đã vẽ chân dung người con gái Huế sôi nổi, đa tình, tự nhiên, nặng bản năng, trong các tập truyện *Thở Dài, Vết Thương Dậy Thì, Tôi Nhìn Tôi Trên Vách*, v.v. Trước 1975, Hồ Minh Dũng cũng đã viết về con gái Huế với một số cá tính đặc biệt, nhưng từ khi ông trở lại văn đàn sau 1993, người con gái Huế mới thật sự ... rõ nét, có lẽ quan sát và sự "hiểu biết" của ông đã "chín" hơn, rõ rệt hơn? Có thể nói tiêu biểu một cách đặc sắc cho tiếng nói và cung cách nói của con người xứ Thần-kinh về thơ đã có Sử Mặc Hoàng Xuân Sơn, và nay về văn có Hồ Minh Dũng!

Chuyện chiến tranh, "học tập"

Trong chương trình "Tác giả và tác phẩm" của đài VOA gần đây, nhà thơ Du Tử Lê đã nhận định: "Cuối thập niên 60, đầu thập niên 70, trên một số tạp chí xuất bản ở miền Nam Việt Nam, người đọc đã bày tỏ lòng yêu mến đặc biệt dành cho một cây bút trẻ thời đó: nhà văn Hồ Minh Dũng. Sau Thế Uyên, Y Uyên, có thể nói, Hồ Minh Dũng là một nhà văn phản ảnh thường trực chiến tranh trong sáng tác. Nếu kể cho những nhà văn ở đất Thần-Kinh thì Hồ Minh Dũng là người đầu tiên mang văn học vào chiến tranh".

Thật vậy, chiến tranh vừa qua với Hồ Minh Dũng là một cuộc chiến khắc nghiệt, tàn nhẫn, với người dân thường cũng như những người cầm súng chiến đấu. Chiến tranh đã làm mai một biết bao niềm vui vốn đã quá ít ỏi của phận người Việt Nam. Và hậu quả của nó sinh ra vô số câu chuyện thương tâm: một người nữ đảng viên vì mưu cầu hạnh phúc riêng, đã nhẫn tâm chở mẹ ruột mình bỏ dưới chân tượng Đức Mẹ trong sân một nhà thờ quạnh quẽ ở Saigon, để bà phải chết trong đêm đẫm sương khi đôi mắt còn ngoái ra đường trông bóng con trở lại. Người phụ nữ tên Ngọc này trước đó đã gặp lại người yêu cũ, lấy nhau, nhưng vì hậu quả của cuộc chiến đã tác động lên tình cảm của họ, tình yêu đã nhạt. Lân, nay làm chủ vườn đào, đã mê hoa hơn đàn bà. "Hoa có thể làm cho người đàn ông nghi ngờ về sự tuyệt hảo của thân xác đàn bà, bù vào đó hoa làm cho người đàn ông hồ nghi về những màu sắc nhất thời không vững bền". Còn người chồng sau, ông "giám đốc cơ sở" mà Ngọc lấy là vì "hoàn cảnh", thì lại ham muốn "con gái Bắc kỳ" từng đi xẻ dọc Trường Sơn nên da thịt có mùi rừng sâu, ghềnh thác hiểm hóc ... (Một Lần Da Đến Thịt).

Người thua trận bị "học tập", tù đày. Họ bị nhục, khổ và bị đày đọa, trả thù (!) đến chết. Do đó dù muốn dù không, họ đã phải sống và sống thực. Có thể trong tù có người thành công "trừu tượng hóa" thực tại, có người thành công tu nghiệm. Nhiều người lại lấy "sáng tác", mà thường là "sáng tác" trong tâm tưởng và trí nhớ vì họ không dại gì để lộ ra ngoài rước lấy họa vào thân. Thơ văn trở thành phương tiện giải thoát, để quên hoặc để "nín thở qua sông".

Trong Nước Mắt, anh binh nhì Nguyễn Phúc Bảo Lâm, tự dẫn thân vào tù, bị cán bộ quản giáo chiếu cố tận tình chỉ vì họ bị "bệnh" nghi ngờ anh che dấu lý lịch. Nhưng sự khôn ngoan đáo để của anh đã khiến những người "bệnh" đó không còn thuốc chữa. "Trong lúc, Tổ Quốc lâm nguy, Dân Tộc hấp hối, phần lớn các vị lãnh đạo, chỉ huy chúng tôi đã đem vợ con và vàng bạc chuồn lẹ ra nước ngoài thoát thân. Thì người bạn binh nhì trẻ tuổi, lòng đầy nghĩa khí đã vào tù chia sẻ niềm đau chung trên dòng lịch sử bị bức tử, anh đã giúp chúng tôi (những người vai vế chỉ huy anh) nhận ra nhiều điều phải làm, phải nghĩ khi đem tấm thân-hồn kinh phách lạc - đứng ngơ ngáo giữa pháp trường đời và tinh vi đưa kẻ thù vào một đường hầm lòng vòng choáng ngợp ảo ảnh một thời gian dài ...".

Bên Trời Hoa Chấu Nở hay Lá Thư Về Trước Tết, là những chuyện khác Hồ Minh Dũng đã làm cho ta hình dung ra toàn bộ cảnh tù đày khốn cùng, tuy rằng khi viết về một đề tài dưới đáy sâu của bi kịch, ông vẫn sử dụng một lối hành văn nhẹ nhàng, điềm tĩnh hiếm có.

Chuyện H.O. và đời sống mới ở xứ người

Đây là những mảnh đời sống riêng của Hồ Minh Dũng, nên ông đã có những quan sát và tình ý đặc biệt không kém những đề tài vừa nói qua. Trong bài ký Khi Xa Cali, ông đã nêu nhiều nhận xét nhạy bén về đời sống mới phải tái tạo cuộc đời khi không còn lựa chọn. Ông đã nhìn thấy những con người "lạ lùng", "đi lộn đầu xuống đất", những tình người đổi dạng đến đáng sợ hãi! Thê thảm như cuộc đời tàn tật của Đào Tường (Bế Mạc) lúc đầu mới đến Mỹ bị hất hủi, bị đồng chủng xem là mối sỉ nhục lớn, dọa sẽ cột đá ném xuống biển, không cho trôi xác về cố hương. Đắng cay như ông Thuần (Mạt Lộ), một anh hùng ngoài trận mạc, nay sa cơ ở xứ người phải ngồi gãi ngứa những vết kiến cắn trên da chân một người đàn bà chồng bỏ ...

Người Ăn Mày Trên Phố Bolsa là cảnh đời buồn nhiều uẩn khúc của một người Việt, mà oái oăm, kỳ quái thay lại bị mang cái uẩn khúc từ trong nước ra đến xứ người. Phía Bên Kia Đồi Thông là một tình huống khác mà chỉ những người không còn nước để ở mới nếm trải. Bên nầy hay bên kia đồi thông có gì và không có gì? Những thân cây trần trụi ngoài trời bão tuyết hay những thân cây kiểng để trong nhà có gì khác nhau?

Viết, với Hồ Minh Dũng, như một quay nhìn lại quá khứ, như ông từng thú nhận trong truyện Phủi Bụi Cuối Ngày: "Thời gian và bóng tối với tốc độ nước rút đuổi theo sau lưng tôi và tỏa lan giữa xã hội tôi đang sống". Cũng có thể ông đi tìm "một sự hồi tưởng lạc thú" vì theo ông "con người sống với kỷ niệm hay với ký ức của mình có khi còn yên ổn hơn thực tế ..." (MME,ĐGĐ).

Sau tháng 4 năm 1975, văn chương đã thay đổi ý nghĩa đối với nhiều nhà văn ở trong nước. Họ bị tù đày, bắt bớ và cấm viết; khi đã trở lại nhà tù lớn và nhìn thấy "cởi trói", nhiều người vẫn buông bút, cả nhiều năm sau thời Cởi Trói văn nghệ đã có người cộng tác với báo chí chế độ. Có thể họ "ngắn hơi", có thể vì hoàn cảnh. Văn chương còn có giá trị gì khi con người phải đầu tắt mặt tối lo miếng ăn, lo cho sự sống còn của bản thân và gia đình? Thêm một trong khi đã mất mát quá nhiều, liệu có bõ công chăng? Nhưng đối với nhiều nhà văn rời khỏi nước sau này, từ những đợt H.O., văn chương như có ý nghĩa mới cho họ và cho người đọc họ. Văn học hải ngoại được phong phú hơn với những cảnh đời, tâm tình thế hệ "trẻ" ngày xưa và "mới mà cũ" này, những người đã phải "trải qua một cuộc bể dâu" đúng nghĩa!

Với Hồ Minh Dũng, viết văn có vẻ là một nhu cầu sống thật sự: ông viết mạnh và dồi dào hình thức lẫn nội dung. Cuộc đời qua cho ông nhiều kinh nghiệm sống lẫn văn chương để ông sống ngày hôm nay ... Trong một bài viết về đời tư của tác giả *Hoa Vạn Hạt, Cuối Mùa* đăng trên *Saigon Times* (12-1996) ở Los Angeles, nhà văn Đan Thanh TNC đã viết: "Ngày anh Nguyễn Mộng Giác giới thiệu Hồ Minh Dũng với tôi là một hạnh ngộ khó quên. Phải nói ngay, tôi rất mừng khi gặp anh. Tình cảm sẵn có nơi tôi về văn chương anh từ lâu có dịp phát triển mạnh. Có một Hồ Minh Dũng "rặc Huế" bằng xương bằng thịt đang đứng trước mặt tôi. Anh ăn nói từ tốn, hiền từ, chân chất, luôn mỉm cười, nhưng ánh mắt hằn lên một chút băn khoăn, một chút lo âu, một chút thảng thốt. Phải chăng đó là dấu vết còn sót đọng của những ngày nhọc nhằn trong quá vãng. Rồi một ngày cuối năm Giáp Tý, đến thăm anh trong một căn gác nhỏ, đơn sơ ở Midway City, Nam California, tôi mới thực sự thấu hiểu nỗi đam mê sáng tạo nơi anh đến mức độ nào. Và câu hỏi, có mãnh lực nào giúp anh viết vững vàng như thế luôn ám ảnh tôi ". Chỉ một đoạn văn như thế của Đan Thanh cũng giúp ta hiểu thêm về một con người nhẫn nại cầm bút trong một hoàn cảnh không giống ai. Nhưng Hồ Minh Dũng như muốn chứng minh viết là có mặt - *tôi viết, vậy tôi hiện hữu*, không như cỏ cây mà tôi còn là nhân chứng, là nạn nhân của những ý niệm cao cả như Tổ Quốc, Dân Tộc, v.v. Hơn một lần ông tâm sự: "Gần hai mươi năm không được viết, nay được, còn gì vui hơn!". Và Hồ Minh Dũng đã và tiếp tục viết, dồi dào, độc đáo!

Nhà văn (écrivain) điển hình, Hồ Minh Dũng dĩ nhiên đã không dễ dàng như nhiều "*thợ văn*" (écrivant). Ông rất kỹ lưỡng về ngôn từ, tình tiết cũng như nội dung. Người đọc có thể bồi hồi, có thể không đồng ý với tác giả khi xem đến đoạn cuối, nhưng không thể không trân quí sự cẩn trọng của ông. Truyện của ông cân đối, thăng bằng, mang dấu ấn của kinh nghiệm, của tro tàn, đau khổ và hạnh phúc. Hồ Minh Dũng cho người đọc cảm tưởng khi viết ông có nghĩ đến họ.

Trong nhiều truyện ngắn, Hồ Minh Dũng hay nói đến vai trò của nhà văn. Trong Một Mình Em, Đến Giữa Đời, ông đã để vào miệng Lai Hương, một cô gái tập làm văn, lời khẳng định: "Cuộc đời đối với riêng em, chưa bao giờ và không bao giờ nhân danh bất cứ một điều gì để cầm bút. Còn văn thơ em, vẫn không hề chùn bước trước bất cứ một ám ảnh nào, trên đời. Em thừa hưởng thiên nhiên, đúng hơn là Tạo Hóa, sự bộc bạch ngời sáng của mãnh lực con tim (...) Trong văn học, em không muốn ăn khớp với bất cứ những cái mộng tương ứng nào. (...) Khi cầm bút ngồi trước trang giấy trắng, người nghệ sĩ luôn cảm thấy mình đang nhận lãnh một sứ mệnh. Y như sứ mệnh người chiến sĩ ngoài trận mạc. Mực với máu, nghĩ cho cùng, chẳng khác gì nhau, một trạng thái tồn tại và thăng hoa tùy thuộc vào vật chứa của tâm hồn, cả hai đều vô hình, vô sắc ...". Ở một chỗ khác, Hồ Minh Dũng cho rằng "văn chương không thể hòa nhập với bất cứ cái gì trên đời này, ngoại trừ nỗi khổ" (Phía Bên Kia Đồi Thông).

Gần đây có nhiều bài viết trên tạp chí *Văn Học* bàn về tác phẩm lớn nhỏ, một vấn đề muôn thuở của văn chương và con người. Nhà văn sống cho nghệ thuật, nhà "dùng văn" lại cho mình có sứ mạng lịch sử, chính trị hay văn hóa, trong khi "thợ văn" dùng văn làm lẽ sống. Trong thời gian chiến tranh, tác phẩm "lớn" thường có sứ mạng chính xác, trong khi văn học sau chiến tranh, trong cũng như ngoài nước đang bơ vơ với sứ mạng, dù sứ mạng thật của văn chương lúc nào cũng tự tại. Một mặt văn học có thể bị chiến tranh làm cho bế tắc nhưng cũng "nhờ" chiến tranh mà có những tác phẩm đặc sắc, dù có khi chỉ là giai đoạn - nhưng văn chương nào mà không trước hết thỏa mãn con người một thời đại trước khi trở thành văn chương vĩnh cửu! Nhật Tiến, Duyên Anh, Nhã Ca, Nguyễn Huy Thiệp, v.v. đã có những tác phẩm đặc sắc một thời, đánh dấu những chặng đường văn chương Việt Nam và có thể tồn tại lâu dài! Đây là vấn đề liên hệ giữa nghệ thuật với cuộc sống, với thực tại cụ thể hơn là một vấn đề tâm linh, triết thuyết. Bàn về tác phẩm lớn nhỏ về chiến tranh vừa qua chẳng hạn là nhìn nhận rằng văn nghệ rõ ràng bị thực tại chi phối. Việc xây dựng tiểu thuyết, tác phẩm liên hệ mật thiết đến sự sống, đến kinh nghiệm của tác giả với nhân vật và tác phẩm của mình. Docteur Zivago, Người Mẹ, Đoạn Trường Tân Thanh, Cung Oán Ngâm Khúc, ... sẽ không sống lâu và có giá trị nếu không có ít nhiều kinh nghiệm sống hay tâm sự của Pasternak, Gorki, Nguyễn Du, Nguyễn Gia Thiều, ...!

Hoàn cảnh hiện nay dù có nhiều trở ngại cho văn chương, nhưng chúng tôi tin vẫn đã là môi trường thuận lợi cho những tác phẩm lớn hay ít ra là những tác phẩm điển hình. Ngoài Hồ Minh Dũng ta có thể nêu những tên tuổi như Nguyễn Xuân Thiệp với những vần thơ độc đáo, Lâm Chương và Thảo Trường với những ray rứt tính người, v.v. Cứ nghĩ là các nhà văn thơ đang chuẩn bị! Mong đợi của người đọc mà Nguyễn Hưng Quốc đã nêu trên tạp chí *Văn Học* CA (số 144, 4-1998) hy vọng sẽ được đáp ứng.

Hồ Minh Dũng, Trần Hoài Thư, Kinh Dương Vương, Trần Doãn Nho, và gần đây, Lâm Chương, ... những người "trẻ" ngày nào, đã viết lên những thảm kịch của đất nước, những trang chữ cấu trúc với vật liệu lấy từ cuộc đời họ và từ giòng sinh mệnh nghiệt ngã của dân tộc. Người đọc hy vọng họ sẽ không thu hẹp trong vũ trụ và quá khứ riêng của họ, hy vọng họ sẽ không bị rơi vào ảo tưởng của quá khứ, của tương đối, của đòn thù và bất mãn! Chúng tôi nghĩ có mở-ra, có hướng-về, văn chương mới sẽ có lối thoát, ít ra văn chương sẽ phổ quát và nhân loại hơn!

7-1998

Về truyện dị-thường,
nhân đọc *Đoạn Đường Hốt-Tất-Liệt*
của Lâm Chương

Những truyện ngụ ngôn, thần tiên, hoang đường, quái đản hay dị thường đã xuất hiện từ nhiều thiên niên kỷ trong văn học thế giới cũng như Việt Nam. Có những truyện nặng ngụ ngôn, có truyện huyền hoặc, quái dị, siêu nhiên, triết lý, mang hình thức dụ-ngôn của Kinh thánh, có không gian tuyệt vời thơ mộng, có những hí họa phúng thích cuộc đời, có truyện là hợp loại cả hai ba thể hoặc hơi rời xa đến gần thể giả tưởng (science-fiction).

Một cách tổng quát, có thể chia làm hai loại chính: *truyện huyền thoại* liên hệ đến bộ lạc, giống nòi, tập thể, trong khi loại thứ hai, chúng tôi tạm gộp chung dưới danh xưng "*truyện dị thường*" (fantastic), lấy con người làm đối tượng, dị thường từ những sự việc và cuộc sống bình thường. Huyền ảo, hoang tưởng nhưng không xa thực tại, truyện dị thường ở giữa trực giác và kinh nghiệm, giữa mơ ước và thực tế khó khăn, là một phối hợp huyền sử và thực tại. Huyền sử chứa đựng những ẩn số văn hóa của một quá khứ thật và hoang tưởng cũng bắt nguồn từ tâm thức con người, từ những xúc tác của cuộc sống trên con người. Về nội dung, các tác giả kể chuyện người xưa, chuyện súc vật, cây cỏ, nhưng đa số đều có ngụ ý, có tâm tình, u uẩn hoặc nhẹ nhàng, và ý vị hiện tại. Có thể là chuyện hoàn toàn riêng tư của tác giả hoặc của một thế giới mà người đọc không biết đến hoặc không thể hình dung được nếu tác giả không nói đến. Sau 1986, vì nhiều lý do lịch sử, xã hội và văn học, thể truyện dị thường đã nẩy nở, nhiều tác giả mới, kể cả tác giả đã thành danh trước đó cũng đã chuyển qua thể này. Nguyễn Huy-Thiệp, Trần Vũ, Trần Long Hồ, Hồ Minh Dũng, v.v. và nay Lâm Chương với *Đoạn Đường Hốt-Tất-Liệt* do nhà Văn Mới xuất bản cuối năm 1998 đã sử-dụng thể loại đặc biệt này. Tác phẩm của họ như những nhắc nhở vị thế làm người của mỗi người và thực tại đất nước quê hương. Chúng có những bức xức, thao thức, nhiệt tình, văn chương lôi cuốn, tài tình và nhiều tính thuyết phục. Dĩ nhiên tác giả chúng phải công chính và trên hết là tình yêu chân lý và một thành thật trí thức!

Có thể nói có một *hiện tượng truyện dị thường* trong văn học Việt Nam đương đại. Truyện dị thường trở thành phương tiện viết chuyện hôm nay, cho phép tác giả nhìn vào cuộc sống trước mặt, kể cả những bất thường và phi lý. Qua chúng, tác giả tỏ thái độ với thời cuộc, với hôm nay, với quyền bính và kẻ thù. Tác giả không thể tránh bàn đến tâm lý con người ở một giai đoạn lịch sử, một giai đoạn mà tác giả nghĩ đã đến lúc phải đưa ra ánh sáng, đưa ra công luận, đã đến lúc mà con người không thể sống như cũ, nên sống bằng tình nghĩa hơn là sống một cuộc đời thế gian bị bủa vây bởi những phỉnh gạt to lớn của tập thể nhân danh một lý tưởng nào đó. Hôm nay có lý tưởng tưởng chắc như đá đã rõ ra mù mờ, trở thành phương tiện cho những ý đồ tối ám, hèn kém, ... Những con người và sự việc vẫn hay bị hay được cái nhìn "sử thi", nhị nguyên, xếp loại là tàn ác, thù nghịch, quỷ ma, ... Nay dưới con mắt con người hôm nay và các tác giả truyện dị-thường xếp loại lại, nhìn lại, họ rơi vào loại đối nghịch. Thiện ác vô lường và thuyết tương đối được hiện đại hóa. Qua những việc và người mà tác giả thấy "có vấn đề". Viết chuyện hiện thực qua cách dị thường, các tác giả còn nhắm kêu gọi cải đổi, giải phóng, bằng cách cho thấy thực trạng của hôm nay, của con người sau bao lầm lỗi và hy sinh. Ở nhiều tầng lớp xã hội khác nhau! Chuyện dị thường không đến từ cốt truyện hãi hùng, mà đến từ cảnh đời xáo trộn tàn nhẫn, qua cái nhìn trực giác, thông suốt của tác giả xuyên qua cái bình thường, cái hiện thực, từ thời gian bị cắt đứt, từ hiện tại hay từ một thời điểm có hay không có liên hệ với quá khứ gần xa.

Trong Lên Rừng Thăm Bạn, anh Khan sống làm rẫy trên rừng, xa vợ con, sống "một mình như người ở ẩn". Nơi đây đời sống con người khó khăn vì thú rừng hay đến rẫy phá hoại. Con người lúc nào cũng trầm tư, lo lắng, "trông giống một hình tượng cô đơn, im lặng ngồi chịu đựng với thời gian" (tr. 15). Khan từng bị tù học tập lâu năm, khi được thả, anh đã đổi lối sống. Nay anh giữ thế thủ và mạng sống. Như ngụ ngôn con sáo. Nhưng nào yên, vì đám heo rừng và khỉ cứ đến quấy phá. Loài khỉ phá phách cũng như con người, cũng đi theo bọn, cũng có tiền sát, thứ lớp; những chiếc thùng thiếc khua động cũng hết làm chúng sợ sau những lần đầu. Người tuyệt vọng đành tìm cách bắt khỉ làm sao để chúng hết còn trở lại quấy phá. Con nào bị bắt được, người cắt lông trên đầu rồi sơn màu lên đầu lên mặt rồi thả: chúng sẽ hết thế nào nhập bầy trở lại vì những con cùng bầy nay không còn nhận ra bạn nữa, mà những con bị sơn càng đuổi theo xin nhập bầy thì lại càng bị bọn kia cao chạy xa bay nhanh hơn, chúng bị tránh như những con vật quái đản! Anh Khan tự xem mình như những "con khỉ người" bị đồng loại xa tránh: "giữa vùng rừng núi Việt Nam, có những 'con khỉ người' đang bị sơn mặt, họ có bảo vệ được chăng?" (tr. 24). Họ ở đây là Hội Bảo Vệ Súc Vật thường có ở những xã hội văn minh Âu Mỹ.

Truyện Người Khách có một ẩn dụ khác. Xóm Gò Chùa nghèo khó sống với đầy tai họa bất trắc vì bị đủ thứ võ lực kiểm soát (liên minh giáo phái Cao-Đài, Việt Minh, Tây và cả trộm cướp): con người đày đọa con người. "Kiểm soát, bảo vệ, tuyên truyền, trộm cướp cũng đều là kẻ mượn hình giả danh. Bên ngoài ai dám vô đây lộng hành ... Mạng người lúc bấy giờ rẻ như heo chó" (tr. 26). Hai Diên đến với xóm như người khách nhưng sự hiện diện của ông đã "như giải tỏa được cái áp lực vô hình đè nặng tâm can": dân ngủ yên hơn, làng xóm thật an bình. Người khách dù được xem là "hùm thiêng", lang sói có kiêng dè tạm thời, cũng có lúc không cãi được mệnh trời, vẫn bị bí mật thủ tiêu, bởi người cùng giống: "Không biết phe nào?" (tr. 29). Phe Ác, phe quỷ!

Địa ngục trần gian và *địa ngục quá khứ* bàng bạc khắp tuyển tập gồm 17 truyện của Lâm Chương vẫn là chiến tranh. Cuộc chiến đã tàn nhưng tro vẫn âm ỉ như chưa lụi tắt và có những mảnh củi có lúc vẫn bừng lửa cháy, kể cả khi con người đã xa cách một đại dương. Lâm Chương phê phán mọi phía. Một bên là những tên đồ tể "nằm trên bụng đàn bà mà xua quân vào trận mạc. (...) Bao giờ thấy những phường cẩu trệ bất nhân, chiếm giữ những ngôi vị trọng yếu quốc gia, là điềm báo trước một chế độ suy tàn. Đó là quy luật của mỗi lần lịch sử sắp sang trang" (tr. 189). Một cuộc chiến tranh phức tạp, không lằn ranh rõ rệt. Đoạn Đường Hốt-Tất-Liệt chính là đoạn trường cay đắng. Những người lính địa phương phải đối đầu với một đối phương không rõ mặt, dùng tình báo điều tra gì rồi thì kẻ thù đích thực vẫn là bất ngờ. Tên du kích bị trung đội bắn bị thương không ai khác hơn là "thằng Hon" con Tám Đê chủ lò đường trong vùng, hắn trốn lính và suốt ngày mọi người tưởng hắn chỉ chẻ trúc đan lồng để đi gát cu. Bạn thù không biên giới, nhưng hận thù và những cái chết thì lại không tránh được!

Xóm Ven Rừng là bức tranh của một vùng xôi đâu mà biên giới không chỉ ở bìa rừng cứ ngày mỗi lấn vào sâu mà còn ở lòng người dân. Sự "chiến thắng" của một bên rồi cũng không như lòng người mong đợi: "Những người cùng đi một hướng với ba tôi ngày ấy, trở về trong sự huênh hoang, nhưng chẳng giúp ích được gì cho dân trong xóm. Xóm tôi đã nghèo, bây giờ càng nghèo hơn. Bọn nhỏ chúng tôi đã trưởng thành, phải cật lực cày xới đất đai để kiếm miếng ăn từng bữa. Không có đám trẻ nhỏ nào như chúng tôi ngày ấy, chạy theo đuổi bắt những trái dầu rơi rụng, cánh xoay tít mù bay trong gió. Cái trường học mái tôn bên cây dầu, bây giờ, trở thành nơi nhốt bò của dân trong xóm. Sự đổi thay lạ thường này, làm cho cái trường chỉ còn là dấu tích của chuyện một thời quá khứ xa xăm" (tr. 75). Trường mái tôn là công trình dân sự vụ của phe chính quyền cũ và trái dầu không khác gì những ảo tưởng của người lớn trong xóm. Thân phận con người bị chiến tranh vùi dập. Sống giữa những lằn đạn, "làm người thời này, khổ như chó hoang. Phải tản cư đến một nơi tương đối an toàn hơn" (Xóm Cũ, tr. 129). Họ sẽ phải tản cư nhiều lần mà thảm kịch cuộc đời cứ vẫn tiếp diễn!

Tàn bạo của phe kia trong chiến tranh đã trở thành hài hước, hụt hẫng sau "chiến thắng". Những mệnh đề "dân tộc sẽ thắng", "xứ sở quật cường", "chính nghĩa", v.v. không đưa đến kết luận đương nhiên. Sau một dâu bể, mọi lời nói, hành động, kết luận đều gây suy nghĩ, có sức mạnh bủa vây làm nhức nhối những vùng nhận thức quen thuộc hay nếp nghĩ "chính thức", bình thường đã quen. Mụ Kên là người của "cách mạng" đã trở thành sát nhân vì tự trở thành nạn nhân của chính mình, của huy chương thổi phồng vì nhu cầu. Hai Quắn trong Giải Quyết Cấp Thời cả đời hy sinh cho cùng lý tưởng như mụ Kên, cuối cùng chỉ mơ ước "cái đít có gân của gái miền Nam" như chị Tư Rô, không được, bèn dùng đại đít bò trong chuồng của hợp tác xã. Người Thượng đơn sơ khi đã bị lợi dụng, họ thấy "những ai đến với buôn bản vùng cao, mang cái dáng dấp phi lao động, chỉ biết đứng nhìn, hỏi những câu ngớ ngẩn, và chỉ trích phê bình , lý thuyết suông mà chẳng làm được gì, họ đều gọi là cán bộ" (tr. 21).

"Chiến tranh như con quái vật khổng lồ, theo nó thì bị nó ăn nuốt, cưỡng lại thì bị nó chà đạp. Đàng nào cũng chết, chỉ có điều chết trước hay sau mà thôi" (tr. 16). Lâm Chương ở lứa tuổi kinh qua đã nhiều, ông đã dám nhìn thẳng nói thẳng nhiều trục trặc khó nói. Anh chuẩn úy mới ra trường nhát gan nhưng hay liều mạng trong Định Số được nhiều dịp ca tụng là anh hùng gan dạ. Cái tâm của Lâm Chương ở đó: thành thật, tự xét, tự trách trước khi trách người và ngoại giới cũng như quyền lực và định mệnh bủa vây. Khi lâm trận, một thiếu uý trung đội trưởng bị cấp chỉ huy bỏ rơi, đến lượt ông cũng bỏ rơi thuộc hạ để thoát thân nhưng khi đã an toàn, người sĩ quan đó "dửng dưng như kẻ mất hồn. Không buồn, không vui. Mọi cảm xúc đã bị tê liệt hết rồi" (Một Vùng Hung Bạo, tr. 145).

Người lính hay người tù học tập ở Lâm Chương không ăn to nói lớn, không giả hình cũng không tự cao tự đại, có chăng là những khuất phục định mệnh, những bất lực vì bị trói tay, những tìm vui tạm bợ trong nhục nhã cuộc đời! Tìm cách sống còn, "dưỡng sinh", thay vì cứ chắc lưỡi như những con Thạch Sùng thời đại "nằm trằn trọc nuối tiếc hoài một thời quyền uy son vàng đã mất. Cánh cửa quá khứ đã khép lại. Nhưng cái dư âm vi vu còn đủ sức ném bao người qua cửa tử. Nuối tiếc và thống hận là chất cường toan bào mòn tâm phế"(tr. 189), hay trở thành nạn nhân của "sự vô vọng giết người" vì "không thấy được ánh sáng phía cuối con đường vô vọng" (tr. 187).

Trong chiến tranh, con người bị chà đạp đã đành, nhưng khi hòa bình đã "vãn hồi", con người vẫn bị thời đại nghiền nát, tha hóa đến độ phi lý. Những tàn bạo và bi kịch nhỏ lớn vẫn còn đó, giữa người với người! Trong truyện Mây Bay Qua, người tù học tập được thả về với người cha và một người con gái vẫn ao ước thành vợ gã, nhưng hoàn cảnh éo le, trong đợi chờ, Mây đã phải bán thân. Để người cha già khỏi buồn, dù "thương cuộc đời" Khang, nàng đã phải bỏ đi xa một cuộc tình mới chớm nở.

Trong Chỉ Còn Một Nơi Trở Lại, một đứa nhỏ mười hai tuổi vì đánh con một ông xã ủy mà phải ở tù, đến khi được thả, về nhà thì người thân đã bỏ vào Nam, đành "xin vô tù lại" bằng cách đánh cắp xe đạp đúng ngày "Chúa ra đời để chuộc tội, cứu rỗi cho loài người" nhưng đứa nhỏ thì nghi ngờ "Sao cháu vẫn khốn khổ? Cháu không tin đâu!". Người tù học tập "nhìn theo cái dáng gầy còm, thất thểu của nó, nghĩ thầm, không biết bây giờ Chúa đang ở đâu?" (tr. 68).

Con người đối với con người "nham hiểm và gian trá. Họ biến tù nhân thành những con ma đói, và hạ xuống ngang hàng với súc vật" (tr. 16). Trong Chuồng Người, người tù học tập đã phải sống chung đụng với tù hình sự sống như con người thời tiền sử đến độ ăn thịt sống để tồn tại. Tù hình sự được đi mổ lợn được xem như một đặc ân, do đó "phải nạp cho thằng đội trưởng hai cục thịt bằng ngón chân cái. Không có, tụi nó thụi vào bụng cho mà thổ huyết". Nhưng bằng cách nào? "Thằng Ný móc họng, ụa mửa. Đồ ăn nhớt dãi, tuôn trào xuống thau. Thằng bưng thau, bóc lên những miếng thịt còn dính lòng thòng nhớt dãi, đưa lên miệng, ăn. Một thằng khác, đang đói, cũng ăn. Có thằng nhăn mặt: "Gớm quá!" Thằng bưng thau, nói: "Gớm gì? Từ bụng kia sang bụng này thôi!" (tr. 176). Ngay cả đồ ăn người nhà đi thăm đem đến cho tù cũng theo cùng phương pháp, không thể để dành ăn từ từ: "Nếu đem vào trại, mấy thằng đầu gấu, chúng nó giành giật cả. Thế nên cháu xơi hết tại chỗ" (tr. 176). Và khi đã ở đáy vực thì con người có lương tri cũng phải đành đoạn mất cả lòng thương hại đối với đứa trẻ tù hình sự: "Không! Tao thương tao còn chưa đủ. Có đâu thương tới mày. Thằng quỷ!" (tr. 66). Rồi sau lại tự xỉ vả mình "Khốn nạn! Nó trở lại tù, sao tôi lại mừng?" (tr. 67). Quelle misère humaine! Địa ngục trần gian về một khía cạnh nào đó nằm ngay trong tâm thiện hay ác của con người! Nhưng trong tập truyện Đoạn Đường Hốt-Tất-Liệt, vẫn có những tình cảm cao quý sót lại, dù từ kẻ chiến thắng, như Sao Nhót, bạn thời tuổi nhỏ của Lâm Sún, nơi riêng tư đã khuyên bạn thuộc phe "thua": "Ở lại đây, mày bị chuyện gì, tao không đỡ nổi. Mày nên lánh mặt đến địa phương khác, khai man lý lịch, tạm sống một thời gian, chờ tình hình xem sao. Tao "đánh hơi" thấy việc xử lý bọn mày không đơn giản đâu" (Vật Đổi Sao Dời, tr. 59).

Hoang dã trong chuyện hiện thực! Thượng Du, Niềm Thương Nhớ, thượng du tức Hoàng Liên Sơn, là nơi người thua trận bị vùi dập thân thế và thể xác. "Ở đây, không đo thời gian bằng kim đồng hồ. Trưa nghe bắt-cô-trói-cột kêu trên đầu núi, biết đang mùa hạ. Đêm nằm nghe cú rúc ngoài đầu hồi, biết đang mùa đông. Thung lũng ít chịu mặt trời. Âm khí núi rừng pha trong sương đục, nhòa nhòa lán trại. Cái lạnh rờn rợn nhiễm vào người, lâu dần thành quen. Thiên nhiên tập cho con người biết chịu đựng. Về với thiên nhiên, thở cùng cỏ cây (...) Quên chuyện ngày trước. Bỏ chuyện ngày sau. Sống đời hoang dã. Thú rừng vô tâm, không biết buồn. Ai nặng thất tình lục dục, dễ bỏ mình giữa chốn thâm sơn" (tr. 184). "Không vì mặc cảm đọa đày, mà con người ghét cả thiên nhiên". Người tù chấp nhận số phận, xem cực hình hành xác đốn cây cuốc đất như "một cách tập dưỡng sinh" rồi lâu đến nỗi anh "tưởng như hồn và xác chẳng dính dấp gì nhau". Anh trở nên vui sống với người hoang dã hồn nhiên "thương những hồn cô quạnh" "về đậu trên ngọn rừng tru thảm khốc", anh "thấm thía muốn trở thành người Tày người Dao", sống giữa những ngọn lửa khói, "tin bất cứ điều gì huyền bí" vì "trong tuyệt vọng tinh thần còn có chỗ thiêng liêng làm chỗ dựa" (tr. 186). Hoang dã mà thấm thía! Ở đâu những lý tưởng cao siêu mà con người vun xới? Và văn minh? "Nơi miền cao thôn bản, súng đạn là thứ duy nhất tượng trưng văn minh của người miền xuôi"" (tr. 184). Khi được thả, người tù như lưu luyến, không muốn rời "vòng kiềm tỏa" của trại tù, nơi có những người bạn đã nằm xuống và thiên nhiên, người bạn mới!

Trong Quỷ Loạn, thần thánh, hồn ma được nhiều lần nói đến. Khi con người bắt đầu thành công như Điệt, tưởng mình là nhất, mắng cả thần thánh sau một lần bị "thánh" phạt: "Làm thần, thụ hưởng hương khói. Không lo vun bồi công đức phù trì dân làng. Chỉ gây nỗi sợ hãi, lấy sự hành tội người khác làm điều linh hiển. Mai sau ta thành đạt, sẽ ra lệnh phá bỏ miếu này". Khinh đời ngạo thế, Điệt sẽ thi rớt, trốn lính vào chùa tu cũng không được lâu vì theo hắn nơi đó "chỉ là những thứ dung tục thối tha không ngửi nổi. Giáo chủ đã chết mấy ngàn năm rồi. Bọn đệ tử đang lao đầu về địa ngục". Và quỷ đỏ sẽ hoành hành. "Khí thế Cách Mạng như dầu sôi. Cuộc đổi dời diễn ra nhanh như cướp cạn. Nền tảng xã hội bị bứng tận gốc. Vô lại, đầy tớ, ăn mày nhảy lên làm ông chủ. Trí phú địa hào bỗng chốc hóa thành tên đầu đường xó chợ. Sấm ký rao truyền quỷ loạn. Nhà nhà đóng cửa. Đêm đêm nghe tiếng ma tru rợn tóc. Quỷ đỏ hiện hình giữa ban ngày, quấy nhiễu. Dân tình ta thán. Âm khí xung thiên. Mây mù vần vũ. Mống trời vắt ngang đỉnh núi. Điềm báo thiên tai chết chóc ...". Khắp nơi là nhà tù, dĩ nhiên Điệt bị bắt, vẫn giữ tính ương ngạnh, bị đi làm xâu công trường thủy lợi. "Thời Cách Mạng, ai mang tiếng Ngụy, ba đời con cháu không ngóc đầu lên được. Điệt còn độc thân, quyết không lấy vợ, tuyệt đường con cái, khỏi chịu cái di họa đời sau". Ngày kia Điệt vung xẻng đắp đê chém tét đầu một tên đốc công, tên kia bắn gục Điệt, lôi trong túi áo có "bức thư ngắn như một lời nguyền: "Ta chết, thề làm ma báo oán kẻ phũ nhận thiên địa quỷ thần". Miếu Thành Hoàng bị phá bỏ sau đó nhưng những kẻ phá miếu "bỗng nằm lăn ra, hộc máu mà chết. Có người nói, chúng ăn bị trúng độc. Cũng có người nói, chúng bị hồn ma của Điệt vật chết" (tr. 181). Ma quỷ sẽ tiếp tục quấy phá người tù nay đã tị nạn ở xứ người, ma quỷ trở về thật hay ảo ảnh, hay từ tâm tưởng (Chuyện Không Bình Thường)?

Sống thời nhiễu nhương, nội tâm và ngoại cảnh mấy khi như một, mấy khi gặp gỡ! Cảnh vật thiên nhiên cũng tàn bạo như chiến tranh, như bất khả cảm thông. Thiên nhiên trở thành những cái bẫy tàn nhẫn, trở thành kẻ thù. "Chiến tranh đã làm cho con người sợ hãi cảnh trí thiên nhiên, e dè mọi sự câm nín, lặng im. Tất cả đều như đang đợi chờ một đột phá tan hoang. Con người bây giờ, chỉ muốn làm rạp hết những cỏ cây, san bằng những gò nổi, lấp hết những hố hầm để xua đi những rình rập, ẩn nấp, đe dọa chết chóc hằng ngày" (Một Vùng Hung Bạo, tr. 137). Khi đã ở chốn tù đày trên vùng ngược Thượng du, người tù chiêm nghiệm mới nhận ra

"Thời gian lặng lẽ trôi qua" và thiên nhiên có biến đổi dù chậm chạp. " "Thiên địa vô nhân". Núi rừng không vì một ai hết. Trời đất lặng thinh. Bốn mùa vẫn luân chuyển nắng mưa. Hoa lá trên ngàn vẫn xanh thắm. Không vì mặc cảm đọa đày, mà con người ghét cả thiên nhiên" (tr. 194). Vì thiên nhiên sẽ là nơi trú ẩn của những tâm hồn bị đày đọa!

Chuyện *cứu rỗi* ư? Trong thế giới của *Đoạn Đường Hốt-Tất-Liệt*, Chúa, Phật đều như vắng mặt! Chỉ còn con người với nhau. Chỉ có tác oai tác quái, không nhân nhượng! Còn người nữ? Nếu người nữ của Nguyễn Huy Thiệp là tinh hoa, là tình người, là cứu rỗi, thì với Lâm Chương, người nữ như bóng mờ, có khi như một ám ảnh hay ham muốn trong hoàn cảnh bất khả dĩ như chị Tư Rô với Hai Quắn trong Giải Quyết Cấp Thời, như chị Ban đẫy đà trong Xóm Cũ. Riêng cô Năm trong Mây Bay Qua là một cứu rỗi trễ tràng, bi đát, con người bị hoàn cảnh vùi dập ngay cả trong tình cảm!

"... Thế nhân ơi, đổi đời, trông thấy
mặt trời chân lý cháy như rơm" (tr. 95).

Tác giả triết lý về lịch sử, tuyên chiến với độc quyền chân lý, dù giọng văn nhẹ nhàng, dù với giọng của kẻ thua thiệt. Đề tài kỳ dị hay bất-bình-thường, chi tiết hoang đường hay có-thể-có, tác giả dùng những hình ảnh khi ảo khi thực của đời sống để phê phán hay đập vỡ những ảo tưởng. Truyện dị thường không ngừng ở một vài chi tiết, chúng đi tới cùng nguyên lý, căn nguyên, đụng tới bản chất. Với mục đích đưa ra ánh sáng những kinh nghiệm của quá khứ, dù là của một thời đại vừa trãi qua, tác giả cố đưa ra cái hằng số, cái bất biến từ những sự việc và biến cố lịch sử và thời sự, cố đưa ra cái chân lý bất biến của con người dù ở dưới chân trời nào. Tác giả thể loại này còn có thể "xúc phạm" người từng cùng phe, người trên hoặc người đã chết - những anh hùng và những người đã gieo nhân, nghiệp. Các truyện dị thường có giá trị dự báo lịch sử, và giá trị báo động cũng như nhận định lại lịch sử, từ những tro tàn của quá khứ và huyền sử. Sự thật lịch sử có thể cần đến thời gian dài, nhưng văn chương có thể đóng vai trò đặt vấn đề lịch sử gay gắt và nhanh chóng hơn, nhờ tro chưa tàn, lửa lòng chưa nguội. Văn chương "giải mã" lịch sử sớm dù ít nhiều chủ quan và đầy cảm tính.

Hoán chuyển dị thường của thực tại vào văn chương, nhiều dị thường của cuộc đời tưởng bình thường đã được Lâm Chương đưa ra trước công luận. Nói chung, ngòi bút ông cẩn trọng và nhạy bén, xuất từ kinh nghiệm sống. Giọng văn đơn giản, trong sáng, dĩ nhiên bên trong chất chứa nhiều phức tạp và tầng lớp tâm linh. Chính kinh nghiệm và tâm cảm chân thành của tác giả đã đưa đến sự tinh tế, cô đọng. Như đoạn tả sự việc "thân bị kiềm chế, mà ý chí thì phất phơ như chuyện đùa. Tưởng như hồn và xác chẳng dính dấp gì nhau". Một cai tù đã phê bình cách lao động khá "thiền" của tù cải tạo: "Giơ cuốc lên, cò ỉa. Hạ cuốc xuống, mối xông". Nhưng anh tù lại lấy làm lý thú vì câu nói ngộ nghĩnh mà quên cái hậu quả tai hại sau khi bị phê bình. Anh tù đã sửng sốt vì câu phê bình đó. "Diễn tả động tác chậm, không có cái chậm nào bằng. Từ từ giơ cuốc lên, chậm như ngừng lại, thời gian lâu đủ để con cò đậu trên cái cuốc và ỉa. Hạ xuống cũng chậm, đến nỗi trước khi nhấc cuốc lên, thì mối đã xây thành tổ. Một lối diễn tả độc đáo. Rất bình dân mà cũng rất tuyệt vời." (tr. 188-189).

*

Thể truyện dị-thường đương đại mở ra một chân trời mới, cho người viết cũng như người đọc, một tự do văn chương tuyệt vời! Các tác giả đã chứng tỏ tài huyễn hóa văn chương, như một trở về với người xưa văn hóa cũ, với nền tảng, nhưng vẫn là một thẩm mỹ văn chương mới, chứ không phải chỉ vì muốn trốn thực tại hay tránh những vấn đề của xã hội hoặc những tranh luận khoa học nhân văn cấp bách của hôm nay. Thực vậy, truyện dị-thường là cách bám chặt thực tại có hiệu quả lớn, bám và định nghĩa lại các quan hệ. Ban đầu chúng có vẻ là hình thái hình thành bởi ám ảnh quá khứ hoặc ảo tưởng của tập thể. Đám đông không thể sáng suốt nhận chân ra cái ám ảnh đang hủy hoại tập thể, họ sẽ có thể mở mắt nếu phải đi đường vòng qua ngã văn chương, qua ngã truyện dị-thường. Thể này do đó có thể nói là dấu hiệu của một xã hội trưởng thành, đang-trưởng-thành, trưởng thành khi tự mở mắt với những hài kịch nghĩa luôn bóng bẩy.

Khác với văn chương "minh họa, sử thi" và "tâm lý chiến", truyện dị-thường có thể không phục vụ cho một ý thức hệ hay tín ngưỡng, nhưng tự nó, loại truyện này nuôi dưỡng nhiều tin tưởng về một thời đại dù bị lột mặt nạ nhưng chưa chắc có thể thay thế. Truyện dị-thường dùng những chiếc mặt nạ làm nên bởi thực tại tái dựng, cốt để dễ tra vấn, làm rung chuyển chính nền móng tưởng vững chắc, mà không hẳn có thể đưa ra những thay thế. Truyện dị-thường do đó hình như có vẻ liên hệ với những giai đoạn giao thời, khủng hoảng, con người và tập thể phải tìm lại bản ngã, khi mọi giá trị đã gẫy đổ. Nước Việt Nam sau 1986 đã cần có "những ngọn gió Hua-Tát" thổi mạnh trên một xã hội trì trệ, dở bết, để giải phóng con người khỏi những bế tắc của ý thức hệ và văn hóa lỗi thời. Ngọn gió "truyện dị-thường" chứng tỏ sự trưởng thành tái sinh của xã hội đó. Cũng như Tướng Về Hưu, Con Gái Thủy Thần, Những Người Thợ Xẻ, v.v. của Nguyễn Huy Thiệp, Ông Kỳ Lân, Áo Thanh Cao, Sư Phụ, Thầy Bắt Bóng, v.v. của Trần Long Hồ, Lên Rừng Thăm Bạn, Thượng Du, Niềm Thương Nhớ, v.v. của Lâm Chương đã mở rộng thế giới dị thường đồng thời đẩy con người vào vực tối của lý trí, đã cung cấp cho tưởng tượng tập thể với những quỉ quái và địa ngục mà bình thường không ai dám nghĩ tưởng đến. Đáng sợ, nhưng chính những con ma này đến để giải phóng những hãi sợ tập thể, cũng là dịp khiến người viết phải tân tạo nghệ thuật thẩm mỹ của mình, hiện đại hóa văn chương. Thành ra truyện dị-thường là một giải phóng!

Tác giả truyện dị-thường có thể mơ mộng thiết tha hay nghiêm khắc lạnh lùng, cái chủ quan của tác giả vẫn có thể động đến nhiều người. Mặt khác, tác giả không những "thấy" và "hiểu" con người và việc đương đại, ông/bà còn phải đồng cảm, thấu hiểu, "dính" vào người và việc đang là đối tượng của tác phẩm. Của người ở trong cuộc! Truyện hư cấu hay giả định, độc giả không cần biết bao nhiêu phần trăm sự thật hay hư cấu, họ chỉ cần "theo" văn chương tác giả, "tin" vào kinh nghiệm của tác giả! Mặt khác, truyện dị thường phúng thích và châm biếm chính trị và xã hội, *Đoạn Đường Hốt-Tất-Liệt* có yếu tố khả dĩ "phiền" chế độ vốn nghi ngờ mọi trào phúng, hí họa ngoài những minh-họa-được-phép.

Điểm-đến của *Đoạn Đường Hốt-Tất-Liệt* theo chúng tôi là đã gióng lên tiếng nói đích thực của con người hôm nay, cho bây giờ và mai sau, khi còn có thể lên tiếng và sau một thời gian đã không thể lên tiếng. Truyện của Lâm Chương như có sức mạnh *giải thoát* của tâm thức, tâm thức ông, tâm thức những người cùng cảnh ngộ và "kinh nghiệm" như ông. Thay vì tụng A-di-đà hay lạy-Chúa, Lâm Chương lên tiếng nói của ông qua nghệ thuật viết của con người từng sống trong bùn đen của những cơn kinh hoàng đất nước, của chiến tranh, của trại cải tạo, trở về nhà tù lớn và lạc lõng giữa một nước hợp chủng xa lạ! Tác giả đã sử-dụng ngôn ngữ như hệ thống tín hiệu và sử-dụng văn chương nghệ thuật như khả năng của cảm xúc. Lâm Chương nhận thức được bi hài kịch của cuộc đời và ông chia xẻ với người đọc, có người cùng hoàn cảnh, tâm cảnh, với một ngôn từ trực tiếp dù phải dùng dụ ngôn, hình ảnh, v.v. Chính cái dị thường đã đưa người đọc tìm lại, nhìn lại, nhận chân những thực tại của đời sống bình thường và của vũ trụ nhân sinh. Trong truyện dị thường, ngôn ngữ thường là một hệ thống tín hiệu cao độ với những ẩn dụ đa nghĩa.

Đọc truyện của Lâm Chương không thể ngừng ở câu chuyện hay khúc ký ức đó. Người đọc phải hiểu cái tiềm ẩn sau những sự việc, hành động dù bình thường đến thế nào, hoặc cái nguyên nhân hoặc hậu quả không thể tả. Khi người đọc như bị bỏ rơi vì chuyện lửng lơ thì biết đâu đó là cái Vô ngôn, cái thông điệp, cái nhắn nhủ. Người đọc *Đoạn Đường Hốt-Tất-Liệt* bình thường sẽ thương cảm thân-phận con người, người Việt Nam một thời, nhưng nếu tâm cảm xâu xa sẽ nhận ra cái tâm của tác giả, ông nói với mọi người mà như đồng thời ông tìm tri kỷ! Những truyện khác của Lâm Chương đăng trên các tạp chí gần đây như Gió Ngược, Những Ngày Mắc Cạn, Cận Kề Biên Giới Tử Sinh, ... cho thấy ông càng đi sâu vào ngõ kiếm tìm này, xét con người vì con người thay vì phân biệt nhị nguyên, bạn và địch!

*

Truyện dị thường hiện đại trở nên một hiện tượng và là một nghệ thuật thẩm mỹ của phúng thích mơ mộng là chính thể loại tiên báo chủ nghĩa biểu hiện đương đại, một loại thẩm mỹ hiện đại, một nghệ thuật mời gọi tác giả cũng như độc giả cùng sống một kinh nghiệm của quá khứ, một kinh nghiệm ở biên giới của thực và giả, giữa hợp lý và phi lý, giữa bi và hài, giữa xấu và đẹp, giữa sướng khoái và hãi hùng, qua trung gian các nhân vật của tác phẩm. Một sống chung nhiều khi rất căng thẳng hay gây ra những cái hụt hẫng giữa phát và nhận, giữa bày và đón. Vậy là sau 1986, văn chương Việt Nam như cũng góp phần vào việc tra vấn quá khứ để tìm lại năng động đang-tìm-lại của tập thể. Phải chăng đây là nguyên lý "cùng tắc thông!" đã được nói đến trong Đạo đức kinh?

Old Quebec, 12-1-1999

Mai Thảo,
hoài niệm của người viễn xứ

Ngày 10-1-1998, ở Orange County (California), thủ-đô tị-nạn của người Việt-Nam, nhà văn Mai Thảo đã ra đi, bỏ trần gian để về với thế giới miên-viễn. Một ra đi cuối, sau khi đã hai lần đi rời xa quê hương, mỗi lần một hoàn cảnh khác nhau, lần đầu năm 1954 và lần kế năm 1978. Ra đi, bỏ xứ, lưu vong trong những hoàn cảnh chẳng đặng đừng; một tình cảnh nhiều lần được phản-ảnh trong văn chương của ông.

Mai Thảo rời Hà-Nội năm 1954 vô Nam khi đường vĩ tuyến 17 đã qua phân đất nước. Trước đó ông đã đi kháng chiến chống thực dân giành độc lập từ những năm trẻ tuổi (1948) nhưng ông đã sớm thất vọng những mưu đồ chuyên chính gian xảo của một tập đoàn có tổ chức và đã có những mưu đồ khác hơn là độc lập tự do cho đất nước.

Đêm Giã Từ Hà Nội do nhà Người Việt xuất bản cuối năm 1955, một tập truyện ngắn, tác phẩm đầu tay của nhà văn, cũng là một lên đường sáng tạo cho giòng văn học hiện đại của miền Nam lúc bấy giờ. Một lên đường dứt khoát với quá khứ: quá khứ lịch sử với hỗn mang chủ nghĩa cộng sản phải hư vô hóa, phải nói lên cho mọi người hay, để tránh, để đừng sai lầm nữa, để không còn những ngộ nhận phải trả bằng máu và nước mắt, cũng là một quá khứ văn học phải vượt, phải đi xa, phải hiện đại hóa cho tâm tình người Việt mới nay tụ tập bên này vĩ tuyến 17 và không còn lựa chọn chính trị nào khác.

Mai Thảo không những dứt khoát, ông đã lớn tiếng dứt khoát. Trong Thư Gửi Người Bên Kia Vĩ Tuyến mở đầu tập truyện, ông đã viết cho một người bạn mà ông tin hãy còn muốn "vươn lên khỏi cơn Hồng Thủy như những vì sao sáng chói trên một đại dương gió bão", ông xác tín vai trò của nhà văn: "... cuộc chiến đấu cho tự do thực ra không còn nằm trong bàn tay quyết định của những nhà lãnh tụ nữa. Nó nằm trong mỗi chúng ta. Những chiến trường, những công sự phòng ngự, những trái bom khinh khí không còn là những yếu tố quyết định. Tự do không đánh mất hoặc lấy lại, trên tấm bản đồ chiến lược hoặc ở đầu đằng kia hướng đi sáng chói của một băng đạn tiểu liên. Cuộc chiến đấu thoát bỏ những vùng nhỏ hẹp bàng bạc khắp nơi. Cả hai bên vĩ tuyến. Chỗ nào có con người, có tự do, cuộc chiến đấu bắt nguồn ngay từ đó. Dưới mọi hình thái, mọi mầu sắc. Trên từng tất đất, từng cuộc đời. Cuộc chiến đấu cho tư tưởng đã là một cuộc chiến đấu thường xuyên. Thường xuyên cho đến một ngày ..." (tr. 14-15). Ngày đó là ngày "sông biển được gần nhau". "Bên trên những mái nhà tù, đêm Hà Nội vẫn có những vì sao. Vẫn có những vì sao của chúng ta .... Ngày anh sẽ vượt tuyến sang miền Tự do, để góp phần chiến đấu vào cuộc chiến đấu chung của những con người tự do" (tr. 23). Trong khi chờ đợi là cuộc chiến đấu cho tự do, một cuộc chiến cam go. Cam go vì bên kia vĩ tuyến, con người ở lại vì hãy còn say mê "những viễn tượng ảo ảnh" nên "chưa nhìn thấy con người sau trận lửa hủy diệt ... chưa nhìn thấy cuộc sống sau trận Hồng Thủy" (tr. 21). Tác giả phải bỏ Hà-Nội, lưu xứ, nhưng lòng lúc nào cũng như đang còn nơi 36 phố phường, trong những con hẻm ồn ào, những cửa ô tối đèn. Và những người bạn, những căn gác, những vỉa hè!

Tập *Đêm Giã Từ Hà Nội* chính là tâm tình nguyên chất của người ra đi. Một người lữ hành cô đơn trên phần đất mới của quê hương nhớ về phần kia của đất nước. Một ra đi bất khả kháng, có thể không cả trong dự tính ngao du của người lữ khách. Trong nhiều truyện và tùy bút, đặc biệt trong Mưa Núi, người đọc sẽ thấy nhiều lần cái mưa và lạnh của miền Bắc, như loan báo cái buồn ray rứt của tác giả. Tình viễn xứ rõ nét nhất trong truyện ngắn được dùng làm tựa tác phẩm. Đêm giã từ nghĩa là chưa đi, nhưng như đã xa vời lắm, đã mất, đã không còn, đã chết, trong lòng, trong tâm tưởng.

"Phượng nhìn lên những hàng mái cũ kỹ, đau yếu ấy, giữa một phút giây nhòe nhoẹt, anh cảm thấy chúng chứa đựng rất nhiều tâm sự, rất nhiều nỗi niềm. Những tâm sự câm lặng. Những nỗi niềm nghẹn uất. Của Hà-Nội. Của anh nữa." (tr. 27). "... Giờ này anh còn là người của Hà-Nội, thở nhịp thở của Hà-Nội, đau niềm đau của Hà-Nội, mà Hà-Nội hình như đã ở bên kia (...) Nhìn xuống, Phượng có cảm giác chơi vơi như đứng trên một tầng cao. Anh nhìn xuống vực thẳm. Hà-Nội ở dưới ấy" (tr. 28). "Qua bóng tối, Phượng nhìn thấy những hình khối của Hà-Nội bên kia: Một cửa ô đọa đầy. Một hàng mái cũ. Những lớp phố phường sa đọa. Những ánh đèn nhạt tái trên những bờ tường câm đen. Bóng tối chính thể đổ xuống làm nghiêng ngã những sự kiện này. Bên kia, Hà-Nội vẫn đang lặng lẽ đổi màu. Người Hà-Nội dựng cửa tắt đèn để mà đổi thay trong bóng tối. Phượng thấy thương Hà-Nội. Thương những người Hà-Nội. Những người còn ở lại dưới những hàng mái củ kỹ kia vì những vướng bận đau khổ. (...) Hà-Nội chỉ còn là một thứ thuộc về bên kia. Bên kia như Đêm. Như Bóng Tối. Như Xa Đọa. Như Tù Đầy." (tr. 29). Phượng vô Nam trên chuyến tàu chót của ngày thứ một trăm sau hiệp định chia xẻ, một mình như cuộc đời có thể vô định nhưng ánh sáng hy vọng trước mắt, không Thu, người yêu ở lại vì "tự" vướng bận gia đình, như một lựa chọn, như Hà-Nội, những vướng bận lịch sử. "Những người như anh lên đường đã mang theo Hà-Nội vào chuyến đi" (tr. 33). Vì vào giây phút cuối của một vĩnh quyết, Thu đã quyết định theo anh, đi theo tin tưởng quyết liệt vì đã chiến đấu bản thân cam go: "Họ đã đi vào Tương Lai" (tr. 37).

Hà-Nội của Mai Thảo đã mất, dù trong tâm tưởng người ra đi là những hy vọng, những tự nhủ chỉ là tạm bợ. Hà-Nội đã thật sự mất, đã vĩnh viễn không còn hội ngộ, quy hồi! Đã mất năm qua-phân 1954, đã mất hẳn ngày 30-4-1975. Và mất thật hơn nữa với Mai Thảo ngày lên con thuyền nhỏ ra đi trong lặng lẽ một ngày năm 1978 sau ba năm sống trốn tránh những người chủ mới mà ông đã quá biết hơn hai mươi năm trước đó. Mất vĩnh viễn ngày 10-1-1998, ngày ông ra đi chuyến cuối một cuộc đời. Một hạt cát trong cõi sa mù nhiều đọa đầy và lắm chia xa. Một hiện sinh phù phiếm trong cái vĩnh cửu của tạo hóa, trong cái tự nhiên của những tử sinh.

Tháng Giêng Cỏ Non xuất bản năm 1956 là một tập truyện ngắn nói chung đề cao nhân bản và tình người, nhất là những người dân quê. Hoài niệm bắt đầu bớt nồng nhiệt lớn tiếng của những truyện đầu tiên khi di cư vô Nam. Trong truyện được dùng làm tựa, tình thương vợ chồng hội ngộ sau 18 năm xa cách vì lẽ sống còn của gia đình, đẹp và cảm động như buổi nào Xuân về có cỏ non hoa lá tươi. Và những hoài niệm thời thơ ấu: những mùa bàng chín vàng, v.v.

Trong những tác phẩm khác xuất bản sau đó, Hà-Nội và đời cũ vẫn là những nỗi nhớ không nguôi. Của một người đã bỏ đi. Đã mất nhưng vẫn hiện hữu trong tâm tưởng. Thế giới văn chương ban đầu của Mai Thảo là thế giới của *Hồi tưởng,* của *Quá khứ.* Ông sống bằng tâm hồn luôn quay về dĩ vãng. Quá quắt thành mộng du hay mê ngủ. Lãng mạn chăng? Tượng trưng chăng? Tập truyện *Căn Nhà Vùng Nước Mặn* (1966) sẽ xác nhận khuynh hướng đó. Cái "tôi" Mai Thảo trong mỗi truyện, trong khắp. "Tôi" sẽ về thẳng một mạch nơi có gốc hoàng lan trong góc vườn (Căn Nhà Vùng Nước Mặn), hay đã sống với các vì sao năm mười bảy tuổi (Những Vì Sao Thứ Nhất), hay dẫm lên một bãi cỏ non bên đường (Một Phố Của Trời). Và "quê hương trong trí nhớ", sẽ "hôm nay đi chùa Hương" hay chen chúc trên một chuyến xe (Giòng Sông Vết Thương). Những nhớ nhung ngược đường tâm tưởng về cả những ngày thơ ấu. "Hình dung thấy con tàu đó trên con sông đó. Con sông Hồng Hà. Như một dòng máu đỏ tươi chảy băng băng khắp vùng trí nhớ bâng khuâng. Con sông như một đời sống vĩ đại. (...) Đứa nhỏ trôi theo con tàu trên giòng trường giang hùng vĩ chợt nhớ tới những con sông làng thon mềm giải lụa có trâu đầm từng đàn dưới bóng đa nghiêng, có những chiếc cầu đá dẫn tới một phiên chợ sớm đầu đình, (...) Hồi tưởng lại một buổi sáng nhợt nhạt. Con tàu ghé bến Hà-Nội rồi. Phố phường lớn chập chùng. Đứa nhỏ bàng hoàng đi lên. Và con sông Hồng, và tiếng còi và chuyến tàu đã bỏ lại sau lưng cùng tuổi nhỏ." (Chuyến Tàu Trên Sông Hồng). Một cuộc viễn du về quá vãng!

Trong *Tùy-Bút* (Khai Phóng, 1970), vẫn là những "tôi" và những nỗi nhớ, những mảnh vụn ký ức qua một vài biến cố, sự vật hay người thân. Vẫn Hà-Nội: "Gần hai mươi năm rồi. Đến Hà-Nội rồi cũng lãng đãng nhạt nhòa vào một trí nhớ trùng, nhưng có lẽ chẳng có một trước Tết miền Nam nào, tôi lại không đôi khi sống lại cái cảm giác thần thánh bỡ ngỡ, có bởi rất thu xưa và rất xuân cũ một con đường. Đất ở đó là da người (...) Cái sự đất được thăng hoa như vậy, chính là bởi vì cái trạng thái tự động ngọt ngào của lớp bóng mát bên trên đan kết kỳ diệu bởi muôn ngàn ngón múa của tre cù điệp điệp (...) Thứ bóng mát mắc võng vào thời gian yên và không gian xanh, và ta đường thi, ta lục bát ca dao, ta chợt cảm thấy cần thiết cái sự tạo ngay một nỗi tê ngày mỏi mệt dịu dàng để có nguyên nhân đặt mình nằm xuống" (Bưu Thiếp, tr. 12-13). Mưa đêm Sài-Gòn làm nhớ Hà-Nội: "Những trận mưa phùn, thì thầm không dứt. Ra trước điện đường. Đọng trên vành mũ. Những mưa đêm, mọi cửa ngõ hồn đón hết mưa vào một nghìn chân tóc, tới sáng rồi còn cái lưới mưa đan. Mưa Hà-Nội của một tuổi còn lãng mạn, rỏ luôn từng giọt trong tách cà phê. Không đậu xuống mái nhà đậu trong lòng. Đã có được cái chiều ngang tưởng tượng của một bức mành, còn có được cái đường cong mơ mộng của một đời dương liễu". (Mưa Đêm, tr. 129). Những kỷ niệm ngồi trên thành giếng làng Xuân Cầu. Hay tập thơ đầu ông đã đọc suốt một buổi chiều trên bờ đê Hưng Yên: "Nhớ mãi, nhớ mãi buổi chiều hôm ấy. Sách đưa tôi vào một cảm giác lẫn lẫn. Lẫn tiếng sóng sông Hồng với tiếng sóng trong hồn. Lẫn cỏ dưới thân với cỏ xanh trong cánh đồng của sách. (...) Tôi ngày xưa úp cuốn sách đầu tiên trên lồng ngực, nằm rất lim dim, thả hồn bay lên. Yêu biết chừng nào, nhớ bao giờ quên, những trang vàng thứ nhất. Sách đẹp như chiều trên đầu (...)" (Sách Hồng, tr. 61).

Có một lúc ông sẽ muốn sống thật với cái hiện tại ông vẫn quay lưng. Và bi đát của kiếp người đã bủa xập: Mai Thảo sẽ đi tìm quên, quên như một người đã lỡ kiếp, đã lầm trốn trong những *Sống Chỉ Một Lần, Cũng Đủ Lãng Quên Đời, Để Tưởng Nhớ Mùi Hương,* v.v. Ngay cả khi đầy đủ tình yêu thì cái hạnh phúc của phút giây kỳ diệu đó như có giới hạn. *Mười Đêm Ngà Ngọc* (1969), một tình yêu bất diệt đã dám, đã đứng dậy, một tình yêu như ước muốn vượt thoát quá khứ và thành kiến bủa vây. *Cũng Đủ Lãng Quên Đời* (1973) vì đã sống hết cho bản ngã ở những giây phút, cho thân xác, trên những con đường trải hoa đầy bóng mát, mười năm sau trở về nơi chốn cũ, vì "tình yêu lớn không bao giờ trở thành sự thật". Một ngày kia sẽ khám phá ra rằng "con đường trải hoa kia dấu ngầm dưới cái thơm hương óng mướt của nó, một gai nhọn và gai nhọn kia đã thầm lén bay vào" (tr. 450). Bản ngã nhị trùng hay băn khoăn thường trực biến thành một tình trạng phân hóa? Phần kia của bản ngã Mai Thảo khi viết về tình yêu, ông sống phần hiện sinh của ông. Tình yêu và thân phận làm người sống cho cùng sẽ chỉ là những đứt đoạn, những hạnh phúc rời, những đổ vỡ. Cái hiện sinh phù phiếm vì đang-qua, do đó cái đã-qua lúc nào cũng trở về hay cũng trồi lên phần ý thức. Và hoài niệm vẫn chiếm ngự văn chương Mai Thảo.

Tâm tình nhớ quê, tiếc nuối của kẻ ra đi một lần nữa trải dài trên nhiều trang văn chương của Mai Thảo ở hải ngoại từ khi ông dùng căn cước "boat people" và định cư ở Syracuse, tiểu bang New York, Hoa-Kỳ. Trong mục Sổ Tay trên tạp chí *Văn* tục bản tại hải ngoại từ 1982, Mai Thảo đã có nhiều dịp hoài niệm về người và những nơi chốn thân thương. Thân xác ở ngoài, ở đây, nhưng tâm thức vẫn ở trong, ở bên kia! Và ở những thời điểm khác!

Trong các tác phẩm Mai Thảo xuất bản tại hải ngoại, người đọc sẽ được thấy dàn trải nỗi hoài niệm. Một nỗi niềm ngày càng gần gũi đời thường, như của một sống sót. Không còn là những hoài niệm ngạo nghễ với tự tin như những ốc đảo hiện sinh. Địa ngục tha nhân nay như được định nghĩa rõ nét. Còn lại ta là những thân phận lưu đày thân xác lẫn tâm tư. Trong *Một Đêm Thứ Bảy* (1988), người bạn cũ từ Hà-Nội nghèo khó vào Nam thăm sẽ gợi lại cả một quá khứ đã muốn quên và tránh. Tập truyện *Chân Bài Thứ Năm* (1990) kể những chuyện lữ hành khắp nơi trừ quê hương ra, nhưng tâm hồn vẫn luôn quay về Việt Nam nơi những kỷ niệm vùng nước mặn, nơi khởi đầu cho những trùng phùng ở xứ người. Người xa quê sẽ tìm đủ cách để đến gần mảnh đất quê hương. Một người đàn bà như Ngọc sẽ khóc mỗi khi nghe hoa tiêu nói phi cơ đang bay ngang không phận Việt Nam. "Việt Nam ở dưới chân nhưng cũng là Việt Nam đã đứt rời, không bao giờ gặp lại" (*Hong Kong Ở Dưới Chân*, 1990, tr. 92). Người lữ hành viễn xứ sẽ tiếp tục đi khắp chốn trong *Chuyến Métro Đi Từ Belleville* (1990) như để tìm gặp lại những người thân hữu hay có thể nhắc nhở dĩ vãng. Đi, mãi đi, nhớ, mãi nhớ, như một định mệnh. Mai Thảo hoài niệm trong dứt khoát quên và đã tìm quên.

Tâm sự của kẻ phải trốn chạy tìm lãng quên ấy sẽ xúc tích và trọn vẹn trong tập thơ *Ta Thấy Hình Ta Những Miếu Đền* do Văn Khoa (Westminster CA) xuất bản năm 1989. Những hoài niệm của một mảnh hồn thanh thản tự tại. Miếu đền, những mảnh đời đã sống, những nơi chốn đã qua, những vĩ đại và thấp hèn của nhân sinh. Đời dĩ lỡ của một người viễn xứ đã nhiều lần ra đi, "của kẻ ra về giữa cuộc chơi" đã nhiều lần tự nhủ chỉ là tạm bợ:

"Tổ quốc bất khả phân đã phân
 Từ dòng sông từ bản hiệp định kia
 Đất nước mấy nghìn đời không thể mất
 Chỉ một ngày đã mất
 Lịch sử triệu trang vàng một trang đen đã lật
 Trăm trận đánh không thua thua vì Ban Mê Thuột
 Thì vượt tuyến có phải là phân thân
 Bản ngã đã nhị trùng?
 Tôi ném lại cái xưa đã diệt
 Tôi mang theo cái tôi mới lên đường
 Như hạt hủy thể cho mầm sinh tử hạt
 Hai ngọn sóng ngược chiều về mỗi ngả
 Ngọn quá khứ mịt mùng không thấy nữa
 Ngọn tương lai đang trắng xóa theo tàu
 Hai tâm thể chia đôi miền cách biệt
 Ngọn đã nghìn thu ngọn mới bắt đầu?
 Hay chỉ một?
 Hai mươi năm trước dưới bóng liễu Hồ Gươm Hà-Nội
 Mười năm sau vẫn liễu xưa một hiên mưa
 Góc phố Sài Gòn ..."
(Hỏi mình giữa biển, tr. 94-95).

Hà-Nội, Sài-Gòn, những nơi chốn, những người bạn, những người thân và nhất là một cái Ta chập chờn giữa những miếu đền:

"... Ta thấy hình ta những miếu đền
 Tượng thờ nghìn bệ những công viên
 Sao không, khói với hương sùng kính

Đều ngát thơm từ huyệt lãng quên ... "
(TTHTNMĐ, tr 13).

Miếu đền trong trí tưởng:

"Nhánh hương thắp nửa này trái đất
Bay đêm ngày về nửa bên kia
Nửa đường hương gây trên nghìn biển
Rụng xuống mười xuân đã đứt lìa "
(Năm thứ mười, tr. 17).
"Cúi đầu xuống cúi đầu xuống
Mà thương trở lại nhớ nhung về
Hàng hiên xưa, trang sách mở, bàn tay ngọc
(...) Cúi đầu xuống cúi đầu xuống
Mà dựng tình yêu thành thế giới
Cấy những chùm sao lên mình trời
Hát nghìn năm biến đầy vĩnh viễn
Lại thấy con đường im lặng
Những đỉnh cây xanh
Và những ngón tay trên phím dương cầm
Đôi guốc mộc căn phòng trừu tượng ..."
(Cúi đầu, tr. 77-78).

Người viễn xứ lại nhớ nhà khi đọc thơ bạn:

"Nửa đêm thức giấc nằm trơ
Đọc câu thơ bạn nhớ lời trong thơ
Thơ bao năm vẫn bao giờ
Lại cho thấy lại bến bờ quê xa"
(Thơ xa, tr. 112).

Mỗi người bạn, mỗi sự việc là một cái cớ để ông đắm mình trong hoài niệm và cái có không của cuộc đời.

Mai Thảo, "bản ngã nhị trùng" như ông có lần tự hỏi, bước chân vào thế giới văn nghệ với chủ trương "phóng cái lao ý thức về đằng trước" muốn làm mới văn học, muốn dứt khoát với văn chương tiền chiến, hăng hái và tự tin. Ông đã sống hết mình *cuộc đời văn chương* đó nhưng ông đã sống với những hoài niệm thường trực, về một thời đã qua và những nơi đã sống. Những dằn vặt buồn rầu nhưng đầy thi tính của một kẻ viễn xứ bất đắc dĩ với lựa chọn dứt khoát. Ở Mai Thảo, băn khoăn tìm kiếm trong hiện sinh đi song hành với những dằn vặt khôn nguôi khiến văn chương của ông gần gũi người đọc nhất là người trẻ ở những thập niên 1950-1960, từ tạp chí *Sáng Tạo* đến *Nghệ Thuật*. Một con người phản kháng khi đi kháng chiến, trở về với tâm tình nổi loạn. Con người rõ nét, con người không chỉ bằng lòng với hiện tại. Con người có tâm thức và muốn sống. Ông và bạn bè ông trong nhóm Sáng Tạo muốn đoạn tuyệt với quá khứ văn học nhưng riêng ông, ông đi tới với hành trang quá khứ: văn chương Mai Thảo khởi đi từ quá khứ và những trang văn của ông về thời quá vãng trong các tập *Đêm Giã Từ Hà-Nội, Tháng Giêng Cỏ Non, Tùy Bút, Căn Nhà Vùng Nước Mặn*, v.v. và tập thơ *Ta Thấy Hình Ta Những Miếu Đền* là những trang văn chương mới và đẹp của văn học Việt Nam sau 1954. Tác phẩm của ông, ngoại trừ một số tiểu thuyết thời thượng đăng trên các nhật báo sau in thành sách trước 1975, là một *tiếng thở dài* của nhân thế, của người Việt Nam sống giữa thế kỷ XX đa đoan, bạo động, theo cung cách sáng tạo của ông. Vì ông đã sống một cách trung thực cái kiếp người đa đoan đó cũng như đã sống trọn vẹn cho văn chương chữ nghĩa. Một cuộc đời phóng khoáng có thể hiểu là bất chấp dư luận nhưng Mai Thảo ung dung thư thái với những đam mê đời của ông.

Sự nghiệp văn chương của Mai Thảo gồm trên 30 truyện dài về đủ mọi đề tài: tình yêu, học đường, xã hội, chiến tranh và mười tập truyện ngắn, tùy bút, nhưng thiển nghĩ phần sự nghiệp để đời của ông là những sáng tác chủ yếu cảm giác, hoài niệm về quá khứ và quê hương đất nước, những sáng tác vận dụng bút pháp tùy bút. Cảm xúc tâm hồn mạnh khiến văn xúc tích và ít đối thoại: cảm giác và tâm tình vây bọc cốt truyện nhiều khi chỉ là cái cớ để ông thả hồn hoặc rung cảm. Đó cũng là lý do ông thành công với các truyện ngắn và tùy bút hơn là truyện dài. Văn chương Mai Thảo thường bị phê bình là quá cầu kỳ đẽo gọt nhưng không ai có thể chối cãi văn ông đầy thi tính và trữ tình, chữ viết có cấu trúc sáng tạo đặc biệt - mà một số nhà văn sau ông không thể chối đã nhận chịu ảnh hưởng. Văn ông tinh tế theo tâm cảm hơn là theo lý trí chẻ sợi tóc làm tư - tuy nhiên khi viết nghị luận nhất là vào giai đoạn chủ trương *Sáng Tạo*, Mai Thảo tuổi trẻ tự tin quá hóa ra tối tăm thiếu thuyết phục lâu dài. Điều này không lạ nếu biết rằng Mai Thảo đã bắt đầu văn nghiệp bằng những bài thơ trên báo Hồ Gươm ở Hà-Nội năm 1946. Hãy đọc một đoạn trong Mưa Núi (ĐGTHN): "Tôi nhìn ra ngoài. Rừng núi ngớt mưa đang đi dần vào hoàng hôn. Tối xám lan đi từng ngọn đồi. Hết ngọn này đến ngọn khác. Từng gốc cây. Hết gốc này đến gốc khác. Cái tảng trời xanh phía đầu núi của tôi ban nãy cũng đã nhòa đi rồi. Sao chưa kịp lên. Đêm đã sâu thăm thẳm. Rồi tất cả những ngọn đồi những gốc cây đều không nhìn thấy nữa. Cửa mở thành một khung đen. Mắt tôi tối lại ..."(tr. 70).

Và hãy nghe thêm một lần tiếng buồn tự tại trong cấu trúc của từng chữ:

"Ta thấy nhân gian bỗng khóc oà
Nhìn hình ta khuất bóng ta xa
Sao không, huyết lệ trong trời đất
Là phát sinh từ huyết lệ ta ..."
(TTHTNMĐ, tr. 14).

Vĩnh biệt người lữ hành viễn xứ!

12-1-1998

Về tiểu-thuyết lịch-sử nhân đọc *Sông Côn Mùa Lũ* (Nguyễn Mộng Giác)

Văn và sử, văn chương và lịch sử, quan hệ như thế nào? Một mặt, văn chương là hư cấu và tác phẩm là một cái hoặc cách nhìn, tiên tri, dự báo, một nhận thức lịch sử - hoặc bên lề lịch sử, của một tác giả, trong khi đó, lịch sử là một nỗ lực tìm "sự thật" chính xác, khách quan, không thiên lệch, có hay có dở có mạnh có yếu, có vinh quang thì cũng có thất bại phải cáng đáng với lịch sử.

Lịch sử như chân lý, là những sự thật "khách quan", các nhà viết sử hay nhiều tác giả tiểu thuyết lịch sử như phải thuyết phục vì tin có những "sự thật" cần được viết lại, đặt lại. Tại sao vậy? Vì kiến thức mới, vì những dữ kiện mới phát hiện? Vì những cương tỏa chính trị xã hội cứng nhắc, vì xã hội trước mắt đang có vấn đề, bí lối hoặc có kẽ hở. Trong khi tiểu thuyết lịch sử là "chân lý" qua tâm hồn, cách hiểu, là một cách nhận thức hay cảm nhận lịch sử vì tác giả chúng có quyền hư cấu, tô nhân vật sâu hơn, rõ nét hơn, vĩ đại sống động hơn, hay hạ bệ, làm hèn kém đi. Thường các nhà viết sử vẫn theo lối bình thường "sử bình", "cương" rồi "mục" mà không dám "nói lại", "sửa sai" ngoại trừ những trường hợp theo "chính nghĩa" hay chính sách triều đại mới: Trần sửa sử Tiền Lê, Nguyễn sửa Hậu Lê, v.v. Vậy có thể có "bản chất lịch sử" khách quan, vượt không gian thời gian không? Thiển nghĩ đây là không tưởng! Về phần tiểu thuyết lịch sử, chúng là một cách tra hỏi và nghi vấn quá khứ để biện minh hiện tại và chỉ hướng cho tương lai, qua trung gian một hay nhiều tác giả. Như vậy, chúng cũng là những tiểu thuyết luận đề khi đặt lại vấn đề, dữ kiện lịch sử, đề ra luận đề mới, mượn dĩ vãng nói chuyện hiện tại, có thể có ý chống lại bước lịch sử hoặc trật tự xã hội đang có (ngoại bang đô hộ, độc tài đảng trị, v.v.). Dĩ nhiên đây là nói về những tiểu thuyết lịch sử chính loại, không thương mại hoặc nhắm thị hiếu thấp hèn!

Trong bài này, chúng tôi phân tích thể-loại tiểu thuyết lịch sử chủ yếu qua bộ *Sông Côn Mùa Lũ* – như một 'trường hợp' hơn là như một tác phẩm tiêu biểu có thể dùng làm khuôn mẫu cho một khuynh hướng. Nguyễn Mộng Giác trước 1975 sống ở miền Nam, giáo chức, viết báo, viết tiểu thuyết và phê bình truyện chưởng Kim Dung, được giải thưởng truyện dài của Bút Việt năm 1974 với cuốn *Đường Một Chiều* (1). Sau biến cố 30-4-1975, trong bốn năm, từ 1977 đến 1981, ông dựa trên một số tài liệu và phát hiện mới của Đặng Phương Nghi, Tạ Chí Đại Trường, tạp chí *Sử Địa* thời trước 1975, ... viết bộ *Sông Côn Mùa Lũ* rồi vượt biển tị nạn "chính trị", bản thảo để lại được gia đình đoàn tụ đưa qua sau, được nhà An-Tiêm in ở hải ngoại 1990-91 và đến 1998 được tái bản ở trong nước (2). Ông thuộc ban chủ biên và chủ bút tạp chí *Văn Học* (CA) mà những năm sau này, đã cùng với *Văn, Hợp Lưu* mở đường trong việc đăng bài của nhà văn trong nước, một 'sống chung' theo thiển ý có ý nghĩa cho sáng tạo và tương lai tập thể.

Để hiểu tác phẩm nhất là loại tiểu thuyết lịch sử, thiển nghĩ người đọc cũng cần phải biết thân thế tác giả. Dĩ nhiên có những ngoại lệ văn chương tự ngã, viết cho mình, xem mình là 'lịch sử', hoặc thỏa mãn nhu cầu cá nhân, nhưng nói chung, thơ hay văn đều có mục đích hướng tới người đọc, hoặc muốn được chia xẻ, cảm thông. hoặc có một sứ điệp, tâm sự, kinh nghiệm muốn để lại! Georg Lukács trong *The Theory of Novel* và nhất là trong *The Historical Novel* (1936), đã quan niệm tiểu thuyết lịch sử luôn có một tác giả và tác giả bị tác động bởi xã hội hắn sống, tác động này ảnh hưởng đến cái nhìn lịch sử của hắn, đến chính việc hắn lựa chọn viết tiểu thuyết lịch sử hoặc chọn đề tài và thời đại lịch sử (3)! Nguyễn Mộng Giác viết *Sông Côn Mùa Lũ* trong không khí bi thảm của dân tộc của những ngày tháng hậu 30-4-1975: "học tập" 3 tuần thành 3, 10, 18 năm, thân phận kẻ thắng người bại, mất quyền công dân và làm người, chủ nghĩa ngoại lai mệnh danh "dân tộc", v.v. Ông viết *Sông Côn Mùa Lũ* khi toàn bộ văn nghệ sĩ miền Nam nếu không bị đày đi 'cải tạo' thì cũng bị cấm viết cũng như tác phẩm bị cấm – Nguyễn Mộng Giác viết sau chiến dịch khủng bố văn nghệ sĩ và trí thức miền Nam đã được phát động và đang vây bủa miền Nam (4)! *Sông Côn Mùa Lũ* cũng là ấn-phẩm hải-ngoại đầu tiên được chính thức tái bản ở trong nước năm 1998. Nguyễn Mộng Giác là một nhà văn may mắn!

Sông Côn Mùa Lũ của Nguyễn Mộng Giác là một tiểu thuyết lịch sử có tính cách điều nghiên văn hóa, về "hiện tượng" Nguyễn Huệ của đất Qui Nhơn. Cái đặc biệt của bộ trường thiên non 2000 trang này là chân dung con người Nguyễn Huệ đa dạng và nhiều tương phản. Nguyễn Mộng Giác cho người đọc nhìn thấy sự sinh thành và lớn dậy cùng tâm lý, kiến thức, chính trị và tài năng khác người của người anh hùng áo vải gốc nhà nông, nhưng đồng thời là một con người văn hóa, có sở học Nho của thời đại, có cái học đạo lý làm người. Tác-giả như có tham vọng chứng minh rằng Nguyễn Huệ có cái nhìn cập nhật và cả vượt quá thời đại cho nên triệt để không ngừng ở những tham vọng chính trị "trung dung vừa phải", cổ hủ - mà đại diện là giáo Hiến. Suốt đời, dường như Nguyễn Huệ sống và hành động mâu thuẫn, nhiều bí mật và nhân cách đối nghịch trong cùng một người, lúc trắng lúc đen, lúc hợp "đạo" lúc vô đạo, vô lý, lúc tỏ ra có văn hóa đối với giáo Hiến là thầy dạy lúc trẻ, lúc khác lại phàm phu, có vẻ vô luân lý khi chống thầy, lúc có nhân nghĩa, lúc phản phúc (như chống lại anh là Nguyễn Nhạc hoặc đối xử với vua Lê bố vợ - công chúa Ngọc Hân), người võ biển điệu nghệ có bản lĩnh nhưng cũng biết chứng tỏ văn hóa cao và tàn nhẫn khi cần đến. Chịu ảnh hưởng sách vở thánh hiền và thầy dạy nhưng cũng biết vượt lên trên sách vở (phê đạo Nho và hủ nho kể cả thầy dạy mình), nhìn thấy cốt lõi của tinh túy Việt Nam qua việc đề cao chữ Nôm, chiêu hiền (La-Sơn phu-tử). Những chương viết về chiến thắng mùa Xuân năm Kỷ-dậu 1789 như một bản anh hùng ca không tì vết, oai hùng và vĩ đại! Theo Nguyễn Mộng Giác, Nguyễn Huệ là một con người có văn hóa mới tôi luyện của thời nhiều nhương và là một anh hùng khác thường, có tầm nhìn cao xa, một tổng hợp mới, quyền biến theo thời là những đức tính mà các "hủ Nho" không thể nghĩ đến hoặc làm được. Ông biết "dùng" hiền sĩ và cả con buôn dù có vẻ tàn bạo trong cách dùng người nhất là vào cuối đời. Tất cả những đối lập, mâu thuẫn đó đã có thể sống chung, chung đụng trong một con người: Nguyễn Huệ. Nguyễn Mộng Giác cũng tỉ mỉ phân tích, vẽ rõ nét những nhân vật phụ (cô An bạn thiếu thời của Nguyễn Huệ, Lợi chồng cô An, giáo Hiến và những người con trai Chinh, Kiên, Lãng, ...). Từ gia đình giáo Hiến ra đến gia đình Nguyễn Nhạc. Nhưng cũng vì vậy nhiều chương đoạn có tính cách là một điều nghiên xã hội hơn là văn chương!

Sông Côn Mùa Lũ là cái nhìn tổng hợp của Nguyễn Mộng Giác về con người lịch sử Nguyễn Huệ. Bộ truyện gây suy nghĩ về vai trò người dân thường đối với lãnh tụ anh hùng, và sự "tạm bợ" của những "anh hùng trong trời đất" trong cuộc sống cũng như trong lịch sử. Tác-giả dùng tiểu thuyết để vẽ lại lịch sử một thời, ở một nơi, rồi ra đến cả một nước, chi tiết tỉ mỉ một tiểu sử một nhóm người dù sao cũng đã làm nên lịch sử! *Sông Côn Mùa Lũ* đại diện cho khuynh hướng tiểu thuyết lịch sử muốn trình bày trung thực một thời đại bằng cách tiểu thuyết hóa những diễn tiến tình tiết, những thái độ, trình độ trí thức, tâm tính, với những nhân vật có thật bên cạnh vài nhân vật tiểu thuyết có thể có thật, như một giả thuyết, một thử nghiệm văn chương cho đề tài lịch sử đã chọn! Kiên và Nguyễn Lữ của Nguyễn Mộng Giác là những vai tiểu thuyết trọn vẹn. Lãng và An là những gượng ép, nhưng cần thiết để làm nổi nhân vật chính. Còn Nguyễn Huệ xét cho cùng không xa Koutousov của Chiến-Tranh Và Hòa-Bình, một anh hùng đại chúng, không muốn làm khác hơn là theo những quyết định của tâm trí mình cộng với sức mạnh quần chúng ủng hộ và sự bất đồng ngày càng lớn với hai ông anh Thái-Đức và Đông-Định Vương, nhưng rồi bất lực trước lịch sử, đạt được khoảnh khắc mà không giữ được lâu. "Nguyễn Huệ nhìn xa thấy rộng, cao vọng lớn, nhưng không thể vượt lên khỏi các ràng buộc của tình ruột thịt. Làm sao được! Ngoài khối óc, ông còn có một trái tim nhạy cảm!" (tr. 1530). Như tất cả mọi gian nan, sức mạnh của định mệnh thời đại đã nhập vào ông, để trở thành Bắc Bình Vương và hoàng đế - dù ông chưa thật sự thống nhất đất nước. "Con đường nam tiến của ông đã bị tắt nghẽn ở Bến Ván .... Ước vọng thống nhất đành phải chịu dang dở" (tr. 1530).

Nguyễn Mộng Giác viết sát lịch sử dù phần nào theo dã sử, dĩ nhiên sát những nhân vật Tây Sơn, và về thời huy hoàng hơn là thời suy tàn và cái chết. Nhưng phải ghi nhận sự đề cao thái quá con người Qui Nhơn, một loại ái quá thành quá khích địa phương, lãng mạn hóa con người và xã hội thời đó, thành ra mộng tranh bá đồ vương lớn hơn khát vọng ăn no mặc ấm. Văn hóa và dân tộc là những từ ngữ lớn nếu áp dụng cho Nguyễn Huệ và những anh hùng lớn bé của giai đoạn lịch sử đó. Người dân nhất là nông dân đã bất mãn thường trực nổi dậy từ 1740, đến Nguyễn Huệ thêm yếu tố văn hóa đưa đến thành công nhưng rồi cũng rơi vào thất bại có thể cũng vì yếu tố văn hóa ở con người! Nguyễn Mộng Giác cũng đã quá "tiểu thuyết hóa" chuyện chàng Lía, dù đó là cách tác giả cắt nghĩa tinh thần tranh đấu của binh lính Tây-sơn và vẽ bức tranh xã hội thời bấy giờ.

Ngoài ra có những chi tiết ông cho xảy ra vào thời Nguyễn Huệ mà lại tái diễn trong *Mùa Biển Động* hai thế kỷ sau, như trò cắt tai kẻ thù xâu dây (tr. 286), cảnh Qui-Nhơn thất thủ (ch. 23) gần với cảnh mất miền Nam tháng Tư năm 1975 (tr. 890). Một số cảnh họp chợ, tụ tập khá gần với đời sống hai thế kỷ sau! Nguyễn Mộng Giác dài dòng về chính danh, từ khi Huệ còn học với giáo Hiến đến khi đã xưng đế, vẫn bị ám ảnh khi đối thoại với nhà Nho thức thời Trần Văn Kỷ (tr. 1661, 1865) hay với ẩn sĩ La-Sơn phu-tử, tỏ băn khoăn chính tà của Kim Dung qua những nhân vật như Lệnh Hồ Xung! Với Nguyễn Mộng Giác, Nguyễn Huệ sống với ám ảnh An, người con gái của thầy giáo Hiến của anh em ông. Rồi cũng chính vì đối với lịch sử, kẻ thắng thực sự là người dân cho nên khi Tây Sơn tàn mạt, mẹ con Ngọc Hân trốn chạy bị xua đuổi mà vua Cảnh Thịnh và thân thích quần thần đều bị dân bắt nộp cho "chủ" mới!

Cùng thể loại với *Quang-Trung Nguyễn Huệ* (1944) của Hoa Bằng, *Sông Côn Mùa Lũ* theo thiển ý đáp ứng một số nhu cầu cho tác giả, có giá trị thời sự, có vẻ điều nghiên thật ra do chủ quan, uốn nắn, nhưng chưa hẳn đã là một tiểu thuyết lịch sử văn chương theo nghĩa hẹp, hơn nữa mang hình thức truyện kể hơn là làm văn chương, tiểu thuyết. Với những sự kiện lịch sử phát hiện thêm, hoặc nếu thời thế thay đổi, thần thánh, nhân cách cũng sẽ phải ... khác, như mọi lẽ tương đối, phù du!

Sông Côn Mùa Lũ như muốn chứng minh lịch sử là trận tuyến nơi đó người dân qua vai ba anh em ấp Tây Sơn thượng làm xúc-tát, đã nổi dậy làm chủ, để tiến lên những chiến thắng to lớn hơn, toàn bộ hơn. Lukács cổ võ cho biện chứng pháp và duy vật lịch sử cũng chỉ làm công việc đó khi phê bình các tiểu thuyết lịch sử khác thuyết ông chủ trì trong suốt tập *The Historical Novel* từng trở thành chỉ nam cho nhiều thế hệ! Với Nam Dao, Nguyễn Huệ chỉ là một thế cờ "mát tay", một tiếng nói nhất thời của một thời rất tao loạn! Hơn thế nữa, *Gió Lửa* muốn thuyết phục người đọc rằng lịch sử chỉ toàn một phường tàn độc, gian ác, anh hùng hay không cũng như nhau! Riêng với Nguyễn Huy Thiệp, những gì đến từ "thượng lưu" đều khả nghi, tối ám. Nói chung, đối với các tác giả, nhà Lê đều đại diện cho một "nho giáo" lỗi thời, xơ cứng, hình thức, đại diện cho một giai cấp phải triệt tiêu. Trò thoán nghịch và tàn bạo của nhà Trịnh kéo dài nhiều thế kỷ như chứng minh cho yếu tố loạn, bất thường trong đời sống dân tộc. Nhà Nguyễn 144 năm từ đời Gia Long muốn chính danh, chỉnh đốn giai cấp sĩ và nho, nhưng rồi hóa ra vẫn bất cập, quá trễ khi họng súng kịch liệt của văn minh cơ giới đã nổ ngoài cửa Cần Giờ và Cửa Hàn!

Giới trí thức, văn nghệ cũng bị mũi tên của tác giả nhắm: Ngô Thì Nhậm thì "chua chát ngao ngán" giới nho sĩ Bắc-hà lúc biến, sa sút trở thành "những cái hình nộm múa may vụng về nhiều khi lố lăng, kệch cỡm" (tr. 1768). La Sơn phu-tử thì thoái thác không giúp Nguyễn Huệ hết lòng, phải đợi mời nhiều lần, lu mờ bên cạnh Huệ, trong khi La-Sơn phu-tử của Nam Dao được mổ xẻ chiều sâu, ra phu-tử hơn! Nguyễn Mộng Giác đưa ra khá nhiều lời lý luận về "chính thống" hay thất chính, thời bình thời loạn, minh chủ, minh quân, truyền thống cũ mới!

Nguyễn Mộng Giác viết về sự sinh thành và huy hoàng của một triều đại, một gia đình, một gốc gác Qui Nhơn, ông cố tình không viết về thời suy tàn và cái chết của Nguyễn Huệ - "Kẻ tỉ mỉ làm gì những điều vụn vặt ấy!" (tr. 1530). Nguyễn Huy Thiệp, Trần Vũ, Nam Dao, ... sẽ bổ túc những cái Nguyễn Mộng Giác gọi là vụn vặt đó! *Hoàng-Lê Nhất Thống Chí* thì có tính cách ký sự và tiểu thuyết hóa. Trong Mùa Mưa Gai Sắc của Trần Vũ, Nguyễn Huệ là một con người võ biền nhiều mưu sâu và dục vọng. Ngọc Hân trong tay Nguyễn Huệ trở thành trò chơi cho kẻ bạo dâm, nhưng Ngọc Hân nhận chịu nhục nhã vì bà muốn trả thù cho vua Lê, bà đã viết Ai Tư Vãn để tế sống Nguyễn Huệ! Trong khi đó *Gió Lửa* vừa tiểu thuyết hóa vừa giả thuyết, lập luận với cái mốc hiện tại to tướng! Mối tình "tiểu thuyết" của Nguyễn Huệ đối với An trong *Sông Côn Mùa Lũ* làm mờ những sự kiện lịch sử liên quan đến đời tình ái của ông với hoàng hậu Phạm-thị và Ngọc-Hân. Chân dung Nguyễn Huệ thay đổi tùy tác giả là Nguyễn Mộng Giác, Nam Dao, Nguyễn Huy Thiệp, Trần Vũ, *Hoàng-Lê Nhất Thống Chí*, cả sử *Khâm-Định Việt-Sử Thông-giám Cương-mục*, Trương Vĩnh Ký, "Hà-Nội", v.v. Thí dụ trong *Hoàng-Lê Nhất Thống Chí*, Nguyễn Huệ đã tỏ ra tàn bạo, vũ phu, đầy mặc cảm tự tôn cũng như tự ti. Tự phụ ra mặt khi nói với Ngọc Hân: "Con trai con gái nhà vua đã có mấy người được sướng như chúa" (5); hoặc tự ti khi trả lời Nguyễn Hữu Chỉnh môi giới vua Lê gả công chúa Ngọc Hân để trả công "cứu vua": "Vì dẹp loạn mà ra, rồi lấy vợ mà về, trẻ con nó cười thì sao? Tuy vậy ta mới chỉ quen gái Nam hà, chưa biết con gái Bắc hà. Nay cũng nên thử một chuyến xem có tốt không?" (5), sau khi bất bình "được" vua Lê phong làm Nguyên súy Uy quốc-công.

Nguyễn Mộng Giác khai thác tối đa những dữ kiện và văn liệu lịch sử về Nguyễn Huệ, ngoại trừ việc Nguyễn Huệ "khai quật lăng tẩm của các tiên sinh Chúa họ Nguyễn từ cháu nội ông Nguyễn Kim đến ông thân sinh ra Chúa là Nguyễn Phúc Luân" rồi cho liệng sông, như sử gia Phạm Văn Sơn đã viết (6)! Người đọc vẫn cần một chân dung đích thực của Nguyễn Huệ, như trường hợp Napoléon của *Chiến-Tranh Và Hòa-Bình* của L. Tolstoi được coi là khả tín nhất dù người viết là người Nga, nếu phải so với Napoléon trong tiểu thuyết lịch sử của A. Burdess, Bainville, Ludwig, Castelot, Guillemin, ...

Nếu Hoa Bằng, Nguyễn Triệu Luật, còn giữ không khí và ngôn từ của thời lịch sử thì Nguyễn Mộng Giác đã đi xa hơn, "vẽ" nhiều hơn, dùng nhiều chất liệu hơn, phân tâm moi móc nhiều hơn, ghi cả âm thanh tiếng tao loạn, chinh chiến, ... Ông cũng lý luận nhiều hơn, bi kịch hóa và anh hùng hóa hành động. Đối thoại được làm sống hơn, nâng cao, tìm tòi hơn. Người viết tiểu thuyết lịch sử như giỡn với nhà khoa học nhân văn - cần sự tỉnh trí và khách quan đặt trên căn bản lịch sử, xã hội, nhân chủng, ... - và khoa học nhân văn cũng cần đến những giả thuyết, mô hình, ... trong thực tế cũng là những huyền thoại, những giả thuyết, giả dụ, giả sử dù thuần lý.

Để có thể cắt nghĩa tận cùng những thua bại hủy vong, Nguyễn Huy Thiệp cũng như Trần Vũ, Nam Dao sau Nguyễn Mộng Giác, đã phải tầm thường hóa, xác thịt và con người hóa một số "anh hùng", "thần tượng" cấm kỵ của Nguyễn Triệu Luật, Nguyễn Mộng Giác cũng như của tác giả sách giáo khoa sử hiện dùng ở trong nước! Các vị đó như muốn chứng minh lịch sử không hề có anh hùng, chỉ là những tay tứ-chiếng tàn bạo, gặp thời, mà "anh hùng" nếu có cũng là những con người tầm thường, xác thịt. Nguyễn Mộng Giác ngược lại, muốn đưa đẩy những con người nhỏ bé của đời thường lên vai "anh hùng"! Mà con người hình như luôn tìm hạnh phúc nhưng lại thường muốn làm anh hùng, thời thế không tạo anh hùng thì anh hùng tạo thời thế vậy. Khi bàn đến tiểu thuyết lịch sử của A. Dumas, có nhà phê bình đã nói "Người ta có thể hiếp lịch sử nhưng với điều kiện có thể sinh cho lịch sử những đứa con đẹp đẽ!" có thể vì chính Dumas đã viết với quan niệm rằng lịch sử là cái đinh để ông treo hết tập tiểu thuyết này đến tập khác!

Nếu *Chiến Tranh Và Hòa Bình* của Tolstoi là bộ tiểu thuyết muốn cạnh tranh với lịch sử, một lịch sử đang âm ỉ vận động, đang hoặc sắp hình thành - nói như các nhà Mác-xít sau đó, với chất liệu lịch sử, thì *Sông Côn Mùa Lũ* muốn cho lịch sử một số ý nghĩa nào đó. Yếu tố tiểu thuyết giúp người viết đưa ra những giả thuyết để tra vấn và không hẳn dễ có câu trả lời. Nguyễn Mộng Giác nói đến Ác để đề cao cái Thiện. Ông có dự phóng đảm bảo người đọc về nội dung và chiều hướng lịch sử, nhưng thực ra không gian của Sông Côn Mùa Lũ muốn làm sống lại lịch sử với chủ ý, chủ quan hơn những tiểu thuyết lịch sử trước đó. Sông Côn Mùa Lũ tiểu thuyết hóa giai đoạn anh hùng của Sông Côn.

Với Nguyễn Mộng Giác, người đọc như phải bơ vơ trước bề dày lao đao bấp bênh của lịch sử. Thế hệ trẻ như Lan Cao trong *Monkey Bridge* (7) cũng còn vang vọng tiếng nói ý thức và lương tâm chung này. Gần năm trăm năm loạn "quí tộc" đó đầy những lãnh chúa giàu tham vọng nhưng rồi thất bại (Trịnh Sâm, Trịnh

Tông, Trương Phúc Loan, Nguyễn Nhạc, ...), những vua hụt, chúa suýt, những tướng lãnh, hoàng tộc đầy tham vọng mà hậu vận cũng không khá (Đặng Thị Huệ, Nguyễn Hữu Chỉnh, Vũ Văn Nhậm, Ngô Thì Nhậm, ...): họ là những phản diện của Nguyễn Huệ, ... những quỉ ám, ta-bà bên cạnh những anh hùng đăng quang đầy quyền uy mà rốt lại anh hùng hôm trước hôm sau cũng bại suy, tả tơi! Muốn thoát cái nhìn khô cứng một chiều của sử chính thức nhà Nguyễn, có nhà viết truyện lịch sử như muốn đối đầu, hoặc đã đánh nhanh rồi rút (!) như Nguyễn Huy Thiệp, Trần Vũ, Trần Nghi Hoàng, hoặc chậm rãi nguyên tắc nhưng thâm sâu tâm lý nhị nguyên như Nguyễn Mộng Giác, hay muốn ... đâu ra đó, nhiều bình diện, với tâm tình thất vọng với lịch sử hiện đại, thất vọng với loại lịch sử 'minh họa, phải đạo' của "nhóm" người đề cao anh hùng áo vải. Nhưng thiển nghĩ tất cả đều có tính cách thoát ly hiện thực, không thật sự dấn thân cho thực tại đất nước, chính ở chỗ chủ quan dùng chuyện xưa để sửa sai mà thiếu nối mạch với hiện thực và dự phóng! Dĩ nhiên, chúng ta đã sống qua những thời nghi ngờ của thế giới tiểu thuyết Balzac, thời của Kafka, thời "tiểu thuyết mới" rồi trở lại thời ngờ vực của "tân tiểu thuyết mới"! Để hiện thực hay dự phóng?

Dù lúc nào cũng có những người hoảng sợ trước bước đi của thời gian, trước những niềm tin đã bị lung lay, họ cần đến những nguồn tâm linh, thần linh, sau khi đã xa thần quyền - khoa học kỹ thuật khiến con người tự tin hơn trước những lực siêu nhiên - dù chưa thật sự khuất phục được thiên nhiên. Nghi ngại bước đi của lịch sử, con người có lúc ra mặt mạnh dạn đảm bảo sinh mệnh chung, cả trong thế giới tiểu thuyết! Hết còn là thời của loại tiểu thuyết truyền thần, ảo hóa, thần thành hóa, ảnh hưởng khuynh hướng của các ngọc phả và chí quái!

Nguyễn Mộng Giác đã có lần "tâm sự" bị tác động bởi hoàn cảnh miền Nam và giới trí thức lúc ông viết, nhất là chương 90. Nhiệm vụ của một người viết tiểu thuyết nếu có theo ông là "phức tạp hóa những điều tưởng là đơn giản, để người ta nhớ rằng con người, đời sống là cái gì mong manh dễ vỡ, phải cố gắng thông cảm với những tế vi phức tạp của nó, nhẹ tay với đồng loại những lúc bất đồng, kiên nhẫn với những yếu đuối khó hiểu ..." (8). Chính văn hóa đã cách biệt văn và sử, và tiểu thuyết lịch sử đã thành "tâm sử"! Nguyễn Du, Nguyễn Đình Chiểu, ... ngay cả Kim Dung, đều dùng chuyện xưa để lồng tâm sự người sau, nhưng tại sao các tiểu thuyết gia lại cứ chọn Napoléon, Nguyễn Huệ và một số "sử gia" như ông Văn Tân thích so sánh Nguyễn Huệ với Napoléon? Phải chăng thời đại và triều đại hai nhân vật này đã làm đổ bức tường giai cấp trí thức, khiến giai cấp dân giả có kinh nghiệm sống, nổi bật bởi những biến cố lịch sử tức đem lại ý nghĩa cho lịch sử, cho bước đi của lịch sử? Những thời thái bình Trần Thái Tông, Lê Thánh Tông, ... không gây được một kinh nghiệm lịch sử đáng kể? Hay "bản sắc" văn hóa Việt Nam đã đi đôi với kinh nghiệm chiến tranh? Mấy trăm năm nội chiến và phân tranh phải có biến cố ba anh em Biện Nhạc ở Qui Nhơn và nhất là phải đi đến Nguyễn Huệ như một thiết yếu lịch sử. Nguyễn Mộng Giác đã đi vào con đường ý thức hệ và quan niệm xã hội để cắt nghĩa những hiện tượng lịch sử. Ông xem Nguyễn Huệ như một hậu quả tất nhiên của xã hội chính trị thời đó, để rồi tán dương một cách dễ tính, theo thời.

Trước ông, Lương Đức Thiệp của nhóm Hàn Thuyên đã cắt nghĩa thất bại của nhà Tây Sơn: "Xã hội Việt Nam thời ấy cũng tương tự xã hội Pháp về thời Nã-phá-Luân (đầu thế kỷ thứ XIX) trong nhiều tính cách. Sau cuộc Cách mạng tư sản dân quyền (Révolution bourgeoise de 1789), xã hội Pháp làm sân khấu cho hai khối lực lượng gần ngang nhau xung đột: một bên khối tư sản vừa chiến thắng ở cuộc cách mạng đảo Phong kiến xong, nhưng chính quyền chưa nắm được vững trong tay, một bên thợ thuyền và một số nông dân cùng nổi dậy định cướp chính quyền. Hai khối ấy đương đầu nhau nhưng chưa bên nào thắng bại hẳn. Giữa tình trạng xã hội phân tranh này, Nã-phá-Luân nhảy lên sân khấu chính trị đóng vai trò trọng tài, tựa trên quân lực và sắc lệnh mà cai trị. Nếu khối tư sản quá mạnh, Nã-phá-Luân lấy lực lượng của thợ thuyền và nông dân chọi lại (...) để giữ thăng bằng cho hai khối lúc nào lực lượng cũng tương đương nhau. Song tình thế chông chênh này không kéo dài mãi được và muốn giữ vững chính quyền, Nã-phá-Luân phải chinh phục Âu-châu để lấy chiến thắng bên ngoài mà cứu gỡ địa vị chông chênh ở trong nước (...). Nhưng khi bị thua trận tại nước ngoài, địa vị của Nã-phá-Luân ở trong nước cũng lung lay"

(9). Lương Đức Thiệp nghi ngờ việc xông pha chiến trận sau đưa đến chiến thắng Đống Đa có tính cách bonapartiste, sau khi đã bị nông dân và nho sĩ hết ủng hộ! "Triều đại Tây Sơn trút đổ là một lẽ tất nhiên của lịch sử". Dĩ nhiên đây cũng chỉ là một cắt nghĩa!

*

Thể loại tiểu thuyết lịch sử đã tiến xa, theo con người Việt Nam sau những năm dài phân tranh chia rẽ, trở thành phức tạp, không thể đơn sơ! Đa số minh họa lịch sử, rất ít thành công văn chương. Thất bại vì cắt nghĩa, 'ăn có' theo mẫu, mà không độc đáo hóa nhân vật nhất là nhân vật phụ, hoặc không thật có kỹ thuật văn-chương. Tolstoi đã làm ngược lại và đã thành công với Koutousov; vì chính những nhân vật phụ, những hoàn cảnh dã sử, ngoại sử giúp người viết giải quyết nhiều vấn nạn lớn mà chính sử không thỏa mãn! *Sông Côn Mùa Lũ* có chất tiểu thuyết nhưng tổng thể lại là một văn liệu về những khám phá mới về Nguyễn Huệ và chưa đủ sâu đa diện văn hóa Việt. Tác giả muốn làm chủ tình hình, lịch sử, và vì yếu tố tác giả cùng gốc địa lý với những anh hùng trong *Sông Côn Mùa Lũ* thành ra cưỡng ép. Tựu trung câu hỏi ở chỗ lịch sử, văn hóa thời của lịch sử hay của hôm nay soi nhìn lại? Quá khứ thẩm nhập vào đời sống thành văn hóa, thành nếp, ... thành hiện tại!

Về phía sử, gần đây trong và ngoài nước có những tư liệu và suy nghĩ mới về Nguyễn Huệ như Nguyễn Gia Kiểng dựa theo tài liệu các thừa sai ngoại quốc có mặt hoặc nghe nói về chiến thắng Đống Đa, đã "khoa học" lại những con số đã được lịch sử rộng rãi đưa ra rồi được một chế độ vì hợp thuyết nên đã tiếp tục thần thánh hóa. Theo ông, sự tôn vinh Nguyễn Huệ khởi từ Hoàng-Lê Nhất Thống Chí, một nguồn tiểu thuyết và thiên vị, và nguồn "sử" của cụ Trần Trọng Kim khi viết *Việt Nam Sử Lược*, cụ vốn dị ứng với nhà Nguyễn Gia-Long. Còn "Hà-Nội" vì mục đích chính trị "cách mạng vô sản". "Thần tượng Nguyễn Huệ thiên tài quân sự, anh minh sáng suốt và nhân nghĩa chỉ là một sự xuyên tạc lịch sử có dụng ý". Chuyện chiến thắng "đập tan" 29 vạn quân Thanh, theo ông chỉ khoảng sáu ngàn, và Đống Đa chỉ là một trận "nhỏ". Cũng theo ông, "anh hùng áo vải cờ đào" Nguyễn Huệ thật ra chỉ là một thảo khấu hiếu chiến hiếu sát, tàn ác cả với anh và thuộc hạ (10). Chuyện ra

Bắc đánh quân Thanh mùa xuân năm 1789 bị nghi ngờ không thể tiến hành trong 20 ngày mà phải mất 40 ngày vì tình trạng đường xá thời đó, cũng như chuyện hai người lính cáng một người ngủ thay nhau để tiến quân cho nhanh. Ai cũng phải công nhận có chiến thắng (kể cả vua nhà Thanh) nhưng nên bỏ bớt những chi tiết thần thánh hóa người hôm nay khó tin! Cũng Nguyễn Gia Kiểng trong một bài viết khác, "Để lịch sử đừng lập lại" (11), "biện luận" (chữ của chính ông) rằng Tây Sơn là "loạn quân, một đám loạn quân thuần túy, cai trị một cách tàn bạo để rồi sau cùng cũng bị tiêu diệt một cách tàn bạo" như muốn phá hủy huyền thoại "anh hùng áo vải" Nguyễn Huệ, thuyết của tập đoàn cầm quyền ở trong nước hiện nay! Trong nước, nhiều năm sau "cởi trói" văn nghệ, giới sử học bắt đầu kêu gọi viết lại lịch sử và đặt lại, nhận định lại một số sự kiện và biến cố lịch sử như thời đại Hùng Vương, chiến thắng của vua Quang Trung, chế độ chiếm hữu nô lệ, niên đại văn bản hiện nay của bộ Đại-Việt Sử-Ký Toàn-Thư (12). Rồi những cái nhìn lại "chính ngụy" của các triều đại Hồ Quí Ly, Mạc Đăng Dung, ... Ngoài nước, một số người viết khác như Lê Minh Hà cắt nghĩa hoặc nhìn lại lịch sử hoặc chuyện xưa theo quan điểm, kiến thức giải phóng phụ nữ hôm nay! Hoàng Khởi Phong, Nguyễn Thị Thảo An thì nỗ lực xét lại lịch sử để mà đề cao, tiếc rẻ, thương cho người xưa (Hoàng Hoa Thám, Tôn Thất Thuyết, Kí Con, hoặc Nguyễn Trường Tộ)!

Nói chung, truyện dựng trên nền lịch sử hay ngoại sử, các tác giả gửi gắm tâm sự, "làm lại" lịch sử, phê bình các triều đại. Thường các tác-giả đưa ra *cảm nhận về lịch sử* của họ! Có thể họ viết về con người hôm nay hoặc là một cách đi tìm đạt cái Chân Thiện Mỹ, cái thẩm mỹ văn chương. Kiêng ky, có tác giả dùng những phương pháp "phúng dụ", sử-dụng những ký hiệu, những hình ảnh tương phản, mà là như cuộc đời, có người vượt được "dư luận" thông thường để hiện thực hóa anh hùng hoặc nhân vật lịch sử: một Gia Long, Nguyễn Huệ "tầm thường" trước đàn bà, trước cái đói. Sử quá thần thánh hóa khiến người đọc đâm ra nghi ngờ, suy từ chế độ ra, suy từ những đen trắng cuộc đời. Nhưng có những nguy hiểm đánh giá sai lạc nhân vật và sự kiện lịch sử, chủ quan đến quá đà, vì lý do chính trị hay không can đảm hiện thực đã đem tình dục vào các truyện lịch sử, gán cho các vua chúa và nhân vật lịch sử những hành vi, ngôn ngữ của người hôm nay, không tham chiếu, không sử liệu. Hay phải để cho văn chương chủ quan, quá đà, tự do? Cũng được đi, nếu nhân vật tiểu thuyết không cùng tên tuổi với nhân vật lịch sử; không được, vì chính tiểu thuyết lịch sử đã sử-dụng lịch sử!

Tiểu thuyết lịch sử Việt Nam qua nhiều giai đoạn của thế kỷ đã chứng tỏ thực sự là viết về con người thời đại, so với hiện thực là cái thấy, cái hiện sinh, cái có đó, cái gây cảm xúc, nhận thức. Nhưng rồi ra hiện thực cũng chỉ là một ảo tưởng có khi chết người, vì phải qua lăng kính, cách nhìn. Mặt khác, tiểu thuyết lịch sử cũng được dùng để nói đến thảm trạng người trí thức chí lớn, luôn thao thức, lỡ thời, không được trọng dụng hay có công không được đền bù xứng đáng: Nguyễn Trãi, Nguyễn Du, Nguyễn Trường Tộ, ... cũng là bi kịch của dân tộc! Nói bi kịch xưa để thật sự nói đến bi kịch thời nay dù phần nào đã có khác khi người trí thức nay luôn thiên vị, khác người và dễ bị rơi vào thái độ "tháp ngà", dễ bị thiêu hoặc gãy bút! Tiểu thuyết lịch sử trở thành di chúc của những oan hồn, buộc người đọc phải dừng lại nhiều giây phút để nhìn sâu vào tâm tưởng nếu có của lịch sử và dân tộc. Như thế, lịch sử không bao giờ tự khép lại chỉ có thể được khép lại bằng những nỗ lực chân chính của tất cả! Khẳng định hay phủ định biết chuyện lịch sử đều chỉ là những mơ hồ, tương đối, đối đầu mới là một vấn nạn lớn. Nhà văn một khi sử-dụng chất liệu lịch sử hay tham chiếu người xưa là đã có trách nhiệm phải nói ra!

Hơn nữa các tiểu thuyết có thể trùng đề tài, câu chuyện, nhưng dấu ấn sáng tạo lúc nào cũng thiết yếu. Việc viết lại lịch sử dưới hình thức tiểu thuyết có những điều kiện bó buộc, như đã phân tích. Hiện tượng liên-văn-bản lộ rõ trong thể loại này, vì sự lập lại và trùng hợp giữa các tiểu thuyết và lịch sử và với người đọc, sự liên tưởng và so sánh luôn ám ảnh hay cám dỗ khi đọc các văn bản của thể loại này. Nếu tác giả không để lại dấu ấn sáng tạo thì sứ-điệp, diễn văn và ngụy biện của tác giả sẽ trở thành yếu tố chính. Thuyết về liên-văn-bản từ Mikhail Bakhtine qua Julia Kristeva đến Gérard Genette cho thấy có những liên hệ giữa các tác phẩm trước sau, áp dụng vào tiểu thuyết lịch sử còn cho thấy có những đằng sau, bên cạnh, có khi trở thành thiết yếu để hiểu một tác phẩm. Tại sao viết, tại sao là người viết đó mà không là người khác và tại sao ở vào một thời lại xuất hiện nhiều tiểu thuyết lịch sử như hiện nay?

Mặt khác, tiểu thuyết lịch sử đối chọi với *khuynh hướng lãng mạn*, ở Pháp thế kỷ XIX cũng như ở Việt Nam hiện nay. Khi Khái Hưng, Lan Khai lãng mạn lịch sử thì văn học Âu-châu đã đi vào biện chứng và khi Nguyễn Mộng Giác thần thánh biện chứng, lý tưởng hóa thì người trí thức đang trở lại không tương nhượng sau một thời "mất giá"! Lãng mạn tự nhiên hay vì địa-phương (não trạng lệ làng và thần hoàng) hoặc lãng mạn hiện thực, tranh đấu, đều đã bị tiểu thuyết lịch sử đối nghịch. Một bên trốn tránh sự thực, một bên dùng tiểu thuyết để tìm sự thực, đương đầu với sự thực lịch sử hay thực tại! So với sử gia, người viết tiểu thuyết lịch sử thành công hay không là ở tài năng riêng, tài vẽ, biết sử-dụng những sắc màu làm nổi nguồn gốc của sự kiện; ở cái tài vạch ra những bí ẩn của tâm hồn con người, nhân vật lịch sử, những tâm hồn với những biến chuyển cao thấp mà nhà viết sử thường phải bỏ qua, ở cả tài thi vị hóa, tiểu thuyết hóa những nhân vật lịch sử. Nhân vật lịch sử cần "sống", tiếp tục sống sau khi người đọc gấp sách, khác với nhân vật sử đã được đồng thuận bởi thời gian và lịch sử, hay bất hạnh thay, bởi "tập thể" ... cá lớn! Tuy nhiên nhân vật lịch sử phải ở lại tầm thước con người, chứ không thể ngự với thần thánh khiến con người phải với cao mới đến! Những phá hủy "huyền thoại" bên cạnh chiến thắng Đống Đa của Nguyễn Huệ gần đây cũng trong ý nghĩa này thôi! Nếu sử gia không nhận tham chiếu những huyền thoại lập quốc, thì cũng không thể thêu dệt huyền thoại chung quanh những nhân vật lịch sử!

Khi đề tài được "yêu thích" của các tác giả vẫn là thời nội chiến năm trăm năm, phải chăng các tác giả muốn nhấn mạnh đến nội chiến, phân tranh, ... mà nay hình như đã trở thành "cá tính" văn hóa của người Việt! Hay cần một "thống nhất" đúng nghĩa chứ không phải thống nhất kiểu triều Nguyễn Gia Long, kiểu 1976, mà không cả kiểu Quang Trung vì không lâu là một, nhưng thứ nữa, ngay ba anh em còn chưa "thống nhất" nói chi đến thống nhất trăm họ! Mộng tranh bá đồ vương, cái ngã quá lớn. Mạng người không ra gì, cả thân tín và quan tướng cho mình, chỉ là những con cờ muôn thuở! Sử và văn sử về năm trăm năm phân tranh và chinh chiến cho thấy đa số vua chúa, lãnh tụ đều hiếu sát, hiếu chiến, tự ngã và tàn nhẫn trong khi cái ác kéo dài, cái Thiện hiếm hoi hoặc ngắn ngủi!

*

Tự bản chất, văn chương thường đi đôi với dị thường, huyền ảo, ngoạn mục và bất ngờ. Từ những thập niên đầu thế kỷ XX, thêm những triết lý mới về lịch sử, đề cao sức mạnh và vai trò mới của tập thể, quần chúng, "nhân dân", đưa đến việc tô màu những nhân vật anh hùng "bậc trung", chìm trong đám đông vô danh hay từ đám đông trồi vượt lên: những nhân vật của Walter Scott chẳng hạn. Những nhân vật phụ của lịch sử "thật" trở thành chính trong các tiểu thuyết lịch sử mới. Những phiêu lưu tưởng tượng được gán cho nhân vật lịch sử. Hoặc cho những nhân vật của tiểu thuyết đóng những vai tượng trưng và gương mẫu.

Ngay con người bình thường cũng mang sử tính, ở họ cũng đầy bi kịch và vấn nạn! Kịch tính có thể đi với hiện đại hóa khi dựng những nhân vật lịch sử nhưng có hiểm nguy lãng mạn hóa, dễ tha hóa nhân vật và cả lịch sử - điều mà người mác-xít rất sợ và đã phải cảnh giác luôn (13)! *Chiến-Tranh Và Hòa-Bình* của L. Tolstoi đã được nhắc nhớ nhiều đến nay có thể vì đã đi từ truyền thống W. Scott qua Pouchkine và Balzac tức đã không bị lãng mạn của V. Hugo và Vigny quyến rũ. Khởi hứng từ triết lý cách mạng Pháp, nhưng Tolstoi đã khởi từ những hiện thực của xã hội của thời đại ông, từ những con người thường, từ những cải cách nông nghiệp 1861 đến cách mạng 1905 trên đất nước ông, mà tiếng pháo trận của Napoléon chưa xa lắm, mới vừa trên 50 năm!

Khi văn chương không có đất để bành trướng tự nhiên như dưới các chế độ độc tài, lúc đó nảy sinh những lý thuyết vụ hình thức như thuyết cấu trúc, cả biện chứng pháp và duy vật sử quan. Thật vậy khi có tự do, nhà văn không cần phải trốn trong tù ngục của hình thức tác phẩm mà người đọc cũng không cần chặt ý tác giả, suy diễn sứ điệp nhiều khi chẳng có! Có tự do, văn chương phức tạp tự nhiên, vẫn là trò chơi con chữ nhưng bám chặt toàn thể hiện hữu của nhà văn hơn! Mỗi lần có những chống đối, phê phán, là vì những vấn đề chung của tiểu thuyết lịch sử thực hay hư, có văn chương không hay chỉ là sách truyện chơi "rẻ tiền". Lịch sử càng xa, người đọc càng khó tính đòi sự thực. Ngày càng nhiều tiểu thuyết lịch sử lên màn ảnh, sân khấu kịch, sống mạnh vì hình như con người có một kích thước lịch sử, dù duy tân, thích tân, vẫn thích vay mượn quá khứ (Bản Tuyên ngôn Độc lập 9-1946 chứa mấy câu của Jefferson).

Đến với quá khứ như nguồn tư duy và hứng cảm cho con người thời đại! Nhưng lại nhậy cảm! Thời 1954-1975 hoặc 1975-2000 chưa đủ xa, chưa thấm phán xét của thời gian, dù sao cũng hãy như cấm kỵ, dễ trượt vỏ chuối chết người, mìn bẫy hình như sót lại còn hơi nhiều nhất là những mảnh mìn trong tâm hồn và tham vọng. Thành ra người ta thích đổ xô viết hồi ký hơn, chủ quan và tự ngã tha hồ, thực tâm có mà tà ý cũng đầy! Thành thử tốt hơn nên theo vết người xưa, như Nguyễn Du viết chuyện Gia Tĩnh nhà Minh, Nguyễn Đình Chiểu nói chuyện Tây Minh, ...

Dù biết tình trạng lý tưởng chỉ khi chúa thượng, ta bà, được tự do cho phiêu lưu vào tiểu thuyết, không phải theo chỉ thị hay ý của "lãnh đạo", nghị quyết! Bao cấp và bảo thủ bị động cho nên mới có phương hướng nhiệm vụ thứ năm của Đại hội Nhà văn tháng 4-2000 như một việc cấp thiết cho tình thế mới! Trong nước do đó không thể đi xa vì điều khoản 4 điều 22 luật xuất bản (19-7-1993) vẫn như thanh kiếm Damoclès treo lơ lững trên đầu người viết: "nghiêm cấm các xuất bản phẩm có nội dung 4- xuyên tạc lịch sử, phủ nhận thành tựu chung, xúc phạm vĩ nhân, anh hùng dân tộc, vu khống, xúc phạm uy tín của tổ chức, danh dự và nhân phẩm của nhân dân". Trong hoàn cảnh đó, không nên đem Chiến Tranh Và Hòa Bình của Tolstoi ra so sánh, chờ đợi, vì hoàn cảnh khác, một bên ngoại xâm, một bên nội chiến, một bên khói súng vừa tắt ngấm 50 năm sau, một bên đã hai thế kỷ với nhiều triều đại cấm kỵ và nhiều chủ nghĩa ngoại lai, hòa chưa có mà bình cũng chẳng thấy!

Một khía cạnh khác cần xét là *người viết tiểu thuyết lịch sử là sĩ hay trí?* Chúng tôi đã có dịp bàn trong bài viết về bộ *Người Trăm Năm Cũ* của Hoàng Khởi Phong (14). Mai Thảo trong một ghi-nhận văn học cuối năm trên giai-phẩm *Văn* tháng 1-1975 đã đồng ý với Thanh Tâm Tuyền rằng "nhà văn là kẻ nói dối" khi nói về trò chơi chữ nghĩa, nhà văn ẩn náu trong chữ nghĩa hắn vì "văn-chương tự thân là một giả vấn đề, chữ nghĩa, một đánh lừa người" (15). Như vậy người viết tiểu thuyết lịch sử có dối trá, ngụy biện thì đâu có khác gì những biện giả thời Khổng tử và cả thời Chúa Jesus bên Trung-đông cũng như những tu sĩ giả hình chung quanh chúng ta?

Các tác giả tiểu thuyết lịch sử có thể hiện đại hóa, biến hóa ngôn ngữ, nhân vật, ... nhưng có thể nào tin tưởng họ có thể nói lên "tâm hồn" của cả một dân tộc? Con người hôm nay khoa học, mất gốc, xa dần những huyền thoại về nguồn gốc, lại muốn tìm lại gốc gác, nguyên tủy văn hóa qua tiểu thuyết lịch sử? Xét cho cùng, tiểu thuyết lịch sử hay lịch sử, văn hay sử, rồi ra cũng là trò chơi của con người, của giải mã và nhất là thuyết phục! Mở ra cho thế hệ tương lai, phải bỏ ám ảnh của quá khứ, lịch sử, chánh tà, v.v., người viết tiểu thuyết lịch sử mới có thể thành công để lại cho đời những tác phẩm văn chương lớn!

Chú-thích

Bài trích lại từ nghiên cứu "Về tiểu-thuyết lịch-sử", đã đăng ở giai-phẩm *Chủ Đề* số 4, mùa Đông 2000 và in lại trong *Văn Học Việt Nam Thế Kỷ XX: Một Số Hiện Tượng Và Thể Loại* (2004).

1. Nhà Nam Giao khi xuất bản đổi tựa là *Bóng Thuyền Say*. X. Nguyễn Tử Năng. "Tiểu thuyết Đường Một Chiều của Nguyễn Mộng Giác và sự tuyển trạch của trung tâm Văn Bút..." (*Văn Học* (SG), 197, 1974, tr. 75-82); Hoàng Ngọc Tuấn (*Thời-Tập*, 15, 30-11-1974; *Bách Khoa* số IV-XIX, 20-12-1974); Nguyễn Quốc Trụ (*Thời Tập*, 18-19, Xuân 1975, tr. 117); Thế Nhân (*Bách Khoa* số R*, 11-1974).

Về giải thưởng Văn Bút (PEN Club) năm 1974, theo nhà văn Nhật Tiến, thành viên Hội Đồng Tuyển Trạch giải Bút Việt 1974, thì "không có vụ tranh cãi gì trong việc tuyển chọn giải thưởng Truyện dài của Nguyễn Mộng Giác trong năm này" (email 25-9-2008 gửi chúng tôi). Như vậy, sau khi giải được công bố thì mới có đôi tiếng phản đối hay phê phán nặng nề cuốn *Đường Một Chiều*. Bài viết của Hoàng Ngọc Tuấn trên tạp chí *Bách Khoa* số IV-XIX (20-12-1974), cho thấy là Nguyễn Mộng Giác có chỉ trích những cây bút hiện sinh thời đó hay lập dị, làm dáng, nên có thể khiến họ thù ghét mà ghét lây cả cuốn sách được giải: "... Điểm đáng đề cao hơn nữa của truyện *Đường Một Chiều*, là thêm một lần nữa chứng tỏ cái ý hướng trách nhiệm của tác giả đối với xã hội. Truyện của Nguyễn Mộng Giác bao giờ cũng từ chối làm chiều lòng những kẻ trưởng giả giầu sang, ăn chơi phè phỡn, hưởng thụ chán chê rồi học đòi triết lý thời trang rằng cuộc đời là hư vô, phi lý, buồn nôn (...) Và đáng quý thay, các tác phẩm của Nguyễn Mộng Giác từ trước tới nay đã phủ nhận và không tham gia vào trò chơi chữ nghĩa triết lý phòng trà đó". Ngoài lý do khả thể vừa kể, nhà văn Nguyễn Mộng Giác còn cho chúng tôi biết, qua email 1-10-2008, cuốn *Quốc Lộ 13* của Tô Vũ (Lê Vĩnh Thọ) vì thua phiếu nên nhóm Văn Học "quậy phá" trên tạp chí *Văn Học* và *Phổ Thông*. [10-10-2008]

2. Nguyễn Mộng Giác. *Sông Côn Mùa Lũ*. Hà-Nội : NXB Văn học; Trung tâm Nghiên cứu Quốc học, 1998. 2008 tr. (4 tập. Mai Quốc Liên giới thiệu, Đỗ Minh Tuấn viết Tựa bìa). Chúng tôi sử-dụng bản do nhà An-Tiêm xuất bản (Los Angeles, CA. 1990-1991), 1942 trang truyện.

3. Lukács, Georg. *The Historical Novel*. Lincoln: University of Nebraska Press, 1983. p. 24.

4. Chiến dịch lên án và triệt hạ văn nghệ sĩ và trí thức miền Nam Cộng-hòa đã bắt đầu ngay từ đầu tháng 5-1975. Một ban thanh lọc văn nghệ phẩm do Trần Bạch Đằng và Lữ Phương thứ trưởng Văn hóa cầm đầu với các trưởng tổ Vũ Hạnh, Huỳnh Văn Tòng, Châu Anh (về phía nhân viên có Minh Quân, Tường Linh, Thu Mai, Nguyễn Sỹ Nguyên, Giang Tân, HTA, v.v.). Họ đã xếp toàn bộ văn nghệ phẩm vào 6 loại. Đến ngày 20-8-1975, Lưu Hữu Phước, bộ trưởng Thông tin văn hóa của chính phủ Cách mạng Lâm thời Cộng hòa Miền Nam công bố Nghị định cấm lưu hành sách báo xuất bản tại miền Nam và đồng thời công bố danh sách 56 tác giả bị cấm. Đợt hai của chiến dịch thanh toán "bọn văn nghệ sĩ phản động" khởi đầu sáng 3-4-1976, hai ngày sau vụ nổ công viên con rùa đường Duy Tân: công an lùng bắt hầu hết văn nghệ sĩ và trí thức. Đến tháng 3-1981, nhà cầm quyền lại ra hẳn một cuốn danh-mục sách và tác giả cấm lưu hành gồm 122 tác giả với toàn bộ tác phẩm bị cấm. Và theo Hoàng Hải Thủy, năm 1976 trong các khóa 'bồi dưỡng chính trị', nhà văn Nguyễn Mộng Giác đã tình nguyện làm thư-ký Tổ Thơ Văn cho Vũ Hạnh ("Mắt mù, tai điếc". Saigon Nhỏ, 15-5-2009, tr. A3-5).

5. *Hoàng-Lê Nhất Thống Chí*. Bản dịch Ngô Tất Tố (Sài-Gòn: Phong-trào Văn-hóa tb, 1958), tr. 104 và 103.

6. Phạm Văn Sơn. *Việt Sử Tân Biên*. Sài-Gòn: Tác giả xb, 1961; Đại-Nam tb, q. 4, tr. 247. Thù oán và phong thủy khiến Nguyễn Ánh cũng không hơn gì, do đó mà nay không còn mồ mả anh em Tây Sơn và cả vua Cảnh Thịnh.

7. Lan Cao. *Monkey Bridge*. New York: Viking, 1997. 260 p.

8. Nguyễn Mộng Giác . "Nhìn lại những trang viết cũ". *Văn Học* CA, 167, 3-2000, tr. 34-57.

9. Lương Đức Thiệp. *Xã Hội Việt Nam: Việt Nam Tiến Hóa Sử* (Sài-Gòn: Hoa Tiên tb, 1971), tr. 66-67.

10. "Phải chăng nhân vật Nguyễn Huệ qua lịch sử đã được tôn vinh quá lố?" *Ngày-Nay* (Houston) 377, 1-11-1997, tr. B3-4; "Về một vấn đề lịch sử", *Thông Luận*, 108, 10-1997). Sau in trong *Tổ Quốc Ăn Năn* (Paris, 2001), tr. 149-185). Ngược lại, có những biên khảo như *Nhà Tây Sơn* của Quách Tấn và Quách Giao (Tp HCM: Trẻ, 2000. 215 tr.) lại huyền thoại và thần thánh hóa cuộc đời anh em Nguyễn Nhạc và cả những thuộc-tướng!

11. *Thông Luận*, 137, 5-2000.

12. Tranh luận chung quanh cuốn *Đối-Thoại Sử Học* của Bùi Thiết và sáu tác giả (Hà-Nội: Thanh Niên, 2000. 518 tr.). Và quanh thuyết về 2 hoặc 5 ngàn năm văn hiến, đế Minh họ Nguyễn, v.v. X. *Thực Chất Của Đối-Thoại Sử Học*. Hà-Nội: Thế Giới, 2000. 417 tr.

13. Lukács, G. Sđd. Lukács tỏ ra độc tài lý luận khi nhận vơ tiểu thuyết lịch sử vốn phải là cách mạng, đề cao vai trò quần

chúng, vì theo ông cuộc cách mạng từ 1789 đến thất bại của Napoléon là những kinh nghiệm sống thật của đại chúng (mass experience, tr. 23). Cho nên ông phản đối ảnh hưởng của lãng mạn tức của giới quí phái và tiểu tư sản phản động. Ông nặng nề phê phán E. Erckmann và A. Chatrian khi viết về Cách mạng Pháp đã sai lầm chính trị rơi vào cái bẫy vinh danh dễ dàng sự hồn nhiên thuần túy của quần chúng (tr. 206-220). Ngày nay người ta phê ông lợi dụng lịch sử cho ý thức hệ!

14. Xem phân tích ở cuối bài về "Gánh nặng lịch sử qua *Người Trăm Năm Cũ* của Hoàng Khởi Phong" trong cùng tuyển tập này.

15. Tạp-chí *Văn* SG, 1-1975, tr. 20.

18-9-2000+

Trong Mê Cung
của Hội nhập và Nguyễn Trung Hối

Tập truyện *Trong Mê Cung* của Nguyễn Trung Hối vừa do tạp chí *Văn Học* (CA) xuất bản, có hình thức đơn giản nhưng nội dung thật đặc biệt. Thật vậy, qua mười truyện, chủ đề chính là đời sống hội nhập của người Việt ở ngoài nước, tình cảnh và tâm sự của đồng bào ông, của bạn bè và có thể của chính ông, định cư ở Hoa-kỳ từ đầu năm 1995. Nhân vật của Nguyễn Trung Hối nói chung là những mẫu người khắc khoải, nhiều kinh nghiệm sống, có dấu ấn của quá khứ, của thua thiệt, nhưng đồng thời thấy rõ ý chí muốn vươn lên, quên quá khứ hoặc sử-dụng quá khứ như chất xi-măng cho nhà-đời mới! Thành công, hội nhập, đã trở thành những ám ảnh của Nguyễn Trung Hối, nhân vật của ông thường thành công trong cuộc sống mới, tự tin, đi-trước (anticipation), đó là những Lưu trong Phượng Hồng, Duyên Peggy trong Địa Đàng Bình An, Duyên Liz trong Một Thoáng Bến Tre, bác sĩ Nguyễn trong Khi Lá Rừng Phong Dần Đỏ, Thái Hòa của Trong Mê Cung, v.v.

Kiểm điểm sau một cuộc bể dâu, có những sống sót, đoàn tụ, thành công nhưng trong thực tế, khi nhìn kỹ cộng đồng người Việt dễ thấy nền tảng gia đình đã bị xáo trộn, theo nếp người, rời ra thành chủ nghĩa cá nhân, ly tán và nhiều bất khả cảm thông. Vợ chồng tự do, con cái tự do, có nghĩa là tự đảm nhận nhưng cũng tự cho phép, cắt nghĩa theo cách riêng. Nhiều cặp vợ chồng tan rã vừa khi đặt chân lên xứ người, vì có những lỗi lầm, quá đà của một người trong quá khứ. Xưa mới nhúm bất hòa, cả guồng máy văn hóa và gia đình đã hàn gắn, xóa bỏ. Nay khi ly tán, lý do và bằng chứng cũng hết cần thiết. Đưa đến lạm dụng, quá đà. Tự do cho kỳ được, tự do thành một đảm nhận hiện sinh, dù khác người, như "mặc cảm thiếu nợ của tự do" (TMC, tr. 245) của Thái Hòa chẳng hạn. Tự do cam phận, dửng dưng với số mệnh, bất kể dư luận và cái nhìn tha nhân!

Nói về nhân vật nữ trước vì khi hàng trăm ngàn rồi hàng triệu người Việt vì hoàn cảnh phải xa xứ là lúc ở các đất nước tạm dung, phong trào tranh đấu cho nữ quyền đã thắng thế và đã có những hậu/kết quả làm thay đổi xã hội. Phải công nhận người phụ nữ Việt Nam dễ hội nhập vào đời sống mới, dễ học tiếng, học nghề, đổi đời, ... do đó tương đối dễ thăng tiến, có địa vị hơn người đàn ông Việt Nam nhất là người có tuổi, vẫn hay bám víu với những giá trị văn hóa cũ dù có bị thương tổn. Hội nhập dễ dàng, nữ quyền cũng dễ thôi! Người nữ tiếp xúc dễ ra, trực tiếp, khi thân thiết, muốn xác thịt là chuẩn bị, ngỏ lời (đỡ mất thì giờ!), mời chút rượu để nhập môn nhưng "khôn ngoan" không mời nhiều sợ "say quá nên như người leo núi bị kiệt sức, không làm ăn gì được ..." (MTBT, tr.79), mời mọc lộ liễu đủ cách "Duyên ... bày ra một nửa bầu ngực bên trái căng phồng. Chiếc áo dài kéo lên quá gối, hai đùi dài hớ hênh, mời mọc ... " (tr. 81) - hết những tà áo phất phơ nửa kín nửa hở hay khuôn mặt e lệ nép vào dưới hoa / dưới nón, v.v. "Nữ sĩ" Thái Hòa tự động cởi xiêm y khi ngoại tình với nhà văn Đống. Họ cũng thoải mái làm luôn việc thường dành cho phái nam, như Phượng trong Phượng Hồng "gần như hoàn toàn chủ động trong việc ân ái" (tr. 25). Tình yêu trơ thành tình dục, con tim trơ thành cái xác phàm, như miếng bánh hamburger hay vỏ hộp Coke, "Hãy yêu nhau ngấu nghiến như ngốn hamburger đi! Rồi hãy bỏ nhau như liệng một chiếc vỏ Coke!" (tr. 82). Những đòi hỏi xác thịt lộ liễu, tự cho phép, theo bản năng, không còn rào cản văn hóa, tuổi tác, như bà họa sĩ Duyên đang tuổi hồi xuân và thanh niên làm người mẫu trong Địa Đàng Bình An trong thực tế là cháu họ của bà.

Ý thức quyền lợi đưa người nữ đi xa. "Chỉ có tham vọng mới làm cho con người tồn tại" (ĐĐBA, tr. 95). Duyên, một người "nội trợ" đã trả lời chồng như thế, khi muốn mua xe và đi học hội họa để thoát cái không khí ngộp thở cứ ở trong nhà. Từ an ủi chồng thất thế nơi xã hội mới, bà "thay đổi thái độ bằng cách tranh luận với ông không nhân nhượng. Bà bài xích ông không có tư tưởng cầu tiến, không có tinh thần vươn lên, không biết hội nhập ...". Khiến Ian hay Adam, A Đàm, người thanh niên làm người mẫu cho bà cũng phải lên tiếng "Tôi sợ những người đàn bà đầy tham vọng ..." (tr. 98). "Tôi đã lo cho chồng cho con, đầy đủ bổn phận rồi. Tôi cần phải có tự do cho sinh hoạt văn nghệ theo sở thích của tôi. Xứ sở nầy là xứ sở của tự do mà! Tôi ra đi chính là vì muốn được tự do!" (TMC, tr. 221). Đó là lời Thái Hòa, một nhân vật nữ khác, cũng đòi tự do sau khi đời tị nạn đã ổn và bổn phận làm vợ làm mẹ nàng nghĩ đã xong, nay chạy theo hào nhoáng bề ngoài, tiếng tăm, trở thành "nữ sĩ", lái xe Mercedes, cặp với một nhà văn đã nổi tiếng, so sánh "văn nhân" với người chồng lam lũ. "Tôi liếc nhìn theo. Bàn tay Đống trắng trẻo, mum múp thịt, những ngón tay dài như tháp bút, không xương xấu như bàn tay của Tuấn. Rõ là bàn tay của một văn nhân" (tr. 227). Bình quyền ngay cả trong tư duy, "đàn ông các anh bao giờ cũng chủ quan (...) chúng tôi chỉ xem các anh như những pho tượng mà thôi" (tr. 88); nhưng phái "yếu" khi thấy chất á-đông ở tha nhân, ở một người mẫu chẳng hạn, cũng dễ khiến ngại ngần, có muốn như đã không còn dính dáng đến gốc gác, hoài nghi bắt đầu gây mầm!

Trong một thăm dò của tạp-chí Pháp *L'Express* số 2499 (27-5-1999), sau nhiều thập niên tranh đấu cho nữ quyền, đa số phụ nữ Pháp phê bình đàn ông hãy còn ích kỷ, quá tham vọng và ta-đây-đàn-ông coi-thường-đàn-bà (macho) và họ tiếc nuối "giống" đàn ông biết "galant" và can đảm (theo ý họ!). Biết ở sao cho vừa lòng người!

Cái diện mạo hội nhập dễ thấy qua cách ăn mặc: quần jeans Levi's 501 bó sát mông, hiệu CK, Comfort Plus, đi xe thì phải Mercedes, tệ thì cũng phải Acura Legend, ở nhà bạc triệu trên núi, ...Cư xử, lời nói, suy nghĩ bị điều kiện hóa bởi đời sống mới, của thời thượng: "Những lời của cô thật cảm động, nhưng sao ông nghe gần gũi quen thuộc quá. Hình như chúng đã được dịch ra từ những câu tiếng Mỹ, đâu đó trong những cuốn tiểu thuyết đại loại như tiểu thuyết của Janet Dailey, Danielle Steel, ..." (tr. 81). Tên gọi cũng đổi tráo, như Thanh Nam đã từng than thở ở giai đoạn tị nạn ngay sau 1975:

"... Đổi ngược họ tên cha mẹ đặt
Tập làm con trẻ nói ngu ngơ
Muốn rơi nước mắt khi tàn mộng
Nghĩ đất vô cùng giá tự do ..."
(Thơ Xuân Đất Khách)

Để dễ bề hội nhập, Duyên thành Peggy (ĐĐBA) và một Duyên khác, thành Liz hay Elizabeth (MTBT), Lâm thành Wood (MNOCĐ), v.v. Mà cách tác giả gọi nhân vật Lưu Đình Thắng là Lưu (PH), các nhân vật Trần (SNT), ông Nguyễn (MHƠA) và bác sĩ Nguyễn (KLRPDĐ) không tên gọi, theo tôi nghĩ, cũng là dấu ấn khác của một sự hội nhập nhanh chóng!

Nhân vật nam trong xã hội hội nhập đó thì đổi vai, trở nên thụ động: T, trong VNCB "... miệng tôi đã bị hai bờ môi của Kate bịt mất rồi" (tr. 56). Hay như Lưu, để người nữ chủ động, tự ái "cảm thấy trong lòng mình như có một chút nào giảm bớt tình yêu quí đối với nàng. Nhưng thôi. hội nhập với đời sống Mỹ, Lưu phải biết học bài học chấp nhận vậy" (tr. 25). Ăn vận thì như Nam mặc như cao bồi Mỹ, cũng có lúc tự nghĩ "Có lẽ người ta nói đúng. Anh là kẻ tha hóa mà cứ tưởng mình là hội nhập chăng?" (tr. 74). Tình ái lăng nhăng nhất là với gái Mễ "có đôi mông và vú cứng như đá ấy mỗi lần gần ông là phải cắn chặt một góc comforter vào giữa hai hàm răng để khỏi phải hét lên những tiếng kêu lạ lùng mà Gabriel Garcia Márquez mệnh danh là tiếng 'mèo gào'" (tr. 79). Người bố trong Mùa Hạ Ở Annabelle cũng theo gái Mễ có tên Thiên Thần, Angelica - Nguyễn Trung Hối có vẻ thích phiên dịch mọi tên gọi và địa danh, và ông khá thành công trong truyện này.

Vai trò xã hội chủ và tớ thay đổi thứ bậc. Chồng bà Duyên trong Địa Đàng Bình An nay bị người nhân viên cũ ở Việt Nam gặp "may" nay "lên" làm chủ ông "... đã lên mặt thấy rõ khi hắn ta tìm đủ mọi cách để bắt bẻ và làm khó dễ ông" (tr. 95). Trở thành có "mặc cảm vì bị thua thiệt với đời, với bạn bè, nay ông lại bị người bạn trăm năm coi thường ..." (tr. 96). Thứ bậc, giá trị tưởng vĩnh cữu, bị đổi thay, từ ngoài xã hội vô đến gia đình!

Tình yêu sẽ tự do hơn ở đời sống mới xứ người. Trong Sinh Nhật Trắng, Trần nổi hứng lấy máy bay đến quận Cam tìm gặp lại

Đoan Trang, người yêu cũ, đang có chồng bệnh trầm kha. Họ hẹn hò, ở với nhau, bạn bè lại thương tình đồng loã cho mượn nhà; đến nỗi Quỳnh, người chồng bệnh hoạn, phải chết với thuốc trợ tử. Một nếp sống trong đó người khác phái dễ trở thành bạn thân thiết, đồng lõa và em gái anh trai hơn là người tình, người phối ngẫu. Người Việt đối đầu với tự do lứa đôi, vai trò người chồng người vợ đảo lộn, tương quan cha mẹ với con cái!

Ngay cái chết cũng tự do theo lối Mỹ, sống sượng, với tốc độ hoặc với súng đạn - Thái Hòa lấy súng của chồng với ý định giết Đống rồi tự sát khi bà tự xét hối hận khi bị đẩy vào đường cùng (TMC). Nhân vật nữ này rất hội nhập, đã phải đối đầu với Tuấn, người chồng, và hai cô con gái, đại diện cho yếu tố Việt Nam hay hội nhập vừa phải, với cả Hòa-Lê, một người học trò cũ con lai đen, người đã từng chứng kiến cái sống tự do bất cần dư luận của cô giáo Hòa, nay cũng đã có vẻ hội nhập hạnh phúc!

*

Hội nhập là tình cảnh đối lại với di trú, lưu đày. Nếu lưu đày níu con người lại với bi quan, phi lý, nếu con người lưu đày chìm trong quá khứ, mọi sự trở thành tiêu cực, gượng ép, thì hội nhập dùng tích cực làm tôn chỉ, hướng về tương lai, cập nhật với đời mới, không gian mới. Người Việt lưu vong từ những năm sau 1975 đã hơn một lần tranh luận, bàn thảo về vấn đề hội nhập, cả những hội thảo toàn quốc hay liên quốc ở Âu-châu, Canada, Hoa-kỳ, v.v., từ hội nhập xã hội, hôn nhân, nghề nghiệp đến chính trị, v.v. Các nhà làm văn học ở hải ngoại cũng đã thường trực đối đầu với hội nhập. Đã hơn 24 năm, nay là lúc cần những ngồi lại, những feedback, thu dọn kinh nghiệm, đổ vỡ, thành công, ...

Hội nhập đi đôi với gốc rễ. Vấn đề không phải hội nhập khiến con người phải tha hóa, mất gốc rễ. Vấn đề theo thiển ý nằm ở bản chất của mỗi cơ chế. Như mỗi trò chơi đều có luật chơi. Nếu mọi người đã bình đẳng, hôn nhân cũng được đặt trên cơ bản đó thì dĩ nhiên không còn "chồng chúa vợ tôi" mà người đàn bà cũng không nên chờ đợi nhiều quá ở người đàn ông để rồi khi ly tán, bà ẵm một nửa của cải hay hai phần ba. Vừa đòi bình đẳng việc làm, vừa "tiền" vừa đòi người đàn ông phải "ga lăng", có những cái hết còn phải đi đôi với nhau. Trong cơ chế văn hóa bình đẳng mới, không nên nghĩ đến những căn nhà từ đường, đến truyền giống (cha) hay tứ đại, ngũ-đại-đồng-đường. Có thể nói loài người ở những xã hội tân tiến về chế độ dân sự đã và đang trở lại chế độ mẫu hệ, dĩ nhiên khác chế độ mẫu hệ thời tiền sử hoặc ở những xã hội "thô sơ" hoặc "nhiệt đới buồn thiu". Vẫn đúng thôi theo khoa học, con liên hệ với mẹ, ta vẫn xem cháu ngoại bao giờ cũng chắc hơn cháu nội là gì! Nên nghĩ hôn nhân, vợ chồng con cái như những hợp tan tự nhiên, theo dịch lý tuần hoàn. Và sáng suốt, lý trí. Hết chỗ đứng cho tự ái nam nhi! Hết và không không có nghĩa là xấu, là đi lùi. Cũng đừng nghĩ đến chuyện tương lai giống người đi về đâu! Cuộc sống mới đòi hỏi những yếu tố cần thiết đó. Dĩ nhiên vẫn còn đầy rẫy những chuyện tình đẹp, những "ga lăng" như phim ảnh, thua thiệt "đẹp" của phái nam, những hôn nhân tuyệt vời: ngày nào còn con người thì vẫn còn những chuyện đó!

Có như vậy khi lỡ phải đổ vỡ, mỗi người mới có thể sống vui với cuộc sống mới từ đó. Có thể trở thành bạn, vẫn tôn trọng nhau, vì có khi còn có con cái chung khiến vẫn phải gặp lại nhau, nghe nói về nhau. Nói chung người bản xứ (Bắc Mỹ, Âu-châu, v.v.) sống những tình cảnh ly thân, ly dị, hôn nhân liên tục trong hoà hoãn, tự do thoải mái hơn người gốc từ những xã hội "khép kín" như á-đông ta hay do-thái, trung đông, latinh, v.v. Dĩ nhiên vẫn có những ngoại lệ, vẫn có những thảm sát, đe dọa và bi đát, cũng như có người lấy vợ lấy chồng như một "kỹ nghệ" dễ mau giàu, ... Chỉ vì ở người nam cái dục quá lớn, cái tâm quá yếu hay cái trí còn quá tự ái "nam nhi cho đáng nam nhi", ở người nữ, cái chờ đợi và ỷ lại quá lớn, cái lệ thuộc vẫn quen, v.v.! Tóm một chữ, cái tự do chợt mở, quá lớn!

Hóa ra vẫn là vì hạnh phúc mà con người muốn hội nhập, cập nhật, làm lại cuộc đời. Hội nhập có thể hiểu là đi tìm địa đàng như Duyên miệt mài với bức tranh trong Địa Đàng Bình An, nhưng địa đàng đó đâu dễ với tới, vì cái gì cũng có điều kiện. Hạnh phúc dĩ nhiên phải có hai, như lời nói đầy kinh nghiệm của giáo sư hội họa người Mỹ của Duyên: "Địa đàng không thể bình an mãi khi chỉ có một người đâu! Địa đàng phải có đủ mặt hai người, cả Adam lẫn Eve, Peggy ạ!" (tr. 102). Người cực đoan sẽ nghĩ an bình cũng có thể là một nơi chốn không có đàn bà (dạ dày, tham vọng, ...) như lời nói thật của anh người mẫu cho họa sĩ Duyên: "Nơi chốn không có đàn bà là nơi chốn bình an nhất ..." (tr. 101).

Hay vì muốn hạnh phúc, một an bình tự tại đúng nghĩa, mà con người lưu đày phải giữ khoảng cách với xã hội bản xứ? Một hội nhập tạm, để làm chi? Để sống với tăm thức nguồn cội, với văn hóa gốc, để tìm lại cái riêng tư và cái tình khó thấy hay đã bị xã hội mới giày xéo, đã modified! An bình đó là bạn bè cũ nhân kỷ niệm trăm năm trường Quốc Học Huế, ngay cả khi đang thật gần với người yêu cũ, muốn hội nhập, tiềm thức vẫn nghĩ đến bạn bè cũ có thể gặp lại. "Ông bỗng ý thức ông về đây là vì bạn bè. Và vì ngôi trường cũ đã cưu mang dạy dỗ ông một thời hoa phượng ..." (tr. 82). Vì hình như Bến Tre hay Duyên, quá khứ kia, tình yêu kia, cuối cùng rồi cũng chỉ là "một thoáng" hạnh phúc!

Tạm ghi nhận hai phương trình: một bên là *hội nhập trăm phần trăm*, không gốc rễ = con người trở nên con người vũ trụ, vật chất / không biên giới, có thể hoán đổi / văn hóa không nhãn / tâm hồn trung dung, tập thể. Kết quả mong chờ là hạnh phúc hiện tại / mặt trái có thể ê chề khi thất bại / hụt hẫng khi có vấn đề! Bên kia là *hội nhập với gốc rễ* = con người như một kết tinh dịch lý / một thành phần văn hóa và độc đáo trong vũ trụ / một tâm hồn. Hậu quả: khó khăn lúc đầu / hạnh phúc có khi tìm thấy / cân bằng trong mọi hoàn cảnh / nhưng có riêng tư để có thể tìm lại!

Hội nhập với Nguyễn Trung Hối là hội nhập không mặc cảm, hội nhập với tự tin, cởi mở, đi trước. Hội nhập "thành công" thiết nghĩ phải cứng cáp, có cơ sở, có căn nguyên, vì nếu hình thức sẽ rơi vào thất bại, như những chính sách đa văn hóa ở các nước Âu Mỹ, nếu tự căn bản không bỏ được sự phân biệt chủng tộc, kỳ thị, thì rồi ra cũng chỉ là một thứ cò mồi kiếm phiếu và có thể gây dồn nén nguy hiểm có ngày sẽ bùng nổ!

Hình như Nguyễn Trung Hối đã có định kiến khi ông có cái nhìn từ bi, thông cảm với Thiện (DSTT), bác sĩ Nguyễn (KLRPDĐ), Lưu (PH), T. (VNCB), Nguyễn (MHOA), ... nhưng ông có vẻ phê phán nặng những con người vong thân hoặc tâm hồn băng hoại như Lâm và Như Hoa (MNOCĐ), Đống và Thái Hòa (TMC), Duyên Liz và Nam (MTBT) và nhất là những nhân vật nữ như Phượng (PH), Duyên Liz (MTBT), Duyên Peggy (ĐĐBA). Những người nữ đó, nếu có tài, như A Đàm, nhân vật của Địa Đàng Bình An, nhìn nhận, "là một điều phước cho cộng đồng, (...) xã hội ... Nhưng tài chưa đủ. Người ấy cần phải có lương tri nữa, nếu không tham vọng sẽ đẩy cái tài đến những việc làm tai hại ..." (tr. 98). Chính Duyên Liz trong Một Thoáng Bến Tre cũng đã tự xét "Bề ngoài thì ăn thua gì. Anh sẽ thấy còn nhiều người tha hóa cả tâm hồn mới đáng sợ. Như em là một" (tr. 74).

Những nhân vật như Duyên và Nam trong Một Thoáng Bến Tre uống rượu Veuve Clicquot Ponsardin, dùng đồ ngoại hóa, đắt tiền, những liên tưởng, so sánh, những lối sống như vậy ta cũng thường ở quê nhà trước 1975 (và cả hôm nay, tư bản đỏ), đó cũng là những nhân vật tiểu thuyết của Yêu, Loạn, ... của Chu Tử, Bốn Mươi của Mặc Đỗ, v.v. Đã mất gốc thì ở ngay trên đất mẹ cũng đầy rẫy. Mặt khác, có những nhân vật đáng kể như Lưu Đình Thắng vốn dân chài ở Thuận An (PH), nay hội nhập thành công ở Mỹ, vẫn giữ tâm hồn Việt Nam, vẫn chung thủy dù với hồn ma, như Nam (MTBT) không bị sắc đẹp lộ liễu sẵn sàng dâng hiến mà làm mất bản chất con người sống gắn bó với quê hương bạn bè và kỷ niệm. Cô gái tên Uyên (MNỚCĐ) sinh ra và lớn lên ở Mỹ nhưng vẫn yêu tiếng mẹ đẻ - "Thôi! Ba đừng nói tiếng Mỹ nữa! Ba nói tiếng Việt đi ... " (MNỚCĐ, tr. 135) (nhân vật của Nguyễn Trung Hối yêu tiếng Việt đến dịch cả địa danh nước Mỹ), vẫn cố giữ cá tính dân tộc. Uyên giữ gìn trong tình yêu "Uyên có thể cho Rick hôn, nhưng khi Rick ham hố muốn tiến xa hơn thì Uyên lại tỉnh táo ngăn chặn lại (...) Uyên giải thích "đối với người con gái Việt Nam chữ trinh rất quan trọng" (tr. 133-4). Cô hội nhập, cởi mở với cha mẹ, để cha mẹ tung hoành tình ái lăng nhăng nhưng với điều kiện không xảy ra dưới mái nhà chung. "Uyên không ích kỷ giành cha mẹ cho riêng mình vì Uyên biết, mọi người ở đất nước này được tự do sống cuộc sống tình cảm theo ý mình" (tr. 139). A Đàm, một nghệ sĩ thành danh đã tận tình giúp đỡ người cô họ, bảo vệ hạnh phúc gia đình và thăng tiến trong sự nghiệp. Những nhân vật vừa kể nói chung là những con người tích cực, biết cách hội nhập hài hòa được với gốc rễ và muốn người cạnh mình không sai đường. Họ không mặc cảm như thế hệ chân trong chân ngoài nên có thể có những "mặc cảm tự ti với dòng văn chương chính mạch ở quốc gia mình định cư mà còn tự ti với cả dòng văn học chính thống ở cố quốc" (tr. 231)

Trường hợp Thiện, người cha trong Dòng Sông Tuổi Thơ có cậu con trai muốn lập gia đình với Kay, một thiếu phụ người Mỹ, lớn tuổi và đã có con riêng 14, 16 tuổi, có vẻ dễ thông cảm khi tham chiếu chuyện tình của chính ông ngày xưa với chị Vi, người em họ, dù tuổi tác ít sai biệt hơn! Cha mẹ nào cũng muốn cho con cái đi lên, thăng tiến, ngoài xã hội cũng như trong hôn nhân, nhưng hình như con người ta đồng thời đi tìm hạnh phúc, vậy thì tuổi tác còn có ý nghĩa gì nếu không phải là một dấu vết văn hóa "lỗi thời" trong trường hợp này? Ray rứt giữa tình yêu và tình gia đình, tình sau vốn là căn bản của văn hóa Việt Nam. Người con trai Việt Nam trong Mùa Hạ Ở Annabelle phải bỏ người yêu đang có mang để về quê nhà lập gia đình với một người con gái khác cha mẹ đã hứa hôn. 30 năm sau, 60 tuổi, ông trở lại thì đã quá trễ, chỉ còn thăm mộ nàng có giàn hoa ti-gôn đỏ trắng và hai câu thơ nổi tiếng của T.T.KH. khắc trên mộ chí!

Ngoài ra Nguyễn Trung Hối cũng cho thấy có những nỗ lực hội nhập ngược chiều: người bản xứ Mỹ, Pháp, muốn hội nhập đời sống văn hóa xã hội Việt Nam, như Bill, một thanh niên Mỹ đen, trong *Vấn Nạn Của Bill* rành rẽ tiếng Việt, cả ca dao tục ngữ, đọc báo Việt Nam như người Việt, hay như cô đầm sinh viên Prégnance trong *Mùa Hạ Ở Annabelle* yêu thơ rồi hoa ti-gôn vì dự cảm tình yêu sẽ tan vỡ, tình hiến dâng trong nghịch cảnh. Một chuyện tình đẹp, trắc trở, dở dang nhưng nên thơ, ngậm ngùi, cũng như *Dòng Sông Tuổi Thơ*.

*

Hội nhập là một trong những đề tài chính của văn học hải ngoại. Võ Phiến trong *Thư Gửi Bạn* (1976) và *Lại Thư Gửi Bạn* (1979) quá Việt Nam, không tin vào hội nhập vì nghĩ rằng tâm hồn Việt Nam không thể hội nhập, ông giữ mình, lấy mình làm tham khảo, đến soi mói, nghi ngờ hàng xóm bản xứ. Võ Đình ở ngoài nước đã lâu, trong tác phẩm vẫn có những vấn nạn về hội nhập, những tham chiếu văn hóa ta với người. Lê Tất Điều sau những hí họa cuộc đời *Ly Hương* (chung với Võ Phiến, 1977) đến *Thư Về*

Bloomington, Illinois sau này (1997), những tư duy siêu hình về con người, đời sống và vũ trụ, của một người tị nạn, vẫn mạnh hơn là một hội nhập dứt khoát. Nguyễn Xuân Quang với *Những Mảnh Đời Tị Nạn* hay Nguyễn Ngọc Ngạn trong nhiều tiểu thuyết đã dùng cuộc đời đa dạng của người Việt tha hương làm nền. Nguyễn Bá Trạc qua *Người Tị Nạn Di Cư Nhức Đầu Vừa Phải* (1993) tiếp tục những suy tư âu lo cho cả cộng đồng. Nhà văn Song Thao từ ngạc nhiên trước những lối sống của người đến dùng cái nhìn Việt Nam để cắt nghĩa, dàn xếp mọi chuyện. Nguyễn Trung Hối cũng tham chiếu với đời cũ, tình cũ, con người cũ, ... Trần và Đoan Trang nhắc nhở chốn trú ẩn dịp Tết Mậu Thân để nhìn ra nhau. Mà người tình cũ gặp lại cũng tham chiếu mùi nước dừa ngày xưa (MTBT), hay mùi hương vừa "giản dị của một người có văn hóa" vừa pha lẫn phần lớn "con người chất phác, hoang dã chốn đồng quê" (tr. 163). Nghe một bản nhạc lại nhớ đến dòng sông quê nhà (DSTT). Hiện tại làm phu bến tàu ở Portland tây-bắc nước Mỹ, nhưng mỗi lần ra bến cảng Thiện lại nhớ bờ sông Ô quê ngoại ngày nào! Mùi biển ở Nam Cali "không có mùi gì cả. Không như biển của quê hương mình đâu" (tr. 168). Một "chủ quan" đáng yêu đồng thời cũng là một tham chiếu khác! Hội nhập của Nguyễn Trung Hối hình như không bị những dằn vặt của hơn 20 năm lưu xứ ám ảnh, nhân vật ông tiến xa hơn, thoải mái hội nhập bằng hành động, lối sống, v.v., trực diện chứ không còn chỉ "cười và liếc" người bản xứ hay cả với đồng hương như Võ Phiến, Lê Tất Điều, v.v.

Nguyễn Trung Hối như nhảy vào vùng đất lạ, dù tạm dung, với thiết tha, lòng thành, đã chấp nhận và hội nhập hết mình, cho chính bản thân, người đồng cảnh, hay làm gương cho thế hệ con em. Cái hội nhập với Nguyễn Trung Hối đã là một hội nhập nội dung cuộc sống. Hình như chúng ta chưa thể nói đến hội nhập văn chương, ở ông cũng như những người viết đồng thế hệ, dù ra đi trước ông, như ở những người viết trẻ, sinh trưởng ở ngoài nước. Với những người này, nội dung những phạm trù "hội nhập, tạm dung, lưu đày, xứ người, v.v." có thể mang một nội dung khác. Nếu nhân vật Nguyễn Trung Hối có những lúc bơ vơ lạc lõng, thì những người trẻ vẫn có nhưng là một lạc lõng của con người thời đại mới, kỹ thuật và xã hội tiêu thụ đánh mất cái nếp cái thú của ngày qua.

Những bỏ ngỏ gần như gượng ép, như những kết chuyện Sinh Nhật Trắng, Khi Lá Rừng Phong Dần Đỏ, và cả Một Thoáng Bến Tre, ... như cho thấy hội nhập nào cũng không đơn giản? Bị kỳ thị, T. vượt được và còn làm cho Kate, cô gái có cha mẹ hận thù người Việt, đâm ra yêu quí chàng. Ngoài vụ kỳ thị lạ lùng dù hữu lý này, nhân vật của Nguyễn Trung Hối thường không bị kỳ thị, mà ông còn cho đồng hương mình đóng vai trên, như T. trong Vấn Nạn Của Bill, trên đến "khó hiểu" với người bản xứ: "Chỉ cám ơn suông thôi? Không hôn em sao? Hay anh muốn nhìn mây xanh, mây trắng, mây vàng hoặc đang tìm một cái cảnh không bao giờ có, cho cây hoa sen ... như tổ tiên của anh?" (tr. 55). Như một phê bình văn hóa hay tình yêu, đạo đức "giả" của người Việt!

Trong Khi Lá Rừng Phong Dần Đỏ, nhân vật bác sĩ Nguyễn không báo cho Bách-Diệp biết chồng nàng đã có vợ khác và như "cố tình" không giải quyết ổn thỏa tình cảm giữa hai người - lại là một lối kết thúc lửng-lơ-con-cá-vàng hay thấy trong truyện Nguyễn Trung Hối, một "mê cung" trong những "mê cung" của ông mà nhà văn khoa trưởng Trần Hồng Châu đã mệnh danh là "truyền thống Rashomon" (Tựa, tr. 16). Đoạn kết Một Ngày Ở Chiến Địa tái hợp có vẻ gượng ép theo truyện Tàu, người Mỹ như anh em Rick và Troy mà cũng giỏi đóng kịch, cũng biết dùng những bài học "quốc văn giáo khoa thư"!

Nguyễn Trung Hối dù chủ yếu viết về hội nhập vẫn có nhiều tiếc nuối quá khứ và đã đưa những vấn nạn của thời đã qua vào cuộc đời hội nhập mới: hội nhập như bàn cờ để giải quyết những vấn đề còn ứ đọng. Chính với những kỷ niệm và chuyện ngày qua, Nguyễn Trung Hối đã có những trang văn chương đẹp. Dòng Sông Tuổi Thơ thơ mộng Huế của ngày qua, qua và nay như một song hành, tình yêu cha và con. Tình yêu giữa hai anh em họ Thiện và Vi đẹp và u ẩn - như chuyện Mộc Lan và Phong trong Định Mệnh (*Hoa Vông Vang*) của Đỗ Tốn thời tiền chiến. Chuyện Huế thời non trẻ của bác sĩ Nguyễn và Bách Diệp trong Khi Lá Rừng Phong Dần Đỏ. Chuyện Trần và Đoan Trang trong Sinh Nhật Trắng cũng là một truyện tình đẹp. Cả chuyện hoa niên ở Paris 30 năm trước trong Mùa Hạ Ở Annabelle, với xóm học, đã là những đề tài thơ quen thuộc của Nguyên Sa, Cung Trầm Tưởng, Hoàng Anh Tuấn, Nhất Lê, ...

Nguyễn Trung Hối xuất hiện trên văn đàn đã lâu, trước 1975, ông đã viết trên *Đời Mới, Tiểu Thuyết Tuần San, Lý Tưởng*, v.v. và là đồng chủ trương biên tập tạp-chí *Chủ Đề*. Ra ngoài nước năm 1995 và đã thường xuyên xuất hiện trên nhiều tạp chí hải ngoại, năm nay ông mới trình làng tác phẩm xuất bản đầu tiên *Trong Mê Cung* - cũng cùng trường hợp với đồng hương của ông như Kinh Dương Vương, Hồ Minh Dũng, Nguyễn Sao Mai, viết trước 1975 nhưng sau nhiều cuộc đổi đời mới có tác phẩm xuất bản và xuất bản ở hải ngoại. Nguyễn Trung Hối đang là một tác giả hứa hẹn nhiều đóng góp mới với một kinh nghiệm và cái nhìn có tích cực và có khác những bạn văn chương đồng hành.

Nhà văn Trần Hồng Châu trong lời Tựa đã xếp Nguyễn Trung Hối thuộc loại nhà văn "tìm cách nén cái tôi xuống, ít sử dụng kỷ niệm, (...) thường xuyên đi ra ngoài bản ngã, nhập vào thịt da người khác, thổi sinh khí vào những nhân vật hoàn toàn khác mình, (...) di động trong một vũ trụ không phải là một ngoại cảnh thân quen ..." (tr. 11-12). Cái không gian xa lạ đó với Nguyễn Trung Hối đã trở thành thân quen vì bản ngã tác giả nhiệt thành cởi mở và năng nổ. Người đọc hy vọng Nguyễn Trung Hối sẽ còn đi xa trong cõi văn chương, một "mê cung" - như ông đã dùng đặt tựa, với nhiều áng văn chương đầy tư duy và kỷ niệm khác!

12-6-1999

Đọc Khói Sóng Trên Sông
của Nguyễn Văn Sâm

Tìm hiểu hành trình văn nghệ của một số nhà văn thế kỷ XX, chúng tôi thích thú khám phá Nguyễn Tuân, Xuân Diệu viết phê bình văn học đặc sắc không thua gì thơ văn của họ: Nguyễn Tuân độc đáo khi viết tổng luận về Tản Đà, Vũ Trọng Phụng, Nguyên Hồng, Nguyễn Du, cũng như Xuân Diệu khi viết về Nguyễn Du, Hồ Xuân Hương. Đó là những văn nghệ sĩ đi từ sáng tác đến thể loại phê bình, khảo cứu. Nguyễn Văn Sâm là một trường hợp ngược lại, có thể do hoàn cảnh phải sống xa quê hương, ông khởi đầu sự nghiệp với những công trình nghiên cứu nghiêm túc về văn học trước khi sáng tác, viết truyện. Các biên khảo của ông đều lấy chủ đề là văn học miền Nam (*Văn Học Nam Hà, Văn Chương Tranh Đấu Miền Nam, Văn Chương Nam Bộ*) là những đóng góp độc đáo cho mảng văn học thường không được đánh giá đúng mức này. Ông đã đi xa hơn hai cuốn *Văn Học Miền Nam* của Phạm Việt Tuyền và Đông Hồ và đã đưa vào văn học sử mảng văn học yêu nước và kháng chiến của miền Nam, phần nào "chính danh" lại cho những văn nghệ sĩ miền Nam vốn vẫn bị đảng cộng sản sử-dụng cho chiêu bài "yêu nước" của họ. Về sự chuyển hướng, chính tác giả đã cho người đọc biết: "qua Mỹ viết truyện ngắn vì những thôi thúc phải nói lên sự suy nghĩ của mình về quê hương và thân phận người Việt ngay trên quê hương hay lạc loài tha hương" (1). Về sáng tác, Nguyễn Văn Sâm đã xuất bản *Câu Hò Vân Tiên* (1985), *Ngày Tháng Bồng Bềnh* (1987). Trong bài này chúng tôi viết về tập *Khói Sóng Trên Sông* mới do tạp chí *Văn* (CA) xuất bản đầu năm 2000, đúng ra là một vài cảm tưởng về thể loại truyện ngắn và văn chương miền Nam, qua chữ nghĩa của Nguyễn Văn Sâm.

Quê người

Tập truyện *Khói Sóng Trên Sông* gồm 14 truyện ngắn về hai chủ đề chính: quê người và quê nhà. Hãy nói chuyện quê người trước. Truyện Khói Sóng Trên Sông là truyện cuối được dùng làm tựa cho cả tập, viết về đời sống nơi xứ người nhưng ở đây, cũng như các truyện ngắn khác về cùng chủ đề, hình như các nhân vật tiếp tục kéo dài nếp sống ở quê nhà nhiều hơn là những bận tâm hội nhập.

Trước khi tác giả đưa người đọc đến bến sông bồi hồi nhìn khói sóng, hai nhân vật Chuyên và Vũ đã phải trãi qua sàng lọc hội nhập. Về vấn đề hội nhập, tác giả không dùng dao to búa lớn, chỉ gợi cảm qua hình ảnh, tình cảnh. Chuyện hai chị em Chuyên và Vũ ở Tiểu Sài-Gòn, còn là chân dung cuộc đồng người Việt ở Hoa-Kỳ nói chung với những nhân vật có máu lãnh tụ ... ở xứ người, sống bằng trí nhớ dù thời gian qua vẫn không ... phôi pha, thường tưởng tượng, thêm thắt, điểm phấn. Ở quán nước Chuyên làm hầu bàn, họ là những "tục khách": "Những khuôn mặt mang nụ cười nham nhở. Những hàm răng cáu bợn thức ăn. Những hơi thở nồng hơi bia xú với thực phẩm chưa kịp tiêu hóa, tạo thành mùi cám heo lâu ngày, chuyển mùi. Chuyên muốn gạt phắt những chúng sinh lô nhô chung quanh sang một bên để chạy mau về phòng mình nằm sải tay thở những hơi dài trút hết những ưu sầu, chán chường ra khỏi tâm tư" (tr. 250). Thế hệ của Chuyên lớn lên khi cuộc chiến đã chấm dứt, phải sống trong xã hội cộng sản rồi vượt biển bị hiếp đáp.: "Ngày trước lạnh lùng giết nhau trong cái dửng dưng của không hận thù, ngày nay lạnh lùng làm khổ nhau đến chết trong bầu không khí tràn đầy hận thù âm-ỉ. Các chú, các bác mau chân nhanh tay chạy vọt qua đây đâu thấy chúng tôi bị hành hạ đủ điều đâu ..." (tr. 247). Chuyên lợm giọng trước những người thích tới quán để sống cái quá khứ vẽ vời và sống ảo tưởng "anh anh em em" với các cô gái đáng tuổi con cháu.

Tình yêu, cuộc sống của Chuyên, cũng như nhiều người tị nạn khác, phải sống cái bi đát ở giữa hai văn hóa, hai thế giới: Khoa ở đây, Hùng quê nhà; tình người ở quê vương vấn vì nhiều kỷ niệm, vì khởi từ gốc rễ, thành ra dễ lơ là với tình bạn mới, Chuyên tự hỏi "tại tôi không biết điều chỉnh nhãn quan để phù hợp với cuộc đời mới bon chen bên này? ..." (tr. 249). Đến khi mất tình yêu ở Việt Nam, Chuyên mới nhận ra mình "chỉ là một con vật nhỏ dật dờ theo con sóng đời trôi dạt. Nhưng sao tôi nghe muôn ngàn đổ vỡ tàn khốc trong hồn, nghe hụt hẫng như mình không còn quá khứ, hôm qua được sanh ra và hôm nay là tôi của hiện tại, tâm hồn trống không" (tr. 256).

Trong khi tình yêu ở xứ người là những bất ngờ. Martha, người yêu của Vũ, em Chuyên, đã ngoại tình dù đang có chửa, đang "mang mền" - nói như Nguyễn Văn Sâm. Một hội nhập không lối thoát mà rồi cũng chẳng đưa đến đâu!

Trong những truyện khác, đề tài hội nhập được nói đến và thường là những vấn nạn, như cha mẹ già cả bệnh tật con cháu phải chăm sóc trong khi phải bon chen với đời sống mới, trong Mát Lạnh Tuổi Vàng, như những va chạm với người dị chủng có khi gây hiểu lầm, trong Ông Già Noel Có Thật, như nếp sống cá nhân và cô đơn của giới thiếu niên đưa đến những thảm cảnh bị dụ dỗ, trong Người Bí Mật Chiêm Ngưỡng, ...

Quê nhà

Dù rồi cũng thành công, cũng sống còn, đi lên nữa là khác, nhưng đời sống hội nhập không khỏi có những khó khăn cho các thế hệ hãy còn nhiều liên hệ với quê hương. Bởi thế khi hoàng hôn xuống, thời điểm mà con người xa quê thường nhớ nhung, hay hướng về chân trời thân thương cũ, nhất là khi đứng trước con nước xứ người, giữa cái mơ hồ, đời mới cũ, tâm sự u uất vì nói không ai hiểu, không có ai hoặc không ai có thể hiểu. Tác giả không nhắc nhở nhưng đã dùng ý câu 8 của bài Hoàng Hạc Lâu của Thôi Hiệu để đưa người đọc đối đầu trước một tình cảnh sống, trước câu hỏi đâu là quê hương! "Yên ba giang thượng sử nhân sầu" như một kết cục tất yếu của hạc vàng vang bóng của ngày cũ, quá vãng, của người xưa, đi không trở lại; mây trắng mênh mông, càng mênh mông thêm nỗi buồn xa xứ!

Khi viết chuyện ở xứ người, câu văn Nguyễn Văn Sâm thường ngắn gọn, ít vần và đối, nhưng trái lại, khi tả chuyện quê nhà với những nhân vật thật "lục tỉnh" gắn liền với quê hương, thì câu văn dài dòng như có thế mới nói hết được tâm sự, mới tả hết được dáng cách con người và góc cạnh của những khu phố, đường làng quê!

Như Nước Trong Nguồn là một truyện ngắn viết về số phận của một chàng thanh niên quê quặt xưng "tôi", mặc cảm ngập trời về thân thể của mình mà lại luôn luôn thèm khát xác thịt đàn bà, cuối cùng đành chịu lấy một thiếu nữ đã có bầu với kẻ khác, qua sự sắp xếp của bà mẹ. Hương Cỏ nhắc nhớ một mùi hương sống động của quê hương qua chuyện "gái bao" của một Việt kiều "già dịch". Âm Dương là cuộc sống khốn khổ ở quê nhà sau ngày "giải phóng". Một quê hương rất tha thiết, bùi ngùi! Người xa quê như luôn trông về quê nhà, nơi đó có "ngôi nhà tràn ngập tình gia đình, đứng nép mình bên bờ con sông lớn ngàn đời sóng vỗ (...) tất cả đều là khói sóng trên sông cả" (tr. 263).

Quê nhà ngập trí nhớ, nên từ một điểm ký ức nào đó cũng có thể phóng ra cả một quãng đời hay mảnh đời đã qua nhưng vẫn sống động! Trong Quê Hương Mình, thế giới của thầy Năm với chiếc ghe cá đi khắp nẻo sông bến nước, của dì Tư và anh em thằng Đực. Hễ nhắc tên Chợ Đệm đã "gợi trong lòng dì cảm giác bồn chồn xao xuyến. Đường về không xa, nhưng sao bao năm nay đâu dám nghĩ tới!" (tr. 189). Thật vậy, Quê nhà là những địa danh thân thương. Trong Theo Gót Huyền Trân, người đọc như "thấy" lại Sài-Gòn, Khánh Hội, Chợ Lớn, xóm Mả Ngụy, đồng Tập Trận, ... của những người lục tỉnh lên chốn thị thành nhiều cạm bẫy, bất ngờ, của những "tây-tà, chà-và, các-chú", của một thuở xa xưa! Một Sài-Gòn mà "bàng dân thiên hạ hướng về Sài-gòn như thể hoa quỳ hướng dương" (tr. 51). Nhân vật xưng tôi trong Biển Trời Lai Láng tâm sự: "Sài-gòn đối với tôi thân thiết đáng nhớ, xa trong thực thức nhưng tiềm thức không bao giờ xa. Bao nhiêu đó đã là quá đủ. Một vài chi tiết cụ thể về nơi nầy nơi nọ, người nầy người kia, nói cho cùng, cũng chỉ như một nhúm sao nhỏ nhoi trong vũ trụ bao la của triệu triệu dãy Ngân Hà" (tr. 158). Kể Chuyện Ngày Xưa đưa người đọc trở về Mỹ Tho và ngôi trường Nguyễn Đình Chiểu của hôm nay: "Bây giờ thì tang thương đến cả từng mảnh nhỏ của ngôi trường vì người ta không làm tròn nhân luân" (tr. 131); tang thương cho cả người cũ về thăm cảnh xưa vốn đẹp trong trí nhớ. "Lá me vàng úa bay lã tã, lược lờ trong không gian, như xúc động bùi ngùi đưa tiễn, rớt lấm tấm trên cái đầu bạc trắng của người thầy giáo già mất quê hương và mất luôn cả kỷ niệm" (tr. 132). Kiếm tìm có khi chỉ đưa đến thất vọng!

Quê hương còn là những mùi hương, mùi thơm của hoa, của đất, ... Truyện Tình Đất bắt đầu với "mùi thơm thoảng quyện mơ hồ" của bông lài; truyện chấm dứt với lời thú đậm tình: "Bao nhiêu năm nay tôi thường chiêm bao thấy mình đương ở trong căn nhà cũ. Tôi thấy mình tưới nước bông lài buổi sáng sớm mai. Tôi cảm nhận được rõ ràng mùi bông lài thơm nhè nhẹ trong không khí, một mùi quen thuộc mà tôi không thể nào gặp được ở bất cứ chỗ nào..." (tr. 240). Sống ở quê người mà vẫn có cảm giác như đang sống ở quê nhà. Cảm giác của mộng mị trở thành ảo giác khi phải trực diện với cuộc đời trước mặt, nhưng trong trí nhớ thì ngập tràn. Nhưng quê nhà cũng là những mùi hôi của những chốn bùn lầy nước đọng của người ăn xin, của những trẻ đi lượm cá sình ở chợ (Quê Hương Mình, tr. 178-179). Sống ở xứ người có lúc "nghe" được mùi thơm bí ẩn tỏa ra từ một Việt kiều "già dịch" như mùi hương cỏ, như "mùi hương con gái" (tr. 108). Khứu giác người xa xứ không lầm, nhưng khi hiểu nguồn gốc mùi thì hương cũng mờ thoáng lần! Đã vậy trong cái xã hội người Việt xa xứ có những mùi hôi của những "khuôn mặt mang nụ cười nham nhở (...) những hơi thở nồng hơi bia xú với thực phẩm chưa kịp tiêu hóa, tạo thành mùi cám heo lâu ngày, chuyển mùi..." (tr. 250).

Quê nhà cũng còn là những tiếng động, tiếng người, của chợ Tết trong Tình Đất, ồn ào náo động đó rồi vãn chợ cũng nhanh: "Chợ ba mươi Tết kỳ lắm, đông như họp chợ âm phủ mà chừng trời đứng bóng thì tan gần hết, lác đác còn lại còn thua chợ ngày thường nữa..." (tr. 224). Nào là những tiếng động của Sài-Gòn ngày cũng như đêm, trong Theo Gót Huyền Trân. Tóm, tiếng động, hương thơm, ... người lưu xứ thường hãy còn lưu giữ một phần hồn của cố quốc, nhất là ở thế hệ thứ nhất! Viết đến, nhắc lại, như một thảo hiếu với đất đai, nguồn cội!

Các truyện của Khói Sóng Trên Sông phần lớn có cấu trúc chặt chẽ, nhiều tình tiết, có những kết thúc đầy bất ngờ. Cổ điển truyện ngắn, nghệ thuật văn chương, không làm dáng thời thượng cũng chẳng tân cải bất ngờ! Nhân vật thường hiền lành, đơn giản dù tâm hồn cũng rất khúc mắc - những "tôi" tật nguyền dồn nén trong Như Nước Trong Nguồn, những Cô Út trong Tình Đất, dì Út, cậu Bảy trong Tình Lụy Thiên Thu hay người con dâu hiếu hạnh trong Mát Lạnh Tuổi Vàng, v.v.

*

Chất Nam "lục tỉnh" của Nguyễn Văn Sâm thể hiện trong chữ dùng, trong phong cách viết, tả nhân vật và tỏ lộ tâm tình. Nguyễn Văn Sâm tự đề ra cho mình một loại "cương lĩnh" trong Bài Chàm Về Viết ở đầu tập truyện: "... Cái quê hương mến yêu, chốn sanh trưởng thân thiết, tiếng địa phương nghe từ khi còn nằm võng ẩn náo trong hồn, tuông ra đúng lúc, phải chỗ..." (tr. XVIII).

Nguyễn Văn Sâm có một ngôn ngữ "miệt vườn" đặc sắc. Ông sử-dụng nhiều tiếng đặc "miệt vườn", những phương ngữ làm nên cái duyên của miền Nam lục tỉnh. Ông dùng nhiều từ láy và đặc biệt ông đã cẩn thận gạch nối:

- "Trước đây thằng đó thấy tôi còn đứng dậy dã-lã chào hỏi, khúm-núm bẽn-lẽn, mà con Út cũng coi bộ sợ-sệt, bối-rối...". "Thét rồi nó tới chà-lết quét-xảm ở nhà tôi, gặp thì chỉ chào sơ sơ rồi quay ra tíu-ta tíu-tít với con Út..." (tr. 214).

- "Sồn sồn tuổi nhưng du dương giọng, bà Hương có tiếng chửi không khác là bao với tiếng hát ru em trưa nắng, mùi mẫn như bài ca dạ cổ hoài lang từ phu tướng lên đường, đã điếu còn hơn nghe mấy con nhỏ xóm dưới kéo vuốt mấy tiếng chót của một câu hò ruột lên cao ngất, nhọn lểu như kim, chích nhè nhẹ nhột nhột vô tim " (tr. 22).

Hay: "... cần lắm thì ậm-à ậm-ừ cho qua..." (tr. 24); "mang bầu lạch ạch cũng bò ra chợ, mới đẻ hôm kia cũng te te đi bán..." (tr. 56), v.v. Vừa dùng tiếng láy vừa dài dòng và màu mè như tiếng nói người miệt vườn: "ngâm nga sông dài con cá lội biệt tăm" (tr. 25). Như một mạch tư duy liên khúc. Giữa những khớp nối tư duy, cảm xúc ấy là những hình dáng con người và cảnh tượng có sức tỏa rộng, gặp gỡ và xuyên thấm vào nhau!

Ông có tài quan sát và tâm lý như phân tâm mặc cảm của nhân vật tật nguyền mà ham gái trong Như Nước Trong Nguồn: "Từ lâu rồi tôi chỉ đứng xớ-rớ trước cửa nhà thèm thuồng, với cảm tưởng rung động ở từng sợi gân trong thân thể, ngó theo lũ con gái nhún nha nhún nhẩy, để rồi sau đó nằm cong queo trong một góc giường nhắm mắt vẽ lại hình ảnh trong trí hết đứa nầy tới đứa khác. Thường thường tới đứa thứ hai thì tôi mệt lả, tim đập thình thịch như trống chầu, ngủ thiếp đi lúc nào không hay, nhiều khi thức giấc bàn tay trái vẫn còn ướt mẹp đương nằm giữa hai bắp vế, thoảng hôi một mùi là lạ..." (tr. 33).

Tâm lý như khi tả người ghiền thuốc ở xứ người hết tự do như trước: "Thỉnh thoảng lắm mới có dịp tất cả mọi người cùng đi vắng, tôi được tự do rít hơi thật dài, thật sâu, ém hơi lâu trong phổi, phun ra rồi hít vô ngay lại bằng lỗ mũi. Những lúc nầy thì đã tận mạng"(tr. 105).

Cả trong quan sát diệm mạo con người, các nhân vật của ông hay chú ý đến các bộ ngực nở nang của phụ nữ. Một nhân vật nói về một cô gái miệt vườn: "Con Cúc trổ mã cả năm nay, tay chưn tròn trịa, vú dậy đội lớp áo lên cao nghệu dòm ngang thấy trơn láng mềm mềm ra vẻ con gái quá chừng." (Tình Đất). Tật nguyền như nhân vật xưng "tôi" trong Như Nước Trong Nguồn mê gần hết các cô gái trong xóm cù lao: "Mấy đứa nầy đứa nào đứa nấy đều bị tôi "tưởng tượng" một vài lần khi ban ngày nhỏng nhảnh đi ngang qua nhà tôi, cười cười nói nói, cái quần lãnh đen láng o dòm không thôi đã thấy mát rượi lòng, cái áo nút bóp căng thịt, cặp mắt bén ngót như dao cạo..." (tr. 34), rồi mê Nhàn, bạn của anh mình, cũng qua bộ ngực: "Ngồi trong nhà thấy nó thấp thoáng bên kia, ngực một ngực, lồ lộ thiếu điều căng xé áo nhảy ra ngoài, tôi cũng đã cảm nhận nỗi vui vui tràn ngập lòng, đời thiệt thòi như được trút bớt vài phân." (tr. 27).

Văn chương Nguyễn Văn Sâm tưởng chừng theo truyền thống viết-như-nói khởi từ trường phái Trương Vĩnh Ký, qua Hồ Biểu Chánh, Bình Nguyên Lộc đến Võ Kỳ Điền, Nguyễn Tấn Hưng thời hiện đại. Khởi sáng tác cùng thời với hai nhà văn sau, nhưng các truyện ngắn của Nguyễn Văn Sâm nếu đọc kỹ mới thấy ông đi xa hơn: ông viết như nghĩ và dùng ngôn ngữ nói để làm văn chương. Ông hấp dẫn người đọc bằng các chi tiết ly kỳ xen kẽ với lối nói, lối suy nghĩ của các nhân vật đa dạng nhưng tiêu biểu cho "miệt vườn". Cái khiến Nguyễn Văn Sâm không giống các nhà văn "miệt vườn" khác, là chính trong câu văn mà muốn hiểu thì người đọc phải hiểu được mạch nổi, mạch chìm và lớp từ ngữ bộn bề, dồi dào, nhuốm trí thức của ông. Có thể xem Chờ Cho Trăng Lặn và Như Nước Trong Nguồn là hai truyện ngắn tuyệt tác tiêu biểu của Nguyễn Văn Sâm! Nhưng trong các truyện còn lại khi viết về quê nhà, kỷ niệm, thời gian và cảm xúc tác động mạnh thành ra có khi hơi dài dòng, vận dụng đối và vận nhiều, có thể khiến người đọc nhiều khi khó theo dõi câu chuyện. Người đọc có thể lạc đường, một lạc lối dễ thương thôi, giữa một rừng tâm tình và cảm xúc của tác giả. Kiệt Tấn cũng dài dòng nhưng ở một tầm cỡ khác, ở chỗ nhiều đối thoại và nhiều tình tiết động tác hơn và câu chuyện hay lập lại. Hồ Trường An cũng dài dòng nhưng trong màu mè nhân tạo và miêu tả trên một nền "miệt vườn" đã sẵn!

Chúng tôi nghĩ Nguyễn Văn Sâm có chủ tâm chi tiết hình ảnh và dài dòng, du dương, câu văn nhiều nhạc tính - dài theo hơi kể chuyện, lối "nói" văn chương truyền thống trong Nam, du dương theo lối nói "vè", vần điệu, của ca dao, của nói thơ Vân Tiên hay mấy câu cải lương vốn thường dài hơi. Tất cả như cốt để khơi dậy nơi người đọc những cảm xúc sâu đậm, những tiếng thở dài và cả những phẫn nộ khi xem đến dòng kết truyện.

Từ *Câu Hò Vân Tiên* qua *Khói Sóng Trên Sông*, Nguyễn Văn Sâm đã chứng tỏ có kỹ thuật văn chương, cái "tải đạo" của ông nếu có, thì cũng thuộc về nhân đạo tự nhiên như con người thì phải thế. Chờ Cho Trăng Lặn là một điển hình, tác giả viết về một mối tình đẹp trong khung cảnh văn hóa rất lục-tỉnh thâm nhiễm luân lý nền tảng á-đông, chuyện tình "thằng Thành" hay đến nhà con Kén nghe nói thơ Vân Tiên. Hai đứa hạp nhãn nhau, hay ra bụi môn chờ cho trăng lặn. Nhưng con Kén lấy chồng giàu mẹ cha ép gả, thằng Thành "chất chứa mối u tình nặng trĩu lòng nó, nặng nhưng vẫn còn đủ đẹp để lôi chưn nó lại, không cho cất bước giang hồ tìm quên" vì nó nghĩ chỉ có nó mới có cái tình và cái hồn của con Kén, còn cậu Hai Phó Hương Quản "tuy là chồng nhưng anh có biết cái tình cái hồn của nó nằm ở đâu đâu nà!" (tr. 175). Hình như Nguyễn Văn Sâm viết truyện này nhân cuộc tranh luận về thơ Vân Tiên trên tạp chí *Văn Học* (CA) (2), thể loại truyện ngắn qua ngòi bút của ông hình như có sức thuyết phục hơn là những lý luận ồn ào. Thật vậy, ông tâm tình để thuyết phục hơn là dùng luân lý hay lý luận để can thiệp vào câu chuyện. Trong những truyện về đời sống hội nhập ở xứ người, ông cũng tỏ ra hụt hẫng, ngập ngừng - như nhân vật của ông, trước một số tình cảnh; đó có thể cũng là tình cảnh chung của tất cả người Việt xa xứ!

Truyện ngắn của Nguyễn Văn Sâm nói chung là không khí chữ nghĩa, là tấm lòng của tác giả. Nhiều truyện ngắn trong Khói Sóng Trên Sông khiến người đọc an tâm phần nào về văn chương "miệt vườn" và bớt bi quan hơn nhà văn Nguyễn Mộng Giác năm nào nhận xét về hiện tượng "các nhà văn gốc Nam Bộ xuất hiện nhiều, và viết nhiều truyện ngắn phong tục "miệt vườn" như lúc này ở hải ngoại (...) bị "vướng cái lưới 'phản ảnh' (...) quá chú ý tới vấn đề, truyện miệt vườn đang sa vào cái tật quá khích. Nhiều truyện ngắn viết ở Âu-châu, Bắc Mỹ năm 1992 mà người đọc có cảm tưởng đang đọc một truyện của Hồ Biểu Chánh viết trước đây (gần) một thế kỷ! Kể cả lối tác giả xen vào câu chuyện giảng giải cho nhân vật nghe chuyện đạo lý thánh hiền, nghĩa là vướng lần nữa vào cái lưới "tải đạo"" (3). Chúng tôi vẫn có cảm tưởng điều này hình như đúng cho bất cứ nhà văn gốc miền nào, và cũng đúng cho một số nhà văn "miệt vườn" hiện cạn cảm hứng sáng tạo; đó là những truyện ngắn thiếu kỹ thuật và văn chương, những "chuyện ngắn", của những "văn chương ngắn ngủi" của thời gian, những cương, những kể hoài không hết!

Chú-thích

1. Bìa sau, *Khói Sóng Trên Sông*. San Jose CA: Văn, 2000.
2. X. *Văn-Học* (CA) các số 141-142 (1-2/1998) và 149 (9-1998).
3. Nguyễn Mộng Giác. "Cơn khủng hoảng của truyện ngắn", *Văn-Học* (CA) số 79 (11-1992), tr. 19-20.

9-4-2000

Thế-giới nhân-bản
của Nhật Tiến

Thế giới tiểu thuyết của Nhật Tiến (sanh năm 1936) có hai đặc điểm chung: một thế giới của những con người bất hạnh và một không gian của nhân phẩm, con người! Tác giả của chúng là một con người đầy lòng nhân ái và ông muốn mọi người chia xẻ cái nhìn của ông! Trước 1975, ông đã xuất bản 19 tác phẩm gồm 11 tiểu thuyết hoặc truyện dài: *Những Người Áo Trắng* (1959), *Những Vì Sao Lạc* (1960), *Thềm Hoang* (1961), *Mây Hoàng Hôn* (1962), *Chuyện Bé Phượng* (1964), *Vách Đá Cheo Leo* (1965), *Tay Ngọc* (1968), *Giấc Ngủ Chập Chờn* (1969), *Đóa Hồng Gai, Lá Chúc Thư* (1969), *Quê Nhà Yêu Dấu* (1970); ba tập truyện ngắn: *Ánh Sáng Công Viên* (1963), *Giọt Lệ Đen* (1968) và *Tặng Phẩm Của Dòng Sông*; một tiểu thuyết kịch: *Người Kéo Màn* (1962); một tiểu thuyết dưới hình thức nhật ký: *Chim Hót Trong Lồng* (1966), một hồi ký viết cho thiếu nhi: *Thuở Mơ Làm Văn Sĩ* và ba truyện cho thiếu nhi mỗi truyện từ 30 đến 40 trang: *Đường Lên Núi Thiên Mã, Quà Giáng Sinh* (1970), *Theo Gió Ngàn Bay* (1970). Giai đoạn đầu tác phẩm ông do các nhà Phượng Giang, Đời Nay và Ngày Nay của Tự-Lực văn-đoàn xuất bản, về sau do nhà xuất bản Huyền Trân của ông. Ông từng làm chủ bút tạp chí *Thiếu Nhi*. Rời Việt-Nam như là thuyền-nhân (boat-people) và sau khi định cư ở Hoa-Kỳ, ông là tác giả tập tường trình *Hải Tặc Trong Vịnh Thái Lan* (1981, viết chung với Dương Phục và Vũ Thanh Thủy), truyện dài *Mồ Hôi Của Đá* (1988) và ba tập truyện *Tiếng Kèn* (1980), *Một Thời Đang Qua* (1985) và *Cánh Cửa* (1990).

Nhà văn của tuổi thơ bất hạnh

Nhật Tiến khởi đầu sự nghiệp viết văn với những đứa trẻ mồ côi trong cô nhi viện, một thế giới trầm lặng, có thể nhàm chán đơn điệu đối với những người ở ngoài, bên cạnh những bà Phước, nhưng qua ngòi bút của Nhật Tiến, người đọc khám phá con người, tâm lý, hoàn cảnh, nếp sống của những đứa trẻ mồ côi, những học sinh nội trú và cả những vị tu hành. Đó là *Những Người Áo Trắng*, *Những Vì Sao Lạc, Tay Ngọc, Chuyện Bé Phượng, Chim Hót Trong Lồng*, ...

Những Người Áo Trắng là chuyện của Quỳnh, một nữ tu trẻ. Từ thân phận mồ côi, được thương giúp, Quỳnh đã trở nên nữ tu để thương lại những đứa trẻ cùng phần số hẩm hiu. Quỳnh đã đưa lên trang giấy thế giới đó. Thể loại bút ký đưa người đọc đến với những đứa trẻ, đến với một thế giới đằng sau bức tường kín cổng, ngoài kia là cuộc đời, là sự sống; trong nầy là một sức sống khác, sức sống tinh thần. Con đường đưa Quỳnh đến với đời sống tu hành đã phải qua nhiều chặng đường. Nàng đã nhìn thấy những đứa bạn chỉ vì muốn thoát ly đã phải chết như Hoà, chịu nghiệt ngã như Liễu. Đã theo đường tu hành, nhưng tim nàng đã có lúc xúc cảm mạnh vì tình yêu dù đơn phương với một sinh viên đeo kính gặp ở vườn hoa - tình yêu ở Nhật Tiến nói chung có thể mãnh liệt trong lòng nhân vật chứ tác giả không chi tiết dài dòng! Và khi đã tận hiến cuộc đời cho Chúa và những đứa trẻ cùng số phận, nàng cũng đã phải chịu sự đố kỵ đôi khi nghiệt ngã của một số đồng tu. Chỉ vì nàng thương trẻ, qua Phượng, qua Lucie, với một tình đồng cảm.

Những Vì Sao Lạc rọi ánh sáng từ nhân vào cuộc đời những đứa trẻ và thanh thiếu niên vì hoàn cảnh trở nên mồ côi, và cũng vì đó đã có những hành động xấu đối với xã hội bình thường. Chuyện của Khánh, mẹ chết vì bom đạn, bố tự tử vì thất vọng người vợ tục huyền, anh em đã phải sống nhờ cơm chùa, và khi muốn tự lập thì em bệnh nặng không tiền đi khám bác sĩ; đường cùng dẫn đến trộm tiền người quen để phải bị cái án "du thủ, du thực, ba tháng tù" (tr. 166). Khánh vào tù nhưng lòng nhẹ nhàng khi thấy em Mai tìm được tình thương nơi hai người bạn của Khánh. "Lòng tôi trở nên nhẹ nhàng và can đảm. Ba tháng tù sẽ rửa sạch cho tôi tội lỗi mà tôi phải trốn tránh. Tôi sẽ có cơ hội để làm lại cuộc đời. Mộng tưởng của tôi vẫn là mong muốn được dự phần vào guồng máy khổng lồ của xã hội. Mồ hôi của tôi sẽ đổi lấy những buổi chiều có gió mát dẫn em Mai đi chơi ở trên đường có hoa xoan tây rụng đỏ. Mai sẽ lớn lên như một con chim có linh hồn trong sáng..." (tr. 166). Trong tiểu thuyết này, tình người được đề cao, cao hơn những thói thường tình, như Khánh đối với dì Tự, biết dì ghẻ ngoại tình với người làm của bố, biết em Mai là hậu quả của ngoại tình - tức không phải con của bố Khánh, anh vẫn thương: "Trong cái tang đau đớn này, dì mất chồng cũng khốn khổ như tôi mất cha. Tôi thấy thương dì hơn là giận. (...). Sự cô đơn của người đàn bà góa và đứa con thơ ngây cho tôi nỗi xúc động. Tôi không thể ghét dì mà còn tràn ngập lòng thương. Tôi tin rằng nếu linh hồn ba tôi còn lẩn quẩn ở đây, chắc ông có cùng ý nghĩ như tôi" (tr. 90, 97).

Chuyện Bé Phượng (1964) là chuyện một xã hội thu nhỏ trong một viện mồ côi, những đứa trẻ mang tên Phượng, Alice, Dung, Cúc, ... "Con bé Dung khôn ngoan gian giảo, biết nịnh các soeur khi cần nịnh, biết nhường nhịn lũ trẻ khi cần thiết phải nhường, những điều gì làm lợi và vui cho nó thì dù có phải tàn nhẫn để đánh đổi lấy, nó cũng không từ" (tr. 14). Cũng đạo đức giả, cũng ăn cướp cơm chim, cũng ích kỷ độc ác, v.v. như xã hội người lớn. Bé Cúc đóng vai ăn cắp vặt có "lý do", có "quyền" vì nó chỉ lấy của người dư thừa: "Ừ tao ăn cắp thì đã làm sao, tao không lấy của của mày (Phượng), tao lấy của chúng nó, chúng nó thiếu gì" (tr. 128). Phượng được các soeur thương, nhưng cô có tâm hồn, có suy nghĩ, lúc nào cũng nghĩ đến Chúa và sự cứu rỗi. Lớn hơn là các chị Quỳnh, Giang, Thu, Thanh... và những tranh chấp. Mẹ Félicité phải ra đi để rồi được Quỳnh viết thư xin mẹ trở về viện để dìu dắt lũ trẻ. "Bởi vậy con xin mẹ hãy nhân danh những sự cứu rỗi, vẫn thường là con đường của Chúa đã vạch ra, mà trở lại viện cô nhi hướng dẫn dìu dắt và bảo ban chúng con... Vì mẹ là kẻ sáng suốt, vì mẹ là kẻ đã thực sự nhìn vào cuộc sống khốn khổ của chúng con, thực sự thông cảm nỗi chua xót của những đứa mồ côi..." (tr. 199). Chuyện trẻ con, trẻ mồ côi, đời sống trong một viện mồ côi nhưng nhiều ý nghĩa có thể áp dụng cho cuộc đời!

Chim Hót Trong Lồng thêm một câu chuyện về những đứa trẻ mồ côi và nội trú trường Nhà Trắng với các bà sơ, một đề tài quen thuộc với Nhật Tiến. Nhưng ở đây tác giả cho thấy con người là nạn nhân của nhau và sự vươn lên của những kẻ thấp hèn không dễ. 14 lá thư và những trang nhật ký của một cô bé tên Hạnh mẹ gửi nội trú trường các Soeur. Những lời lẽ ngây thơ chân chất của người con viết cho người mẹ, thật cảm động sự ngây thơ của cô bé khi nghe người khác kể lại mẹ làm nghề điếm: "Má làm nghề điếm phải không má. Chú con Hằng nói chuyện với nó thế. Con hỏi điếm là gì thì nó cũng không biết. Vì chú nó chỉ nói thế thôi. Có thật không má? Sở điếm của má có to không? Má làm chức gì trong ấy? Mà sở điếm thì buôn gì hở má?..." (1). Mẹ bệnh nặng phải nằm nhà thương, Hạnh về nhà bà Tuyết bạn mẹ cùng nghề, ngây thơ trách mẹ "Tại sao má bắt con ở chung với đồ đĩ như thế" (tr. 71). Mẹ chết, hết người để gửi thư, Hạnh viết nhật ký để "nói" với mẹ và cầu xin "Lạy Chúa. Xin Chúa hãy vì má, hãy vì nỗi lòng đớn đau và tinh khiết của má, mà đưa má về nơi thanh cao như lúc này con đang thành tâm tha thiết nguyện cầu cho má..." sau khi nghe lời sơ Félicité cắt nghĩa "Má có linh hồn. Linh hồn của má sẽ được tới gần chân Chúa" (tr. 98-99). Câu chuyện với nhiều cơn mưa dài, lạnh, lá rụng nhiều mà tiếng chuông như gọi hồn cũng nhiều; mưa và lạnh những lúc đi dạo Tết cũng như những buổi hiếm hoi được gặp mẹ và cuối cùng lúc đám tang mẹ!

Đến *Tay Ngọc*, ảnh hưởng Thiên Chúa giáo đậm đà hơn nữa. Qua những bức thư của Hạnh, một nữ sinh lưu trú gửi cho Mẹ Bề trên, trong đó nàng kể lại những sinh hoạt của viện mồ côi đồng thời ghi lại những suy nghĩ về tương lai và chứng tỏ một niềm tin mãnh liệt nơi đấng thiêng liêng: "Chúa chẳng để sự đe dọa nào có thể làm lung lạc đức tin ấy nơi Chúa. Rồi từ đó, nếu ai ai cũng giữ được lòng thánh thiện, mọi vết nhơ được xóa bỏ, mọi tội lỗi được dung tha, mọi điều khổ sở sẽ được hàn gắn, và nhân loại sẽ tạo được địa vị trong sáng ban đầu". Lòng tin làm nền cho quan niệm sống và cư xử ở đời!

Mây Hoàng Hôn (xuất bản năm 1962 nhưng viết xong từ 1958) kể chuyện cuộc đời buồn nản của Đỗ, một nhà văn trẻ bị bệnh lao phổi, vào nằm điều trị ở một bệnh viện Thiên Chúa giáo, đem lòng yêu bà Tâm, một bà phước trẻ đẹp. Mối tình đơn sơ, tột đỉnh cũng chỉ là cảnh "Đỗ kéo hai bàn tay mềm mại của bà về phía ngực mình. - Tâm ơi... Tâm tha lỗi cho tôi" (tr. 78). Vì tình yêu như thế là tội lỗi, bà phước Tâm xin đổi đi nơi khác và chết trẻ, để lại tập nhật ký, bà Madeleine gửi cho Đỗ, chàng khóc đến hết nước mắt rồi tìm đến bên mộ bà "cúi xuống vuốt mãi tấm bia trắng để cảm thấy mình gần quá với những dòng chữ cuối cùng còn ghi lại di tích của con người bạc mệnh". Một chuyện tình đẹp nhưng bất khả thi, Nhật Tiến kết thúc đơn giản thay vì lèo lái câu chuyện éo le theo thị hiếu.

Không khí tiểu thuyết của Nhật Tiến vừa kể luôn có bóng dáng các nữ tu và một số tín lý đạo Thiên Chúa nhưng thiển nghĩ mục đích của Nhật Tiến là phổ biến và đề cao lòng nhân ái, tình thương người, kêu gọi xóa bỏ ích kỷ trong mọi trường hợp, ngay cả khi yêu. Nhật Tiến theo đạo Phật nhưng đã viết một phần ba tác phẩm về thế giới đạo Thiên Chúa một cách thuần đạo như Thụy An Hoàng Dân thời tiền chiến, trong khi nhà thơ Hàn Mặc Tử tuy có đạo nhưng thi ca ông chịu nhiều ảnh hưởng Phật và Lão. Nhật Tiến đã đưa người đọc vào thế giới đạo đó từ trước khi di cư vào Nam. Mặt khác, thời văn học miền Nam này, nhiều nhà văn đã viết cho tuổi thiếu niên, ngoài Nhật Tiến còn có Nhã Ca, Duyên Anh, ... nhưng ông khác hai nhà văn sau, tiểu thuyết của ông còn nhắm độc giả trưởng thành hơn, vì ông luôn nêu lên một vấn đề nào đó không thể không suy nghĩ và tìm giải pháp!

Nhà văn xã hội

Chiến tranh khiến cho người nghèo càng nghèo khó hơn, càng thêm trẻ bụi đời, mồ côi, Nhật Tiến ghi lại trong *Giấc Ngủ Chập Chờn, Giọt Lệ Đen, Quê Nhà Yêu Dấu,* ... Nhân vật của Nhật Tiến rời mái ấm cô nhi, trường các dì phước, trở thành những người nghèo khó vật chất cũng như tinh thần. *Thềm Hoang*, giải văn chương toàn quốc 1962, viết về một thế giới người nghèo ở Xóm Cỏ, một xóm cận biên ở thủ đô Sài-Gòn mà cũng có thể ở một nơi khác. "Dạo ấy dân xóm Cỏ làm đủ mọi nghề của một tầng lớp thấp kém"(2). Nơi đó có đủ mọi hạng người, dĩ điếm, đạp xích lô, thông cầu tiêu, bán hàng rong, ăn xin, v.v. Một sống chung với những thói hư tật xấu, với lòng ngay và tình đùm bọc khi hoạn nạn. Một mối tình vô vọng nhưng chân thật của bác Tồn mù hát rong xin ăn với cô Huệ gái giang hồ: "Cô Huệ ơi... Nếu cô lấy tôi thì tôi xây nhà gạch hai tầng / Tôi mua ô tô cho cô ngự, mua váy đầm cho cô thay". Nhưng cô Huệ sẽ chết thảm, bác Tồn chung tình tự đứng ra lo cho đứa con lai có với lính Tây lê dương. U Tám cũng chết buồn thảm, mụ Nết thì trở thành điên cuồng vì con cháu. Những thằng Ích, cái Ngoan, cái Hòn, ... lêu lổng. Chuyện tình đơn sơ dễ tính của Hai Hào đạp xích lô với Đào con Phó Ngữ. Năm Trà qua Lào làm ăn trở về mất vợ mất con, mẹ điên, hắn lên cơn đốt nhà không ngờ cháy tan rụi cả xóm! Cơn mưa to ở cuối truyện phải chăng đã đến như hy vọng quét sạch những tàn tích của tội lỗi lẫn khó nghèo? Xóm Cỏ sống động dưới ngòi bút Nhật Tiến, tình người, nếp sống linh hoạt không ngừng biến cố, diễn tiến. Khi nói đến những vấn đề xã hội là đã ngầm chứa đòi hỏi công bằng, Nhật Tiến làm kẻ quan sát và ông tỏ ra có tài trong công việc này, cả rành tâm lý. Tả sự cô độc của bác Tồn mù, một lần bác ôm đàn ngồi ở bực cửa hát chờ cô Huệ đi ngang qua: "Bóng tối vây quanh như nỗi cô độc của bác trong sự mù lòa" (tr. 28). Lúc khác bác nghêu ngao hát cho mọi người nghe cười cho vui. "Tiếng cười của họ khiến bác nghĩ rằng mình không cô độc" (tr. 29). Tiếng cười của một nhân vật khác, dượng Tám, thời tán u Tám thì "tiếng cười lỗ mãng và ngay thẳng. Vì thế u tìm thấy ở dượng cái vẻ gì gọi là chất phác, đáng yêu" (tr. 33). Nhưng khi đã về với nhau thì chỉ có tiếng hét, la mắng, vòi tiền, lừa gạt! Cảnh lão Phó Ngữ gây với Đào, con gái lão, đã dám thất thân với Hai Hào đạp xích lô, rồi đến bàn chuyện đám cưới, cũng như những cảnh đú đởn tình tứ của đôi nhân tình này, là những bức tranh thật linh động!

Tập *Ánh Sáng Công Viên* gồm 8 truyện ngắn viết về những mảnh đời, những chuyện tâm tình, những cảnh đời ngang trái (bị giam vì tình nghi chính trị, cảnh đòi nợ, cảnh gia đình êm ấm trong xóm nhỏ, ...). Nói chung tác giả tỏ nhiều thiện chí, muốn con người lưu tâm đến những tệ nạn xã hội hoặc hậu quả của chiến tranh, ... trong khi nhiều nhà văn đồng thời với ông chạy theo siêu hình hay những giải pháp không tưởng!

Giọt Lệ Đen tả một trong nhiều thảm cảnh của thời chiến. Hai anh em mồ côi, Tư Híp và thằng Út sống với nhau nên khi Tư Híp đi trình diện nhập ngũ thì đã phải đem thằng Út theo, may có Hiên làm nhà bếp thương anh em đã giúp giữ thằng Út trong khi Tư Híp phải đi hành quân xa. Một tình yêu nhẹ nhàng đến với anh em Tư Híp và kết không bi đát trong khi người đọc chờ đợi cái phải đến bi đát của chiến tranh. Tác giả kết thúc với hy vọng, đứa em leo lên ụ đất nhìn theo đoàn quân lên đường bụi mờ mịt! Một truyện ngắn khác, Kẻ Nổi Dậy là chuyện tâm lý, chuyện anh Ba Sinh, một anh chồng yếu đuối chỉ biết ăn bám vợ, nghi vợ làm điếm nuôi cả nhà mà không dám hỏi. Ra vẻ có ý chí, nhưng không đủ mạnh để thay đổi tình thế, ngay cả việc dạy dỗ đứa con duy nhất.

Nhật Tiến cũng viết về xã hội của giới văn nghệ sĩ, với *Người Kéo Màn* (1962) và ghi là "tiểu thuyết-kịch". Nếu Thanh Tâm Tuyền, Vũ Khắc Khoan đem triết lý vào kịch thì Nhật Tiến đem thế-giới tiểu thuyết vào kịch. Phải chăng Nhật Tiến có mục đích giáo dục, xã hội, do đó đã thử nghiệm thể loại này? Không hẳn là một vở kịch để diễn viên trình bày, cũng không hẳn là một tiểu thuyết về thế-giới sân-khấu-về-khuya - cũng là thế-giới con người với đủ tài và tật, thích hào nhoáng, ít tác động, nhiều lý luận tư duy. Hạnh phúc ở đây thật mỏng manh. Người đọc và nhân vật được tác giả mời tham gia vào trò chơi, mà cũng không thể không tham gia. Nói đến sân khấu là nói đến đạo diễn, diễn viên, những thần tượng của một thế-giới. Nhật Tiến đưa người đọc và cả người xem vào trong hậu trường, nơi đó mặt trái buồn nôn được phơi bày. "Tà áo của nàng hất tung lại phía đằng sau. Hắn thấy một vệt sáng chiếu vào khoảng mù mịt đang ngự trị trong lòng mình" (tr. 95). Tác giả vở kịch (không phải tác giả Nhật Tiến) thú nhận: "Cái đau đớn nhất của anh là anh không biết phải hành động thế nào cho hợp lý cả" (tr. 13). Không dám sống thực, do đó tự thấy là bịp bợm mà vẫn phải viết kịch, ..." (tr. 13) để rồi đi đến chỗ cô độc đớn đau, người vợ đã không chung thủy. Những nhân vật lão kéo màn, người thiếu nữ trinh trắng, người nghệ sĩ thổi clarinette, đứa bé, ... chỉ là những cái cớ cho người kéo màn - không hẳn là tác giả, Nhật Tiến, nói đến định mệnh. Các nhân vật đầy mâu thuẫn, cả tác giả Nhật Tiến, khiến có kịch tính! Màn đã kéo, những thần tượng gãy đổ, những sự thực đắng cay, ... Nhật Tiến đi con đường ngược với Bertolt Brecht là người muốn diệt hấp lực của truyện kể ở kịch, chối bỏ sự thật, diễn viên diễn xuất và mời gọi người xem suy nghĩ về tấn kịch được trình bày thay vì để lịch sử thâu tóm hết!

Hướng về dân tộc và tương lai

Sau 1975, Nhật Tiến ngưng viết cho đến khi vượt biển thành công và đến Hoa-Kỳ năm 1980. Khi ở trại tị nạn Songkhla, ông đã bắt đầu viết lại (nhiều truyện sau in trong tập *Tiếng Kèn*) và đã đem những ưu tư, suy nghĩ vào văn chương. Ngòi bút của ông trở nên phẫn-nộ dù lòng thương và tình người vẫn mạnh ở ông. Trước hết ông viết về số phận những thuyền nhân (boat people) mà ông vừa từng trải qua, *Hải Tặc Trong Vịnh Thái Lan*, với Dương Phục và Vũ Thanh Thủy. Sau đó là các tập truyện ngắn *Tiếng Kèn* (1982), *Một Thời Đang Qua* (1985), truyện dài *Mồ Hôi Của Đá* (1988) và tập truyện *Cánh Cửa* (1990). Nhật Tiến phát biểu về vai trò người cầm bút ở thời điểm mới: "Tôi vẫn hằng quan niệm rằng thiên chức của người cầm bút là phản ánh được môi trường xã hội mà họ đang sống, và đấu tranh cho những nguyện vọng tha thiết nhất của con người trong xã hội ấy được thể hiện. Môi trường xã hội hiện nay của người cầm bút là tình cảnh lưu vong mà họ đang sống, là anh em, bạn bè, đồng bào còn đang rên xiết ở quê nhà và những đồng bào tị nạn đang lây lất ở các trại tạm trú..." (3)

Sau những cố gắng tố cáo tội ác hải tặc và chế độ mà nạn nhân hải tặc phải bỏ đi, ông đã đi đến nhận thức tình trạng mới không thể ôm hoài suy nghĩ đã mòn. Ông đưa những ý tưởng đó vào các tác phẩm mới. Tập *Tiếng Kèn* (1982) là bức tranh sống động về cuộc đổi đời của miền Nam. Những đối xử dã man, không nhân tính với đồng loại. Tiếng Kèn của lão mù kiếm cơm, công an chìm của cộng sản cũng phải theo bắt và kết án là CIA. Khi được thả ra, lão sợ nên thổi bài "Như có bác Hồ..." liền bị dân trong xóm phản đối. Lão thổi bài "Việt Nam! Việt Nam nghe từ vào đời..." thì tiếng vỗ tay vang dậy, nhưng lão không nghe được gì nữa, "hồn gã bay bổng theo tiếng kèn (...). Gã đã đắm mình vào làn âm thanh bao phủ quanh gã, và thực sự đang nâng bổng tâm hồn của gã lên cao" (tr. 25). Những nạn nhân khác là bà lão già còn phải lội rừng đến trại cải tạo thăm con nhưng kiệt lực ngay cổng trại chưa kịp thấy con. Là vợ một đại úy quân y nay chồng đi cải tạo, đói phải đi trộm khoai, may gặp được lão Quới người bị mất trộm khoai nhưng may người này từng chịu ơn ông chồng bác sĩ cứu tử trước 1975 đã cho 50 chục; nhưng với số tiền này, bà nấu một nồi cháo thịt để cùng với năm con chết để "bầy con tội nghiệp của cháu khỏi phải trầm luân trong cái xã hội đầy cơ cực này" (Nồi Cháo Thịt). Trận Đánh Cuối Cùng Của Một Kẻ Sĩ là trận đánh về mặt văn hóa của Ba Sinh, người bị công an đến nhà tịch thu hơn ba ngàn cuốn sách trân quý lưu trữ. Tình cờ anh gặp lại sách của anh được bày bán "chui" do đường giây công an kiếm ăn - tịch thu rồi đem đi bán thay vì nộp theo chính sách, anh thường ra đó và đầu độc bộ đội và cán bộ cộng sản với những cuốn sách "đồi truy" của miền Nam. Không hiểu anh Ba Sinh này trước đã từng làm Kẻ Nổi Dậy một cách nhu nhược?

Hai truyện trong tập nói đến bộ mặt thực xã hội của kẻ thắng: Chiếc Áo Tây Vàng về một xã hội bạo lực, sự sống sót là quan trọng bất kể phương tiện, cả việc đào mả, như người thiếu nữ đào mả lấy đồ bán chợ trời kiếm tiền nuôi hai đứa em, đã khai trước tòa:"Xã hội của chúng ta là xã hội chủ nghĩa, chủ trương duy vật mà đả phá duy tâm. Chỉ những kẻ còn đầu óc duy tâm mới quan niệm rằng đào mả lên tức là xâm phạm đến linh hồn người chết. Tôi sống bằng lao động của chính tôi. Tôi không ăn bám một ai. Tôi chỉ lấy đi những đồ dùng chôn dưới mả là những thứ mà xã hội bỏ đi, đã phế thải. Hơn thế nữa, tôi lại dùng lợi tức ấy để nuôi các em tôi ăn học, tức là bằng lao động đó, tôi đã nuôi dưỡng những mầm non của đất nước. Vì thế, tôi là người hoàn toàn vô tội" (tr. 143). Truyện Chuyến Tàu Ngày Cuối Năm diễn tả tâm trạng những người trẻ bắt đầu ý thức, phản ứng trước những đòi hỏi hy sinh cho nghĩa vụ hoặc lý tưởng láo khoét che đậy những mưu đồ bẩn xấu như đưa thanh niên sang làm "nghĩa vụ" bên lân bang Kampuchia. Hùng và một số bạn đã phải đào ngũ và chấp nhận cuộc sống lẩn tránh và hiểm nguy chết chóc, tù tội, nhân danh ước vọng tối thiểu làm người! Trong tập truyện đầu tay xuất bản ở ngoài nước này, một mặt Nhật Tiến cho thấy đời sống cơ cực của người miền Nam sau 1975, ông vạch mặt thủ phạm là chiến tranh, bạo lực, là lòng thú giữa người đối với người, trong sự ghen tương giàu nghèo Nam Bắc càng lộ rõ khi tiếp xúc, người trong Nam không tin tưởng nơi đồng bào từ miền Bắc, họ biết những người kia sống trong một chế độ bưng bít, không hề biết sự thật, lừa dối nhau để sống còn, lãnh đạo thì tuyên truyền, đe dọa, người cùng đinh thì lừa nhau miếng ăn, cái bát và cuối cùng những cảnh tượng "chiến thắng" thực ra chỉ là trò hề tội nghiệp!

Đến *Một Thời Đang Qua* (1985) gồm hai phần *quê người* sống hối hả máy móc với những va chạm văn hóa, những người mẹ già lạc lõng ngay trong gia đình mình, trong khi *quê nhà* giữa bao thảm kịch, sĩ quan bộ đội hủ hóa, tình cờ vẫn có người thủ trưởng công an biết nói cám ơn. Người Làm Ca Đêm, Một Ngày Của Nhiều Người tả nếp sống đến lạ kỳ ở quê người, đời sống thường không còn của riêng mình mà là của guồng máy, đi làm để trả bills, vội vàng vì kẹt xe. Làm việc an ninh mà máy móc đến điên người như Vũ trong Những Mẩu Dây Leo, rồi tranh chấp, rồi bị người làm chung tố với xếp anh bị tâm thần, trong khi thư nhà đến đều với những vấn đề phải giải quyết. Mùa Xuân Của Nàng và Bông Hồng Nào Cho Mẹ đề cập đến những va chạm hội nhập văn hóa, trong khi đó Những Mảnh Trăng Thu đưa người đọc trở lại với những trẻ nghèo khổ nhưng biết thương yếu nhau, một đề tài quen thuộc của Nhật Tiến.

Ngoài ra, trong tập truyện này, Nhật Tiến đi bước đầu trong việc tìm hiểu và viết về con người ở miền Bắc và những người ở miền Nam sau 1975 như những con người "ruột thịt". Văn ông hiền lành nhưng ông đã nói đến những khúc mắc của con người cùng là nạn nhân của chiến tranh, ông luôn khẳng định sự thất bại của cộng sản muốn tiêu diệt nhân tính nơi con người. Ông tìm hiểu xã hội miền Bắc - của những kẻ tự cho là kẻ thắng kẻ tài giỏi, và đi đến tố cáo bộ mặt thật. Nhận chân để tìm ra những thái độ của con người miền Bắc dù là đang thuộc thành phần ưu đãi hoặc phía sức mạnh (cán bộ, bộ đội,..) đứng trước những thảm cảnh, thất bại của một chủ nghĩa vô nhân, của một guồng máy bạo tàn. Những Vết Chân Trâu trình bày bộ mặt thảm hại của xã hội miền Bắc, con người tàn hại nhau nhưng nhân danh những chính sách, chế độ bất nhân như tem phiếu, "còn tem phiếu thì còn được phân phối như yếu phẩm theo giá chính thức. Không còn tem phiếu thì kể như đã bị gạt ra khỏi mâm cơm chung của xã hội, dù chỉ là mâm cơm được bày biện những khoai cùng sắn" (tr. 115). Lão Thược cuối cùng mong ước được thay thế con trâu để kéo cày cho xã. Một Chuyến Đi cho thấy sự đày đọa con người bằng những biện pháp cai trị phi lý mà George Orwell từng nói đến trong 1984. Một Big Brother mất nhân tính, Quý xin giấy tờ để ra Bắc thăm mẹ bị đủ trở ngại để phải thốt lên: "Có lẽ ở trên đời này chỉ có Quý là kẻ duy nhất đã có thể cười được khi nhận được tin mẹ mình đang thật sự hấp hối!" (tr. 91), vì lúc đó mới có thể có giấy di chuyển. Chặng Đường Cuối phá vỡ huyền thoại con người và đạo đức cách mạng. Huyền thoại Tay Ngà mà nhân vật Lữ từng ôm ấp 30 năm về chị Thu trở nên vô hiệu khi nhìn thấy hai bàn tay chị thô nhám nhăn nhúm và khi nghe giải thích "Chế độ mới cần đề cao tinh thần lao động trong mọi tầng lớp quần chúng, kể cả những nghệ sĩ chơi đàn. Tôi không bị cấm đánh đàn nhưng tôi cũng bị bắt buộc phải cầm thêm cái cuốc. Cơn tàn phá đối với một bàn tay chỉ trong vòng một tháng là thấy rõ những ngón tay chai cứng lại Nốt nhạc trở nên lạc lõng, xớn xác như lâm hồn lạc lõng, xớn xác của toàn thể con người.." (tr. 66). Thân phận người phụ nữ dĩ nhiên không ra gì trong một xã hội như vậy. Chân Dung Người Nữ Diễn Viên tên Hồng đã phải sống và trình diễn giả dối cho hợp chế độ, nên khi hết thời, về sống cày ruộng bên anh chồng thương phế binh mà lại cảm thấy thoải mái hơn!

Cái Túi Bùa gây suy nghĩ nơi người đọc, khi tác giả viết về Bà Cụ Tám ba đời tiễn chồng rồi con rồi cháu ra đi chiến đấu không ngày về. Đến đứa cháu, bà đeo bùa vào cổ cho cháu dù đó là chuyện cấm kỵ ở một chế độ làm nhụt lòng chiến sĩ ra đi lên đường vì tổ quốc. Nhưng đứa cháu đã chứng tỏ không như hai thế hệ cha ông, bắt đầu ý thức đâu là chân lý, không chấp nhận hãi sợ vô cớ, không chịu câm lặng hy sinh vì bất cứ lý do nghĩa vụ nào:"Kampuchia là cái xứ chó chết nào? Tại sao mình lại phải đi đánh nhau ở đó? (...). Tuổi trẻ của tao phải khác với tuổi trẻ của ông nội tao, của bố tao. Tao không muốn tiếp tục trở thành những quân cờ, những quân chốt thí muôn năm hết đời này qua đời khác..." (tr. 110). Qua Kampuchia xong, Hải tìm đường vượt biên sang Thái Lan! Vở kịch Công Lý Xã Hội Chủ Nghĩa - kịch bản hóa truyện Chiếc Áo Tây

Vàng, đóng lại tập truyện: kịch tính ở đây không do kịch bản mà do cái hiện thực của đời sống: hầu như mọi người trong xã hội Cộng sản đều phải đóng kịch để sống còn, ai đóng giỏi trở nên mạnh hơn, có lý hơn!

Nhật Tiến là nhà văn gây phản ứng chính trị (thật ra là của vài nhóm người tị nạn) ở hải ngoại khi ông xuất bản truyện dài *Mồ Hôi Của Đá* (1988) và đăng báo truyện Gặp Gỡ Cuối Năm. Trong *Mồ Hôi Của Đá*, qua chuyện của những người ở trong nước như Nguyệt, Toàn, Hoàng, ông Năm Tỏa, ..., tác-giả đề nghị đối thoại và tìm hiểu trong tinh thần nhân bản và dân tộc, để xây dựng lại quê hương. Ông nói đến con người, dân tộc, muốn không phân biệt nữa, vì tương lai, cho tương lai. Cuộc chiến mới ông muốn đề ra là cuộc chiến giữa nhân bản và phi nhân, giữa lẽ phải và sai quấy và giữa dân tộc và phi dân tộc. Sau những nhận thức những tồi tệ của xã hội, chế độ, Nhật Tiến đã đi đến những nhận thức cho một Việt-Nam tương lai. *Mồ Hôi Của Đá* dưới hình thức một truyện dài, do đó tác giả có đất để trình bày rõ những suy nghĩ và giải pháp mà hai tập truyện ngắn xuất bản trước đó đã chỉ mới thử những bước đầu. Lấy nhân bản làm nền tảng, dùng khai phóng làm tâm niệm, giải pháp ở đây có một kích thước lớn hơn thường tình phân biệt Bắc Nam, trong-ngoài nước. Nhật Tiến trình bày ở lời mở đầu: "trong một vận hội mới nhằm phục hồi và xây dựng lại quê hương đang điêu tàn, đen tối và đày rẫy nhục nhằn như hiện nay. (...). Tôi nghĩ rằng, văn hóa nói chung và Văn Học Nghệ Thuật nói riêng, có khả năng góp phần vào công cuộc tạo dựng những điều kiện qui tụ tốt đẹp trong công cuộc hình thành một sức mạnh tổng hợp, cả trong lẫn ngoài nước để hoàn thành sứ mạng giải phóng quê hương. Văn Học Nghệ Thuật, do đó sẽ có thêm một hướng đi mới, bên cạnh những hướng đi đã có, đã từng góp phần tích cực vào công cuộc tiếp nối truyền thống văn hóa của dân tộc ở hải ngoại. Chấp nhận một chiều hướng sáng tạo như thế, trong khung cảnh còn đầy rẫy những ngộ nhận như hiện nay, là chấp nhận một sự thử thách..." (4). Chuyện xảy ra ở miền Nam sau 1975, người hai miền sống chung, những va chạm, một bên ức hiếp, lợi dụng, một bên chịu đựng hoặc tìm cách qua cầu. Nhưng có những người trẻ lý tưởng, như Nguyệt, ... không muốn cực đoan, một chiều, muốn ra tay làm một cái gì trong hoàn cảnh mới, trở thành bí thư chi đoàn thanh niên, quá tin theo tài liệu thổi chuyện làm cách mạng, để rồi thực tế phải thất vọng ê chề. Cách mạng lâu ngày như Hoàng, một nhà văn từ Bắc vào tham quan, cuối cùng đã phải chua nhát nhìn nhận chế độ cộng sản chỉ thêm phong kiến, hủ bại và phân biệt giai cấp nặng nề hơn phong kiến bị họ lật đổ, và "tuyệt đại đa số quần chúng trong xã hội cộng sản chưa ai có quyền ấm người cả" (tr. 140).

Trước thực trạng giải phóng thành gông cùm, thống nhất để cả nước cùng đi vào tuyệt vọng, theo tác giả sinh lộ mới là phải khởi từ "tư tưởng đi tìm một chỗ đứng mới, chẳng bên này mà cũng chẳng bên kia, một chỗ đứng chung cho toàn thể những kẻ bị áp bức dù dưới bất cứ một xuất xứ nào, một chỗ đứng trở về dân tộc, hai chữ dân tộc với đầy đủ ý nghĩa trong sáng, nhân ái nhưng cũng anh dũng bất khuất, vốn có từ ngàn xưa, thời kỳ chưa bị tha hóa bởi bất kỳ chủ nghĩa ngoại lai nào" (tr. 117). Toàn, người yêu của Nguyệt, không tán đồng việc nàng làm, nhưng lại tin Hoàng và những người thức tỉnh từ long miền Bắc như Hoàng, như Năm Tõa, cán bộ về hưu, sẽ như những mầm nẩy được trong tình thế mới. Nguyệt sẽ là người đi theo con đường mới vận dụng thay đổi đầu óc của mọi con người trong một cuộc đấu tranh mới" đó! Hoàng, Toàn, ... thì vận động văn hóa khởi đi với một nhóm văn nghệ có tên là "Chân Đất" đồng hành với Nguyệt. Một cuộc cách mạng bắt đầu!

Lòng nhân ái thương xót những kẻ xấu số, bần cùng trong xã hội chưa đủ, Nhật Tiến còn lên tiếng kêu gọi nhìn lại và xóa bỏ những bất công, những tàn độc của con người đối với đồng loại, ông đi xa hơn kêu gọi xóa bỏ chủ nghĩa, biên giới để xây dựng một thế giới không hận thù, chia rẽ, dân tộc là chính. Sau 1975, tác phẩm của ông có tính cách chính trị theo nghĩa áp dụng cho cả dân tộc, chứ không dừng ở một thành phần dân tộc bị đàn áp, nghèo khổ và chịu sự bất công. Một giải phóng tâm hồn, không bên này bên kia, không phân biệt kẻ thắng người thua khi cả dân tộc sẽ bị thua thiệt trước tiến bộ của nhân loại, trước bước đi của thời gian và lịch sử! Những kẻ chống Cộng tới cùng (?) thời đó, những Nguyễn Ngọc Ngạn, Nguyễn Hữu Nghĩa, ... đã tới tấp tấn công Nhật Tiến theo họ đã chuyển hướng theo Cộng. Thời gian chưa xa nhưng đã đủ lắng để thấy họ hiểu sai, ông có chuyển hướng là chuyển hướng về dân tộc không cần cái nhãn quốc-cộng rồi ra cũng chỉ là một thời, như di sản nặng nề năm-trăm-năm-phân-tranh! Theo Nhật Tiến thì đó là ngộ nhận hơn là bị chống đối (5).

Trong tập *Cánh Cửa* (1990), ông đi xa hơn, để cho nhân-vật Trường, một người tù cải tạo, thuyết phục, "cải tạo" lại tên cộng sản công an có trách nhiệm cải tạo chàng. Trường đã mở mắt tên công an này để suy nghĩ và sống thực con người. Xã hội miền Bắc đã đánh mất nhân tính. Nhận chân để tìm ra những thái độ của con người miền Bắc dù là đang thuộc thành phần ưu đãi hoặc đứng phía có sức mạnh (lãnh đạo, cán bộ, bộ đội, ...) trước những thảm cảnh, thất bại của một chủ nghĩa vô nhân, của một guồng máy bạo tàn. Trong truyện Gặp Gỡ Cuối Năm, người anh đại tá Việt-cộng đòi thăm em đang bị cải tạo nhưng người em không chịu tiếp. Chống Cộng ở đây không còn triệt để một sống một chết như trước, nhưng bằng ý thức mới của tình thế địa lý mới của dân tộc. Cộng trở thành đồng nghĩa với những lực lượng tàn độc, vô luân, vô văn hóa và bất nhân. Từ đó, ông đã thử đưa ra những quan điểm, đề nghị - ai trước thảm cảnh có thể làm ngơ nhất là người có tâm huyết!

Nhật Tiến đồng thời có cái nhìn phê phán miền Nam trong hơn 20 năm (1954-1975) cũng có những tiêu cực cần phải nói lên, nhận chân. Ông đã nhìn thấy "những kẻ đầu cơ, tích trữ, những đùa sống nhởn nhơ, phè phỡn trên cơn thiếu thuốc men, bệnh tật của dân nghèo khó, những đứa buôn súng đạn, bán đứng sinh mạng của chính anh em đồng ngũ của mình...". Xã hội miền Nam đã bị "những kẻ bất tài nhưng có quyền thế thao túng chính trị, thao túng thị trường, thao túng trên cả sinh mạng của binh sĩ" - nhân chân không riêng gì của ông mà còn là của nhiều người khác!

Cũng theo Nhật Tiến, thế hệ trẻ có những suy nghĩ và ước mơ chính đáng. Hoan trong Những Sự Thực Cần Được Nói Ra là những sự thực của Hoan, một bí thư đoàn thanh niên của một trường ở miền Nam sau 1975 và là con của một lãnh đạo CS, thú với người yêu của anh ta: "Bố anh là một thành phần cao cấp trong giới lãnh đạo ở miền Bắc. Ông ấy đã được nuôi dưỡng, tôi luyện trong bầu không khí của căm thù và bạo lực. Đối với ông, căm thù và bạo lực là hai phương tiện mà ông cho rằng duy nhất có thể giải quyết mọi vấn đề trong xã hội. Từ đó, ông không thấy giá trị nhân bản của một con người. Ông chỉ tay và ra lệnh trên sinh mạng của những con người, như thế ngoài ông ra, mọi người khác chỉ là những con sâu, cái kiến (...). Anh không chịu đứng chung trong một lò như người ta vẫn nói cha nào con nấy. Và có lần anh đã nói (chỉ tiếc rằng anh đã nói một cách vô cùng hỗn xược) rằng sau chiến tranh, càng sử dụng bạo lực, càng đưa đất nước đến chỗ điêu tàn. Ông ấy đã đuổi cổ anh ra khỏi nhà và công khai từ bỏ một đứa con có tư tưởng phản động...". Nhân vật Hoan nhìn thấy hy vọng:"Anh tin chắc rằng có rất đông người trẻ đang chia xẻ những điều ước mơ của mình, dù họ là những người ở ngoài nước hay trong nước, (...). Đã qua rồi cái thời gian họ tự chấp nhận thân phận của những nạn nhân trong một guồng máy (...) những nạn nhân ấy đã biết nhìn thẳng vào những đau thương đổ vỡ, thiệt thòi, không phải để than van, khóc lóc như trước nhưng là để nung nấu cho những hành động chín mùi... như em đã biết, trời đất bỗng dưng êm ả, yên tịnh một cách dị thường, đó là dấu hiệu của những cơn bão lớn..." (6). Cho một Việt Nam mới có tự do và tình người!

Những Chuyện Bên Lề là những chuyện phi lý và bất nhân của người Việt tị nạn ở Hoa-Kỳ không nhận người đi từ miền Bắc là đồng bào, cùng là nạn nhân cộng sản. Tư, một giáo viên Sử ở Hà-Nội vượt biên tới Hương Cảng rồi được định cư ở Hoa-Kỳ, bị lạc loài, không cách gì đến gần đồng bào đi từ miền Nam, ông nghĩ "một đàng thì quả đồng hương có nhiều, nhưng họ thuộc về một cộng đồng khác, cộng đồng của những người bên kia, những người vì đã thua cuộc nên có quyền ngẩng cao đầu tự hào về dĩ vãng chính trị của mình, còn tôi thì đâu có một chỗ đứng để chen chân vào. Nói khác đi, dù tôi đã chối bỏ chủ nghĩa cộng sản để qua vùng đất mới thì cái dĩ vãng của tôi, cộng với nền nếp tôi suy nghĩ, thói quen của những từ tôi dùng, cũng đủ để cho tôi cảm thấy lạc lõng giữa đám đông và nhẹ nhàng lắm thì cũng bị coi như một kẻ đứng bên lề...". Cũng những tưởng kinh nghiệm giác ngộ của ông trước đó khi thống nhất vào Nam thăm gia đình họ hàng, "cái niềm hãnh diện của một kẻ tham gia hàng ngũ đi giải phóng nó tan xèo như một que diêm", sẽ giúp ông đến gần những nạn nhân như ông, nhưng hoài công!

Đến năm truyện ngắn xuất bản chung với Nhật Tuấn, người em ở trong nước, tập truyện *Quê Người Quê Nhà* (7), Nhật Tiến tỏ ra mềm mại hơn và giọng văn u hoài, tiếc nuối hơn là tranh đấu. Ở đây là những cảnh đời của nhiều thành phần người Việt vì hoàn cảnh phải thiên cư ra ngoài nước. Những Viên Sỏi Trên đường là vợ chồng Thu-Phú đi từ 1975, Phú vẫn đấu tranh để phục hồi cái đã mất nhưng Thu muốn được sử-dụng tự do ở xứ người để đòi hỏi được tự do giúp người khuyết tật ở trong nước; một bên muốn làm cái gì bớt mặc cảm, một bên không muốn sống hết kiếp lưu vong tủi nhục! Cái Thuở Ban Đầu tức thuở gia đình ông Bửu qua California theo chương trình H.O. đã phải va chạm những giá trị của hai thế giới. Cô giáo và hai học sinh người Việt trong ngôi trường lớn rộng nhưng lạnh lẽo tình người, trong một môi trường mà con người chỉ biết chạy theo tiền bạc bỏ rơi giáo dục con cái. Ngày Nàng Trở Lại sau khi hai nếp suy nghĩ đã phải va chạm, gây nên những khoảng cách chua xót giữa người ở ngoài nước cày cực khổ và người trong nước ỷ lại chỉ mơ đến phung phí tiền: "Quê hương không bao giờ hất hủi ai nhưng đời sống là như thế đó. Mỗi con người dù ở trong hay ở ngoài cũng đều góp phần theo một cung cách nào đó để trở nên nhìn nhau xa lạ nhưng âm thầm không ai muốn nói ra (...) Người ta đã sống với quê hương trong trí nhớ với tất cả những cảm giác được tô vẽ lên chứ không phải là quê hương bằng xương bằng thịt với những vật thể sờ sờ có thể va chạm tới được. Đó là nguyên do đổ vỡ, khi người ta lên đường trở lại chốn cũ để tìm lại những xúc cảm chất chứa đầy ắp trong tâm hồn của mỗi người trong những ngày sống xa xứ..." (tr. 111, 114-115). Hương Vị Ngày Xưa cho thấy đời sống "tự lập" bi đát của bậc cha mẹ già bên lề cuộc sống của các con đã thành gia thất.

Một thời Nhật Tiến đã bị giới truyền thông hải ngoại lên án là chủ trương 'giao lưu văn hóa' và 'thiên Cộng'. Con người chiến sĩ ở ông đã trung thực đối phó và nay với thời gian và sau những lắng đọng, quan điểm vị nhân sinh của ông hình như cũng là ước muốn của hơn một người có lòng với tiền đồ đất nước và văn học. Ông tin chủ nghĩa cộng sản không thể thành công tận diệt được tình người đã là căn bản còn sót lại nơi mỗi con người dù bị tuyên truyền, nhồi sợ đến mấy, như tên cộng sản cán bộ cải tạo trong *Cánh Cửa*, như

Năm Tỏa, Hoàng trong *Mồ Hôi Của Đá*, v.v. Chính những căn Thiện còn sót lại đó chứng tỏ con người lúc nào cũng là con người, và khi có dịp sẽ trồi lên bề mặt, sẽ từ đó khởi lên những đòi hỏi chính đáng cho con người dù nhỏ nhoi, căn bản. Nói chung, tác phẩm của Nhật Tiến xuất bản ở hải ngoại vẫn một nhân đạo, nhưng quyết liệt hơn, chứng tỏ ông can đảm và tin ở sứ mệnh nhà văn của mình.

*

Cả sự nghiệp viết văn, Nhật Tiến luôn tin tưởng nơi con người, dù đó là đứa trẻ mồ côi, trẻ đánh giày, người đạp xích lô, hay một nữ tu, một trí thức, nhà văn hoặc một cán bộ, sĩ quan. Nhân vật của ông dù tuổi đời, hoàn cảnh, địa vị xã hội khác nhau nhưng tất cả đều có một niềm tin hoặc lạc quan nơi tình người và những giá trị nhân bản. Tâm hồn nhân ái của Nhật Tiến hướng thượng, tin ở đấng toàn năng sáng tạo vũ trụ hoặc có liên hệ nhân quả với con người ở trần thế. Niềm tin này mãnh liệt, bền vững. Với một cái nhìn tinh đời, hiểu biết nhưng không tàn độc.

Nhật Tiến có một ngôn ngữ trong sáng, rõ rệt, như tiếp thừa văn phong của Tự-Lực văn-đoàn - các tác phẩm đầu của Nhật Tiến được các nhà Phượng Giang, Đời Nay và Ngày Nay của Tự-Lực văn-đoàn xuất bản và ông có nhiều truyện đăng trên giai phẩm *Văn Hóa Ngày Nay*. Một lòng chân thành, với cái nhìn tinh tế, thâu suốt. Với ngôn ngữ đó, một lối hành văn đó, dù để thả hồn nhung nhớ một thời ấu thơ hay biện hộ quan điểm xã hội cấp tiến của nhà văn. Văn Nhật Tiến hiền, kết thúc vui, lạc quan hoặc tránh nói đến cái bi đát thường dễ xảy ra, và ở những cảnh tả phụ nữ, tác giả tránh đi sâu vào chi tiết sắc đẹp thể chất, hình như người nữ "hấp dẫn" nhất dưới ngòi bút của ông là chị Sinh trong truyện Kẻ Nổi Dậy ("cả một nửa người trắng như sữa", "sức nóng như muốn làm nổ tung bộ ngực đầy đặn căng lên như hai cái bình sứ", "bộ ngực của chị dính sát vào những khoảng áo ướt sũng, căng tròn như hai cái cóng sứ"). Trong các tác phẩm đã xuất bản của Nhật Tiến, người đọc tìm thấy những vấn đề lớn nhỏ của xã hội Việt Nam, của dân tộc Việt Nam, nhưng sẽ không tìm thấy dấu vết của những trào lưu thời thượng như hiện sinh, Tiểu thuyết mới, cả những phân-tâm mà Võ Phiến,

Dương Nghiễm Mậu, Duy Lam đã thử nghiệm. Nhật Tiến khởi nghiệp với những trẻ mồ côi, và truyện ngắn mới nhất đến với người đọc hải ngoại là một truyện về những đứa trẻ nghèo vá bánh xe đạp, - truyện *Một Vạt Nắng Xuân Trên Hè Phố*, đăng trên giai phẩm *Việt Tide* (Xuân Nhâm Ngọ 2002) phát-hành ở Quận Cam CA, ông ghi viết tháng 12-2001. Gần đây nhất ông phiên-dịch tiểu thuyết *Thân Phận Dư Thừa* của Nguyễn Kiên (8), một lần nữa xác nhận tấm lòng của Nhật Tiến đối với những đưa trẻ bất hạnh, trong cái bất hạnh chung! Dĩ nhiên ông còn tiếp tục viết như vẫn thường xác nhận trong một số phỏng vấn (9)! Kinh nghiệm sống và viết của ông theo thời gian đa dạng, tế nhị hơn, nhưng cũng cương quyết hơn khi cần! Những bước tư tưởng của Nhật Tiến chứng tỏ thêm một điều rằng nghệ thuật phải đi một nhịp với thời đại, và nếu được vậy nghệ thuật mới có thể sống lâu!

Tạp chí *Hành Trình* năm 1964 đã làm một cuộc "Trưng cầu ý kiến bạn đọc về những tác phẩm văn học được nhiều người ưa thích nhất trong khoảng 10 năm trở lại đây (1954-1964)" dự tính sẽ đăng trong số đặc biệt *Nhìn lại 10 năm văn học miền Nam*, nhưng chưa kịp ra thì báo ngưng xuất bản. Giáo sư Nguyễn Văn Trung mới đây thu thập những bài chưa in, cả những thư viết tay lập thành một *Hồ Sơ Về Tạp Chí "Hành Trình"* (10), trong đó ông công bố danh sách các tác phẩm được ưa thích nhất, về tiểu thuyết có 21 tác phẩm thì Nhật Tiến đã có 4 tác phẩm được chọn, 2 được xếp hàng đầu là *Mây Hoàng Hôn* và *Thềm Hoang*, tiểu thuyết kịch *Người Kéo Màn* hạng 7, và *Những Người Áo Trắng* thứ 11. Tưởng cũng cần nói ở đây là độc-giả của tạp chí *Hành Trình* phần lớn là sinh viên và trí thức miền Nam lúc bấy giờ!

Nhật Tiến lúc trẻ năng nổ, hăng hái, hội viên rồi phó chủ tịch Văn Bút, phê bình sách, viết tổng kết văn nghệ, tình cảnh nhà văn, v.v. Ông tin nhà văn có sứ mạng đối với tập thể, tin ở vai trò nhân chứng. Lúc nào ông cũng tin tưởng liên hệ vững chắc giữa người viết với người đọc. Sáng tác là để được đọc, viết là đến với tha nhân. Trong một phỏng vấn của Mai Thảo trên tạp chí *Văn* hải ngoại (11), Nhật Tiến tự nhận mình là một nhà giáo hơn là một nhà văn. Thời ông, Võ Hồng cũng là một nhà giáo viết văn, sáng tác từ vị thế và kinh nghiệm của một nhà giáo, trong khi Nhật Tiến cũng hành nghề nhà giáo nhưng trong văn chương ông tự khoác thêm cho mình sứ mạng nhà giáo, như kẻ sĩ ngày xưa. Nghĩa là không làm chính trị theo nghĩa đảng phái, chế độ hay chủ nghĩa. Chính ông có lần thú nhận thời viết *Thềm Hoang* (1958-1961), ông đã có cái nhìn hạn hẹp khi nghĩ rằng "công việc cải tạo xã hội không thuộc vào trách nhiệm của người cầm bút, nó thuộc về lãnh vực của những chính trị gia hay những nhà lãnh đạo đương quyền..." (12). Các tác phẩm của ông trong suốt hơn 40 năm đã chứng minh điều đó, rằng Nhật Tiến có một sứ điệp, có một ước vọng chân thành! Những thị phi, chụp mũ đã và sẽ rơi vào quên lãng của dư luận, nhưng tác phẩm và ý tưởng, chân tình của ông sẽ còn sống lâu hơn! Nhật Tiến thuộc lớp nhà văn làm văn hóa với quan niệm văn hóa như là một phương tiện chứng minh sự hiện hữu cao quý của con người trong lịch sử. Trong một phát biểu ra mắt tập truyện *Một Thời Đang Qua* tại Washington DC, ngày 11-10-1985, Nhật Tiến cho biết "văn hóa không thể vùi dập con người mình dưới những lằn roi của sự cực đoan, một chiều, mà trái lại nâng cao giá trị của con người, vạch rõ thực trạng đớn đau, tủi nhục, để trang bị cho con người một nhận thức mới, ở đó con người nhìn ra thân phận bị trị của mình, biết phẫn nộ trước sự phi lý về nông nỗi con người đã bị khai thác triền miên trong bao nhiêu năm ròng bởi một thiểu số đày tham vọng và quyền lực mà không biết đứng dậy làm một cuộc cách mạng mới giải phóng chính mình" (13). Chính tập truyện *Một Thời Đang Qua* và bài phát biểu này khai mở khuynh hướng gọi là "hòa hợp hòa giải dân tộc", sau đó hơn sáu năm, tạp chí *Hợp Lưu* ra mắt (1-10-1991) và Nhật Tiến tham gia ban chủ biên!

Thế giới tiểu thuyết của Nhật Tiến là cánh cửa mở rộng chân trời để con người sống với hy vọng, sống xứng đáng với đồng loại và lịch sử!

Chú-thích

1.   Nhật Tiến. *Chim Hót Trong Lồng* (San Jose CA: Ngàn Lau tb, 1984), tr. 47.
2.   Nhật Tiến. *Thềm Hoang*. (Westminster CA: Văn Nghệ tb, 1989), tr. 23.

3. Trích theo Nguyễn Hưng Quốc. "20 năm văn học Việt Nam ở hải ngoại" *In*. *20 Năm Văn Học Hải Ngoại 1975-1995* (Glendale CA: Đại Nam, 1995), tr. 18.
4. Lời Tác Giả. *Mồ Hôi Của Đá* (Arlington VA: Cành Nam, 1988), tr. 11-12.
5. *Hợp Lưu* CA, 17, 6-7/1994, tr. 208.
6. Nhật Tiến. *Cánh Cửa* (Tustin CA: Thời Văn, 1990), tr. 45.
7. *Quê Người Quê Nhà*. Tp HCM: NXB Văn Học, 1994. 200 tr.
8. *Thân-Phận Dư Thừa* do Việt Tide (Westminster CA) xuất bản 2001. Nguyên tác *The Unwanted* của Kiên Nguyễn. Trong bài phát biểu của Nhật Tiến nhân buổi ra mắt sách tại Quận Cam ngày 9 tháng 2-2002, ông cho rằng tác giả Nguyễn Kiên - được dịch ra 19 thứ tiếng khác nhau, "đã nói với hàng triệu độc giả trên khắp thế giới lý do tại sao hàng triệu người Việt-Nam đã bỏ nước ra đi sau khi quân đội cộng-sản tiến chiếm miền Nam. (...) (Nguyễn Kiên) đã làm một công việc đầy ý nghĩa với tất cả tấm lòng nhân ái, đầy ắp cảm thông đối với nỗi niềm thống khổ của biết bao nhiêu con người đã sinh ra trong hoàn cảnh trớ trêu, trở thành những thân phận dư thừa, bị ruồng bỏ" (*Việt Tide*, 31, 15-2-2002, tr. 44).
9. "Phỏng vấn nhà văn Nhật Tiến". *Văn Học* CA, 100, 8-1994, tr. 66; Nguyễn Vạn Hùng. *Việt Nam Qua Lăng Kính 24 Nhân Vật Thời Đại* (Los Angeles CA: Thời Luận, 1996), tr. 35-42.
10. *Hồ Sơ Về Tạp Chí "Hành Trình" 1964-65*. Montréal: Nam Sơn, 2000, tr. 31-33.
11. *Văn* CA, 6, 12-1982.
12. Nhật Tiến. "Chuyện trò, tản mạn với bạn đọc về công việc sáng tác cuốn Thềm Hoang". *Văn Học* CA, 170, 6-2000, tr. 7.
13. Nhật Tiến. "Một suy nghĩ của người cầm bút lưu vong". *Quê Mẹ* (Paris), 68, 11-1985.

3-1998; 12-2001

Tính tự truyện
ở Phùng Nguyễn

Có những nhà văn mở đầu sự nghiệp với những tác phẩm mang tính tự thuật, lấy đời sống và kinh nghiệm bản thân làm chất liệu, rồi với thời gian tính chất này sẽ loãng dần, như Nguyên Hồng, Thái Can, Tô Hoài, Duyên Anh, Thanh Tâm Tuyền, ... Phùng Nguyễn khởi nghiệp văn chương khi tuổi đã trung niên và theo thiển ý, tự truyện đã và vẫn là cái nền chính của những gì ông viết. *Từ Tháp Ký-Ức* đến *Đêm Oakland Và Những Truyện Khác* (1), tính tự sự ở Phùng Nguyễn có lúc công khai, lộ liễu, có lúc tiềm ẩn - ít ra ông cho người đọc cảm tưởng đó! Ông đưa người đọc hành hương với ông trở lại nơi đất cũ, nhà cũ, thời niên thiếu của ông, một tháp ký-ức giữa những tàn tích của quá khứ, ngay trên bãi đất hiện tại! Những bước chân hoài niệm và chiêm nghiệm qua văn chương! Riêng tập sau, tính tự sự không còn cao như tháp nhưng vẫn dày đặc ở bề sâu, ở tính cách.

Với Phùng Nguyễn, quá khứ như đối tượng của một đặt lại vấn đề cho hôm nay và ngày mai. Tự truyện là văn bản bám vào hiện thực; người viết truyện kể lại như sống lại quá khứ qua tâm tưởng và ký ức, cảm tính hay ý thức. Tự truyện tức kể lể chuyện cũ, chuyện đã xảy ra hay từng mơ mộng mong xảy ra, "đợi khuya tàn bắt sống một chiêm bao" - như với cô gái tóc thắt bím trong *Phía Bên Kia Đường*. Dù gì thì đó là của một con người có hữu thể, thực tính, đã sống thật, có khi trọng tâm chỉ ở cuộc sống cá nhân người đó, cuộc đời hoặc nhân cách con người đó.

Trong *Đêm Oakland Và Những Truyện Khác*, người đọc thường gặp những "tro tàn", "tro than của quá khứ", "quá khứ buồn tủi", ... Ở truyện 'Đêm Oakland. Câu Hỏi', những thằng Kình, thím Tám, chị Sáu, chị Hạnh, ... đi vào thế-giới Phùng Nguyễn như những ám ảnh, và vì là ám ảnh nên họ ở lại nơi chữ nghĩa của Phùng Nguyễn. Dù nhân vật "tôi" đã qua đêm và con đường bỏ lại phía sau nhưng câu hỏi hãy còn đó! Những người bạn trẻ vẫn bị ám ảnh đã không thể quay lưng lại với "cái quá khứ buồn thảm mà bọn người lớn chúng tôi cứ giữ rịt lấy như một bộ phận bất khả phân của phần đời còn lại" (tr. 27). Quá khứ với những cuộc sống thôn dã không trầm lặng vì lòng người bạo động. Hạnh trở nên trò chơi định mệnh của hai phe đối đầu qua Hồ Luyện phe quốc gia và qua Kình của phe "giải phóng".

Phùng Nguyễn thích kể chuyện tình và những tái ngộ với những khuôn mặt của thời trước. *Cháy Lên Những Ngọn Đồi Cỏ Khô* kể chuyện một thương binh thời chinh chiến, nay ở một cuộc đời mới nơi xứ người, nhận chân ra tình yêu là cái đã mất và không ai trách nhiệm gì về tình cảm của người khác. Qua Thái, một nhân vật phụ, "tác giả" đã có cái nhìn xuyên qua không gian hiện tại để trở về một nơi chốn quá khứ, khiến nhân vật xưng "tôi" hiểu được thế nào là tình yêu và thế nào là hạnh phúc!

Tình yêu qua ngã "chatroom đìu hiu" (tr. 74) là dịp để tự sự lên ngôi. Những đối phó, mưu chước và những lời lẽ, cung cách chiều chuộng lấy lòng và cả phân tích tâm lý. Ngay đến khi chạm mặt, vẫn là những đắn đo tính toán hơn thiệt về tình cảm. Tương quan qua lời hơn là hành cử đối xử (*Quan Hệ*)!

Cũng vì chiến-tranh mà những người thân thiết có lúc phải chiến tuyến đối nghịch, như Tấn và Thuận trong *Chim Gáy Sau Vườn*. Nơi chim gáy cũng là chốn chớm nở của tình yêu trái ngang của Xuyến, cũng là nơi bạn thành thù phải giết nhau, và oan trái thay người chết lại là người con gái - dấu nối của hai chiến tuyến. Cũng nơi đó, Thuận, người sống sót cuối cùng trong ba nhân vật, "nhận ra" khung cảnh hạnh phúc dù trong thực tế chỉ là một giấc mơ, và cuối cùng ông chết khi đất nước thống nhất đang hồ hởi "đổi mới"!

Tự truyện cả khi đứng ở vị trí của nhân vật khác, như cô chủ quán cà phê trong Khách Quen. Hay nói chuyện về một nhân vật thứ ba, người khác (không phải người khác đối diện), như trong Chuyện Thằng Bạn, nói chuyện Long nhưng vẫn tham chiếu so sánh với cái Tôi, một bên gái theo bất cứ ở đâu, một bên chấp nhận thua thiệt thất bại, chỉ mong luôn được uống cà phê với bạn để dễ dõi theo những "hạnh phúc" của bạn. Cái Tôi ở đây định hình trong tương quan với tha nhân và thế-giới ở ngoài, thế-giới trở thành nơi phản chiếu cái Tôi!

Phùng Nguyễn hay dùng thể độc thoại, kể lể như tự kể. Ở nhiều truyện chen lẫn những độc thoại nội tâm - một diễn văn không người nghe hay không cần, không phải có, cho người đọc cảm tưởng tâm tình tư duy đến lộn xộn. Ngay khi đối thoại với người đọc, đưa người đọc vào trong truyện, khi kể một chuyện tình của những con người viết văn vốn "cô đơn" (Tỏ Tình Với Bình Minh).

Tập truyện là sản phẩm về một cái Tôi khác cái Tôi vẫn phơi bày theo thói quen trong xã hội, cả trong những thói hư hay khuyết tật. Cái Tôi khác này là cái Tôi văn chương, cái còn lại sau khi đã được văn chương gạt bỏ những bình thường của thường ngày. Mỗi truyện là một bản, một mảnh của tác phẩm, của người viết. Thế-giới trội bật của Phùng Nguyễn qua tập truyện là thế-giới nhà văn, rõ trong Văn Sĩ Ngại Ngần, Tỏ Tình Với Bình Minh, Dựng Truyện, Chuyện Thằng Bạn, ... Phùng Nguyễn - qua nhân vật, có lúc hoài nghi hoài niệm và tính tự sự, khi dùng quá khứ làm chất liệu viết thành truyện đăng báo và được người đọc ưa thích (tr. 161). Vai trò của người viết ở thể loại tự sự quan trọng vì vừa là nhân vật, nội dung, vừa là người sáng tạo. Và người viết sẽ dễ chứng tỏ thành thật khi kể chuyện thời đã qua như những tiếp nối của hiện tại, như cộng những hiện tại đó lại! Bài toán có khi kết quả ngược lại!

Là mảng, con người phân thân, liên hệ với bốn người phụ nữ tên Châu, hay bốn người mà như một mờ ảo thực hư (Chuyện Tình Kể Lại). Ở đây, con người sống trong ảo vọng quá khứ, sống tâm bệnh hay thân xác trật nhịp khi kỷ niệm không đủ làm "chạy máy" cái Tôi! Sống trong thế-giới của tưởng tượng, cứ tưởng thật là thật.

Ảo tưởng cô gái Phía Bên Kia Đường với hai đuôi tóc vung vẫy, tưởng có đó nhưng chưa có đó, chưa mà Tôi đã cất giấu trong "một ngăn kéo trân trọng nào đó của ký ức" nhưng hóa ra không dễ vì "nàng cứ chồm ra vào những lúc bất ngờ nhất", vì lẽ "Cô chưa hề biến mất bởi vì cô chưa từng hiện hữu. Cô chỉ nằm trong óc tưởng tượng của tôi khi tôi đi dọc theo quãng đường đã định sẵn cho chuyến đi bộ mỗi buổi sáng" (tr. 132). Nhìn thấy chuyện sắp xảy ra bằng ảo tưởng và hoài niệm quá khứ, mơ có thành như thực cũng là nỗi hy vọng đừng trở lại thành ảo tưởng! Rõ Phùng Nguyễn rất giàu lan man, dự phóng, nhất là khi lùi lại thời gian. Và đầy nhịp điệu của tình cảm và cả lý luận!

Người đọc Phùng Nguyễn ngay từ những hàng đầu dễ có cảm giác đã như ở trong tâm tư suy nghĩ hoặc ý thức sâu thẳm của ông, và chính những diễn tiến tâm tư này qua hình thức truyện, tiểu thuyết, cho người đọc biết hành động của nhân vật và những gì xảy ra. Về một phần của tôi mà tôi không thể chối bỏ. Độc giả đọc tiểu thuyết về một người lại như khám phá ra những ảo tưởng từ một người - ở đây là Phùng Nguyễn!

Chủ đề của *Đêm Oakland Và Những Truyện Khác* chính là cái Tôi của Phùng Nguyễn, và nhân vật truyện cũng thường là Tôi. Người đọc truyện ông làm công việc phân tích tác giả như là tác phẩm, mới là tác phẩm. Có thể nói tất cả chi tiết, hình ảnh, ... của truyện vốn là tự truyện nhưng đã được kỹ thuật văn chương dựng lại như "tiểu thuyết", và vì là tiểu thuyết nên cần đến những yếu tố bên ngoài nhân vật đã được tác giả xào nấu theo 'gia chánh' và ý của mình.

Trong Bóng Phượng, Tôi đắm mình trong quá khứ của một thời quá vãng, một thời chiến-tranh. "Có lắm khi tro tàn sẽ bị gió cuốn đi. Và cùng với chúng là cánh phượng hoàng sẽ ngàn năm bặt bặt. Còn lại là mảng hồi ức không trọn vẹn, những hình tượng sứt mẻ, cùng với những điều bất toàn khác đã làm nên một di sản kỳ dị mà đứa bé được thừa hưởng. Và sẽ không quên" (tr. 142). Ở những hình ảnh phượng tím, "những cánh hoa tím trên cây phượng Mỹ" (tr. 133), hoặc thiên nhiên hoa lá, "tàng lá xanh của cây gạo đầu làng nơi anh đã ngã xuống trong màu hoa đỏ vào một ngày chói chang nắng Hạ" (tr. 138). Nhắc đến hoa tím phượng Mỹ tức có ý tham chiếu hoa phượng đỏ xa xôi của một chân trời khác! Cái Tôi chậm rãi sống, chậm rãi nên dễ sống lại dĩ vãng và sống lâu hơn, với nhiều chi tiết, như một Tôi chạy bộ qua những nẻo đường quen mỗi ngày trong chương trình phục hồi sức khỏe (Phía Bên Kia Đường).

Ở Cựu Chiến Binh, Nhà Thơ, cái Tôi nhập vào vai người lính Mỹ, với những tâm tình và vấn đề Mỹ, "Tôi" tự truyện và người kia. Ở đây Tôi trở nên hình thức triệt để của "vô danh", nói triệt để nhưng không hẳn vì lý lẽ vẫn là của một con người Việt Nam vùng tác giả sinh trưởng! Không hiểu lối khai thác văn chương này có thành công không, chỉ sợ đưa đến bế tắc khi phải ẩn trốn không chỉ dưới hành vi của nhân vật mà cả đổi biệt hiệu như Roman Gary phải bí mật ký Emile Ajar để viết *La vie devant soi*, núp sau nhân vật Momo trong một xã hội đa văn hóa tràn ngập bởi dân Bắc Phi.

Truyện cuối Dựng Truyện là một thích thú bất ngờ, hai thế-giới "thực" và "tiểu thuyết" trộn lẫn, trộn lẫn ở cả thể loại vừa tự sự vừa kịch bản. "Tôi" và "người đàn bà " tình cờ (mà đã được dàn cảnh) gặp nhau khi đi cùng chuyến máy bay đến thành phố nghỉ mát Fort Lauderdale ở Florida, từ điểm "tình cờ" mở đầu đó họ trở thành nhân vật cho một truyện mở đầu bằng "nhà xoay lưng..." để rồi truyện dựng lại với một kết cục là những nhân vật đã có liên hệ với nhau từ trước và tình yêu "phân tâm"... thắng thế! Truyện đầu Văn Sĩ Ngại Ngần lại là một thử nghiệm liền hơi dù ngắn vẫn "đến" được với người đọc, chúng tôi tin thế!

*

Dòng tự sự của cây viết Phùng Nguyễn không thể không đụng đến *hội nhập*. Sự chia xa, mất mát, đổ vỡ... che giấu một ước muốn sống, làm lại, rồi đến ước muốn sáng tạo, một kiếm tìm ý nghĩa mới. Một trong những phương tiện là qua văn chương. Kinh nghiệm lưu thân của mỗi người viết là cá biệt, có thể vô nghĩa, nhưng sẽ hóa thân khi trở nên thường trực, khi cá thể trở thành phổ quát. Bản ngã lùi một bước, hai bước sẽ rơi vào khoảng không và Tôi hội nhập vì tự nhiên, sinh tồn, hoặc vì không còn lựa chọn khác. "Khoảng không" trở thành một sức mạnh sống còn, một sức sống yêu đời. Con người sống xa quê hương có thể không ngày về, sống lưu đày, thường sống cái trống rỗng hụt hẫng thường trực đó. Đưa đến hai tính hiện thực và trống không của văn chương lưu đày. Hội nhập xây trên phủ định văn hóa, gia đình, đạo đức. Phải phá không gian và thời gian để sống cái hôm nay. Tâm tình lưu xứ ở Phùng Nguyễn dù vậy chưa hẳn đã bị hội nhập lấn át. Quê hương, chốn tình yêu, nơi kinh nghiệm sống đầu đời,... trở thành không gian tâm tưởng, không gian con chữ! Kinh nghiệm qua phân không gian-thời gian này là một kinh nghiệm về cái bất khả thi trong thực tại nhưng khả thi trong văn chương. Lưu đày là sự hủy phá một không gian, có thể tâm thức, và áp đặt nó vào không gian mới có. Một trốn chạy ở giữa hai thực thể không gian cũng như thời gian. Cố gắng ký ức như Phùng Nguyễn với hai tập truyện là hậu quả của những khuynh hướng không tưởng làm nên văn chương lưu đày, ở ngoài! Hoàn cảnh có thể khiến thành dòng, xuôi chảy!

Truyện 'Đêm Oakland: Câu Hỏi' dùng cái nền nếp sống ở xứ người, với những Đức, Thiện và... "tôi" dĩ nhiên! Tra vấn về hội nhập ở những mảng tuổi đời khác nhau, ở những nổi trôi của tiếng nói và khả năng phát biểu tiếng mẹ đẻ: "Bất kể những khác biệt lớn về tuổi thơ và kinh nghiệm chiến-tranh, tôi cho rằng Đức và tôi cùng thuộc về nhóm những kẻ đứng chông chênh trên hai mảnh ván trôi ngược chiều nhau, cố giữ thăng bằng để không rơi vào cái vực đen ngòm của hoang mang bên dưới. Thực ra, cái mảnh ván cứ kéo giật tôi về quá khứ có nhiều cơ hội thành công hơn. Có những điều nằm ở đó sẽ đeo đuổi tôi cho đến hết đời. Trong nhiều năm, tôi cứ đi giật lùi nhiều hơn là đi tới. (...) Mãi về sau này khi nỗi ngạc nhiên qua đi, tôi cho rằng nếp nghĩ của mình có thể đã xuất phát từ nỗi sợ của người bị giật mất đi chiếc phao cuối cùng của lòng tự hào. Khi người ta không có nhiều thứ để bám vào, khả năng sử dụng nhuần nhuyễn tiếng mẹ đẻ trong một môi trường không thuận lợi có thể chứng minh được nhiều điều, kể cả việc biểu hiện một cách kín đáo, và trong cùng một lúc mong muốn người khác nhận ra, thẩm quyền về và lòng trung thành với chính cái quá khứ buồn tủi của mình..." (tr. 14-15). Từ đó dùng quá khứ như cắt nghĩa, như làm nền cho đời sống hôm nay, ở xứ người, lưu thân trong hội nhập!

Toàn tập truyện có thể xem như là cuộc sống ở Mỹ, cuộc sống hội nhập, không gian Mỹ, nhưng cái nền vẫn là một Việt Nam quê hương, một Việt Nam tuổi thơ rồi tuổi trẻ, một Việt Nam học đường rồi tình yêu. Những mảng quá khứ đó đã là hoài niệm, kỷ niệm,.. quanh quẩn, chợt hiện về đó rồi đi. Những cái Tôi hay một cái Tôi biến thiên, lớn dậy, ... có tuổi! Những cánh đồng tuổi thơ không bình yên vì chiến-tranh, những cánh đồng mót khoai chỉ còn là những dây rễ ăn vẫn ngọt lịm. Sống nơi dư thừa vật chất nhưng lòng con người xa xứ vẫn có những niềm vui lạ lẫm như Chung thích đi lượm tỏi và bắt hến xào ăn với bánh tráng nơi hồ xa xôi đường đi cheo leo bờ vực hiểm nghèo để rồi phải chuốc lấy tai nạn chết người. Những con hến mà hành trình đã khởi từ một quá khứ quê nghèo ở miền Trung nước Việt (Bắt Hến Ở Hồ Isabella). Sống cái "đương thời" của quá khứ ở một không gian khác là sống ở đáy sâu thời gian nhưng vẫn làm cho con tim đập và máu chạy đều!

*

Đang nhìn lại thể loại tự sự trong văn chương Việt Nam thì nhận được tập truyện Phùng Nguyễn mới xuất bản, đó là lý do chúng tôi cụ thể hóa một số suy nghĩ về thể loại này nhân đọc *Đêm Oakland Và Những Truyện Khác*. Với Phùng Nguyễn, cái Tôi luôn ở đó hơn là không ở đó. Cái Tôi biến thiên từ ngập ngừng đến "làm chủ tình hình" trên trang viết và ở cấu trúc câu chuyện - tiêu biểu trong Dựng Truyện. Từ cảm nhận, chiêm nghiệm cái Tôi mới đi đến thực hiện cái Tôi trong văn chương, Phùng Nguyễn hãy còn ở giai đoạn tìm kiếm, dù đã có những thử nghiệm văn chương đáng kể như ở Văn Sĩ Ngại Ngần, Dựng Truyện, ... Trong bài này chúng tôi dùng tập truyện của Phùng Nguyễn để bàn về thể loại tự truyện chứ không hề có ý rằng sáng tác của Phùng Nguyễn toàn là tự truyện.

Phùng Nguyễn dĩ nhiên không tự sự trí thức như Roland Barthes hay Jean-Paul Sartre từng trãi lên trang giấy và cũng không tự sự chính trị như biết bao hồi ký ở hải ngoại, ông cống hiến cho người đọc những tự sự tình cảm sống động, có khi êm đềm như những giòng lưu bút, có lúc sôi xục như những cuộc tình sôi nổi nhiêu khê! Simone de Beauvoir có lần vào cuối đời đã tâm sự với Annie Ernaux: "Mục đích chính của đời tôi có thể chỉ là để thân xác tôi, cảm xúc và tư duy tôi trở thành văn chương, có nghĩa là cái gì đó tri thức được và một cách tổng quát, sự hiện hữu của tôi tan biến trong tâm trí và sự sống người khác" (2).

Nếu phải phân biệt hai loại tự sự tiểu thuyết và tự sự hồi ký, thì *Đại Học Máu* của Hà Thúc Sinh, *Câu Chuyện Kể Năm 2000* của Bùi Đình Tấn và cả *Những Ngày Thơ Ấu* của Nguyên Hồng đều thuộc *tự sự hồi ký*, viết là để kể cái gì; còn *Đêm Oakland Và Những Truyện Khác* của Phùng Nguyễn có thể xếp vào loại *tự sự tiểu thuyết,* sử-dụng cái Tôi cho mục đích tiểu thuyết. Tiểu thuyết hóa cái Tôi, tiểu thuyết đời sống và con người tác giả; nghĩa là vay mượn dù chỉ phần nào. Tác giả chủ động trong vai người kể chuyện và là nhân vật chính - xưng "tôi" hoặc ngôi thứ ba hoặc cách khác - thể loại này Serge Doubrovsky là người tiền phong với tác phẩm *Fils* (1977) ghi ở trang bìa trước "roman" mà ở trang bìa sau lại ghi "autofiction" với cắt nghĩa "Autobiographie? Non... Fiction d'évènements et de faits strictement réels; si l'on veut, autofiction" (3). Doubrovsky còn là một nhà lý luận và phê bình văn chương nổi tiếng, phải chăng khi ông thử nghiệm thể loại sáng tác này (4), ông như muốn chính thức hóa khuynh hướng tự truyện (autobiographie) từng là mốt tiểu thuyết ở Âu Mỹ với Jean-Paul Sartre, Claude Simon, Simone de Beauvoir, Marguerite Duras, Philippe Solelrs, ... Dĩ nhiên, hồi ký (memoirs/mémoires) và "chuyện đời tôi" (life story) không phải là những thể loại thuần văn chương! Ngoài ra, thể loại tiểu thuyết tự truyện vốn là một phản ứng lại khuynh hướng cấu trúc. Ở đây, nhân vật và cuộc đời như được viết lại!

Chú-thích

1. *Tháp Ký-Ức* (1998) và *Đêm Oakland Và Những Truyện Khác* (2001) đều do nhà Văn xuất bản ở California. Các nhà xuất bản Việt Nam ở hải ngoại thường thiếu sót ghi tên thành phố nơi xuất bản, gây khó cho vấn đề lên thư tịch. Thí dụ NXB Văn xuất bản hai tập truyện của Phùng Nguyễn ở hai thành phố Westminster và San Jose tuy cùng tiểu bang nhưng cách nhau nhiều trăm dặm đường.
2. Annie Ernaux. *L'événement.* Paris: Gallimard, 2000.

3. "Tiểu sử ư? Không... Tiểu thuyết biến cố và sự việc hoàn toàn có thật; nếu muốn, hãy gọi là tự sự tiểu thuyết".
4. Sau thêm *Un amour de soi* (1982) và *Le livre brisé* (1989). Ông là người đầu tiên dùng từ *autofiction*, sau còn được các nhà lý thuyết văn học gọi là *roman autobiographique*.

14-7-2001

Những chốn cũ
của Song Thao

Song Thao (Tạ Trung Sơn) thực sự đến với thế-giới văn-học từ khi ra đến hải-ngoại (1985) và đã tỏ ra là một cây viết bền bĩ, hăng hái nhất là khi mới xuất hiện - khoảng 1991, lúc mà văn-chương chữ nghĩa được xem như khí cụ đấu tranh và sống còn, lúc văn-học hải-ngoại đang vào cuối giai đoạn tị nạn, lưu vong. Từ năm 1993 đến nay, ông đã xuất-bản 7 tập truyện ngắn *Bỏ Chốn Mù Sương* (1993), *Đong Đưa Cuộc Tình* (1996), *Còn Đó Bóng Hình* (1997), *Chân Mang Giày Số 6* (1999), *Cuối Ngày, Một Lần Ngồi Lại* (2001), *Bên Lưng Những Con Chữ* (2003) và *Chốn Cũ* (2006). Những năm gần đây, Song Thao được biết nhiều hơn với các truyện phiếm (film) trên các báo và tạp-chí ở hải-ngoại và đã in 4 tập *Phiếm* (2004-2007). Trong bài này, chúng tôi thử phân tích thời-gian và dừng lại ở ý niệm Chốn Cũ, qua các truyện ngắn và bút ký của Song Thao đã xuất-bản.

Nỗi ám ảnh của thời-gian

Nói đến thời-gian thì có thứ thực-tại, có thứ chỉ là tham-chiếu, làm nền, nhất là trong thế-giới tiểu-thuyết. Thật vậy, *tính tiểu-thuyết* (fictionality) có chăng ở tác-phẩm viết về quá-khứ và đâu là những dấu hiệu, cái gì thật và cái gì là ảo hóa? Nói đến tiểu-thuyết hóa quá khứ, quá khứ cần đến văn-chương cũng như có nhu cầu được đặt lên bàn thờ tâm thức. Văn-chương, tiểu-thuyết có thể trở thành một trị liệu cho người lưu xứ, một giải tỏa tâm lý. Tùy vết thương nặng nhẹ (người ta hay nói vết thương lòng, vết thương đời, ...) mà dùng đến những thể-loại hồi ký, bút ký hay tiểu-thuyết, truyện ngắn và thi ca. Khi sử-dụng thể-loại tiểu-thuyết hoặc tiểu-thuyết hóa, văn-chương hóa quá khứ thì các sự kiện, người và vật có thể mơ hồ, pha tưởng tượng, không bắt buộc phải tham khảo lịch-sử, tài liệu văn khố, hay phải là sự thật trăm phần. Quá khứ thành chuyện kể một lần rồi thôi, mà cũng có thể lập lại, kéo dài hết truyện này qua truyện khác, hay cả tập thơ. Người ta cũng có thể tìm hiểu tác-giả một cách khoa học qua cách đi vào tâm thức của nhân-vật, hay nói khác đi, những dấu chỉ rải rác qua các tác-phẩm giúp hiểu tâm thức tác-giả.

Ở Song Thao, nói chung, quá khứ hay "cái còn lại" phần chính là trong *tâm thức*. Một kiếm tìm thời-gian qua lối kỹ thuật kể chuyện: vừa kể vừa nhớ vừa tìm; đối với Song Thao, thời-gian đã là nỗi ám ảnh khôn nguôi, có lúc bàng bạc có lúc nặng nề qua các truyện ngắn và bút ký (trong khi đó các chuyện Phiếm về cuộc sống đa dạng vây quanh của xã hội bản xứ và cộng đồng người Việt bát nháo, ông tung hoành trổ tài ngòi bút/phím máy điện toán và gia vị bi hài; khiến những nỗi ám ảnh và thao thức nói chung và nếu có, sẽ trở nên nhẹ nhàng hơn). Thời-gian hiện tại được cấu thành bởi những yếu tố quá khứ, những bóng người và kỷ niệm. Thời-gian đã qua như bóng câu, một cách tự nhiên; nhưng cái thời-gian đã mất, cần đến tra vấn: tự đánh mất, hay mất mát vì hoàn cảnh, biến cố lịch-sử - như đã xảy ra với nhiều người Việt ở thế-kỷ XX? Và đã mất tức thế nào cũng phải có những "cái còn lại". Tác-phẩm của Song Thao lần lượt trình với người đọc những mảnh ghép *puzzle* đó.

Thời gian tuổi trẻ thường được xem là đẹp nhất, đã mất, như tiếc nuối của nhân-vật Trọng trong Gang Tấc Còn Xa: "Thời-gian là một tên cướp giật từ tốn. Nó lấy của anh từng chút từng chút nhựa sống và chẳng biết tự bao giờ nó dúi vào tay anh một cuộc sống nghiệt ngã tầm thường. Anh nuối tiếc những ngày sinh viên cũ, mảnh ban mai hồng hào của đời người, chuỗi ngày tươi mát rộn ràng". (ĐĐCT tr. 150). Thời-gian không thật, qua níu kéo, tìm lại: trở về Việt Nam, tìm trong sự vật, con người (bạn bè, người thân). Cả trong những món ăn đã có quá khứ, đã là một phần của quá khứ, như phở. Thật vậy phở được tác-giả đề cập đến nhiều lần và tất cả đều như một hạnh-phúc, một nhung nhớ vàng son. "Hồn tôi còn đang tìm về những bát phở xưa, những bát phở như nước lồ ô pha gia vị. Đúng như Hùng nói, bao nhiêu tật bệnh cũng nép mình chịu thua phở" (BLNCC tr. 218).

Ở Song Thao, thời-gian vị-lai thường thiếu bóng, có chăng là chân trời xám tối và phần nào những nỗi bi quan, mất tin tưởng khi hướng vọng, dự phóng về phía trước. Trong truyện Mai Sau, cái dự phóng có đó nhưng như muốn giải tỏa một tình cảnh bi thảm. Còn chạy trốn quá khứ thì vẫn xảy ra với một số nhân-vật của Song Thao, như hai vợ chồng già dắt nhau vượt biên trong Người Đàn Bà Ôm Bó Hoa Trong Ngày Tết, như Uyên và Thiệp trong Trên Đỉnh Whistler, v.v.

Quá khứ ở Song Thao đầy hình ảnh, âm thanh (và cả mùi vị). Nếu truyện ngắn Bỏ Chốn Mù Sương làm sống lại những ngày sinh viên hoa mộng ở đại học xá Đà Lạt, thì truyện Theo Dòng Thác cho biết những dịp sống tập thể ở xứ người (Bắc Mỹ) cũng có thể làm nhớ nhung mãnh liệt một quãng đời nơi quê nhà, hay qua dáng dấp Katrina, người con gái người Ba Tây, gợi cho nhân-vật Cảnh nhớ đến những ngày ở Đà Lạt với một người thiếu nữ tên Ánh: "Vẻ tươi mát thoải mái của người con gái ngồi ở đầu ghế làm Cảnh nhớ tới Ánh. Những ngày tháng Đà Lạt rạt rào trong trí óc Cảnh. Đôi gót chân hồng ấm nhỏ xíu của Ánh thoăn thoắt lướt trên thảm cỏ non. Kỷ niệm đầy ắp cơ hồ muốn giữ chặt nhịp tim của Cảnh. (...) Cảnh chỉ còn có trước mắt chiếc cằm nhỏ nhắn xinh như một trái đào Đà Lạt lớt phớt lông tơ run rẩy rùng mình trong một buổi sáng tinh mơ gây gây lạnh. Anh đưa tay nâng cằm Kristina mà cứ nghĩ là đang chạm vào cái mượt mà mềm mại của trái đào quê hương lung linh trong trí tưởng. Tiếng hát không có đàn cô quạnh buồn hiu hắt". (BCMS, tr. 56-58). Khi tiếng hát của Kristina cất lên thì Cảnh không thể thoát khỏi quá khứ của một thời Đà Lạt: " Tiếng hát khởi đầu bằng những âm điệu cao vút rồi lanh chanh dồn dập kéo tới như tiếng nước đổ. Cảnh thấy như mình đang ngồi dưới thác Prenn, đang ngước nhìn lên đỉnh thác Gougah. Đà Lạt những buổi sáng mù sương. Những tia nắng hắt hiu nằm long lanh trên những cột nước đang mải miết chen chúc nhau tụt xuống một chiếc thang dây vô hình. Tiếng hát chậm dần lại búng lên những tiếng rời rạc êm ả. Những vạt nước loang loáng bò qua những bụi cỏ, khóm hoa, len lách qua những phiến đá sần sùi trên thác Cam Ly. Tiếng rì rào than thở ngày đêm không ngưng nghỉ. Những lưỡi nước hôn nhẹ lên những mặt đá nhẵn thín chập chờn chập chờn chồng chất lên nhau rồi vội vã kéo nhau đi như sợ trễ một cái hẹn nào đó. Cảnh cũng chập chờn trong hoài niệm của những ngày xưa cũ. Lênh đênh như một chiếc lá khô bị xô tới xô lui mê mải" (tr. 59). Đây chỉ là nhung nhớ và hoài niệm, có buồn nhưng thật đẹp, nếu so với Đà-Lạt sau này khi trở về chốn cũ!

Khi viết về văn chương lưu đày, chúng tôi đã từng ghi nhận: "Quê nhà do đó trở nên điểm tựa, cho những tham khảo đã mất đó! Nhưng với thời gian, nỗi nhớ cũng trở nên khô cằn, già cỗi, một cách bi thảm, khó khăn. Nỗi nhớ trong cô đơn, giữa những thê thảm của cảnh vật xa lạ, "của người" thường trực chung quanh, ... đã là những yếu tố làm suy bại kẻ lưu đày! Quá khứ quấy rầy đến làm hỏng cuộc sống hiện tại; đã dứt bỏ quá khứ nhưng không dễ, lắm khi bị thương tổn" (1). Tác-giả Song Thao (và nhân-vật của ông) sống chìm trong ngôn-ngữ và quê người, trở thành mảnh đất văn-chương. Giữa tiếc nuối và đứt đoạn (một loại tang chế), đau khổ và vui sống, tác-phẩm trở thành những mảnh đời không còn của những thiên đường đã mất. Người có quá khứ, kỷ-niệm thì nỗi nhớ quấy rầy, tiếc nuối hạnh-phúc tưởng bỏ được đã không thể, vẫn day dứt!

Thật vậy, "những ngày đầu nơi xứ người anh chỉ ao ước có lúc được nhìn lại khung cảnh quen thuộc như thế này. Nỗi nhớ xót xa kỳ lạ lắm chắc em không thể tưởng tượng được đâu." (ĐĐCT, tr. 208). Hoán là người trẻ mà còn nghĩ thế về cảnh sống lưu lạc, huống chi là người lớn tuổi như bà dì Hòa của nhân-vật Tôi trong Cũng Gọi Là Về: "Về lại đất nước bao giờ cũng là niềm vui của dì. Những lần qua Pháp trước đây, dì đi như có sợi giây vướng víu ở chân. Con cháu đầy đủ cả ở Pháp mà lòng dì vẫn cứ muốn về. Mỗi lần dứt ra về được, dì như được tháo cũi sổ lồng. Hình như quê hương đã giữ chặt nhịp thở của dì, ban phát cho dì hạnh phúc của cuộc sống" (CMGS6, tr. 143). Người dì này đã từng khó khăn chấp nhận di cư vào miền Nam thời kháng chiến 1946! Cuối cùng dì cũng về "trong chiếc bình sứ' thu nhỏ... trong chiếc xách tay theo cô em tôi lên máy bay. Cũng là một chuyến về. Lần này là chuyến về quê vĩnh viễn của dì tôi".

Chốn Cũ

Nỗi day dứt đó sẽ vơi bớt khi người ra đi có thể trở về chốn cũ. Trong trường hợp Song Thao, ông từng *hồi cư* rồi *di cư* và *di tản*, ba lần thay đổi cuộc sống, một cách không tự nguyện. Ngay từ những truyện ngắn đầu tay ở hải-ngoại, Song Thao đã viết về chốn cũ và thời-gian đã mất, nhưng hai tập *Bên Lưng Những Con Chữ* và *Chốn Cũ* mới thật sự ghi đậm dấu tâm thức này qua các đề tài thời gian và ký ức, mong-chờ và lắng nghe, vọng về, những lưỡng đề ngoài-trong, xưa-nay, tưởng-đã-quên - nay-tìm-lại. Chốn cũ được soi qua lăng kính phân tích và chú-giải, có khi đưa đến những nhận dạng ra cái sâu lắng của bản ngã không được đánh giá đúng. Nay con chữ đến như cứu-cánh tự tại, trình bày, biểu thị cái khuôn mặt che đậy của bản ngã. "*Cái còn-lại*", một từ ngữ của thời Hậu hiện-đại, trở thành sự chấp nhận tiêu cực, cái lẩn quẩn quấy rầy bởi sự hiện diện của nó, một thứ hiện diện 'bên lưng', 'bên lòng', v.v. Còn lại cũng là cái sừng sững, chưa mất, chưa bị triệt tiêu, một từ ngữ diễn tả ý tưởng nặng nề và mờ đục về vật chất cũng như tâm linh. Xuyên qua quá trình trở-về, đi-tìm, cái còn lại diễn biến rời khỏi vật chất vì yếu tố được sủng ái của nó là thời-gian, vì cái còn lại ở với thời-gian. Nhân-vật Nghiệp trong Cỏ Mềm Lãng Đãng tưởng đã tìm lại giọt máu rơi: "Nhìn dáng dấp Ngàn lồng trong bóng dáng nhỏ nhắn của Sarah anh bỗng cảm thấy rõ ràng con nhỏ đã được tượng hình vào một buổi chiều chạng vạng trong một ngày nhộn nhạo hốt hoảng năm xưa. Anh khẽ gọi thầm trong miệng. Con ơi!" (ĐĐCT tr. 27).

Ý niệm "*cái còn lại*" có khía cạnh tiêu cực mà con người muốn sống mạnh, đi lên, cần phải loại trừ. Tiêu cực với những nhãn hiệu như cặn bã, tàn tích, di vật, bùa hộ mệnh, v.v. vì những cái này có di hại rơi vào tôn sùng quá đáng (di vật), hoặc biểu dương thái quá thành ảo ảnh (bùa hộ mệnh), hoặc tiếc nuối cái đã mất (tàn tích, cặn bã). Sự thái quá đưa đến đồng hóa "cái còn lại" với những cái có thể sờ mó được trọn vẹn. "Những kỷ niệm như làm cho người ta níu kéo được cuộc sống dù là một cuộc sống đã mất tăm mất hút trong cái biền biệt của thời-gian. Cuộc tử sinh sao quá suồng sã!" (BCMS, tr. 180). Nhân-vật chị Vinh trong Người Thay Áo sống với hy vọng: "Nhưng cái mất mát từ một hiện diện sờ mó được tới một ý niệm thấp thoáng nét hư không phải cần có thời gian mới nuốt trôi được anh ạ. Nếu bây giờ tôi nói với anh là tôi đã nhìn thấy anh Vĩnh bên ngoài cõi sống này anh có tin không?"(BCMS, tr. 181).

Song Thao, hay nhân-vật của ông, đã trở về thăm lại Việt Nam, *chốn cũ*, bắt đầu ở miền Nam, nơi vừa bỏ đi, và hơn một lần ông xác định "trở về" chứ không phải "du lịch" (Về, Mười Mảnh Vụn). "Việt kiều" trở về quê nhà, như Hoán trong Nhạt Màu Phố Cũ, mới đó mà đã có cái "mùi nước ngoài" và người trong nước nhận xét: "Trông anh giống như một du khách người nước ngoài đứng nhìn cảnh lạ xứ người ấy!" (ĐĐCT tr 210). Nhưng bản thân Hoán thì cảm nhận xót xa rằng:"Bao nhiêu năm lưu lạc ôm nặng nỗi nhớ mong trong lòng, giờ đây ngồi giữa thành phố cũ với tên bạn xưa sao anh chẳng cảm thấy thanh thản. Anh lạc lõng giữa thành phố thân thương cũ, thấy lòng tiếc nuối như nghe một bản nhạc kỷ niệm bị đánh lỗi nhịp. Anh cảm thấy mình là một kẻ lưu vong ngay tại chốn quê nhà". (tr 201). Hoán về không tìm thấy người con gái tên Châu nhưng vô tình gặp gia đình người chỉ huy cũ, cái tình cờ để Hoán đưa lễ vật muộn màng giúp gia đình ông như chàng vẫn tự hứa. Truyện Gặp Gỡ trong tập *Cuối Ngày, Một Lần Ngồi Lại* mang không khí Sài-Gòn nhẹ nhàng, kể cả những tình cảm kín đáo nhất: nhân-vật Phú trở về thăm người bạn cũ từng chung làm báo trước 1975 gặp lại Cúc con người bạn đó mà một thời trai trẻ Phú đã từng để ý.

Chốn cũ là những vùng đất quê hương từng đặt chân đến, như Đà-Lạt, nay trở về (truyện Giữa Đàng, Đà Lạt Nhớ). Hay chưa từng, nay theo những đoàn đi tour, đến Hạ Long (truyện Nhảy Chân Sáo). Không những chỉ miền Nam của thời trưởng thành và sinh hoạt mà cả Hà-Nội, nơi chôn nhau cắt rốn của tác-giả. Trong tập *Chốn Cũ*, hai truyện Chốn Cũ và Tìm Về cùng kể lại cuộc hành trình trở về ấy. Hà-Nội mới là "chốn cũ" của tiềm thức mang chức năng quan trọng nhất của Song Thao, cái nôi thời thơ ấu và niên thiếu là khoảng thời-gian tạo nên nhân cách và con người, nói như các nhà phân tâm học. "... Từ khi về lại trên mảnh đất này con người tôi như trải rộng ra. Máu mủ tôi rần rần trong châu thân những người chung quanh. Tôi mềm lòng với những con người bên tôi. Tôi thương cả những cái ranh mãnh, mánh mung vặt vãnh của những con người mà đời sống đã dậy họ phải lắt léo với chút lợi lộc còm cõi" (CC tr. 41-42).

Bước chân đi tìm về chốn cũ, đi qua nhiều con đường ngày cũ, háo hức tìm ra ngôi nhà nơi gia đình đã ở; cho nên khi đến gần, "chân tôi như có động cơ. Càng gần tới nhà, đôi chân càng cuống quít (...). Chân tôi như muốn vấp ngã. Tôi đã quá gần nơi chốn ấu thơ vẫn đậm nét trong trí tôi những ngày xa Hà-Nội" Nhưng bể dâu đã xảy ra, chốn thanh bình vườn cũ nay thành chợ vải bát nháo. "Đất thánh của tuổi thơ tôi. Mắt tôi hoa lên vì tức. Người ta đã ăn cắp vỉa hè của tôi. Tôi ngậm ngùi trước nhà cũ. Ngót nửa thế kỷ lưu lạc, tôi mới trở về. Tôi có phải khóc không nhỉ? Mắt tôi khô đi vì xúc động. Tôi đứng lặng người . Hình ảnh những ngày cũ quay mòng trong chiếc đầu đã hai thứ tóc, những sợi tóc bạc màu nhung nhớ nằm lẫn lướt những sợi tóc ngày xanh." (CC tr. 52,53).

Trong Tìm Về, những ngôi biệt thự ('địa chủ') nay bị cắt nhỏ thành những cửa hàng nhộn nhịp, vỉa hè chỉ còn trong tâm tưởng "chứ không còn tại nơi chốn cũ"; người trở về muốn tìm gặp Chuyên, người cũ, "cô bé mười ba tuổi trắng trẻo, mũm mĩm, mắt tròn to, tóc rậm rạp đen nháy, lúc nào cũng theo tôi trong các cuộc chơi". Nay gặp lại thì Chuyên là một bà góa đã về hưu, nhưng Ngạn (Tôi) và Chuyên đã nhận ra và gặp lại nhau với tình cảm nguyên vẹn của ngày xa xưa. Họ đi với nhau đến những chốn cũ của tuổi thơ. Hạnh-phúc tìm về chốn cũ thật ra là ở nơi người trở lại, vì người ở lại như Chuyên đã nhận xét:"Thích nhỉ! Đi xa trở về mới có những tình cảm như vậy. Còn chôn chân ở nơi cũ như em thì chẳng cảm thấy gì cả". Nhưng tình xưa thì 'cô' nay vẫn cảm: "Chuyên luồn ra phía sau, ôm cứng lấy tôi, thì thào bên tai: Vậy thì em phải giữ anh cho chắc. Ngày xưa em cũng đã giữ anh như vậy nhưng anh vẫn gỡ vòng tay em chạy mất. Anh còn nhớ vòng tay xưa của em không?" (CC, tr. 128).

Song Thao trở về nhà cũ, tâm trạng không phải như của người con đi hoang tìm về nhà cha như trong Thánh Kinh, mà đúng hơn là tâm tình của người tìm lại được thiên đường đã mất - bị mất thì đúng hơn, vì sự bỏ đi của ngày trước có lý do chính đáng của nó - sống còn, không chấp nhận. Những tình cảnh hội ngộ vừa kể khác với không khí chốn cũ trong truyện Cô Ngân. Chốn cũ Hà-Nội ở đây là một nơi chốn chỉ để nhớ lại, từ thời Nhật chiếm đến hiệp định chia đôi đất nước, cô Ngân lấy chồng người Corse nên theo chồng ly hương sống đời lưu xứ, hành-sử "như một nhánh cỏ nơi quê cũ chỉ biết cúi rạp mình nương theo những cơn gió phũ phàng và nhánh cỏ đó đã bị bứt lìa ra khỏi gốc trôi dạt tới những bến bờ thăm thẳm mù khơi" (BCMS, tr. 165). Ở đây, hoài niệm đã phải nhường chỗ cho thực tại hội-nhập!

Trở về chốn cũ để tìm, để sống lại, để nhận chân, để chứng kiến "*cái còn lại*", hữu hình và cả vô hình hay trong tiềm thức. Ở những truyện viết sau năm 2000, "cái còn lại" được tác-giả trình bày rõ hơn (so với các truyện trước đó) trong tương quan với hôm nay, với giây phút thực tại như là điểm đến sau khi đã trải qua một chuỗi niên-đại liên tục: "cái còn lại" chìm bóng tỏa rộng ra trong thời-gian - một thứ thời-gian bất khả hiện hữu ngoài cứ điểm không gian. "Cái còn lại" của một thời điểm, cái có thể du hành trong tâm tưởng khởi từ một thời điểm. Tục ngữ có câu "ai có thể lấy thước đo lòng người", nhưng ở Song Thao, thước đo thời-gian không chỉ đơn thuần một mảnh không gian tro tàn đã mất, có thể hãy còn mà đã cùng với thời-gian lòng người có cũ, có khác - nói đổi thì đúng hơn. Khiến cho ông đâm ra nghi ngờ cả tình bạn, như với Huỳnh và Ngọc trong Cuộc Rượu Ngày Đi: "Bùi ngùi nhìn Huỳnh ngồi xụi lơ một đống buồn phiền, liếc mắt xuống đôi chân bất toàn của người bạn xưa, tôi chợt như nhìn thấy lại ba mươi năm qua của tình bạn giữa chúng tôi.(...) Tôi muốn hỏi như đã hỏi cô nhỏ bán kính. Giả hay thật?" (BLNCC tr. 171-2).

Bình thường người ta dùng lý trí để gán Chốn Cũ với quá khứ, với suy tàn, vô hiệu, bất lực, hết thời, ... Nhưng Song Thao như muốn chứng minh ngược lại mỗi khi so sánh nay hiện thực với xưa trong tâm tưởng. Như khi tìm về Đà-Lạt của một thời sinh viên: "Đường đi học của tôi, từ Học Xá Trương Vĩnh Ký tới Viện, qua những bãi đất trống, những vườn rau, gió thênh thang đi về. Bao nhiêu năm sống xa Đà Lạt, con đường vẫn ở trong tôi thiết tha. Con đường tôi đi lại hôm nay, chi chít nhà cửa, nắng đốt chói chang, bụi quẩn quanh, làm tôi ngạt thở. Ký ức tôi lạng quạng trước cảnh vật mới. Như có ai bất ngờ bạt tai tôi phũ phàng. Con dốc ngược gió leo đến rã chân, góc đường hò hẹn, đoạn vòng nắng quái nghiêng chiếc dù, tất cả đã mất dấu. Đường lên Viện xa lạ làm tôi ngỡ ngàng bước chân. Cổng Viện cũng mất dấu cũ". Dù vậy vẫn có những bất ngờ thích thú: "Bụng dạ tôi nao

nao một niềm tiếc nuối. Bước xuống con đường đá nhỏ thoai thoải, mắt tôi sáng lên mừng rỡ. Cây cầu cong cong nho nhỏ đỏ chói vẫn còn đó. Cây lan hoa hậu son trẻ lùn tịt ngày xưa nay đã rậm rạp cao lớn bao che khắp một vùng trời" (BLNCC, tr. 191-2). Đó là dưới mắt người tìm về, còn người ở lại thì đã thất vọng từ lâu! Thật vậy, "Thung Lũng Tình Yêu tít tắp những đồi cỏ xanh đã làm tôi ngỡ ngàng với hàng rào vây quanh có bán vé vào cửa. Cảnh vật đã bị xóa nhòa đi. Khu đồi xanh cỏ mượt mà nay là một địa điểm du lịch ồn ào với hàng quán, luống hoa, vòi phun nước nhân tạo. Cái tên Thung Lũng Tình Yêu chỉ còn thu gọn lại nơi một trái tim bằng sắt rỗng ruột để du khách từng đôi từng cặp ghé mặt vào chụp hình" (BLNCC, tr. 198). Tìm về mà chốn cũ chỉ còn cái tên, thiên nhiên thơ mộng một thời đã bị phá nát; chốn cũ, nhà xưa cuối cùng chỉ còn lại trong nỗi nhớ của người xa xứ mà thôi!

Nhưng Chốn Cũ cũng là cái đang hiện thực sống động, là một phần dũng mãnh của giây phút, và cái một phần này cũng có thể đem lại thay đổi - Chốn Cũ cũng có thể đóng vai năng động nguyên thủy. Sau khi đã là đối tượng hồi hộp mong chờ và hy vọng, rồi thất vọng hay tưởng tiếc, Hà-Nội của thực tại giây phút có thể tác động lên con người và không-gian ngày xưa: cái tàn tích hay cái biến đổi trở nên trống không, vô vị, vô tri, ... nhưng cùng lúc có thể soi sáng, cho thấy rõ, nhận chân. Song Thao luôn cho thấy là ông đang trực diện với Hà-Nội bây giờ, ông còn chứng tỏ đã không để cho kỷ niệm làm 'chết đứng'. Tháp Rùa sừng sững của tuổi thơ ngày nào bây giờ quả là "nhỏ quá... tôi có cảm tưởng với tay ra là đụng được", có thể vì "cái gì trong kỷ niệm cũng vạm vỡ hơn trong thực tế. Mình thường phóng đại, tô hồng chuốc lục cho những kỷ niệm" mà cái sống động cũng thuộc về ngày xưa cũ hơn là những bát nháo của thực tại Hà-Nội.

Chốn cũ trên và trước hết là nơi có đấng sinh thành. Tác-giả đã kể về những năm tháng cuối đời của người mẹ già (trong gia đình gọi là mợ) trong Trong Vùng Quên Lãng và người cha (cậu) trong Niềm Vui Không Trọn. Những nét thân thương được phác họa với sự trìu mến của những người con. Đời sống của những người thân yêu nhất ở những năm cuối dưới ngòi bút của Song Thao trở nên linh động, thay vì là những cảnh bi ai, buồn thảm.

Những trang viết của người trở về mái nhà xưa, ở Song Thao, nhất là ở những năm gần đây, mang những đặc tính riêng như *tính tiểu-thuyết*, tính không thể tìm thấy ở Phạm Xuân Đài qua *Hà-Nội Trong Mắt Tôi* (1994) nhìn với lăng kính chính trị hoặc cựu tù 'cải tạo', hay ở Trần Doãn Nho háo hức tìm lại kỷ-niệm cũ của tập thể (thế giới truyện Tự Lực văn-đoàn, ..): "Hà-Nội như thể là quê tôi, như thể tôi đã từng sống, từng lớn lên, từng vui, từng buồn ở đó. Con đường Cổ Ngư hình như tôi đi nhiều lần hơn đường Ngọ Môn (...) Tôi cũng đến Hà-Nội để tìm, tìm một mộng tưởng giữa sự thật, một vĩnh cửu giữa cuộc thăng trầm..." (2). Vả lại cả hai đều không là người Hà-Nội cũ, hai ông đến Hà-Nội để tìm hiểu hoặc kiểm chứng hơn là sống lại, trở về chốn cũ! Tính tiểu-thuyết dĩ nhiên cũng vắng bóng ở bút ký *Quê Nhà 40 Năm Trở Lại* (1995) của Phan Lạc Tiếp, một người cũ của Hà-Nội!

Hội nhập chốn mới, tiếc nuối chốn cũ

Viết ở ngoài nước hay viết về quá khứ, chốn cũ, đương nhiên là tham chiếu với hiện tại và *hội-nhập*. Định cư ở một nơi khác nguyên quán, quê nhà - nhất là ở ngoài lãnh thổ đất nước, hội nhập là việc chẳng đặng đừng. Người di dân hội-nhập nếu không với tâm sự nặng nề thì cũng với quá khứ đau thương. Sau biến cố 30-4-1975, người Việt miền Nam, rồi miền Bắc, tiếp nhau đi di tản rồi làm thuyền nhân, bộ nhân, H.O, đoàn tụ. Những hãi hùng trên biển, những mất mát lớn, khiến cuộc đời còn lại có thể trở nên vô nghĩa, như với Hãng trong Vương Tơ vì "Hạnh hình như lúc nào cũng còn sống trong anh. Đôi môi khô khốc với những mảnh da mỏng trắng đục nằm cong lên cằn cỗi, làn da bị mặt trời thiêu đốt quắt queo, và đôi mắt dại trên khuôn mặt đã mất hết thần sắc của người yêu đã níu tim anh không rời. Cuộc thủy táng sau đó đã vét hồn anh rỗng tuếch rỗng toác. Ném một thân xác xuống cái mênh mông của biển cả đã nhân sự đau xót lên nhiều lần hơn là vùi một chiếc quan tài vào lòng đất" (CNMLNL, tr. 95). Ngọc của truyện Trên Nỗi Nhọc Nhằn, một thuyền nhân khác: "Đã có nhiều người vượt biển. Đã có nhiều cách ra đi. Chuyến đi nào cũng là một phiêu lưu vô định. Tai ương nào cũng là đáy vực thảm sầu. Người Việt bỏ nước mỗi người đều có những mất mát tận cùng chưa một dân tộc nào phải gánh chịu. Viết thêm về một chuyến đi nghĩ ra cũng chẳng làm nặng thêm được những mất mát tự nó đã muôn phần chĩu nặng. Vậy mà tôi không thể không cầm cây bút kể lại câu chuyện này. Câu chuyện của người đi biển, một mình" (BCMS, tr. 227).

Nhưng khi đã đến bến bờ, chưa hẳn đã hết tâm thức lẻ loi, một mình! Trước hết là biết phận, nói như một nhân-vật trong Tưởng Có Cơn Bão: "Mình là người ăn nhờ ở đậu ấy mà! Nhập gia thì phải biết nhắm mắt mà sống." (CMGS6, tr. 28). Ngày Tết ở xứ người vô vị hơn những ngày Xuân ở quê nhà những ngày thanh bình cũ (Giao Thừa Ở Một Nơi Khác, Người Đàn Bà Ôm Bó Hoa Trong Ngày Tết, ...). Cuộc sống càng cô đơn hơn với những người lớn tuổi như bà Nhân (Người Đàn Bà Ôm Bó Hoa Trong Ngày Tết), ông Thanh (Rửa Tay) - ông Thanh là người hơi cực đoan khi không hài lòng về con cái nơi đời sống mới, về sự thiếu vắng những phong hóa truyền thống, mà nhân-vật Mậu ước ý ông Thanh cũng được rửa tay như thanh tẩy tâm hồn, "cử chỉ rửa tay như một cách thế truyền đạt sự thanh thản của cuộc sống cho người khác!". Sylvie, nhân-vật của Cội Nguồn Tìm Thấy, gốc Việt vì mẹ người Canada Pháp quen bố thời sinh viên, vẫn bị gọi là "chinoise", đã phải nhận thức rằng: "Tôi không thuộc về nơi chốn mà tôi đang sống. Tôi là một kẻ đứng bên lề bị mọi người ruồng bỏ lánh xa. Chắc tôi chết trong nỗi cô đơn quạnh quẽ. Làm sao tôi có thể chịu được sự lẻ loi hiu hắt này" (BCMS tr 122).

Tại sao tâm thức hiu hắt bên lề? Dĩ nhiên có những cú sốc văn-hóa, những dị biệt trong cách sống, cư xử và cả suy nghĩ. Truyện Theo Dòng Thác đã ghi lại một số, như uống trà không kem không đường, như đề nghị trắng trợn mượn vợ qua đêm, như thích thì ăn nằm thoải mái rồi sau tỉnh bơ như không quen biết, v.v. Vì hội-nhập cũng có giới hạn: trong Như Giọt Rượu Nồng, Alain, một người bản xứ làm chung hãng, bông lơn đưa ra một đề nghị vô luân "Mày muốn đổi vợ mày không?". Chuyện tầm thường đối với dân Tây phương thời nay. Phản ứng của nhân-vật Thạc cuối cùng là cơn giận kéo dài vì giá trị tinh thần của con người Á-đông bị xúc phạm. Rồi cùng Á-đông, nhưng người Việt chưa chắc đã dễ hội-nhập văn-hóa với người Hoa, nhất là ở một xã hội thứ ba: một nhân-vật xưng Tôi đã lập gia đình với Yan, người Hoa, như một Người Đàn Ông Bên Cạnh hơn là chồng đúng nghĩa vì từ món ăn đến âm nhạc, v.v. đều thực sự khác biệt hơn là hòa hợp!

Theo dõi tâm thức của tác giả qua các tác phẩm cho thấy có một diễn trình biến thiên, cập nhật. Song Thao lúc đầu viết về quá khứ như những nhung nhớ, tham chiếu với đời sống hội-nhập, đã lần hồi trở về quá khứ với con người và khung cảnh thật riêng tư, thật chi tiết, thật xa xăm, như càng xa về thời gian người ta càng gần lại với không gian. Qua các truyện ngắn như Rửa Tay, Eva, v.v., người đọc cảm nhận được những đổi thay đã xảy ra với các gia đình người Việt: khủng hoảng phụ quyền, giải phóng phụ nữ, nam nữ bình quyền, ly dị, ly thân, con riêng, v.v. Những thảm kịch hội nhập, hôn nhân dị chủng thì khá nhiều vì người Việt định cư ở nhiều quốc gia, đại lục và vào nhiều thời điểm khác nhau. Đợt 1954 như truyện Cô Ngân từ Hà-Nội sang đảo Corse giữ nếp sống theo truyền thống bên cạnh con người thời đại sống ích kỷ theo chủ nghĩa cá nhân, vẫn con đông mà lại học hành nên, được lối xóm người bản xứ kính trọng. Cái gọi là thành quả ấy cô thú nhận "thật ra cô thấy những việc cô làm cho gia đình (của riêng cô) chẳng có gì là ghê gớm cả. Cô chỉ bắt chước đúng cuộc sống của bà nội: quên mình hy sinh cho chồng con..." (BCMS, tr. 164). Thảm kịch (và hạnh phúc) của di dân các đợt sau đó đã là một trong những đề tài chính của Song Thao, từ những hội-nhập hụt hẫng lúc đầu đến những hội-nhập hạnh-phúc, hài hoà, tự nhiên như hít thở khí trời! Ly dị, con riêng trong các truyện Gió Chướng, Song Thao đã nhận xét: "Sống trong một xã hội quá an bình, người ta cơ hồ như thiếu sức chịu đựng. Người nào cũng thoải mái giang chân giang tay chiếm cho thật nhiều chỗ. Cái tôi ít bị nguy nan nhiều phần sẽ trở nên hư đốn không biết nhường nhịn." (CNMLNL, tr. 53).

Song Thao đã viết về những cặp *hôn nhân dị chủng* Tôi-Yan, Trường-Liwah, Sylvie-Hiên, Hà-John, ... Người Việt lấy vợ đầm, lấy chồng Mỹ có khuynh hướng tìm đến cộng đồng người Việt, thèm được nhìn người, thèm nghe và được nói tiếng Việt. Trong Đong Đưa Cuộc Tình, Hà lấy chồng Mỹ theo về quê chồng lúc chưa có cộng đồng người Việt tị nạn, đã cảm thấy "chới với giữa những người xa lạ. Anh biết không, thuở đó dễ gì mà tìm được một người đồng hương. Đi ngoài phố thấy bóng dáng một người Á-châu là ngóng cổ nhìn mong cho nghe được một câu tiếng Việt. Gặp được một người Việt là mừng hết lớn" (ĐĐCT tr 46). Do đó người đọc không lạ khi cuối cùng Hà bỏ người chồng Mỹ để làm lại cuộc đời với Hiển, người yêu thời hàn vi, dù nay "Da thịt của nửa quãng đời son trẻ tôi đã dành cho người, giờ đây chỉ còn chút xương xẩu tôi thu vén cho cuộc tình của tôi. Tôi có dành phần quá đáng đâu, phải không anh? " (ĐĐCT tr 49). Lấy vợ đầm như Hiên với Sylvie trong Giọt Trầm cuối cùng cũng rơi vào cùng tình cảnh văn-hóa hoà nhi bất đồng: "Hiên ngột ngạt trong tấm lưới tình cảm êm dịu của Sylvie. Nàng bủa vây anh bằng những âu yếm ngọt bùi..... Nàng nhồi nắn Hiên cho vừa vặn với tiêu chuẩn của giai cấp trưởng giả của xã hội này. Hiên của nàng chẳng thua kém một ai. Nhưng Hiên đã bỏ cuộc. Anh không biết mang mặt nạ. Sống gượng gạo cho vừa ý mọi người không phải nghề của một "trâu điên" mặt mũi đã từng khét lẹt khói súng. Huống chi trong bụng anh lại có nguyên một cành gai châm chích khôn nguôi. Nó nhắc nhở liên tu bất tận khối u ẩn trong thâm tâm anh. Hiên vẫn yêu vợ nhưng không thể chiều vợ được. Cuộc sống lứa đôi mang cái dáng khập khiễng. Họ vẫn sánh bước bên nhau nhưng đôi chân mỗi người đều có con đường mòn riêng" (ĐĐCT tr. 84). Vì Hiên còn có một quá khứ: "Sylvie không thể hiểu được tâm trạng của Hiên. Tại sao anh lại bận lòng với quá khứ như vậy? Quá khứ là cái phần phải lui vào bóng tối, là thời gian người ta phải bỏ lại không luyến tiếc. Như những chiếc hỏa tiễn rụng rơi trên bầu trời khi đã hoàn tất nhiệm vụ đẩy phi thuyền lên không gian. Người ta chú mục tới cái phần cốt lõi ở trên cao chứ ai lại nặng lòng với những thứ đồng nát tiêu hao dưới đất. Hai chân Hiên đang đứng vững trên xứ sở này cớ sao đầu anh cứ quay về phía sau, phía chỉ có toàn bóng tối mịt mù" (tr. 83). Ngay cả lấy chồng người Hoa như nhân-vật Tôi trong Người Đàn Ông Bên Cạnh cũng không thể 'hảo hợp' như những lời chúc ngày thành hôn, vì người vợ Việt vẫn thiếu ngay cả cái căn bản nhất là ngôn-ngữ: "Đôi khi tôi lên cơn thèm nói tiếng Việt như người ghiền thèm thuốc. Bứt rứt khó chịu lạ lùng. Không được nói tiếng Việt ở sở, về nhà tôi cũng chẳng biết nói với ai, tôi như thấy thiếu thốn trong tận cùng thâm tâm. Tôi thèm có người nói chuyện để ba hoa cho đã cái miệng. Tôi điện thoại cho Yan và đi thẳng từ sở về nhà ba mẹ tôi. Yan cũng thừa dịp về gia đình anh. Tôi vô cùng thoải mái và có lẽ Yan cũng cảm thấy như vậy. Chúng tôi chẳng thể sống trong gia đình của nhau như một phần tử trong gia đình".

Nhưng thế-giới của Song Thao (và Nguyễn Trung Hối, v.v.) cũng có những cảnh hội-nhập ngược. Trong truyện Nẻo Ngược, cô gái Cindy người bản xứ thích ăn các món Việt-Nam kể cả mắm nêm, rau thơm, ớt, ... làm như người mẹ suýt lấy Việt-Nam thì con có thể ăn uống như người Việt! Trong Còn Đó Bóng Hình, cô cháu Cát Tiên bố Pháp cũng vui mừng giữ được phần gốc Việt với những món ăn Việt, những món ăn như thay thế bóng hình người mẹ Việt-Nam đã quá vãng! Chưa kể những phong tục và lối sống Việt-Nam được người bản xứ trân trọng và muốn dự phần (Tưởng Có Cơn Bão, v.v.). Dù trong hoàn cảnh bi đát đến đâu, Song Thao vẫn có những tháo gỡ nhẹ nhàng, có thể hợp tình và cũng có khi hợp lý. Trong Mai Sau, Giao bị ung thư nặng, đã thương vợ đến độ sắp xếp để Phụng, người bạn rất thân của mình, đưa về ở chung mái nhà, bất chấp dư luận, đẩy bạn và vợ vào nhau trong những sinh hoạt bình thường, và cuối cùng phải nhận lời sẽ đùm bọc cho vợ mình sau khi anh ra đi. Vào nhà thương lần cuối, trước khi hôn mê, "Giao đã dặn kỹ bà (bác sĩ) là chỉ trao hai bức thư này khi anh không còn nữa. Nét mặt nhàu nát và lời nói nghẹn ngào của Giao đã nói cho bà biết đó là những bức thư quan trọng. Anh đã lắp bắp dặn bà như một người đang cố bước ra khỏi những vòng dây rối mà chân cẳng còn như muốn dính vào đất đai cuộc đời".

Đi tìm nguồn cội

Sống ở xứ người, hội-nhập là chuyện đương nhiên, nhưng đồng thời nhu cầu đi tìm *nguồn cội* cũng tha thiết, khẩn cấp không kém. Nơi đất khách, bên cạnh cuộc tìm tình người, tìm tình-yêu, ở những người xa lạ chung quanh, là những cuộc tìm người thân, gần cũng như xa. Đặc biệt ở Song Thao, tình bạn hữu có một chỗ đứng quan trọng. Gặp lại bạn cũ là niềm vui tìm thấy, là thuốc tiên chữa bệnh cô đơn. Trong Phận Người là mẫu số chung tình bạn giữa những con người mà số phận và cuộc đời khác nhau. Trong Cuối Ngày, Một Lần Ngồi Lại, cái chết của một người đã níu kéo đưa đến gần những người bạn học chung một thời. Trong Chớp Mắt Ngoái Lại, đó là tình nghĩa giữa ba người bạn từ những ngày học trò tuổi nhỏ lớn lên với những biến cố của đất nước và cuối cùng ra nước người vẫn theo dõi nhau, giúp gia đình bạn như một "thiên thần hộ mệnh". Bên cạnh là những con người một thời ở quê nhà trước đó đã làm việc hoặc liên hệ mật thiết, những tình 'huynh đệ chi binh' của những "ông thầy" như Hiên trong Giọt Trầm, v.v. Với Song Thao, các nhân-vật người bản xứ cũng đầy tình cảm và lương tri, biết sống trách nhiệm, như Jeff, một người Mỹ da màu từng qua Việt-Nam chiến đấu, cuối cùng đã tìm lại được đứa con lai mà ông từng bao nhiêu năm tháng truy tìm (Dõi Mắt Vời Trông).

Đi tìm *cội nguồn* trong truyện kể có phân tích thông suốt đồng thời tạo hiện tượng đa nghĩa khi phải tham chiếu hiện tại cho quá khứ và ngược lại. Tác-giả khi cần đã phải đi vào tỉ mỉ tình tiết cho tiểu-thuyết. Sống giữa một tập thể mới đa văn-hóa, Ả-rập có, Do-thái có, Hồi-giáo có, người Canada nói tiếng Pháp tiếng Anh đều có, Mỹ trắng, Mỹ đen, Mỹ latino, v.v., nhân-vật Việt của Song Thao sống và cư xử như người Việt, với tâm tình Việt, với những nét lém lỉnh, tự cao, cũng như rất rõ những nét cởi mở, tự nhiên. Những trang Song Thao viết về những tình cảnh và thân thế khác nhau của dân di trú khá tài tình, như một đi tìm thông cảm, hiểu biết hơn là để tránh xa. Trong Hạnh Phúc, ông trình bày chân dung một đời sống đa văn-hóa mà cũng vì văn-hóa mà lòng người đã như thu hẹp lại trong bốn bức tường ghetto: Liwah, sinh viên du học người Hoa-lục lấy chồng người Việt, Trường, tình-yêu hai người trẻ không đủ khỏa lấp những ngăn cách, nghi ky. Liwah lạc lõng trong một gia đình khác chủng tộc (mà cứ tưởng là cùng chung khối Á-đông) lại phải mang mặc cảm của một người đến từ một nước theo chế độ cộng sản vốn là kẻ thù ý thức hệ của gia đình chồng. Cái ghetto văn-hóa và chính trị đã gây nên những nỗi bất hạnh cho con người: "Cái xuất xứ Trung Quốc của Liwah đã trở thành một hàng rào vô hình ngăn cách nàng với gia đình anh. Bố Trường là người đã khơi cao chiếc hàng rào ngăn cách lên hơn nữa. Ông đã sống dưới chế độ Cộng Sản. Ông đã bị đày đọa trong các trại cải tạo. Lúc nào cái dấu hỏi to lớn cũng dựng đứng trong đầu ông khi phải tiếp xúc với những gì dính dáng tới cái màu đỏ chát chúa mà ông kinh sợ. Những con người được sinh ra và sống dưới chế độ Cộng Sản, họ chẳng có tội tình gì, nhưng ông vẫn nghi ngại. Mấy ai được trui rèn trong lò lửa mà chẳng lem lấm bụi than. Cái trí trá của một chế độ dễ tạo ra cái trí trá trong mỗi con người" (CMGS6, tr. 36-7).

Song Thao chứng tỏ con người lạc quan trong tình cảnh không vui nhưng không còn có lựa chọn khác, vững niềm tin nơi con người và lẽ sống còn, như người phụ nữ do-thái trong Eva sống vì tình nghĩa hơn là lý trí, thành hôn với người làm ơn: "Cho tới bây giờ tôi vẫn một mình. Cô đơn vẫn hoàn cô đơn. Phải chi tôi có được với anh ấy một đứa con! Nhưng đâu có thể đòi hỏi nơi anh ấy điều anh ấy không thể làm được. Mình cũng đâu có thể tính lời lỗ với cuộc sống của mình được ông nhỉ. Cái được nhiều khi chẳng phải là được. Cái thua nhiều lúc cũng chẳng ra thua. Người ta bảo nó như một trò chơi. Ừ thì chơi!" (CMGS6, tr. 112).

Trong số những nhà văn khác viết nhiều về *hội-nhập* và *nguồn cội* có Tâm Thanh, Song Thao, Hoàng Chính, Hoàng Nga, Nguyễn Trung Hối, Ngô Nguyên Dũng, v.v., nhưng ở mỗi tác-giả có những đặc thù đáng kể. Ngoài đặc thù địa-dư hội-nhập (Canada, Hoa-Kỳ, Âu-châu), Nguyễn Trung Hối vội vã và hết mình. Tâm Thanh và Hoàng Chính nếu không lãng mạn thì giữ kẽ. Song Thao có thể sinh sống trong môi trường đa văn-hóa hơn và chịu khó quan sát, đã viết về một hội-nhập tích cực, đa diện hơn, ông đã tài tình dùng kinh-nghiệm, quan sát và hiểu biết riêng để khai thác tâm lý của các nhân vật và sắp xếp các diễn tiến.. Người kể Song Thao đa mang truy tìm trong kho chất liệu quá khứ nhưng không hẳn để tái tạo lại dĩ vãng dù có thể vàng son đến mấy, nhưng từ đó, tác-giả, cùng với những chi tiết ngoài, tạo dựng nên đời sống tiểu-thuyết, văn-chương. Có thể nói Song Thao chạy đuổi theo đời sống tiểu-thuyết với quá khứ của ông và cả của thế hệ ông, như một người thông suốt mỗi khi đặt chúng vào ngoại cảnh hôm nay.

Ở bút ký, dĩ nhiên cái Tôi dễ sừng sững, hiện diện. Trong truyện, Song Thao dùng nhân-vật ở ngôi thứ ba để nói đến cuộc đời và hành-sử của người đó, thường có vẻ giữ khoảng cách "tôi-nó, hắn" nhưng lại như nói về mình và "nó, hắn, ..." trở nên quá-khứ, tham chiếu. Có những truyện mà tiếng nói của tâm tư, đáy lòng của nhân-vật như những trừng phạt cái Tôi, cái ý thức hoặc lương tâm. Hoặc ông gây cho người đọc cảm tưởng mơ hồ về một cái Tôi khác hoặc tha-nhân ở tác-giả, một nhân vật như đóng hai vai, nhân-vật và tác-giả. Ở Song Thao có sống lùi, có vui sống hôm nay dù đôi khi gượng gạo, như góp vui, chơi chung, nhập chén, và có cái Tôi, tự truyện. Đặc tính này nói chung bàng bạc, nhưng người đọc nếu đọc hết các tác-phẩm của ông có thể tìm ra, hình dung được những nét chân dung, hành-sử, CV của tác-giả.

Như vậy, ở Song Thao có *Cái Tôi giấu mặt* và có những *ám ảnh của cái Tôi*. Trong các truyện ngắn của ông, nhân-vật xưng Tôi hiếm là nữ (Hà trong Đong Đưa Cuộc Tình và Bỏ Chốn Mù Sương, Nghi trong Bỏ Hoang Đời, Thanh trong Đà-Lạt Nhớ, Tôi trong Người Đàn Ông Bên Cạnh, ...), phần lớn là nhân-vật nam, khi thì mang tên Thạc, có khi là Cảnh, Thịnh, Hiên, Ngọc, Trọng, Đạt, v.v. Khác Cái Tôi đích danh (thật), những Tôi ẩn danh giúp tác-giả dễ dàng diễn tả hành động và tâm tình qua các nhân-vật, cũng như dễ mở đầu câu chuyện và kết thúc tình huống. Âu cũng là cách làm văn-chương thoải mái, hơn là tự-truyện vốn vẫn bị ngờ vực, kể cả thánh Augustin hoặc Pascal. Từ J-J Rousseau với Tự Thú (Confessions), André Gide và Jean-Paul Sartre mới có những tự truyện (autofiction) đúng nghĩa văn-chương. Thể tự truyện còn có thể là một công cụ có tính xã hội, tâm lý như với những Thế Uyên, Túy Hồng, Lê Thị Thấm Vân, Dương Thu Hương, Đỗ Hoàng Diệu, v.v. dù tác-giả không xác nhận. Ở Song Thao, Cái Tôi không được phơi bày chính thức, mà lúc ẩn lúc hiện, giấu mặt khi cần - trong những nhân-vật nữ và những truyện ngắn đầu tay ở hải-ngoại, ra mặt những khi khác - nhất là trong hai tập truyện mới nhất. Tác giả Song Thao biến mất, ẩn dấu đằng sau tác phẩm, nhường chỗ cho nội dung, cái được nói ra, phải nói lên, phải này phải nọ. Phần lớn các truyện ngắn của Song Thao tham chiếu lịch sử, tham chiếu thời gian, tác giả như đi bên cạnh, bên lề, nhưng bỏ lịch-sử và thời-gian ra thì tác-giả, cái tác-giả viết ra mới là chính.

*

Song Thao chuyên trị truyện ngắn, bút ký và phiếm; người đọc chưa được thưởng thức truyện dài của ông. Văn Song Thao như theo khuôn chừng mực, ít cách tân, có thể đó là lý do ông viết đều và liên tục, khác với một số cây bút cùng thời thời-gian gần đây đã ngưng hoặc không tiếp tục xuất hiện. Văn kể chuyện trực tiếp, từ tốn, với giọng điệu duyên dáng, ví von thông minh. Mỗi truyện đều có những chi tiết và quan sát mới lạ, tinh tế, làm như tác-giả thích quẩn quanh đời sống bình thường để bất chợt khám phá những cái hay, đẹp, bất ngờ! Những địa danh quen thuộc ở Bắc Mỹ (và ở Việt-Nam) cũng như một số biến cố đã là đề tài hoặc để lại dấu vết trong truyện của ông, lớn như vụ khủng bố 9/11, nhỏ hơn như những hội chợ Tết của người Việt ở Montréal, v.v. Văn Song Thao giản dị trôi chảy, đôi khi rơi vào biển ngẫu dễ thương như đã quen: "Một tháng chín ngày không phải là thời gian dài. Nhưng nếu tính từng phút trực diện với thần chết, đối đầu với tuyệt vọng, thách đố với hiểm nguy thì mỗi phút là một thời gian không phải ngắn. Một tháng chín ngày kết hợp bởi một chuỗi giây phút căng cứng như vậy phải là một thời gian lê thê nặng nề vo chặt con người trong nỗi khủng khiếp tai quái. Ngọc ngồi trước mặt tôi trong một căn phòng tồi tàn dưới hầm một tòa nhà cũ rích ở Montreal không có vẻ là người có đủ can đảm tung mình vào cái mênh mông đầy bất trắc của đại dương, có đủ nghị lực căng mình chống trả với sóng gió, bão táp cuồng nộ của biển khơi. Tôi không thấy gì đặc biệt nơi khuôn mặt xương xương tai tái, nơi đôi tay khẳng khiu đen đúa, nơi dáng người cao cao chênh vênh. Chỉ có cặp mắt và đôi lông mày. Cặp mắt lì lợm cương quyết vẫn còn hằn rõ những tủi nhục đầy đọa nơi quê cũ. đôi lông mày rậm rạp giao nhau như hai con sâu xù xì đang cụng đầu nhau thách đố..." (BCMS tr. 226-7).

Bút pháp, giọng văn Song Thao tỉnh táo, nhẹ nhàng, dù nhân-vật đang ở vào tình cảnh phẫn nộ, như khi đóng lại truyện Như Giọt Rượu Nồng: "Một lời xin lỗi lạnh lùng như là một thủ tục thông thường của những người văn minh. Giống như câu xin lỗi của những người vô ý đụng nhau ở ngoài đường. Rất máy móc và rất lịch sự." (BCMS tr. 24). Điềm đạm, kể cả trong những tình huống buồn thảm - như mất việc làm chẳng hạn: "Loan nước mắt doanh tròng đưa tay cho Ngạn nắm: -Chúc anh may mắn! Mọi sự rồi sẽ qua. Nhớ lúc mình mới tới đây, lạ nước lạ cái, chẳng biết sẽ sống ra sao. Vậy mà cũng chẳng chết! Giờ này thì nhằm nhò gì. / Ngạn rộng miệng cười không thành tiếng: - Ở nhằm nhò gì ba cái lẻ tẻ. Giữ cho chân cứng đá mềm nghe Loan!" (Auld Lang Syne, CMGS6, tr. 79).

Ví von gắt gỏng vì bực không thể không nói, như Sài-Gòn hôm nay với những cái gọi là "khẩu trang": "Những đôi môi của các cô gái Saigon quanh anh đều bị băng kín dưới những khẩu trang (...) Một miếng vải đủ che kín miệng mũi với hai sợi thung mắc vào tai. Cả thành phố bịt miệng bịt mũi. Cũng có lý. Trăm tội từ cái miệng tuôn ra, ngàn uế khí từ cái mũi thu vào. Bịt quách đi là xong!" (ĐĐCT, tr. 227).

Về những cảnh tình dục, Song Thao thuộc thế hệ không thể vung tay tả chân như một số nhà văn hiện thực hoặc Hậu hiện-đại. Dù một số nhân-vật của Song Thao không 'đạo đức' cao nhưng họ không đạo đức giả; thấy gái và những đồi núi hấp dẫn thì nhìn, cả công khai không cần phải tế nhị, kín đáo, đi xem nhảy truồng, vào xóm chị em ta, v.v. nhưng khi tả những cảnh làm tình thì nếu không dí dỏm bóng gió cho qua thì ông lựa chọn con đường thơ mộng hóa, hình ảnh hóa. Như anh chàng Cảnh cùng cô gái người Ba Tây Kristina đã cho nhau theo tiếng thác Niagara: "Đôi tay Cảnh mở hội hoa đăng. Dòng suối màu sữa uốn mình thức giấc. Thịt da lên gai ngây ngất. Dạt dào tiếng thác vỗ. Rung động nỗi khát khao. Bùng nổ những đê mê đang triền miên vỗ về hai khối da ngà"(Theo Dòng Thác). Hoặc chữ dùng màu mè mà người đọc vẫn được mời tưởng tượng thêm, trong truyện được dùng làm tựa cho tập *Bên Lưng Những Con Chữ*: "Lãng kéo chiếc gối nằm dọc sát bên Nhi. Những chiếc hôn từng chặp đam mê. Nhi đẩy Lãng ra. Gối em vàng, em là rơm, gối anh đỏ, anh là lửa, đừng đốt em nghe anh. Nhi thấy rực lên ánh lửa trong mắt Lãng. Câu can ngăn của Nhi như mời mọc Lãng. Anh xoay người phủ lên Nhi. Từng mảnh vải cuống quít tung ra mặt thảm. Thân hình Lãng rực lửa. Nhi nhìn thấy lửa nhảy múa quanh nàng. Nàng nhắm mắt lại. Những cọng rơm trong nàng bung ra. Lửa ập xuống mê đắm. Nàng quặn lên trong lửa. Lửa bùng bùng liếm khắp thân người nàng. Những cọng rơm cong lên đón lửa. Nàng thấy thân hình Lãng lẫn vào đám lửa trong lò sưởi. Nàng nhoài người ôm đám lửa rừng rực thiêu đốt. Nhi thấy mình như tan ra, biến mất. Lửa như những con sóng ấm áp vùi nàng chênh vênh. Nàng lửng lơ ở một nơi nào đó không có thật. Chân tay nàng rũ ra. Êm ả. Sóng dìu nàng bập bềnh, bập bềnh" (BLNCC, tr. 20). Đấy là một nữ độc giả trả nhuận bút một cách 'hậu hĩnh' cho nhà văn tên Lãng hư cấu! Các nhân-vật nam hoặc xưng Tôi vốn vẫn được Song Thao chăm chút về mặt hào hoa và rất may mắn với phụ nữ!

*

Song Thao đã đóng góp cho nền văn-học hải-ngoại những viên gạch nhuốm màu thời-gian, rêu phong bám phủ đầy, có những viên đã nát hoặc thành vữa, tàn tích của một cuộc bể dâu, và cũng có những viên phải đào xới thềm cũ chốn xưa mới tìm ra, như vết tích khảo cổ. Trong ngậm ngùi và tưởng tiếc!

Chú-thích

1. Nguyễn Vy Khanh. *Văn Học Việt Nam Thế Kỷ XX: Một Số Hiện Tượng Và Thể Loại* (Glendale CA : Đại Nam, 2004), tr. 366.
2. Trần Doãn Nho. "Lô Sơn Yên Tỏa" *In Loanh Quanh, Những Nẻo Đường: Ký* (Los Angeles CA: Văn Mới, 1999), tr. 97, 122.

9-9-2007

Thảo Trường,
nhà văn dấn thân
với nỗi ý-thức không rời...

Lời mở: Cuối năm 2005, nhà văn Thảo Trường vừa cho xuất-bản tác-phẩm thứ 20 của ông, tập truyện Miểng (Quyên Book). Chúng tôi nhân đây giới thiệu tổng quan những điểm chính của sự nghiệp nhà văn qua các tác-phẩm chúng tôi đã có thể tham khảo ở hải-ngoại.

1

Miền Nam Việt Nam tự-do (1954-1975) đã là vùng đất màu mỡ sung-mãn cho một nền văn-nghệ tự-do, khai-phóng và đa dạng nhất trong lịch-sử văn-học Việt Nam thời hiện-đại. Trong khi miền Bắc treo bút và cầm tù những văn-nghệ sĩ Nhân Văn giai-phẩm và tất cả những ai không bẻ cong ngòi bút tuân hành những chính-sách và nghị-quyết văn-hóa của Đảng, miền Nam đã chứng kiến một hồi-sinh văn-nghệ từ những người kháng chiến trở về và từ những người di cư từ miền Bắc và Trung; riêng những người sau họ đến miền Nam với hành trang văn-nghệ và trí-thức. Tất cả hòa nhập vào giòng văn-nghệ đã lớn mạnh từ những năm cuối thế kỷ XIX, nơi đó báo chí và xuất-bản phẩm đã có một quá trình lịch-sử và cũng nơi đó, một truyền-thống văn-nghệ trình diễn đã ăn sâu vào lòng người dân.

Thật vậy, trong khi miền Bắc trói buộc người văn-nghệ sĩ sáng tác theo khuôn mẫu khắc nghiệt của một nền văn-nghệ "phải đạo", sáng tác trở thành chỉ thị, tuyên truyền, thứ văn-chương không thể làm rung động và hấp dẫn người đọc - những con người thực, thì trong Nam, các nhóm *Sáng Tạo, Bách Khoa*, thơ tự-do, văn-chương hiện sinh, Tiểu-thuyết mới, v.v. đã nở rộ và lan từ thủ đô Sài-gòn ra đến các tỉnh miền Trung và lục-tỉnh. Khi tiếng súng đảo chánh do ngoại bang hỗ trợ nổ lên ngày 1-11-1963, văn-học đã rẽ sang một lối khác, có vẻ tự-do hơn nhưng thực sự khó khăn và rồi theo đà leo thang của cuộc chiến, đã xâm nhập những vùng nhạy cảm và đã phải thám hiểm cả những bề sâu của ý thức và tình cảm. Trong không khí chiến-tranh mở rộng và đụng chạm đến tất cả mọi tầng lớp dân chúng, lao động, học sinh, sinh viên cũng như trí thức đó, đã xuất hiện một số tác-giả "dấn thân" đồng thời với văn-chương xám. Xám vì đi ngoài quỹ đạo xuất-bản chính thức nhưng phần lớn vẫn phải thông qua chế-độ kiểm duyệt. Những tạp-chí *Hành Trình* (1964-1965), Trình Bầy (1966), *Đất Nước* (1967-70), *Đối Diện* (1969), ... nối tiếp nhau phát biểu một cái nhìn không chính thức và có vẻ đáp ứng một lương tâm muốn thẳng thừng, chân thành của người bên này chiến tuyến. Nhà văn Thảo Trường đã xuất hiện trong tình cảnh đó của đất nước. Các truyện ngắn Ông Du Đãng, Mặt Đường, Người Đàn Bà Mang Thai Trên Kinh Đồng Tháp, Cái Mặt Người, ... của ông trên *Hành Trình*, rồi những Rụng Rời Tay Ngọc, Chấm Dứt, Viên Đạn Bắn Vào Nhà Thục, ... trên *Đất Nước* đã thuộc về mảng văn-học dấn thân này. Tuy nhiên, ông đã bắt đầu viết trước đó với các truyện ngắn đăng trên tạp chí *Sáng Tạo* (Hương Gió Lướt Đi, Riêng Tư, Làm Quen, Màu Và Sắc, ...). *Thử Lửa*, tập truyện ngắn đầu tay do cơ-sở Tự Do xuất bản năm 1962, đã loan báo chiều hướng của cây bút Thảo Trường. Phần lớn của 13 truyện ngắn xem như đầu tay này đã nói lên những băn khoăn, trăn trở của một thanh niên trẻ - là tác-giả thời đó (ông sanh 25-12-1938). Làm người Việt Nam không dễ, chỉ vì "hai chủ nghĩa khác nhau mà thành thù địch"! Phải "quạt khói đen ra khỏi sông núi" mới nhận biết bên kia sông có người! Nhìn quê-hương chiến-tranh để nhìn ra người (Làm Quen)! Trong Cái Hố, nhân-vật chính qua chuỗi sự việc diễn biến đã bùng mở ý thức về cuộc đời, con người, như một hành trình hiện sinh của ý thức! Cuộc đời có khi bị nhìn như thừa thải, vô ích, nhưng khi sống khó khăn (nhân-vật Lại phế binh bị cụt hai chân phải ngồi xe lăn) thì lại ham sống! Tìm ra được ý nghĩa sự sống, cuộc đời và con người thì đã phế tật! Một số phê-bình thời bấy giờ đã nghi ngờ con đường ý thức mà Thảo Trường đã bước những bước đầu trong tập truyện này.

Đến truyện-vừa *Chạy Trốn* do nhà Nam Sơn xuất-bản năm 1965, Thảo Trường thật sự đánh dấu một dứt khoát của dấn-thân và của một ý-thức muốn khác dòng tâm-thức đang thịnh-hành. Thật vậy, cùng với những trí thức, giáo sư đại học, trung học và nhà văn "cấp tiến" khác (Nguyễn Văn Trung, Trịnh Viết Đức, Lý Chánh Trung, Thế Nguyên, các LM Thanh Lãng, Nguyễn Ngọc Lan, Trương Bá Cần, ...), và khác với một dòng vận động trí thức khác, mạo danh "dân tộc", của những kẻ nằm vùng (Lữ Phương, Vũ Hạnh, Ngụy Ngữ, Trang Thế Hy, Trần Hữu Lục, Thế Vũ, . ..), Thảo Trường đã, qua các sáng tác văn-chương, vạch một ranh giới giữa vô thức và ý thức tích cực, giữa một dấn thân dù chân trời chưa rõ nét và một buông tay, chịu trận số-phận. Chạy Trốn là chuyện của Lực, suốt đời chạy trốn và "không có lúc nào được nhìn về chính con người của nó. Đôi mắt nó từ lâu rồi luôn luôn phải lừ lừ nhìn về xung quanh đề phòng..., một con quay không ý thức được về mình" (tr. 25). Chạy trốn lính lê-dương để Hiền, cô bạn gái bị bọn người ngoài dày xéo. Chạy di cư vào Nam sống, vẫn không thoát chiến-tranh, người thanh niên bất an vì cứ mãi tìm kiếm, định vị! Lực "muốn chối bỏ mọi kỷ-niệm, mọi quá-khứ. Muốn phủ nhận cả lịch-sử mà, người ta thường trưng ra bốn nhàn năm văn-hiến để tô son hôm qua, chứng minh hôm nay và bảo đảm cho ngày mai. Muốn phỉ nhổ những kẻ bịp bợm lường gạt hiện tại và ngụy trang tương lai. (...) Tôi muốn hủy bỏ lý-lịch hộ tịch tôi, ... tôi từ chối tôi. Tôi chưa có tôi. Tôi phủ nhận cái tôi quá-khứ, tôi không trách nhiệm cái tôi xưa kia. Tôi xin được không ơn huệ gì công sinh thành, tôi xin được ta thứ cho tôi để tôi bắt đầu lại..." (tr.33-4). Lực đi lính cộng-hòa, phải theo chiến-tranh bom đạn và sống giữa những xác chết, của kẻ thù vả cả của đồng đội! "Cuộc chiến-tranh bây giờ là một cuộc giằng co khổ cực và giai dẳng. Giải đất quê-hương không còn là những hình ảnh êm đềm. Quê-hương đã bị dầy xéo, đã bị ung nhọt..." (tr.37). Quê-hương đích thực không còn, trở nên xa lạ vì đã bị những kẻ cướp nhân danh đủ thứ chân lý. Mỗi con người là một hoang đảo, một kẻ khác, không ai cứu được ai. Tin được ai. Suốt ngày hành quân, Lực đạp lưỡi chông và phải mang "hai vết sẹo trên mu bàn chân và hai vết sẹo dưới bàn chân". Trong một giao chiến toán tử thương hết chỉ còn lại bốn người, Lực mới nghĩ đến "đứng lại": "Tôi yêu em nhưng tôi chưa bao giờ giám đứng lại bên em mà nói rằng 'Anh yêu em vô cùng Lệ ơi, Oanh ơi'; tôi luôn luôn là kẻ chạy trốn kể cả trước tình-yêu của em. Tôi chưa bao giờ có can-đảm nói một câu dể nhận trách-nhiệm cả đời em. Vì thế với nhau chúng ta vẫn là kẻ xa lạ. Vì thế rồi tôi sẽ mất em. Lệ ơi, Oanh ơi! Tôi không thể sợ hãi đời sống mãi thế. Tôi phải đứng lại. Nhất định tôi phải đứng lại" (tr. 53).

Nếu trong tập *Thử Lửa*, chiến-tranh huynh-đệ đã được tác-giả cảm nhận, thì đến *Chạy Trốn* chiến-tranh đã trở thành hiện thực và nỗi nhức nhối có tính cách hiện-sinh. Tư tưởng hiện sinh trong tác-phẩm dù không dày về số trang và câu chuyện về một thanh niên tầm thường mà cuộc đời không có gì ngoại hạng. Nhân-vật của Thảo Trường nói chung tự do nhưng ít cô độc hơn các nhân-vật của Thanh Tâm Tuyền, Nguyễn Đình Toàn, Dương Nghiễm Mậu, v.v. Mọi người (người yêu, người bạn) là kẻ xa lạ của nhau, không ai cứu được ai (đồng đội), mỗi người phải tự chịu trách nhiệm về mình. Nhân-vật thứ hai là Tiến, đồng đội của Lực:"Từ nhỏ đến lớn tao chưa tìm đâu ra nơi để tham gia mình vào. Tao nhìn nhận tự do là một cực hình. Tao tự do nhưng tao không biết quyết định ra sao cả (...) Tao thèm gia nhập như tao thèm sống... để được nói một câu rằng 'tôi có mặt'" (tr. 53). Nếu chạy trốn là để tìm đường sống cho họ và gia-đình họ sống chung trong tháp canh ở đầu một chiếc cầu nhỏ. Cây cầu ở đây là hình ảnh của gia tài chung của hai miền huynh đệ nay bị thế lực ngoại bang phân rẽ. Cuối truyện, anh bộ đội "đảng viên tám tuổi" nhưng "chưa có lúc nào thành thực được với mình" do đó tuyệt vọng, có nhiệm vụ kêu gọi đầu hàng thì rốt ra lại xin theo phe quốc-gia: "tôi cần phải chạy trốn". Nhưng ai dám tin, "cái đau đớn nhất của con người thời đại này là có những trường hợp tuyệt vọng, họ đi tìm kiếm một niềm tin nhưng không có ai tin họ. (...) Xin anh cho tôi ở lại đây. Xin anh tin cho tôi lấy một lần để tôi có được cái ảo tưởng rằng mình còn có một chỗ để chạy trốn" (tr. 77-8)! Lúc đó nhân-vật Tôi đối đầu với cái định mệnh trớ trêu "tôi chợt nhận ra tôi có mặt nơi đây và tôi sắp quyết định, không những cho riêng thân-phận mình mà còn cho những kẻ khác. Và tôi thấy tôi bé nhỏ một cách đau đớn"(tr. 79). Cùng ý "chạy trốn" nhưng đối với mỗi cá nhân - các nhân-vật Tôi, Lữ, Tiến phía này và anh chính trị viên phía kia, hiện-sinh đã mang những ý nghĩa khác nhau!

Các tác-phẩm của ông xuất-bản tiếp sau trong thời văn-học tự-do còn có *Người Đàn Bà Mang Thai Trên Kinh Đồng Tháp* (1966), *Vuốt Mắt* (1969), *Chung Cuộc* (1969, xuất-bản chung với Du Tử Lê), *Th. Trâm* (1969), *Bên Trong* (1969), *Ngọn Đèn* (1970), *Mé Nước* (1971), *Cánh Đồng Đã Mất* (1971), *Bên Đường Rầy Xe Lửa* (1971), *Người Khách Lạ Trên Quê Hương* (1972), *Lá Xanh* (1972), *Hà-nội, Nơi Giam Giữ Cuối Cùng* (1973) và *Cát* (1974). Sau khi ông tái định cư ở Hoa-kỳ năm 1993, năm 1995 nhà Tin ở Paris đã xuất-bản *Tiếng Thì Thầm Trong Bụi Tre Gai*, kế đó là các nhà Đồng Tháp, Quan San, Đầm Sét và Quyên Book ở vùng Quận Cam California xuất-bản *Đá Mục* (1998), *Tầm Xa Cũ Bắn Hiệu Quả* (1999), *Mây Trôi* (2002) và *Miếng* (2005).

2

Tác-phẩm Thảo Trường trước và sau 1975 đều là của một *thế-giới khủng hoảng*, nơi đó con người chân-chính phải lên đường, dấn thân, đi tìm, chịu mọi thua thiệt và cả phải "tử đạo". Nhà văn ở đây tự nhận trách nhiệm, tự phân công tác phải góp công soi sáng, phải ra đi, lên đường, bằng chính bản thân, vì không gì cụ thể và trung-thực hơn. Nói chung, đó là một đối kháng liên tục, những tra vấn không ngừng của con người trí thức, "cấp tiến", trong một xã-hội, đất nước đang lâm chiến và kéo dài, một cuộc chiến-tranh huynh đệ trong khung cảnh tranh chấp ý thức hệ của cái gọi là "chiến-tranh lạnh" của tương tranh quốc tế về sau biến dạng thành tranh hùng quốc-cộng nay vẫn còn tiếp tục. Cuộc chiến khiến xã-hội phân chia nông thôn và thành thị thành hai thế-giới tương phản nhau, riêng nơi đô thị vốn yên ổn hơn thì lại đầy bất công, thối nát, một xã-hội sụp đổ và con người hoang mang, mất mát! Ngoài một số tiểu-thuyết thời-thượng về xã-hội nhốn nháo vui chơi thời chiến như

Ngõ Tối hoặc Bà Phi (đăng báo) thuộc khuynh-hướng Văn Quang, Hà Huyền Chi, v.v., Thảo Trường đã có những *tác-phẩm "nội-dung"* mà chúng tôi thử phân tích trong bài này.

Chiến-tranh có những tàn phá và hậu quả bi đát của nó, như chuyện Người Đàn Bà Mang Thai Trên Kinh Đồng Tháp, sống giữa nhiều lằn đạn và loại người - hoặc nói khác, cùng một con người Việt Nam nhưng nhiều ý-thức hệ kình chống nhau! Con "kinh rộng độ mười thước, nước đục lờ đờ, vài cây bèo cam phận hẻo lánh. Nhà cửa rải rác ẩn hiện dưới những tàng cây. Rất nhiều những con lạch nhỏ ăn thông từ cánh đồng ra lòng kinh. Đường mòn đã chật chội lại khúc khuỷu bởi những cây cầu khỉ bắc ngang những con lạch đó. Nhà chị Tư ở khoảng giữa con kinh, gần bến đò, cuối đường đi vào Tháp. Chị Tư sống và lớn lên ở đây. Ngoài thời gian mấy tháng phải về binh vận tại chợ quận, chị Tư không hề biết đến đời sống rộng lớn của cái thế giới này. Con kinh đã cô lập chị trong những kỷ niệm chật chội.. Thật vậy, chị Tư chưa đi xa hơn đầu con kinh, chị Tư chưa đi quá chợ quận. Chồng chị tập kết từ mười năm nay không về (...). Những anh cán bộ vẫn tiếp tục chuyền từ nhà nọ sang nhà kia, hết rỉ tai từng người lại tập trung cả xóm học tập. Chị Tư biết đến những tiếng Tự do, Dân chủ, Độc lập, Hạnh phúc, Căm thù, Đả đảo và nhiều tiếng nữa.. Nhưng rồi chừng hơn một năm sau quân đội đến. Những anh cán bộ liền vắng mặt. Mẹ con chị Tư lại được biết thêm một số tiếng lạ nữa. Chị đi làm Ấp chiến lược, chị học tập chính trị "tam túc", "tam giác" trong vòng đai kẽm gai và bờ đất. Đồn dân vệ được xây cất lại với bộ mặt mới. Yên được một dạo. Nhưng rồi những anh cán bộ lại ẩn hiện, lại mò mẫm rỉ tai trong đêm tối. Rồi đồn dân vệ lại nổ súng và cháy trụi. Ấp chiến lược thành ấp chiến đấu. Mấy anh cán bộ lại học tập. Mẹ anh Tư chết vào thời kỳ này và không biết bà chết vì bệnh gì. Chị Tư lúc này đã trở nên một người biết tới hai chủ nghĩa, cộng-sản và nhân vị. Chị có thể nói rất trôi chảy về những chủ nghĩa đó vì chị đã được nghe quá nhiều lần (...)".

Sống như thế trong vùng sôi đậu, chị Tư lên chợ quận ở cùng với một cán bộ giả dạng làm em trai để làm công tác binh vận theo chỉ dẫn của các đồng chí cán bộ. Làm binh vận thì phải làm "quen với một anh binh sĩ truyền tin trong quận. Chú em trai của chị cũng trở thành một anh dân vệ trong quận.Thời gian này chị Tư quên đi mất hình ảnh anh Tư, vì chị Tư đã được sống lại những cảm giác khoái lạc đến hỗn độn với anh binh sĩ truyền tin và "chú" em trai cán bộ. Chị dãy dụa trong những niềm hoan lạc tràn ngập đó. Một hôm, cái thai trong bụng chị máy động". Mang thai với một người cầm súng nào đó và sanh con trong sự che chở của người sĩ quan hành quân vốn là cái đích mà chị Tư muốn giết theo lệnh cán bộ khi gài lựu đạn trên cây với tấm biểu ngữ đả đảo đế quốc Mỹ làm chết hai người lính quốc-gia. Tác-giả kết với lời nhắn: "Nhắn-tin: Nhắn cậu nhỏ mang dòng họ cùng với tôi, hai mươi năm nữa, cậu khôn lớn (lời nhắn tin này chỉ gửi đến cậu khi cậu đã trên hai mươi tuổi), lúc đó tôi không biết cậu sống trong hoàn cảnh nào, trong một xã hội nào. Cậu cho tôi xin cậu một điều là, trước khi cậu hành động, trước khi tranh đấu, trước khi cách mạng, trước khi biểu tình, trước khi đảo chánh, trước khi lật đổ, trước khi hành quân, trước khi thuyết pháp, trước khi cầu nguyện, trước khi hội thảo, trước khi thụt két, trước khi hành lạc, trước khi đập phá, trước khi hy sinh... nghĩa là trước khi quyết định làm một việc gì, xin cậu ... chỉ xin cậu hãy nghĩ đến người đàn bà mang thai khốn khổ, hãy nghĩ tới những người mẹ bị rất nhiều chủ nghĩa với những danh từ hoa mỹ hành hạ. Xin cậu hãy nghĩ tới cái hình ảnh đó, tôi cầu xin cậu như thế, vì tôi chính là tên sĩ quan đã hành hạ mẹ cậu, đã đỡ đẻ cho mẹ cậu sau khi các đồng đội của tôi chết vì những thứ khẩu hiệu như cái khẩu hiệu "Đả đảo Đế quốc Mỹ" ấy"(ấn-bản Tin, tr. 13).

Thảo Trường đã khai tử người sĩ quan y sĩ của NĐBMTTKDT trong truyện Khẩu Hiệu viết năm 1993 (in trong *Tiếng Thì Thầm Trong Bụi Tre Gai*). Nhân-vật Tôi đã gặp lại người sĩ quan ấy mười lăm năm sau ở một trại giam tại miền thượng-du Bắc Việt. Lại những tranh cãi và đấu tố nhau vì những khẩu hiệu đả đảo. Và những cáng-đáng hiện-sinh của thân-phận người: chỗ ngủ được phân chia ở cạnh cầu xí. "Tôi đang hiện hữu, ở đây, một điểm nào đó trên hành tinh. Chỗ này là đâu, đây là đâu, tôi đang hít thở không khí mùi phân và nước tiểu, chỗ này, vậy là tôi có mặt ở chỗ này, vậy là tôi có thực, chỗ này có thực. Và tôi đang sống là có thực" (tr. 21). Đến nước đó mà nhà văn còn thanh thản an nhiên, thế là tự tại thật rồi! Và cái chết đã đến với sĩ quan quản giáo và sĩ quan y sĩ quốc-gia, hai mộ phần nằm cạnh nhau "dưới chân đồi vùng Việt Bắc. Xa, rất xa quê anh và quê anh Để. Lại càng xa, rất xa nước Mỹ". Tác-giả lại nhắn: "Nhắn tin: Nhắn cậu thanh niên ra đời sẩy thai, thiếu tháng, mang họ nhờ. Người đỡ đẻ và khai sinh cho cậu đã chết trong tù. Khi chiến tranh chấm dứt, cũng không thấy có một người đàn ông nào gọi là cha ruột của cậu trở về. Còn Mẹ của cậu nghe nói đã có một đời chồng khác. Không còn ai là người có liên hệ gia đình với cậu.. Nhưng những người biết chuyện này thì còn nhiều. Tôi nghe rằng cậu nay đã có vợ con và hiện làm ruộng ở đồng bằng sông Cửu Long. Lại cũng nghe rằng cậu đã vô đảng và đang là một anh Việt Cộng ở Sài-Gòn.. Lại cũng nghe nữa rằng cậu đã vượt biên và hiện đang ở đâu đó trên đất Mỹ. Vậy thì là cái gì bây giờ? Người ta, có khi, đã làm khổ làm sở lẫn nhau chỉ vì những cái khốn kiếp của những kẻ khốn kiếp nào đó bày đặt ra.

Truyện này phần trên viết trước 1975, đã đăng lần đầu trên tạp chí *Hành Trình* số 1 (1) tại Sài-Gòn, Việt Nam. Sau 1975 trong một cơn sốt ở trại giam của cộng-sản, gặp lại nhân vật, tác giả bèn nẩy ra ý nghĩ viết thêm phần dưới: "Sau này, nếu có dịp, biết đâu đấy, lại mê sảng gặp lại cậu, ở đâu đó thì có thể tác giả lại phải kể nốt cái phần tiếp theo của cậu. Không rõ, khi ấy, người ta sẽ xài cái khẩu hiệu gì?" (TTTTBTG 1993, tr. 27).

Chiến-tranh bao trùm tác-phẩm của Thảo Trường. Từ kháng chiến theo di cư vô Nam. *Chiến-tranh* và *giao động ý-thức hệ* diễn ra đều đều trên chữ nghĩa của Thảo Trường. Cái thẹo nơi mu bàn chân của Thụ, người lính về thành phố, do dẫm phải hầm chông của địch, có lý do vì "anh không đồng ý cho chúng nó có mặt ở miền Nam này nên anh đã lội đi tìm chúng nó giết đi". "Vết thương không ai đền được cả. Sự thiếu trống trong lòng tôi cũng không ai đền được cả". À thì ra thế! "Cô mặc kệ tôi đi tìm lấy cho tôi những cần thiết. Tôi không tìm được thì kệ xác tôi". Về thành phố tìm Hảo, "con đĩ" và cũng là người quen duy nhất của anh ở thành phố, anh bị cảnh sát dẹp biểu tình đánh, ghi thêm cái thẹo trên đầu. "Chúng nó" đánh anh rồi khi nằm bệnh viện đã lại ủy lạo anh. Anh đã không thể chấp nhận vết thẹo thứ hai gây ra do chính những kẻ được anh và đồng đội hy sinh ở trận tiền để họ được an vui, biểu tình, "Chúng nó thèm chống đối, thèm bạo động. (Vết thẹo) có mặt thực sự trên đầu anh như sự có mặt thực sự của những oán thù và đố kỵ trên xứ sở này" (Mặt Đường).

Thời chiến-tranh ở miền Nam cũng là thời tệ đoan tràn ngập, xã-hội băng hoại, phong hóa hết chỗ đùng. Quân đồng minh - Thảo Trường gọi là "xê-kài", "xê-kỳ": "Sư các chú. Các chú đáp xuống đất này được thì các chú cũng "dọt" đi được ngay. Chỉ có anh ở lại đây thôi mà. Nhưng không sao. Mỗi chú đến đây cũng đã nuôi được một gia-đình trong đám dân này", nói như một nhân-vật trong Ông Du Đãng! Chiến-tranh ảnh-hưởng đến đời sống cá nhân đã đành, mà còn làm đảo lộn xã-hội cũng như văn-hóa. Chuyện những người làm sở Mỹ, nhất là phụ nữ đưa đến những tình cảnh dở khóc dở cười. Trong truyện Vết Tích (1969), vì chồng chết, một bà giáo được một người quen đưa đi làm bồi phòng ở chung cư người bạn "đồng minh". Vết tích là "cái cục trong bụng. Cái cục nẩy sinh thật bất ngờ và tàn nhẫn" cũng "vì sự đùa rỡn nhảm nhí của người Mỹ quản lý đã làm cho người đàn bà quỵ ngã nhưng một phần cũng vì những viên thuốc mà hắn chìa ra cho bà xem. Hắn vỗ về bà trong căn phòng ngủ êm ái khi người Mỹ ngụ ở đó đi làm. Tên quản lý quả quyết với bà là không thể mang thai nếu như hắn không muốn và nếu như người đàn bà không muốn. Rồi trong một lúc bị kích thích đến cùng độ, bà giáo đã bằng lòng sử dụng cái viên thuốc đó. Nhưng cũng từ lần đó, bức tường ngăn chặn của bà đã sụp đổ, bao nhiêu khí giới cố thủ của bà giáo đương nhiên bị tước đoạt. Bà giáo bắt đầu đi vào một lối ngõ mà dần dần bà thấy nó quen thuộc cần thiết. Bà đi vào đó như một thói quen bằng những cử chỉ thường nhật. Một điều quan trọng nữa khiến bà giáo tiếp tục theo thói quen đó là sự kín đáo. Trong một phòng ngủ êm ái trên một cao ốc có lính gác, bà không bao giờ phải thắc mắc lo lắng đến chuyện lộ liễu. Bà không bao giờ phải nghĩ tới những sứt mẻ có thể xảy ra cho cái danh dự của ông giáo để lại. Do đó mà thói quen đã đưa bà đi miết, đi hoài. Hết người quản lý này đến người quản lý khác. Rồi về sau cả đến người ngụ trong phòng bà dọn dẹp. Họ đều là những người từ phương xa. Họ không hề biết bà là một bà giáo được kính trọng trong xóm. Họ cư xử với bà thật bình dị và sòng phẳng. Nhiều khi còn mới lạ hơn những những điều bà được biết từ trước. (. .) Khi người lạ đầu tiên kích động và xâm chiếm bà, bà nghĩ rằng đó chỉ là những tiếp xúc cơ hội không hậu quả. Người lạ thật đã đủ bảo đảm mọi an toàn. Bà không lo lắng gì hết. Những viên thuốc cũng như sự kín bưng của căn phòng mát lạnh đủ bảo đảm cho bà phủ phê tiêu xài những cảm giác cơ bản của con người. (...). Rồi ngày tháng qua đi, bà giáo sống đều đặn dễ chịu như vậy đến một ngày bà hoảng hốt thấy cái chu kỳ bài tiết hàng tháng của cơ thể bà gián đoạn. Bà rụng rời soát lại những lần trao đổi với những người lạ trong tháng vừa qua. Không lẽ nào những viên thuốc đó lại có viên không hiệu nghiệm. (...) Bà suy nghĩ lung mà không phát giác được. Nhưng có điều là "nó" đã ở trong đó. "Nó" đã là một sự thật bà đang phải chịu đựng và cưu mang. Từ bữa đó bà từ chối mọi thói quen trước. (...) Bà muốn cắt đứt mối liên quan với xung quanh. Phải chi bà chỉ có một mình.. Phải chi chỉ một mình bà sống ở nơi hoang vắng. (...) Bà phải bảo vệ cái hào quang xung quanh ông giáo trước mặt mọi người.. Bà không muốn người ta sỉ nhục bà. (...) Không đứa nào nhận cả nhưng "nó" vẫn có trong đó. Bà muốn thét lên. Vậy thì của ai? (...) Chỉ còn lại mình bà với nó, với sự đổ vỡ hoàn toàn. Một mình bà với nó càng ngày càng lớn, càng ngày càng trở nên một thứ có thật. Rồi bà phải làm sao đây? Rồi tôi phải làm sao đây?...". Kẻ xa lạ đã xâm lấn ngay chính thân xác và ở lại đó với vết tích cái thai! Cũng như cuộc chiến 1957-1975, kẻ lạ thích thì tham dự, "thật đã đủ bảo đảm mọi an toàn", nhưng dọt lẹ khi hết cần đến, vết tích để lại còn trầm trọng hơn! Tại ta "không lo lắng gì hết"? Vì "những viên thuốc cũng như sự kín bưng của căn phòng mát lạnh đủ bảo đảm cho bà phủ phê tiêu xài những cảm giác cơ bản của con người"?

Tết Mậu Thân (1968) đưa chiến-tranh vào thủ đô Sài-gòn và nhiều đô-thị khác. Chiến-tranh càng leo thang thì văn nhân, ý-thức, lương tri cũng bị đánh động một cách khủng khiếp hơn và đưa đến mảng văn-chương gọi là *"phản chiến"*, một mảng nhưng đa-loại chứ không đồng nhất. Qua Viên Đạn Bắn Vào Nhà Thục (1968), Thảo Trường đã ghi dấu cuộc chiến-tranh phức tạp, đa chiều và vẽ lên cái tâm trạng hoang mang của người dân lành nơi đô thị, đánh đổ huyền thoại thành phố là chỗ bình yên nhất thời chinh chiến! Thục, một đứa bé gái ngây thơ đã bị chiến-tranh làm cho phải trưởng thành bất thường một cách tội-nghiệp, với những vết thương và tang tóc, đổ nát! "Nhà của gia đình bé Thục ở khu còn lại đó. Bé Thục đang cầm một cây đinh loay hoay xoi một lỗ đạn trên tường nhà. Thục hì hục nhẫn nại moi cái đầu đạn nằm trong đó. Thục đã mất cả giờ nhưng mới chỉ nhìn thấy cái đuôi viên đạn đồng đỏ lòm. Mồ hôi vã ra hai bên má. Thục quì gối tiếp tục xoi. Thỉnh thoảng mỏi tay Thục lại bỏ cái đinh trên vỉa hè rồi vẩy vẩy hai tay cho đỡ mỏi. Thục ngồi nghỉ rồi lại tiếp tục". Một người lính thuộc đơn vị trấn thủ khu vực hỏi, Thục cho biết muốn "moi cái đầu đạn trong đó để làm kỷ niệm", đầu đạn kia đã bắn vào nhà mẹ con Thục, và "khoe" mẹ cũng có một cái đầu đạn "lấy từ ngực ba (..) Ba tôi chết rồi. Ba tôi là quận trưởng, ba tôi là đại úy...". Trước đó Thục đã nhờ "hai người bộ đội mang súng vào nhà tôi ăn cơm, tôi có nhờ họ lấy hộ cái đầu đạn, họ quát tôi bắt ngồi yên ở xó nhà. Họ chỉ ăn, xong họ ngồi ngoài hiên, "họ ngồi chỗ chú đang ngồi". (...) Người lính (quốc-gia) rút lưỡi lê cho vào cậy nơi lỗ đạn, lát sau lôi ra được một mẩu đồng nhỏ đã quăn queo, Thục cầm lên xem và hỏi: - Phe nào bắn vào nhà tôi?

Người lính cầm cái đầu đạn xem xét một lúc rồi đưa trả lại cho Thục: - Đạn này nhãn hiệu Mỹ. Có thể bắn ra từ phe tôi, nhưng cũng có thể đã bắn đi từ phe hai người bộ đội. Vì phe nào cũng có thứ súng đó hết.

Thục mân mê cục đồng nói bâng quơ: - Như thế thì cũng khó hiểu thật, chú nhỉ?

Người lính nhìn vào trong nhà nói với Thục: - Khó hiểu thật. Nhưng cũng may là nó đã không trúng vào em hay mẹ em, như viên đạn đã trúng vào ba em" (tr. 20-21). Câu nói "Đạn này nhãn hiệu Mỹ" đã bị kiểm duyệt thời cộng hòa xóa, bản 1999 đã in lại đầy đủ nhưng với tác-giả thì ông đã xem đó như "vết sẹo của vết thương cũ trên thân thể một tác-phẩm văn-nghệ thời chiến-tranh"(TXCBHQ, tr. 6).

Mây Trôi (2000) vẽ bức tranh hiện thực của xã-hội cộng-sản, và với ngôn-ngữ của kẻ "thắng"! Sau 1975 thì đầy dẫy hoạt-cảnh đời sống và con người của chế độ bách chiến bách thắng nhưng thua ở da thịt, ở lạc thú cũng như lý-trí và con tim, v.v. và v.v. Ngụy thua nhưng con người của ngụy thơm, cung cách... hấp dẫn. Nàng cựu đảng viên bị tù hình sự, trong tù gặp rồi mê tù binh ngụy, tính chuyện ra tù ở chung:

" - Ở chung. Em quản lý được cả hai. Em là cán bộ hậu cần xuất sắc có nhiều thành tích huân chương cao quí và giấy khen. Chỉ sợ anh đi Mỹ với vợ anh.

Rồi bà nháy mắt:

- Bắt được tù binh mà để sống thì uổng lắm. Chiến thắng mất cả ý nghĩa. Phải giữ cho bằng được thì thắng lợi mới toàn diện và triệt để.

Không ngờ ít lâu sau ra trại hai người gặp nhau thật, "nữ hoàng" chạy chiếc xe cub của con gái lên Saigon tìm đến chỗ ông sĩ quan cựu tù chính trị tạm trú chờ xuất cảnh sang Mỹ. Họ ở với nhau cách nhật, hai ngày gặp một lần. Bà khoe có người thợ tẩm quất mù điệu nghệ, và có lần còn chở anh ta lên đấm bóp cho ông. Anh mù ngồi phòng ngoài hút thuốc uống nước, chờ họ yêu nhau xong hiệp một thì vào xoa nắn cho hai người. Khi họ cảm thấy thư giãn lại mời anh mù ra phòng ngoài hút thuốc uống nước tiếp để họ yêu nhau hiệp hai.

Đến chiều bà lại chở anh phế binh cựu chiến sĩ lái về vùng ngoại ô, bà dúi vào tay anh tờ giấy xanh 10 đô, nói của ông khách trả công. Bà hậu cần bỏ tiền túi bao bọc cho người sĩ quan thất trận. Vợ con từ Mỹ gửi về cho ông mỗi tháng hai trăm, ông sĩ quan cũng đem ra tính bao gái nhưng bà nói ông giữ mà... tiêu vặt, tiền Việt kiều cho ông chỉ bằng tiền lẻ của bà cất giấu. Bà nói đùa "Nhân dân làm chủ. Em là nhân dân."

Bà cất dấu tiền và vàng ở một chỗ chỉ mình bà biết. Bà dấu chồng dấu con vì bà không tin ai. (...). Cho đến khi bà bập phải người tình sĩ quan chế độ cũ thì đã có lúc bà định trao phó của cải bí mật ấy cho chàng! Đúng là đến cái lúc...ái tình nó làm cho bà hồn nhiên ngây thơ ra. Bà chưa chỉ chỗ bà giấu của cho chàng nhưng bà đã bất chợt đề nghị trả cho bà Việt kiều vợ của chàng một tỉ bạc tiền ta, tương đương với gần một trăm ngàn tiền Mỹ, nếu như bà ấy về đón chồng đi. Bà nhìn người tình nhân nằm bên cạnh đang lim dim đôi mắt nhìn lên con nhện chăng tơ trên trần nhà. Đôi mắt chàng ôi chao sao mà quyến rũ mê hồn, bà chưa thấy đôi mắt nào có hấp lực với bà như thế. Bà chợt nhận ra rằng đôi mắt của chồng bà và cả những gì khác nữa của ông cũng đều...tầm thường không thể chịu được. Bà đã không nhìn ra những cái vô duyên của chồng. Cái mặt hô vô duyên, cái tóc bù xù vô duyên, cái tay khẳng khiu vô duyên, cái chân xương xấu vô duyên, rồi cái đầu gối cục mịch trên cái chân đó cũng vô duyên luôn, đừng nói tới những cái ngón chân quê mùa, nước da tai tái quê mùa. Bà thấy chồng bà in hệt các anh lớn ở trên, từ bác cho đến các anh cả, anh hai, anh ba, anh tư, anh năm, anh sáu, anh bảy anh mười, anh nào cũng giống nhau tai tái, vô duyên. Chỉ khác là họ trèo lên được chỗ cao mà ngồi mà hưởng, còn chồng bà suốt một đời làm anh đảng viên quèn, chuyên môn vỗ tay hoan hô phe ta và vung tay đả đảo phe địch, khư khư ôm cái hào quang "sự nghiệp cách mạng" và "quyền lợi chính trị" không tưởng. Phải chi chồng bà vung lên được, không bằng anh mười thì ít ra cũng ráng thành anh Đỗ 20 cho em thừa cơ "bên tầu có loạn", xây dựng sự nghiệp cho bằng các anh ấy. Không, người đảng viên chân chính chồng bà không phất lên được, không tỉnh ra được, thì bà phải trưởng thành trong gian nan khói lửa của cách mạng thôi. (...)

Bà cũng tiếc cho bản thân mình, sao không vùng lên chơi bạo hơn nữa, sao bà chỉ có gan làm giầu mà không có gan làm lớn. Trách chi chồng bất lực. Chính bà cũng vẫn còn yếu đuối, chính bà cũng còn bị giới hạn trong vòng sợ hãi không giám bung ra cao hơn nữa..." (tr. 12-15)

Một thứ "người cộng-sản, rạc rầy, vùng vẫy thoát ra khỏi nó mang theo nhiều thương tích" (tr. 113), bà *cộng-sản* níu kéo ông *cộng hòa*, đòi "yêu em theo kiểu cộng hòa đi anh".

"- Ở lại với em anh sẽ làm chủ tất cả, em và của cải của em. Tất cả những thứ phi nghĩa.

- Nhưng cộng sản họ lại làm chủ anh.

- Không lo chuyện ấy. Tại các anh bị họ bỏ tù một lần nên anh nào cũng sợ, anh nào ra tù cũng chỉ mong chóng thoát ra nước ngoài. Như thế là chạy trốn. Anh đừng sợ gì cả. Với cộng sản nếu sợ là họ trấn áp, còn không sợ là họ cũng thua thôi. Em là... cộng sản em biết. Anh cứ ở lại yêu em chẳng ai làm gì được anh, không có đứa nào đụng được đến... lông chân anh. Chồng em cũng không làm gì được anh cho dù anh ta là đảng viên. Em tuy bị khai trừ nhưng em cũng đã từng là đảng viên, em bảo vệ cho anh, anh phải tin tưởng ở em, anh thân yêu ạ.

- Anh cũng rất muốn sống với em chứ.

Ông nói thế và cứ nghĩ đến nụ cười chúm chím mời gọi, đuôi mắt long lanh và nhất là hai vú thây lẩy. Người đàn bà sung sướng nhảy sà xuống chụp lên người ông. Thì ông lại bóp hai cái thây lẩy vậy. Điếu thuốc cháy rụi trên chiếc gạt tàn, lon bia sủi tăm không ai uống" (tr. 16-17).

Tận hưởng phút giây hiện tại, nhưng nỗi ý thức vẫn còn đó: "Anh là kẻ thất trận.... Kẻ thất trận chỉ phải ân hận nghĩ đến những nỗi đau khổ của những người đã lỡ theo phe mình trong cuộc chiến và những oán trách của những người đã lỡ kỳ vọng chờ đợi cái ngày được phe mình giải phóng không bao giờ xảy ra" (tr. 19).

Bên cạnh là chuyện anh chiến sĩ lái phế binh cộng-sản mù làm nghề tẩm quất khi đổi đời sống gá nhân ngãi với bà góa phụ cộng hòa nay thành trùm buôn lậu:

"Hai kẻ khốn cùng thành một công ty, một liên minh, một hợp tác, một cộng đồng, một hòa hợp thách đố giữa cái xã hội loài người nhiễu nhương khốn khổ. Chị lại dọn về ở căn nhà trước kia của chồng chị bị cách mạng tiếp thu, mà nay là nhà của anh bộ đội mua được bằng tiền toa rập buôn lậu gỗ trầm" (tr. 26). Họ sống cái hạnh-phúc mà "giải phóng" đã tình cờ đem đến cho họ: "Chị xối nước tắm cho anh, người mù ngoan ngoãn để cho vợ làm các việc vệ sinh cho mình. Dưới ánh trăng, chị nhìn ngắm thân thể anh, cái thân thể chị độc quyền, cái thân thể dành riêng cho chị, nó cân đối, đẹp đẽ, mịn màng. Con người anh chỉ bị đôi mắt tàn tật, chị tìm chiếc kính đen quen thuộc đeo lên cho anh, thế là xong, che đi một chút khiếm khuyết, anh sẽ là một người mẫu. Nghĩ cho cùng, mọi tội lỗi cũng chỉ do đôi mắt sáng. Vì có mắt anh thành tên xâm lược, vì có mắt anh thành kẻ buôn lậu, cũng vì có mắt anh mới là một tên ma cô theo đuổi những tên ma cô ăn chơi đàng điếm. Nay đôi mắt sáng không còn, anh không nhìn thấy gì nữa, anh không còn khả năng tác yêu tác quái, anh bị lùa về một góc cuộc đời và anh trở thành người hiền lành an phận. Anh trở thành người tình đáng yêu của chị. Chị xoa xà phòng thơm cho anh, thứ xà phòng ngoại của khách Việt kiều cho, anh sẽ thơm tho, anh sẽ đẹp đẽ... "(tr. 36-7).

Cuộc chiến-tranh 1957-1975 đã không kết thúc bình thường và hậu quả của nó đã và sẽ tiếp tục tàn phá đất nước, dân-tộc. Theo Thảo Trường, "cần tới cả trăm năm để cho cái ám khí quỉ quái phai nhạt đi và để cho luồng sinh khí mới phục hồi". Ngay cả con người "ở đâu thì cũng sẽ mai một". Mây Trôi đã là những mảnh đời "rạc rầy, thương tích bất thường", những đôi "gian phu dâm phụ mút mùa hậu chiến" định nghĩa lại "tình-yêu chỉ cần cật lực hay thục mạng"(tr. 24, 22).

Bên cạnh chuyện Việt Nam hậu-1975 là chuyện một *Việt Nam mới*, ở hải-ngoại: *Đá Mục* là cuộc sống hội-nhập khó khăn và gần như phi lý nơi xứ người của người "tù học tập". Với nhân-vật của Thảo Trường thì quá-khứ gần đa đoan đầy khốn cùng đã khiến người lương tri lý trí đầy đủ, trở thành, nếu không là "triết gia" thì cũng là tâm thần hết vững, sống với gia-đình mà như cô đơn, lạc lõng tột cùng, trong truyện được thân thương xưng là "ông lão"! Từ nơi nghĩ mát, nhiều giai đoạn cuộc đời đã xảy ra, đã được gợi sống lại. Từ khi còn là chuẩn úy mới ra trường đóng đồn trên vùng thượng, nơi có anh trung sĩ truyền tin mà qua đoạn hai, "thằng em" và "ông thầy" 20 năm sau gặp lại nhau trong trại học tập, và sau cùng thấp thoáng nơi kéo máy casino. Hòn đá đến với họ nơi vùng cao nguyên, anh trung sĩ tắm suối với gái thượng tìm thấy đưa về tặng xếp để bỏ chưng trên bàn giấy. "hòn đá to bằng nắm tay. Mầu mận chin. Nhìn kỹ nó có vóc dáng hình nhân, có khi lại thấy hao hao một loài thú. Cũng có lúc thấy nó giống thiên thần rồi lại chợt tưởng là quỉ sứ.... Có lúc thấy nó hiện hữu, lại có khi chẳng nhìn thấy đâu. Theo người tìm ra thì mảnh vỡ có thể từ cung trăng hay một hành tinh nào đó trên vũ trụ xẹt xuống. Sao băng nằm ở đáy hồ..." (tr. 19).

Cục đá đã theo ông sĩ quan suốt cuộc đời binh nghiệp, đến ngày mất miền Nam thì ông đánh mất nó, sau đó cục đá trở nên tâm thức sống, trong rừng núi thượng du cũng như trong các thánh đường nơi xứ người. Ông lão sống nơi có nhiều người Việt tị nạn mà cái gì ông cũng phải "học tập" lại, nhưng tâm tưởng "ông

Thượng người Mỹ" cứ lạc về một quá-khứ trên vùng cao-nguyên nơi ông đã được thấy và sống hồn nhiên, với những con người "tự-do tuyệt đối" giữa thiên nhiên! Vậy mà không chắc vậy, vì chính cây bút tỉnh táo và tự tại cộng phúng thích của Thảo Trường đã muốn nhân-vật mình rơi vào "cõi hiện thực" mới! "Nó cũng chỉ là một cục đá như những cục đá người ta ném nhau", hóa ra là vậy! Truyện không nhiều tình tiết, hành động, nhưng đầy ắp suy-tư và sự-kiện!

Tầm Xa Cũ Bắn Hiệu Quả in lại Viên Đạn Bắn Vào Nhà Thục và 5 truyện ngắn khác. Trong những sáng-tác mới này, khung cảnh vẫn là một Việt Nam chiến-tranh và hậu chiến, với cái không-khí, ngôn-ngữ và lối kể chuyện tỉnh táo, thản nhiên đến lạnh lùng. Tầm Xa Cũ Bắn Hiệu Quả kể chuyện của Thinh và Miện là những người lính hành quân vùng Mỹ Tho, nhưng đó chỉ là cái cớ, ông muốn nói lên cái không khí bất thường của bình thường đời sống. Miện, thiếu úy pháo binh nổi tiếng "gọi bắn nhanh nhất" với lời gọi "tầm xa cũ bắn hiệu quả", cấp trên của Thinh vừa hy sinh, đã thương nghĩ muốn đến bù đồng đội khi nói với người chết "có lẽ chỉ còn một cách là tao lấy vợ mày, tao nuôi con mày cho nó lớn khôn, chỉ còn hành động đó thiết thực. Yêu thương vợ mày, bế ẵm con mày, rửa đít cho con mày, nuôi nấng gia-đình mày. Bây giờ chỉ còn bấy nhiêu. Có lẽ chỉ còn cái việc mà người đời coi là vô luân, bất nhân, bất nghĩa đó là thiết thực hữu hiệu..." (tr. 58-9). Phi lý, bàng hoàng, bất lực, đào ngũ, v.v. là những cảm nhận còn lại của người sống! Trong Hang, là chuyện những tù binh của miền Nam, trong có cả cậu Cu Tý 17 tuổi bị bắt về "tội vũ trang chống phá cách mạng", nhưng khí-khái đã lộ:

"Khi toán tù binh về tới trại thì nghe tin ông chánh án đã chết trong hầm kiên giam. Và Cu Tý đã khóc hu hu trong ấy! Mấy ngày sau người tù Cu Tý cũng được thả ra khỏi kiên giam. Và lại có tin cu cậu được gia đình từ trong Nam ra thăm nuôi. Các sĩ quan tù binh thấy vậy bèn bảo nó:

- Ở đời người ta thường nói hoạ vô đơn chí, nhưng trong trường hợp này thì anh ta khác hẳn, qua cơn hoạn nạn là gặp hên, phen này ra "nhà thăm gặp" tha hồ mà nhõng nhẽo với mẹ.

Có bác tù còn chọc ghẹo nó:

- Này, hỏi thiệt nhé, hôm đi nhỗ mạ anh có thật là chỉ bóp vú hay còn làm gì khác nữa không?

(...) Nhưng khi từ nhà thăm nuôi về, Cu Tý buồn so, nó than thở:

- Đúng là họa vô đơn chí!

- Sao vậy? Có gì xảy ra?

Mãi sau anh ta mới kể lại cho các tù binh nghe chuyện buồn của nó. Khi ra gặp mẹ, Cu Tý bị cán bộ cảnh cáo nó với gia đình về tội vi phạm kỷ luật cải tạo, có những hành vi dâm ô với phụ nữ. Cán bộ nói đáng lẽ nó bị cắt thăm gặp nhưng vì có... chồng của mẹ nó là cán bộ cách mạng đi theo nên trại chiếu cố khoan hồng nhân đạo cho nó gặp gia đình mười lăm phút! Gia đình sẽ cùng với nhà nước hợp tác giáo dục nó tiến bộ. Người tù chính trị trẻ tuổi nghe đến đó thì nước mắt trào ra. Nó đòi trở vào trại không gặp gia đình nữa. Mẹ nó cũng khóc. Bà thì thầm với nó, phân bua với nó, rằng bố nó đã mất tích trong cơn biến loạn, bà đã đi lùng sục tìm kiếm khắp nơi, hỏi thăm khắp các người cùng đơn vị với bố nó, có người còn quả quyết là chính mắt họ đã trông thấy ông ta chết chìm dưới biển trong khi di chuyển từ Phan Rang vào Vũng Tầu! Vì thế cho nên bà đã đành nhận lời làm vợ người cán bộ giải phóng theo đuổi tán tỉnh bà để bà có một nơi nương tựa trong xã hội mới!

Trong lúc bà mẹ thì thầm dỗ dành đứa con trai tù tội, thì người cán bộ chồng mới của bà ngồi hút thuốc rê, uống trà, và tán chuyện vãn với anh công an coi thăm nuôi. Thỉnh thoảng họ lại liếc mắt nhìn hai mẹ con gia đình binh sĩ quân đội Cộng hoà cũ! Hết mười lăm phút thăm gặp, người con đứng dậy đưa tay quệt ngang mắt, nói với mẹ:

- Mẹ về Nam bình an. Từ nay mẹ đừng ra thăm con nữa.

Bà mẹ mếu máo:

- Tại sao? Con?

Người thanh niên nghiến răng, lát sau anh buông thõng:

- Con nói như vậy, mẹ nghe rõ không? Mẹ có đến thăm, con cũng không ra gặp mẹ đâu!

Nói rồi anh ta cúi đầu lầm lũi đi về phía cổng trại giam. Mặc cho người mẹ than khóc, mặc cho người công an bảo anh ta nhận quà của "bố mẹ", người thanh niên như không nghe, không thấy gì, anh bước những bước chân chập chờn trong một cái màn sương làm bằng nước mắt! (tr. 94-96).

Trong Hẻm, Trong Bếp là những mảnh đời tị nạn, của những "tù binh vô thừa nhận" thành "các bác già lưu vong vô tổ quốc lang thang khắp thế-giới", hiện tại pha quá khứ, thực tại pha chiến lược chiến thuật ngày xưa! Đến Trong Nôi, thì trở nên khốc liệt vì có trận chiến được dàn ra "trên đường Bolsa... một bên là Việt-cộng rất thủ đoạn nhưng có lực lượng cảnh binh sắc phục đẹp... trang bị bằng những khí cụ hiện đại tối tân nhất thế-giới, hộ tống. Một bên là dân di cư chạy loạn, nạn nhân của Việt-cộng.... Việt-cộng treo hình căm cờ. quốc-gia phản đối..." (tr. 142). Chuyện Trần Trường đòi treo cờ đỏ và hình lãnh tụ bên kia! Lời cuối tác-giả cho biết ông viết để tặng thế hệ cháu sẽ là những "người tù binh thắng trận"!

Trong *Miểng*, Cơn Sốt không chỉ thoáng qua mà hành hạ xác thân và tận cùng linh-hồn. Bóng dáng những người làm văn-học tự do và có vai về trong xã-hội cộng hòa được ghi và vẽ lại, trước sau, có những chân dung cảm động với những đường nét sống động đời đọa đày vẫn vươn lên tìm sống (Ông Bồ). Miểng là cuộc sống ở ngoài, sống lưu đày, nơi "mây bay gió thổi", con người dễ nghĩ đến cái chết và cả chỗ chết. Nhân-vật Tôi trong...Từ Dưới Đỉnh Đồi Nhìn Lên Chân Núi là một cô gái quê đi lên từ vai người ở yêu cậu sinh viên ở trọ rồi lấy con chủ, rồi bỏ nhà làm sở Mỹ, rồi lấy sĩ quan đồng-minh và rồi theo chồng về Mỹ sống hội-nhập. Tháng Tư đen đến, rồi chồng chết để lại gia tài và... chỗ chết, rồi bà gặp lại cậu chủ nơi xứ người, là người từng khai mở tình-yêu cho bà và tưởng đã cùng bị "bụp" và đã "vỡ mặt" đã "rồi đời". Người sinh viên nghệ sĩ ngày nào nay đã là một ông lão ốm yếu, nhưng "tình-yêu tột cùng" đã đến với ông sau những ngày tháng "đau khổ tận cùng" trong nhà tù cộng-sản. Tình-yêu tái hồi nhưng cái chết sẽ đến đã không buông; họ sống với nhau như những người không còn quê-hương và như đã chuẩn bị cho ngày cuối đời, nói như nhân-vật xưng Tôi:"em không còn nơi nào khác nữa ngoài nơi đây. Và đây cũng chỉ là đất khách. Nhưng đây là chốn chồng em cưu mang đem em đến, đây là chốn đã có hai kẻ tình nghĩa nằm lại, em không thể bỏ nơi đây, em không thể bỏ họ, em cũng không thể để mất cậu một lần nữa vì em đã tìm lại được cậu. Vậy thì cái bộ xương của em, cái bộ hài cốt của cậu, kể ra thì để ở đâu cũng được, đâu cũng là nước Chúa, nhưng em tham lam ích kỷ, em muốn cậu chiều em, sống cậu muốn ở đâu, đi đâu tùy ý, nhưng em xin cậu khi nằm xuống hãy nằm cùng với em, hãy nằm chung với em, với ông ấy, với Patrick. Cả bốn chúng ta khi sống chẳng có dịp chung chạ, em muốn khi chết rồi chúng ta phải đoàn tụ. Cây bạch dương này là cột mốc của sự đoàn tụ. Cậu thân yêu". Cậu bước tới cửa sổ, pho tượng khổ nạn đá đen khom khom nhìn vào viễn kính, cậu xoay cái ống nhòm đang ở hướng nhìn tới ngôi nhà trên chân núi sang hướng nhìn tới cây bạch dương nơi sườn đồi. Tôi đến sát sau lưng cậu, tôi ôm ngang người cậu, tay phải cậu vặn vặn cái núm điều chỉnh viễn kính cho ảnh rõ nét, bàn tay trái pho tượng luồn vào trong áo tôi tìm tòi những gì mong muốn ở trong đó. Và tôi đã giúp cho cậu thuận tay dễ dàng." (tr. 112-3). Truyện như một lời tự nhủ hay nhắn nhủ cuối cùng của những kẻ tha hương!

3

Cơn Sốt là chuỗi sáng tác có thể xem là tiêu biểu để hiểu tác-giả, đã được Thảo Trường viết vào ba thời kỳ khác nhau nhưng tiếp nối nhau: lần đầu in trong *Người Đàn Bà Mang Thai Trên Kinh Đồng Tháp* (Trình Bầy 1966), lần thứ hai viết ở Hoa-kỳ năm 1994 và in trong *Tiếng Thì Thầm Trong Bụi Tre Gai* (Tin 1995), và lần ba trong *Miểng* do Quyên Book xuất-bản mới đây. *Cơn Sốt làm người,* của tác-giả Thảo Trường và cũng có thể của nhiều thanh niên, trí thức sống cùng thời và cùng phải kinh qua những đợt sống chìm nổi ái ố hỷ lạc v.v. Cơn Sốt đầu là của một thanh niên nhập cuộc với hăng say của tuổi trẻ nhưng cũng với tâm thức nhức nhối thường trực. Khi cơn sốt hành hạ thảm hại, nhân-vật Tôi đã phải "hét to và cựa mình đưa tay nâng cầm Thảo dậy ngang mặt tôi. Mắt tôi chạm phải cái nhìn ướt nước của Thảo. Cái nhìn ấy đẹp như một nhát kiếm. Đối với tôi lúc này... Thảo ơi! Anh yêu em! Anh thật yêu em! Anh yêu em vô cùng!" (NĐBMTTKĐT, tr. 98).

Đến Cơn Sốt thứ hai, Tôi nay tự xưng là "ông lão", ông đã trải qua đòn thù "học tập" 17 năm và vừa sang Mỹ đoàn tụ gia-đình, làm lại cuộc đời như một người hoang sơ chưa quen với "văn minh" của nước đồng minh cũ. Làm "kẻ lưu vong" bên cạnh "bà Mỹ" chủ hãng và là vợ ông. Ông lão thích lang thang thành phố, bãi biển, hội-nhập thể thao với các cháu dự xem những trận football Mỹ, hockey hay chơi trượt nước, trượt tuyết, bowling, những dịp ông quan sát người và đời. Nhưng lão từ chối sống trong khuôn khổ, thích làm nghề "tự do" lượm ve chai, thái độ, nếp sống bị vợ con chê là dở hơi, ngang phè, ... trong khi lão tự cảm thấy tỉnh táo, "tỉnh đến độ phải làm ra vẻ... ngơ". Lão nhớ nghĩ lại lúc lên cơn sốt vì con muỗi malaria "chích vòi vào gáy người tù già hút tí máu sống qua ngày". Bị coma, ông thấy hồn ông bay vật vờ nhưng sao cứ ở gần trại tù. "Hồn bay lên khỏi những ngọn cây tràm rậm rì trước bệnh xá, qua những cây tràm khác trong trại giam ra khỏi hàng rào tre, rồi cứ thế hồn bay qua Suối Lạnh, qua Suối Cạn, ... lướt trên những ngọn cây... Hồn đứng nhìn lên trời và cúi nhìn xuống cánh rừng phía dưới nơi có trại tù..." (tr. 106). Một cơn sốt bên lề những cái chết "thân thương" mà mỗi xảy ra là một dịp bi-đát cho những quân quần đồng đội, của những khuôn mặt lớn của xã-hội cộng-hòa, họ ở thật gần nhau kể cả giờ phút chót, những ngày "thứ bảy: chôn xác kẻ chết" (tr. 116). Với tri kỷ, ông lão tâm sự đã "chạy trốn", nghĩa là không được như những tráng sĩ ở lại quê nhà để sửa lại những sai lầm tập thể. Cơn sốt hối hận, "chạy trốn", như ứng-nghiệm lời Thánh-kinh "Chúa Jésus phán rằng khát nước!" mà tác-giả ghi ở đầu truyện.

Trong *Miểng*, Cơn Sốt thứ ba khi nhân-vật Tôi phải nằm bệnh viện. Cơn sốt trầm trọng của bệnh tật tuổi già, tâm và vô thức ông cũng sốt theo thể-lý con người, hồn chập chờn lìa thân xác: "Tôi nhẹ nhàng bốc lên cao ra khỏi ông. Tôi bay lơ lửng xung quanh căn phòng mổ nhìn xuống cái thân xác tô hô trần truồng một đống của ông. Vẫn thở đều đặn. Vẫn còn gọi là sống nhưng ông chẳng thể biết gì. Cái ông xấu xí nằm thản nhiên không một ý thức, không một thái độ, không một lập trường, không một cảm xúc... Một xác sống giống một xác chết. Một xác sống không phải là sống. Một xác sống vô ích. Một cái xác... chưa chết. Vì ông không có tôi trong ông. Tôi và ông lúc này đây đã cách lìa nhau và chúng ta không thể được coi là một con người sống. Ông hữu hình nằm đó mọi người đều thấy nhưng ông không biết gì. Tôi vô hình bay lơ lửng chẳng ai thấy nhưng tôi biết hết. Chúng ta là hai cái thiếu nếu ở riêng. Chỉ khi nào hai ta gộp lại thì mới có thể thành ra một thứ gì đó. Một thứ gì đó có ý nghĩa. Chỉ mình ông thôi là vô ích. Chỉ mình tôi thôi cũng là vô ích nốt. Hóa cho nên cả hai phải nhập làm một. Không ai tự coi mình là độc lập. Không ai tự tách rời khỏi nhau. Không ai trong hai ta có thể tự mình làm nên cái này cái nọ. Cũng không ai trong hai ta một mình mà có ý-nghĩa. Chúng ta là thứ vô ích một mình. Chúng ta là thứ vô nghĩa một mình. Chúng ta là thứ thừa thãi một mình. Chúng ta là đồ bỏ nếu ta đòi độc lập. Cả hai ta chẳng có tự do hạnh phúc nếu mỗi bên đòi độc lập. Ông phải có tôi nhập vào và tôi cũng phải có ông làm nơi cư trú. Chúng ta phải bám víu lấy nhau. Chúng ta phải nương tựa nhau. Chúng ta phải lệ thuộc nhau. Không có cách nào khác. Đừng bao giờ tính kế mánh khóe riêng tư. Vô ích phí phạm lập tức.

(...) Ông nằm đó. Tôi bay lượn trên cao. Theo chương trình giải phẫu thì ông sẽ mê hai giờ đồng hồ. Trong đó dành từ 45 phút đến một tiếng để các bác sĩ làm việc. Một phần thời gian trước đó cho các chuyên viên chuẩn bị và một phần để ông nằm nghỉ ngơi chờ hồi tỉnh. Trong hai tiếng đồng hồ con người định cho ông mê đi để khỏi đau đớn trong mổ xẻ là thời gian tôi được giải phóng, tôi thoát ra khỏi ông, tôi tự do bay bổng. Hai giờ đồng hồ trần gian ấy của ông, đối với tôi có thể là hai thiên niên kỷ, hai ngàn năm qua đi, bởi vì tôi có thể biến hóa khôn lường, tôi chợt đến rồi chợt đi, chợt ở nơi này chợt ở chỗ khác, chợt bây giờ và có thể chợt lộn về quá khứ xa xưa. Tôi có thể đi cùng trời cuối đất. Tôi có thể có mặt ở khắp các thời đại. Ông là xác phàm. Tôi là hư vô. Ông nằm đấy cho người ta mày mò, mân mê, cắt xẻo... Tôi sẽ lang thang khắp thiên đàng, địa ngục, cũng như nơi trần thế. Tôi muốn đi đâu thì đi. Tôi muốn ở đâu tùy ý. Hai giờ đồng hồ của ông sẽ là hai ngàn năm của tôi. Tôi tự do. Tôi rộng chân rộng cẳng. Tôi phiêu bồng, lang thang khắp chốn. Tôi muốn làm gì thì làm. Tôi muốn đi đâu thì đi. Tôi hét lên thật lớn. Ta tự do. Ta hoàn toàn tự do. Ta sẽ hành động. Ta sẽ xử. Ta sẽ giải quyết. Ta sẽ khởi đầu và ta cũng sẽ kết thúc. Cho mà biết... " (tr. 7-8, 12). Cái chết chập chờn nhưng chưa đến! Liệu sẽ có những Cơn Sốt khác?

4

Thảo Trường có *giọng văn* trào-phúng của riêng ông. Trước 1975, văn đã phúng-thích khi nói đến đời sống ở các đô thị, đến các khuôn mặt trưởng giả, quan cách và trí thức rởm sống trên những cái chết của người khác. Sau thời-gian sống còn trở về từ các trại gọi là "cải tạo" của cộng-sản, giọng văn Thảo Trường trở thành trào-lộng đen, cay, lạnh lùng đến điếng người. Những cán bộ miền Bắc vào Nam hoặc các trại "cải tạo" được tả nhiều nét thật hiện thực, những nét lắm khi trở nên tối đen hoặc khốn cùng. Trong Những Đứa Trẻ Đầu Thai Giữa Hàng Rào, tình-yêu trở thành bản năng sống còn của tính giống hoặc truyền thừa; nam nữ đến với nhau gian nan, vội vàng:

"Sau lần gặp ấy chị thương anh vô cùng, chị diễn tả 'không biết thế nào mà nói'. Thế rồi chị tính toán theo ý chị. Chị sẽ không mặc đồ lót. Chị sẽ mặc một cái quần mỏng mở chỉ hở dưới đáy. Cái quần cũng được luồn giây thung nhẹ. Chị thử kéo lên tuột xuống thấy nhẹ thì rất ưng ý. Chị cũng thử khom khom lưng và nghĩ làm sao cho anh được dễ dàng nhanh chóng, phải tạo điều kiện thuận tiện nhất cho anh ta hành sự. Thời gian không có nhiều. Tất cả chỉ trong nhấp nháy. Chớp mắt. Là phải xong. Thời giờ là vàng bạc. Cái này cũng giống như chiến thuật mà các anh cán bộ cách mạng hay khoe 'đánh mạnh, đánh mau, rút lẹ'. Phải dùng sách của các anh mới được. Sách của giới giang hồ chúng tôi là 'bắn chậm thì chết'. Lớ ngớ còn đang thập thò mà các anh bắt được thì tù mọt gông. Chị cũng bàn trước với anh để về phần anh cũng phải chuẩn bị không để một cái gì cản trở, như 'Mỹ họ lắp ráp phi thuyền trên vũ trụ ấy', như pháo binh 'nhanh chóng, chính xác và hiệu quả', như cán bộ vẫn leo lẻo "tư tưởng thông hành động đúng" ấy, anh hiểu chưa, khổ quá! Phải tập cho thuộc để khi có dịp là bập liền nghe chưa anh yêu!

Như vậy mà được đấy. Những mấy lần cơ. Có lần chiều sắp tối, trời lại lất phất mưa, chị tình nguyện đi lãnh cơm cho đội. Từ bên khu A theo dõi anh thấy và cũng mặc áo mưa đi xuống bếp trại. Khi trở về hai người ôm hai xoong cơm, liếc nhìn không thấy thi đua trật tự đâu, đến một chỗ hàng rào khu, kẽm gai đơn thưa thớt mấy sợi, chị bèn đứng lại khom lưng xuống chổng mông sang phía anh, xoong cơm của đội chị vẫn ôm nơi bụng, từ bên kia những sợi kẽm gai, anh luồn tay sang níu hai bên hông chị ghì tới... Chị nghe có tia nước ấm áp phóng sang và chị cảm thấy thành công và thắng lợi. Hai tay anh buông lỏng ra, chị còn nghe tiếng anh thở hổn hển, chị đứng thẳng người lên, vẫn ôm xoong cơm của đội nơi bụng, chị liếc nhìn sang anh, miệng cười như mếu rồi bước vội về buồng giam của mình. Anh ta cũng lật đật cài áo mưa lại, cầm cái xoong cơm treo trên cột hàng rào rồi cũng quay bước về phòng mình. Hai người hai hướng câm lặng và xót xa. Đứa con được tạo thành trong những cơn mê mẩn ấy..." (TTTTBTG tr. 54-5).

Như vậy, thế-giới tiểu-thuyết của Thảo Trường sau 1993 là một không-gian nặng nề, bế tắc, đầy uẩn ức. Cuộc chiến 1957-1975 đã tàn hơn 30 năm nhưng nhiều vết thương hình như vẫn chưa thể thành sẹo. Tuy vậy, một số các tác-giả có những đóng góp đáng kể cho dòng văn-học chiến-tranh ở miền Nam hình như đã bị thời-gian và con người dần quên. Thảo Trường là một tác-giả miền Nam bị đi "cải tạo" lâu nhất, 17 năm, "tội danh" có là gì hơn là thói bệnh khả nghi và đòn thù, vì có bị xử đâu mà có bị-cáo lẫn công-tố! Hình như một thứ lý thuyết và thực hành Binh-vận nào đó của thiếu tá Trần Duy Hinh (tên thật của nhà văn Thảo Trường), hoặc có người nghĩ thế, đã đưa ông vào chốn tre gai lâu nhất đó!

Con người nói chung và nhân-vật nữ cách riêng, được ngòi bút châm-biếm chiếu cố, nhưng ở ông, chữ dùng không thể nói là ác ý, trả thù; chúng như phản-ảnh lại bức tranh vân cẩu của xã-hội mới, sự thống nhất lãnh thổ đã đem theo ảnh-hưởng của hủ tục và hư hỏng của con người cai trị áp-đặt. Bên cạnh đó, tình-yêu là một đề tài thường xuất hiện trong thế-giới văn-chương của Thảo Trường. Từ một tình-yêu xẩy non của trai trẻ trong Hương Gió Lướt Đi, bi đát lồng trong cuộc tranh hùng chiến-tranh trong Chạy Trốn, Làm Quen, đến những chuyện tình dễ dãi của thời chiến như trong truyện ngắn Mặt Đường và truyện dài *Th. Trâm*. Người nữ ở đây phải đẹp "ngồn ngộn (...) đẹp khích động không chê được" nhưng vai nam chẳng hưởng lâu được, chuẩn úy Viên đa tình và được đàn bà con gái mê thế mà phải chết vô duyên vì "rắn độc bò vào lều cắn chết"(tr. 225). Rồi đến thời hậu chiến sau 1975, tình-yêu trở nên bản năng, sống còn, trở nên cái cớ để buông xuôi, bỏ cuộc! Và khi đã lên lão, chính những nét chấm phá tình nghĩa đã làm nên tình-yêu!

Con người "được" Thảo Trường nghiêm khắc phân thân, phân tâm, quan sát và xét đoán; lịch-sử, cuộc đời cũng "được" ông cắt vụn ra rồi chắp lại với những lời "bàn" rất là Kim Thánh Thán, một Kim Thánh Thán đã ê chề đến tột cùng, và với những lời "chép sử" rất Tư Mã Thiên, một Tư Mã Thiên thời đại không chỉ bị khống chế của một triều đình, mà còn bị đủ thứ thế lực muốn đè bẹp hoặc "giết người trên cạn"! Trong *Mây Trôi, Đá Mục, Tiếng Thì Thầm Trong Bụi Tre Gai, Tầm Xa Cũ Bắn Hiệu Quả* và *Miếng*, người đọc đều có thể tìm thấy cái cung cách làm văn đó của Thảo Trường. Và người đọc được tác-giả trình bày lịch-sử của một phần dân-tộc trong đó nhiều phần tiểu sử được phác họa hoặc phân tích, có khi tha thiết như của người trong cuộc dự phần lịch-sử chung, có khi lạnh lùng của người ngoại cuộc không can dự chi! Con người dấn thân đầy thiện chí và ý thức trước 1975 đã nhường chỗ cho những nhân-vật thời nhiễu nhương, đạo lý suy đồi, không còn nhân tính, lẽ phải. Họ là những con cờ gặp nước gặp thời, nhưng họ còn là những kẻ bị ném ra ngoài lẽ thường, phải tìm cách sống còn, cựa quậy, vương lên tìm hơi thở và chút ấm của mặt trời.

Qua tác-phẩm, Thảo Trường đã dùng văn-chương như một phương-tiện giải phóng con người. Ông viết về sự thật theo ông và có thể nói theo một truyền-thống trí-thức làm người tỉnh thức hoặc nhắc nhở, đánh động, và ông đã muốn đạt đến một cách giản dị, tức là ông không đao to búa lớn trong ngôn-ngữ cũng như phức tạp về kỹ thuật. Theo thiển nghĩ, truyện của Thảo Trường được viết ra, đến với người đọc, không phải để làm văn-chương, để làm dáng, mà như để dóng lên tiếng nói phải có của lương tri, của ý-thức, một *ý thức không rời*, luôn có mặt. Một thứ văn-nghệ vị nhân sinh, một văn-nghệ có chủ đích hướng thượng. Tác-phẩm của ông đã phiền hà không ít giới trí thức và lãnh đạo nhất là những người điều khiển guồng máy chiến-tranh và đồng thời đối với giới văn-nghệ sĩ, ông cũng đã không cùng một chiều. Có lẽ đó là lý do Thảo Trường đã gần như không có mặt trong các tuyển tập văn-chương, hình như lần đầu đầu đời viết văn với truyện Hương Gió Lướt Đi trong *Tuyển*

Truyện Sáng Tạo, và lần sau trong tuyển tập của Nguyễn Đông Ngạc, *Những Truyện Ngắn Hay Nhất Của Quê-Hương Chúng Ta* xuất-bản năm 1974, với truyện Viên Đạn Bắn Vào Nhà Thục - có ghi lại quan niệm của ông về truyện ngắn:"Viết truyện ngắn là dùng thứ kích thước nhỏ để dựng một vấn-đề có khi... rất lớn" (2). Và 21 năm sau, trả lời một phỏng vấn của Nguyễn Mạnh Trinh (*Văn*, 163, 12-1996), ông cho biết "Tôi vẫn có tham vọng làm sao "nhét" cả một cuộc chiến tranh vào trong một truyện ngắn, làm sao đưa được cả một thời đại mình đang sống vào trong một truyện ngắn" và tái xác nhận "vấn đề lớn cũng vẫn là 'thân phận con người trong thời đại này'" (3).

Một số tựa đề tác-phẩm của Thảo Trường không trau chuốt hay thách đố trí tưởng người đọc mà có khi lại có vẻ thản nhiên, hững hờ như *Viên Đạn Bắn Vào Nhà Thục, Người Đàn Bà Mang Thai Trên Kinh Đồng Tháp, Tiếng Thì Thầm Trong Bụi Tre Gai, Tầm Xa Cũ Bắn Hiệu Quả*, ... Nếu xét về hình-thức thì tác-phẩm của ông trước sau đều rất thường, bìa 1, 2 màu, không tranh họa, khi đăng trên các tạp-chí của văn-chương "xám" thì mực in ronéo để dấu nhoè nhoẹt hoặc để lại những loang lổ của kiểm duyệt đục bỏ.

Tác-phẩm của Thảo Trường có *giá trị* nào không? Theo thiển ý, tác-phẩm của Thảo Trường có giá trị ở thời của ông, trước và sau 1975, ông đã là khuôn mặt lớn của *văn-chương "ý-thức"*, tra vấn. Văn-chương của nạn nhân, của những con người không lối thoát, không tin chiến thắng của vũ khí, luôn đi tìm chân-lý, chính thống, tìm những tín hiệu mới cho cuộc đời và phận người! Trước 1975, ông đã được người đọc nhất là giới trẻ khao khát lối thoát, tìm đọc. 30 năm sau, Thảo Trường còn có sứ-điệp hay tâm sự gửi gấm nào không? Có đấy chứ, kinh qua của tác-giả, của tình đời từ sau ngày tàn cuộc chiến, những bức tranh vân cẩu chủ tớ đổi ngôi, những quái đản, ngu dốt được kẻ thắng hay chủ mới xem như tiêu chuẩn, v.v. đã được ngòi bút Thảo Trường ghi lại khi tị nạn sang Hoa-kỳ. Ông đã kể rằng"ngày 30 tháng 4 năm 1975 tôi bị bắt làm tù binh. Tôi bị CS giam giữ gần mười bảy năm, trải qua 18 nơi giam giữ từ Nam ra Bắc rồi từ Bắc vô Nam. (...). Tôi bị cộng sản bỏ tù lâu vào tận đáy vực của họ để thấy một điều rõ ràng là họ giả dối một cách thiệt tình, họ tàn nhẫn rất nhiệt tâm, độc ác nhân danh lòng nhân đạo. Những người cộng sản cấp dưới không biết việc họ làm, vì thế tôi không hề thù hận họ. Song những lãnh tụ của họ thì phải chịu trách nhiệm về những tan nát của quê hương Việt Nam. Cái thời chiến đổ vỡ tan hoang đó cũng như cái thời tù cơ cực nghiệt ngã đó nó phải có tác động nhất định nào đó vào những tác phẩm của tôi. Cũng như bây giờ sống trong một nước Mỹ không chiến tranh, nhưng thế giới đang ở một thời loạn, nơi này có kẻ nhận là chúa, nơi khác có bà xưng mình là phật, con giết cha mẹ, mẹ trấn nước con thơ, vợ chồng giết hại lẫn nhau, bom nổ lung tung giữa trung tâm nước Mỹ, Anh, Pháp... hơi độc giết người tại thủ đô Nhật bản..., và ở Việt-Nam cũng vẫn còn "ngụy cộng sản" vẫn còn "giả dạng cách mạng"...thì chúng ta không thể thờ ơ khi làm tác phẩm" (4).

5

Trong cuộc chiến vừa qua, sống ở bên này hay bên kia thì người dân vẫn đã không có tự do lựa chọn. Nhưng có thể có thái độ *dấn thân* khi đã chấp nhận định mệnh (chiến-tranh như một định mệnh), một chấp nhận rất hiện sinh mà cũng trung-thực không kém. Phản kháng trong khuôn định mệnh, tác-phẩm lấy bối cảnh cuộc chiến nóng bỏng đang diễn ra, đang tàn phá; nhưng Thảo Trường và một số nhà văn như Phan Nhật Nam, Nguyên Vũ, Ngô Thế Vinh, Trần Hoài Thư, v.v. đã bị chụp mũ làm nhụt lòng chiến sĩ hoặc làm mất miền Nam, trong khi họ cầm súng bảo vệ miền Nam; riêng Thảo Trường đã làm binh vận, tâm lý chiến, đã phải nghiên cứu các "binh-thư" 'rừng núi sình lầy' (*Miểng*, tr. 97), "'mưu sinh thoát hiểm' của Tổng cục quân huấn và trường sĩ quan trừ bị Thủ đức" hay "phương châm chiến lược hai chân ba mũi" của cộng-sản (*Đá Mục*, tr. 76, 123), v.v. Dĩ nhiên, họ là người dứt khoát của bên này chứ không phải nằm vùng hoặc là người của bên kia - như Vũ Hạnh, Lữ Phương, Sơn Nam, Thế Nguyên, Ngụy Ngữ, v.v. là những người viết theo nghị quyết hoặc chỉ thị, làm công-cụ cho Mặt Trận Giải Phóng và Hà-nội! Như vậy, không thể xếp Thảo Trường vào số văn nghệ sĩ phản chiến được. Không thể tổng quát hóa cho rằng Thảo

Trường và những nhà văn cầm súng đã tiêu cực phản chiến làm mất miền Nam. *Phản chiến* đúng ra là một nhãn hiệu chỉ có thể áp dụng cho những nhóm thanh niên hoặc trí thức ở Hoa-kỳ hoặc Âu-châu chống chiến-tranh Việt Nam; trong khi đó, các nhà văn trên đã *nhập cuộc*. Nói rằng họ nói lên cái *ý chí phản kháng* thì đúng hơn. *Dấn thân, nhập cuộc* là hình-thức hiện hữu trọn vẹn nhất của nhà văn qua tác-phẩm! Thật vậy, chân lý sẽ được tỏ ngời khi nó đã được nắm bắt hiệu lực qua các tố cáo, nhắc nhở, tra vấn, ... tức là qua phản-kháng! Dấn thân không chỉ trực diện, mà còn có thể đi đường vòng hoặc dùng các phương-tiện khác; vì phản kháng có những điều kiện và hậu quả cay đắng như tác-phẩm bị kiểm duyệt hoặc tịch thu và bị ra tòa - thường là tòa án quân sự. Thái độ dấn thân, phản kháng này được Thảo Trường đề cập nhiều lần, như trong *Chạy Trốn*, những thanh niên ở phía quốc-gia thì đi lính và chiến đấu nhưng khi đường cùng, thì quyết định không... chạy trốn. Họ nhận ra chân lý rằng sự có mặt cũng đã là chiến đấu rồi. "Chiến đấu không cứ phải là bắn giết. Có thái-độ cũng là chiến đấu" (tr. 58)."

Ngoài ra, qua tác-phẩm của Thảo Trường, người đọc vẫn có thể nhận ra những ẩn chứa tiềm tàng những cổ-xúy đạo-đức, những điểm nhắm chính-trị vừa con người cá-thể vừa con người tập-quần, và cả một chủ trương ngầm về *văn-chương là gì*, cho ai và để làm gì! Văn-chương ở đây là của dấn thân, của tra-vấn không ngừng, không nhân danh chủ nghĩa, ý thức hệ, nhưng nhân danh con người, nhân danh lương trí, ý thức, ... Như vậy, Thảo Trường và Phan Nhật Nam làm nhà văn dấn thân tham dự chiến-tranh, Thế Uyên dấn thân chính-trị làm cách-mạng xã-hội, Trần Hoài Thư, Ngô Thế Vinh, Nguyên Vũ, v.v. nhân danh con người để phản đối chiến tranh còn những Vũ Hạnh, Thế Vũ, Thế Nguyên, Trịnh Công Sơn, Trần Vàng Sao, Trần Hữu Lục, Bảo Cự, Ngụy Ngữ, ... đã phản chiến theo chỉ thị của guồng máy chiến-tranh trong đó một số đã bị lừa phỉnh!

Tác-phẩm của Thảo Trường dù trước 1975 hay sau 1993 đều nặng nề nội-dung và cái chuyển tải và thân phận con người nhất là con người Việt Nam trong thời chiến-tranh và hậu chiến vừa bi đát vừa đa tạp. Phải sống hoặc có thể nhập được trong thế-giới tiểu-thuyết của ông mới có thể thưởng thức được trọn vẹn. Nơi đó, là tranh chấp ý thức hệ, là những vấn nạn hiện sinh, dịch lý và định mệnh, những tìm kiếm để hiểu, để sống những cái không thể hiểu, do đó đành phải sống những cái phi lý của đời sống và lý thuyết. Thảo Trường không làm dáng văn-chương nhưng ngôn-ngữ của ông đè nặng lương tri, tố cáo với nhân loại những bạo lực tàn độc, tà-đạo và những "chân-lý" giả-hình. Ông tố-cáo rằng con người đang bị vong thân hóa, đang bị biến chất, dù ở bất cứ đâu! Thêm một tiếng chuông báo tử đã được gióng lên, nhưng đã có ai đó nghe thấy chưa?

Chú-thích

Các trích dẫn đều ghi số trang từ các bản in lần đầu, ghi tên NXB bên cạnh nếu là bản in lại.

1-   Truyện Người Đàn Bà Mang Thai Trên Kinh Đồng Tháp đã xuất-hiện lần đầu trên tạp-chí *Hành Trình* số 3-4 (tháng 1-2/1965). Tác-giả đã nhắn chúng tôi đính chính chi-tiết này.
2-   *Những Truyện Ngắn Hay Nhất Của Quê-Hương Chúng Ta* (Sài-Gòn: NXB Sóng, 1974), tr. 557.
3-   "Phỏng vấn của Nguyễn Mạnh Trinh". *Văn* CA, 163, 12-1996. Trích lại từ *Đá Mục*, tr. 123-4.
4-   Phỏng vấn đã dẫn, *Đá Mục*, tr. 126.

20-1-2006

Người lính
trong truyện Trần Hoài Thư

1

Văn học Việt Nam từ nửa thế kỷ nay có thể nói là một văn học chủ yếu *chiến tranh*: chiến tranh chống thực dân 1945-54, chống cộng trong Nam và chống "Mỹ ngụy" ngoài Bắc 1954-1975, chống chủ nghĩa ngoại nhập, chống độc tài tranh đấu cho dân chủ, tự do từ ngày 30-4-1975, ở trong cũng như ngoài nước. Trong cuộc chiến 1954-1975, "văn học" chống "Mỹ ngụy" điều động bởi Hà-Nội từ các nhà văn bộ đội và các xưởng viết văn từ Bắc vào đến Trường Sơn, Cục "R", đã sản xuất nhiều hình ảnh lính bộ đội hoặc "giải phóng" hăng say với lý tưởng "đuổi Mỹ" và cứu người miền Nam đang bị "ngụy" và thực dân mới... bóc lột, cơ cực (!). Những người lính có khi được gọi là "thanh niên xung phong" này đầu óc được thông tin Nhà Nước bơm đầy hận thù, chấp nhận sinh Bắc tử Nam, bắn giết, phá "địch", không tâm hồn tư riêng, quên gia đình và bản thân, v.v.. Vì nhu cầu tuyên truyền chính trị, người lính bộ đội và giải phóng thường được mô tả theo cùng một khuôn rập. Trong *Văn Học Việt Nam Chống Mỹ Cứu Nước,* Viện Văn học của Hà-Nội đã... tự hào tổng kết:

"Văn học của chúng ta trong những năm chống Mỹ đã làm đúng những lời căn dặn đó của Đảng. (...) Chống Mỹ, cứu nước và xây dựng chủ nghĩa xã hội là hai mảng đề tài lớn nhất trong những năm này, mặc dù đề tài trên đã chiếm vị trí hàng đầu. (...) Chủ nghĩa anh hùng cách mạng đã trở thành một nội dung tư tưởng chủ yếu của văn học trong những năm chống Mỹ, và những anh hùng, chiến sĩ trên các lãnh vực đã trở thành những nhân vật chính mà các tác phẩm văn học đã miêu tả. (...) Trường đào tạo các nhà văn trẻ vẫn tiếp tục mở hết khóa này đến khóa khác...." (1)

Bên này vĩ tuyến 17, báo chí, xuất bản phẩm tràn ngập những hình ảnh *chiến sĩ cộng hòa* gan dạ, yêu nước, bảo quốc an dân. Họ là bảo hiểm cho người hậu phương, là an ninh nơi thôn làng, là giải cứu cho những vùng địch tạm chiếm. Người lính cộng hòa được các nhà văn thơ Nguyễn Đạt Thịnh, Nguyễn Mạnh Côn, Nhất Tuấn, Hà Huyền Chi, Tô Kiều Ngân, Nguyễn Ái Lữ, Hồ Minh Dũng, Văn Quang, v.v. tâm lý chiến hóa cũng như lãng mạn và thi vị hóa. Những anh hùng ca được nuôi dưỡng suốt cuộc chiến.

Nhưng cuộc chiến càng kéo dài, người lính càng trở nên cô đơn, bi quan và đăm chiêu dưới các ngòi bút của Thế Uyên, Dương Nghiễm Mậu, Thảo Trường, Ngô Thế Vinh, Phan Nhật Nam, Nguyên Vũ, ... hoặc trằn trọc không lối thoát đến độ phải đối kháng hoặc phản chiến như Ngụy Ngữ, Trần Hữu Lục, ...

Đó là vì miền Nam Cộng-hòa chế độ tự do dân chủ hơn, do đó bên cạnh những hình ảnh chính thức, đã có những người lính bạt mạng như Nguyễn Bắc Sơn:

"... Kẻ thù ta ơi, những đứa xâm mình
Ăn muối đá và điên say chiến đấu
Ta vốn hiền khô, ta là lính cậu
Đi hành quân, rượu đế vẫn mang theo
Mang trong đầu những ý nghĩ trong veo
Xem chiến cuộc như tội trời ách nước
Ta bắn trúng ngươi, vì ngươi bạc phước
Chiến tranh này cũng chỉ một trò chơi
Vì căn phần ngươi xui khiến đó thôi
Suy nghĩ làm gì lao tâm khổ trí
Lũ chúng ta sống một đời vô vị
Nên chọn rừng sâu núi cả đánh nhau..."
(Chiến Tranh Việt Nam Và Tôi)

Chiến tranh chấm dứt vào cuối tháng tư 1975 nhưng văn học chiến tranh vẫn tiếp diễn ở hai mặt trận trong và ngoài nước. Trong nước, vì nhu cầu ... chiến thắng và thống nhất, một nền "văn chương cách mạng" hậu giải phóng được chính thức phát động. Nào là biên khảo, nhận định, hồi ký, truyện ngắn dài, truyện trinh thám, v.v. cập nhật vai trò những người lính "cách mạng, giải phóng" và bôi đen những người lính phe đối nghịch bị lãnh đạo và đồng minh lừa dối bỏ rơi và nay đang tàn tạ trong các trại học tập. Người "chiến thắng" đặt nặng việc phá hủy văn hóa Việt Nam Cộng Hòa. ghi cả trong nghị quyết Đại hội Đảng lần thứ IV (1976) nhiệm vụ phải "quét sạch ảnh hưởng của tư tưởng và văn hóa thực dân mới" ở miền Nam (2).

Ở hải ngoại, một nền *văn học lưu vong* được hình thành. Đây sẽ là một văn học Miền Nam nối dài về nhân sự và ý-hướng, với những đặc điểm của hoàn cảnh mới của dân tộc. Chiến tranh 1954-75 tàn cuộc vì cờ gian bạc lận. Miền Nam bị các thế lực ngoại bang cấu kết bức tử, bị lương tâm nhân loại mù quáng vì tuyên truyền, bỏ rơi. Người lính cộng hòa bị bức tử nhưng chưa chết, được người bỏ xứ phục hồi dưới nhiều hình thức. Một dòng văn chương hoài niệm được bắt đầu và kéo dài tới cả hôm nay, dài về thời gian hơn cả những hoài niệm của cuộc di cư 1954. Các truyện thơ về người lính, của người lính, lần lượt xuất hiện ngay từ những năm đầu lưu vong và đều đặn hơn từ những đợt vượt biển, đoàn tụ gia đình (ODP) và gần nhất là HO cựu tù cải tạo. Nhưng phải đợi đến đầu thập niên 1980, các nhà văn thơ từng khoác quân phục Cộng hòa góp mặt càng đông đảo và đáng kể như Cao Xuân Huy (*Tháng Ba Gãy Súng*), Nguyễn Ý Thuần, Luân Hoán, Thái Tú Hạp, Khánh Trường, Nguyên Vũ, Hoàng Khởi Phong (*Ngày N+*), Phạm Huấn, Hà Huyền Chi, Nguyễn Tấn Hưng, v.v.

Hình thức thứ hai là các *hồi ký lao tù* từ những năm đầu thập niên 1980: *Đại Học Máu* của Hà Thúc Sinh, *Đáy Địa Ngục* của Tạ Ty, *Cùm Đỏ* của Phạm Quốc Bảo, v.v. Người lính thua trận bị thù hằn trả đũa. Những đấu trí vô vọng, những đầu óc một chiều ngoan cố dù đã thắng trận cờ. Những cảnh đời khốn cùng, những con người hèn hạ! Phần lớn các hồi ký cải tạo nói chung không đi xa hơn những ký sự, chuyện đời.

Bên cạnh những hoạt động văn chương, còn có những bài báo, các truyện kể, những đính chính tranh luận về những trận đánh và một số biến cố lịch sử, càng xa cuộc chiến càng mãnh liệt, trên các báo chí hội đoàn và thương mãi. Nói chung, người ta nói và viết nhiều đến những sĩ quan cao cấp, về những cử chỉ anh hùng hoặc thối nát, tầm thường của họ mà ít nhắc nhở đến những người lính thấp nhỏ hơn; họ có chết hoặc bỏ chạy cũng ít ai nói tới.

Hình ảnh người lính đã theo chừng ấy giai đoạn trôi nổi với cuộc chiến, lúc nào cũng hào hùng, vĩ đại, nhưng cũng có những người lính rất tầm thường, đáng thương vì là nạn nhân của những thư hùng bạo lực, của những mưu đồ tranh chấp. Những người lính tầm thường hơn nhưng tâm tư phức tạp: có người vì lý tưởng, nhưng một cách thực tế họ đã chiến đấu vì tình đồng đội, vì nghĩa "thầy trò", vì màu cờ sắc áo của binh chủng.

2

Những người lính của Trần Hoài Thư đặc biệt có tất cả các đặc tính vừa kể. Anh đã viết về những *người lính có thật*, những cái sống thực thường nhật, những cái anh đã sống; đã lăn lộn với bom đạn; anh đã sống cái tang thương của bom đạn, và anh đã đưa kinh nghiệm đó vào văn chương. Trong bài này chúng tôi giới hạn ở các truyện ngắn (anh còn là một nhà thơ) anh đã viết ở hải ngoại từ 1980 tức từ khi anh vượt biển đến Hoa-Kỳ, đã được xuất bản trong tập *Ra Biển Gọi Thầm* (3) hoặc đã xuất hiện trên các tạp chí văn học và cộng đồng ở Bắc Mỹ. Tác phẩm của anh xuất hiện đều đặn trên nhiều báo chí ở khắp Bắc Mỹ kể cả mạng lưới thông tin internet.

Ra Biển Gọi Thầm gồm 20 truyện ngắn, ngoại trừ bốn truyện đã đăng báo trước 1975 và được viết lại, phần lớn được viết vào những năm gần đây, có bốn truyện duy nhất có ghi chú ngày viết thì đều là 1995. Các tác phẩm Trần Hoài Thư viết về người lính nhìn chung, như một tiếng nói của lương tâm, một nhức nhối của tiềm thức, một hoài niệm về một quá khứ gần đó mà đã xa, về chính tuổi trẻ bị đánh mất, về những bạn bè, những mối tình đổ vỡ, đau khổ và những cảnh đời trái ngang.

Điểm trội bật trong các truyện là cái nhìn của anh như một người lính về cuộc chiến, một cái nhìn không lạc quan về một chiến trường bi thảm, ngoài lề tiếng nói của chính quyền, ...

Trước 1975, anh đã nghĩ:

" Tôi đang viết về một thảm kịch, cho con cháu chúng ta trong tương lai, để sau này khi lớn lên chúng sẽ hiểu về cuộc chiến này. Đêm qua, cả làng bên sông, nơi mà bọn tôi đã đến và gìn giữ, sau đó bàn giao lại cho nghĩa quân và xây dựng nông thôn, đã bị pháo dập. Địch kéo về cả đại đội chọc thẳng vào làng. Từ lâu những người bên kia đã coi cái làng như một cái gai cần phải nhổ bằng bất cứ giá nào. Những người ngồi ở Sài-Gòn hay Hoa thịnh Đốn thì muốn coi ngôi làng như một thành công trong chính sách bình định phát triển. Nhưng đó chỉ là lý thuyết. Họ đã ngu xuẩn để hiểu về kế hoạch bảo vệ dân làng về lâu về dài. Một trung đội nghĩa quân làm sao đủ sức che chở cả ngôi làng. (...) Tôi đã đến cùng với bãi hoang tàn để hiểu rõ hơn về sự thật của cuộc chiến. Cuối cùng cũng vẫn là dân vô tội. Rõ ràng chúng ta đã bị thua. Chúng ta đã đến với họ, mang lại niềm tin cho họ, nhưng chúng ta không thể bảo vệ họ... " (Nhật Ký Hành Quân, *RBGT* tr. 129).

Cuộc chiến đã khiến con người đánh mất phẩm giá, trở thành biện minh dễ dãi cho mọi hành động: "Chiến tranh, tôi phải cảm ơn nó, để tôi có thể dẹp bỏ hết những sự ghê tởm , khinh bỉ cái quá khứ rục mửa của tôi. Chiến tranh đã giúp cho tôi thấy rõ rằng mọi sự là vô nghĩa, là hư vô. Đừng bận tâm và thắc mắc. Đừng tự ái và ghê tởm. (...) Xã hội này thối nát này phải cảm ơn chiến tranh..." (Cuộc Sống Tôi, *Những Vì Sao Vĩnh Biệt*, tr. 105).

20 năm sau, trong Thư Về Người Đồng Đội Cũ Sau 25 Năm Thất Lạc, Trần Hoài Thư có dịp nhìn lại cuộc chiến:

" Tôi viết đến đây, bằng tất cả sự bình an của chính mình , sau hơn hai mươi năm, về một cuộc chiến kỳ lạ, vô ích, phi nghĩa phi nhân. Lúc này, chúng ta có quyền thẩm định về giá trị của chiến tranh và lịch sử. Nhưng tôi không thể bình an khi cái cuồng điên kia đã trở thành thú tính. Họ rõ ràng hơn chúng ta. Bởi vì họ có cả một khối thép thành trì bên ngoài và khối thép căm thù bên trong đầu óc, và con tim họ. Còn chúng ta thì cô đơn. (...) Chúng ta đã chiến đấu trong nỗi cô đơn và quả cảm. Và chết cũng quả cảm và cô đơn. Như bao nhiêu đứa con của một đại đội bộ binh. Như bao nhiêu người trẻ tuổi không may sinh vào một nơi đầy bao nhiêu tai ương lớn lao nhất của quả địa cầu" (*RBGT* tr. 74).

Người lính Trần Hoài Thư đáng tội, chỉ vì anh có suy nghĩ, biết nhìn thấy những bất nhân và bất công, những tâm địa và tư cách của những kẻ cùng chiến tuyến:

" Tôi đã vùng vẫy. Tôi đã thét gào. Tôi mang kính cận dày, cột dây thung sau gáy để nhảy trực thăng, nhảy diều hâu trong khi con cái những kẻ quyền lực trốn lính hay ở hậu cứ. Xin các ngài đừng lên mặt dạy đời trong khi các ngài chưa biết thế nào là máu thấm vào áo trận. Cũng xin các người bên kia đừng chửi tôi là lính đánh thuê, đánh giặc mướn trong khi tôi mời các người từng điếu Pall Mall. Tôi là tôi. Tôi làm chủ lấy tôi. Tôi quyết định lấy đời tôi" (Nha Trang, *RBGT* tr. 174-175).

Phẫn nộ, cô đơn, sau một trận đánh hình như tất cả đội ngũ đều chết, người lính đó quyết định bỏ ngũ. Anh lý luận: "Kẻ đào ngũ trái lại phải là một tay lính chiến đấu cô độc nhất, bởi vì nó chẳng có đội ngũ. Cứ xem tôi là kẻ hèn, nhưng có biết bao kẻ hèn hơn tôi. Mượn áo lính để tiến thân. Chưa bao giờ ra mặt trận một ngày mà hùng hổ la gào. Nghe tiếng súng nổ thì són đái. Thách có tay nào mang kính 8 độ đi thám báo...." (Thư Về Người Đồng Đội..., tr. 77). Trong Kẻ Đào Ngũ (4), Trần Hoài Thư đã tả hoàn cảnh và tâm trạng của người bỏ ngũ. Sống sót sau một trận giao chiến dịch tràn ngập, anh thiếu úy trung đội trưởng thám kích bộ binh bị thương nặng ở vai và ngực, xuất viện ra, chán chường phẫn uất, đã lựa chọn sống nhờ sống chui không ra trình diện lại đơn vị. Áp lực người cha, người con không muốn mang tiếng bất hiếu năm tháng sau phải ra trình diện, bị giáng cấp và ra đơn vị tuyến đầu khác.

Một cuộc chiến huynh đệ tương tàn, trớ trêu, khó hiểu. Hai người yêu nhau cùng lớn lên ở cùng một địa phương mà rồi mỗi người phải một chiến tuyến, người yêu theo cộng sản như Hồng cô gái quán cà phê mê thơ văn chàng trong Vết Thương Không Rời, như Quỳnh người nữ quyết tử viên sau trở thành cô giáo quận ly Tuy Phước trong Tháng Bảy Mưa Ngâu, v.v. Hoặc như hai cha con theo cường điệu của cuộc chiến, ngày kia phải đối đầu nhau trên cùng bãi chiến, trong Người Anh Hàng Xóm. Một chiến tranh tàn bạo, bắn lầm là chuyện thường tình giữa hai lằn đạn, nhưng tại sao nạn nhân lại là một đứa trẻ 12 tuổi (tr. 128), v.v.. Người lính có suy nghĩ, có con tim nhiều khi đã phải thả thanh niên trốn quân dịch đang trốn về nhà làm ruộng, nhưng biết đâu lại là VC nằm vùng, sẽ đi đắp đê, gài mìn, ...!

Vết Thương Không Rời kể chuyện trung đội thám kích xuống đồi đột kích một đêm mưa gió như đến "từ bốn cõi âm binh", mà lại là vùng quê ngoại của thiếu úy Tân. Toán quân anh đi giải cứu quê cũ của anh nhưng địch không lẽ lại là cả ngôi làng. Khi mục tiêu đã đạt, địch đã bị giết thì hóa ra là những cán bộ gái thường ngày ở quận ly vẫn liếc mắt đưa tình với mọi sĩ quan. Càng đi sâu vào cuộc chiến, người lính đó biết lịch sử có những bước đi khắc nghiệt, có những khoảng cách của định mệnh xa mà gần, gần rồi xa như nhịp cầu Ô Thước mà anh đã phải chấp nhận. Tháng Bảy Mưa Ngâu đưa hai người yêu nhau đến gần nhưng rồi mãi mãi xa, vì giây oan nghiệt ý thức hệ đối nghịch và nay người quê nhà người lưu xứ xa xôi!

Người lính Trần Hoài Thư không lý thuyết cao siêu, không siêu tưởng. Trong cái tương đối của đời lính, anh chỉ đi tìm hạnh phúc cho cuộc đời, đi tìm và khi tưởng có được, anh dựng xây một tình yêu, muốn dừng lại, "sẽ không còn phóng đãng, bụi đời". Sau những ngày chạm trán với kẻ thù, với tử thần, bị dồn nén, dĩ nhiên người lính có những phóng đãng, hoang đàng. Trong Sỏi Đá Ngậm Ngùi sáng tác mới nhất (24-9-96) (5), ứng chiến ở một vùng đồi Bình Định nơi đó có tháp Chàm, nơi đó chàng "tơi tả trong những khu rừng khổ sai", người sĩ quan độc thân đưa người người yêu đi thăm căn cứ. Sau đó mỗi lần đi phục kích, chàng "không quên giả vờ vào nhà em, xin gáo nước lạnh" bên kia sông Tuy Phước. Mẹ cô gái đã từ gọi "thiếu úy" đến "cậu" rồi "cháu", ba chàng đánh điện tín hứa sẽ vào đi hỏi, tưởng hạnh phúc sắp đến gần, nhưng định mệnh cả dân tộc ập đến với sự sụp đổ tức tưởi của miền Nam Cộng-hòa, nói chi đến chuyện cá nhân. Hãy nghe tiếng buồn của người lính cộng hòa:

"Em, người sắp làm vợ của anh cũng mất. Anh bị bắt làm tù binh, để sau đó bị giải từ trại tù này qua trại tù khác, để không có thì giờ mà nhớ lại một người thân yêu cũ, đến buổi cuối cùng, thấy bóng em nhỏ nhoi côi cút ở bên kia sông. Tạm biệt hay là vĩnh biệt. Không bao giờ anh dám nghĩ đến dưới đôi giày trận, những hạt cát vô tình lọt vào trong giày, mà đau nhức suốt đời. Sỏi cát ngậm ngùi. Tiếng hát cất lên từ một người cô phụ hay tiếng u uất thống thiết từ những người yêu nhau muốn gần nhau mà phải vĩnh biệt chia xa."

Một *cuộc chiến buồn thảm*, đó có thể là lý do tại sao các chuyện tình của người lính Trần Hoài Thư không bao giờ có đoạn cuối vui và... bình thường. Không chết giữa hai lằn đạn thì cũng chết vì hải tặc, lấy chồng Mỹ, bặt tin, v.v.. Trước những giây phút đẹp của những cặp tình nhân dù họ là kẻ thù, người lính phải trực diện với kẻ thù đó vẫn hơn một lần chứng tỏ còn có tình người, có tâm hồn. Trong Viễn Thám, trung đội thám kích đang săn tin về một đơn vị Bắc quân mới xâm nhập vùng Trường sơn, đã không ngờ gặp một cặp bộ đội đang hát bên bờ suối. Quân thù đó nhưng người lính đã không bắn. "Tôi không thể chơi cái trò dã man như vậy. Tôi muốn người thanh niên kia, ít ra, có một giờ phút vĩnh cửu (...) Tiếng hát như nói lên những điều câm nín từ những con tim của tuổi trẻ Việt Nam.... Tiếng hát như dậy khởi mồ, bạt cả gió, khiến rừng như thể im phăng phắc lá như thể thôi lay động trên cành. Và ít ra, tôi vẫn còn hiểu rằng, mỗi người đều có trái tim. Và trái tim thì lúc nào cũng sống vĩnh cửu" (6)

Trong các truyện của Trần Hoài Thư, người đọc thường gặp lại một số hình ảnh, địa danh và nhân vật quen thuộc vì thường là chuyện đời lính của chính tác giả. Những Quy Nhơn, Huế, Tuy Phước, Đà Nẵng và Cần Thơ (ít hơn). Những đồng đội Nha, Minh, Năm Râu, những người lính Thượng Lương Văn Tướng, Y Đao, Nay Lat, v.v.. Còn nhân vật xưng tôi thường là Ba Cận Thị hoặc thiếu úy Tân. Những người đồng đội "huynh đệ chi binh" như anh tà lọt: "Ông thầy, ở đây có lá giang, ông thầy nghỉ để em nấu canh lá giang với thịt hộp cho ông thầy ăn" (6). Ngoài những người đồng đội, Trần Hoài Thư còn viết về những cấp chỉ huy. Dĩ nhiên anh có nhắc đến những "Mặt Trời" thường chỉ tới thị sát khi mặt trận đã xong, gắn huy chương, vỗ về, cả những nhắn nhủ, đòi hỏi trước mỗi chiến dịch, công tác. Anh cũng viết về những những lạm của các cấp chỉ huy, những hại việc nước và chính nghĩa chung! Nhưng đặc biệt khi viết về hai tướng Lê Văn Hưng, Nguyễn Khoa Nam (Khi về Nữu Ước) và "đại bàng" Hạnh (Nha Trang), ngòi bút của anh trở nên thiết tha, cảm động, đầy tình người! Hãy nghe những lời của tướng Hưng - trong truyện là hồn ma quanh quất ở công viên Nữu Ước:

"Ta rất thương đứa con gái đầu lòng của ta. Vì ta mà nó khổ. Bây giờ nó cận thị nặng hơn cả chú em nữa. Nhà nó bây giờ chỉ có mỗi bề 4 mét, mưa thì nước ngập quá đầu gối, không có cả nhà vệ sinh. Nhưng căn nhà lại nằm trong kế hoạch giải tỏa. Tương lai nó không biết ở đâu nữa". (...) "... nhờ chú em nhắn lại những người còn mến ta. Cái nấm đất chôn ta đã bị san bằng rồi. Cả cây trụ đèn dùng để làm dấu mộ ta cũng bị đào nhổ rồi. Ta lạnh lắm. Từ lâu ta không có hương lửa..." (tr. 99-100).

Đó là cái bẽ bàng u uất của những kẻ đầu đàn có lương tri, họ đã thành nhân dù đã không thành công. Và còn nhiều cái bẽ bàng khác với người lính của Trần Hoài Thư. Bẽ bàng của những ngày cuối của chiến tranh. Trong hai truyện khác mới viết gần đây, Thị Trấn Lửa (7), Ngày Cuối Tại Một Thị Trấn (8), anh tả tình cảnh bi đát của hồi kết thúc cuộc chiến, những người lính bị rơi vào bẫy, bị bỏ rơi với định mệnh của cả dân tộc. Trong Thị Trấn Lửa, đám tàn quân cản đường tiến của Bắc quân trong khi cấp chỉ huy bỏ chạy. "Tội này ai gây nên. Lịch sử này ai gánh chịu. Những người lính của tôi, họ ít học, người gốc nông dân, người gốc Thượng, gốc Nùng, người bị bắt đi quân dịch, họ đâu có tội gì để gánh cái khối đá tảng của lịch sử. Những người có trách nhiệm bây giờ ở đâu, sao máy thì bặt tăm không một lời thăm hỏi. Hay họ đã chạy trốn rồi (Mà quả vậy, sau này tôi được biết ông trung đoàn trưởng và toàn ban tham mưu của ông đã đào tẩu hồi nửa đêm)". Tiếp viện chờ không thấy, đám tàn quân bất ngờ bị pháo kích, họ trở thành "những con mồi tội nghiệp. Làm sao chúng tôi biết là thị xã TĐ đã mất từ lâu, và tên sĩ quan trong trung tâm hành quân mà chúng tôi liên lạc để báo cáo, để hy vọng, để đặt hết bao nhiêu nương cậy, chính là tên địch nằm vùng đã ra lệnh pháo dập xuống đầu chúng tôi".

Ban Mê Thuột, Ngày Đầu Ngày Cuối (9) là anh hùng ca về một đại đội trinh sát. Từ ngày 10 đến 17 tháng 3-1975, diễn ra trận đánh anh dũng nhưng cô đơn, một trận đánh cuối cùng của đại đội trinh sát tăng phái cho trung đoàn 53 bộ binh. Những người lính dũng cảm làm tròn nhiệm vụ bảo vệ phi trường Phụng Dực và bản doanh trung đoàn khi tình hình chiến sự đang nghiêng về thua hơn là thắng. Đại đội cầm cự được bảy ngày đối đầu với quân cộng sản Bắc Việt chính quy đông gấp nhiều lần về số quân và tiếp vận. Trong khi họ chiến đấu cô đơn thì ban tham mưu và trung đoàn trưởng bỏ chạy, cũng như những sĩ quan khác quân xa đã nhắm hướng phi trường. Nhưng tất cả đã muộn màng...! Sự dũng cảm của 70 người lính không cứu được Ban Mê Thuột đã bị tràn ngập. Phần còn lại cho những người lính là con đường rút, tưởng may có thể trú thân ở chi khu Lạc Thiện nhưng bị "địch giả bạn để cài đơn vị vào cái bẫy oan nghiệt", đành rút vô rừng và lạc vào mật khu Khuê Ngọc Điền của Việt cộng! Đã vậy những người lính cô đơn sống sót còn bị đồng bào vùng tạm chiếm nhìn như... tội phạm chiến tranh!

Tàn cuộc chiến, bị bỏ rơi, người lính không lâu sau còn bị kẻ chiến thắng gian trá bắt tù đày, biệt xứ và bị trả thù. Đi lính là để trả nợ non sông, nhưng tháng tư 1975, người lính còn phải trả nợ cho những sai lầm của lãnh đạo, chỉ huy. Người Và Quỉ là cảnh thiên đường học tập, người thì điên, người chịu đựng, người căm phẫn. Trong tuyệt vọng, lương tâm người lính có dịp được thử thách.

Học tập ra, người lính thua cuộc sống lây lất ngay trong quê hương đất nước anh đã bị thương đổ máu, mất cả tuổi trẻ để bảo vệ. Anh lính cộng hòa trở thành Người Bán Cà Rem Dạo vẫn giữ được cái kiêu hãnh của con người trước xảo trá: anh từ chối vào Hội nhà văn thành phố, dù sẽ được chế độ mới cho một số quyền lợi. Anh lính sẽ trốn đi, chấp nhận xa quê hương.

Đời sống lưu đày nơi xứ người khó khăn, cô đơn. Tuổi trung niên, người lính di dân phải làm lại cuộc đời, học tiếng nói, học nghề. Để cho con cháu, cho mai sau! Người lính bị ép bỏ cuộc chơi, "tủi như người không có quê hương", có lúc phải chạm trán với những người bản xứ thiên tả, kỳ thị. Rồi những người thân quen, bạn bè và đồng đội cũ sẽ tái hồi với người lính. Những mất mát và hạnh phúc còn lại. Nỗi đời cô đơn xa xứ ấy được Trần Hoài Thư ghi lại qua các truyện Thư Về Người Đồng Đội Cũ Sau 25 Năm Thất Lạc, Người Về Trăm Năm, Ở Một Nơi Nào Rất Xa, Cho Con Mùa Tựu Trường, Bên Này Dòng Hudson, Đất Khách (10), Người Bị Thua Cuộc (11), v.v.. Người lính phải xa xứ nhưng vẫn có cái nhìn rộng lượng như đối với một nữ sinh viên Việt-Nam du học con cán bộ cao cấp, trong Một Nơi Nào Rất Xa. Có lẽ anh mong một ngày kia khi bụi mờ quá khứ lắng bớt, sự thật về sinh mạng dân tộc, về một giai đoạn lịch sử sẽ được những thế hệ đi sau không phải nhìn với những lăng kính, sẽ hiểu rõ hơn.

3

Trần Hoài Thư có những tác phẩm về người lính rất thành công và cảm động như Bãi Chiến, Khi Về Nữu Ước, Tháng Bảy Mưa Ngâu, ... Trong toàn bộ, truyện về người lính của anh là những hoài niệm, ưu tư, khắc khoải, những cay đắng hoài nghi, nhưng cũng là những chân dung những người lính thật, có lửa có lòng, có tốt có xấu, nhưng vượt trên tất cả là thân phận của những con người bị đày đọa, hy sinh, lừa dối. Khác với những hồi ký của các lãnh tụ, tướng lãnh, tác phẩm của Trần Hoài Thư là những đau khổ anh hùng của những người lính vô danh, những tâm tư của một thế hệ trẻ bị nướng vào chiến tranh.

Các truyện của Trần Hoài Thư về người lính cũng là truyện của chính anh, từ những mối tình, đời lính - anh là trung đội trưởng thám kích bộ binh vùng hai (đại đội 405 Thám kích sư đoàn 22 BB), những lần bị thương, rồi đào ngũ trốn ở Nha Trang và Phan Rang viết hàng loạt truyện và thơ đăng trên *Bách Khoa, Văn Học,* ... đến chuyện phải tái trình diện, bị giáng lon chuyển sang sư đoàn 23 ở Ban Mê Thuột rồi thuyên chuyển về quân đoàn 4 làm phóng viên chiến trường.

Chân dung người lính của anh sẽ góp phần giúp các thế hệ trẻ hơn hiểu hơn về một cuộc chiến, về một thế hệ, những nạn nhân. Người đọc có cảm tưởng anh còn muốn những người hôm qua là địch đối đầu ở trận chiến có cái nhìn trung thực hơn về người lính cộng hòa. Anh đã tự hứa viết giùm những người không thể viết, không thể nói, những người mang áo lính cộng hòa bị bỏ quên. Dù anh thú nhận không thể viết hết những gì chiến tranh đã gây nên nhưng chúng ta hy vọng anh đã lay động được lương tâm con người; biết đâu những tên đồ tể của chiến tranh sẽ cải tà quy chính (!), về với con người, lòng người, xây dựng những cuộc sống an bình và hạnh phúc! Hơi thừa nếu cho rằng nhà văn Trần Hoài Thư có cái can đảm của người lính thám kích. Thật vậy, anh đã dám nói lên những sự thật đau lòng của chiến tranh, của những người cùng chiến tuyến, dám nói khác những tiếng nói chính thức mà nhiều người đã nhàm nghe! Như anh đã thổ lộ đâu đó anh tự hào là người đã nghe trái phá nổ, do đó anh hiểu mãnh lực của trái phá như thế nào!

Truyện Trần Hoài Thư được đón nhận nồng nhiệt bởi người đọc liên hệ xa gần đến người lính Cộng Hòa, đáp ứng nhu cầu tự nhiên tìm về quá khứ của người lính đã hy sinh đời mình cho lý tưởng, nhất là những người lính cô đơn chiến đấu và cô đơn chống trả những oái ăm của định mệnh sau đó. Đó là những truyện nói chung tiêu biểu vì chứng minh văn nghệ vị nhân sinh, thỏa đáng những đòi hỏi của nhân sinh ở một tình huống hôm nay!

Chú-thích:

1. Viện Văn học. *Văn Học Việt Nam Chống Mỹ Cứu Nước* (Hà-Nội: Khoa học xã hội, 1979), tr. 14-15.

2. *Văn Hóa Văn Nghệ Miền Nam Dưới Chế Độ Mỹ Ngụy* (Hà-Nội: Văn Hóa, 1977), tr. 8.

3. Trần Hoài Thư. *Ra Biển Gọi Thầm*. Plainfield, NJ: Tác giả xb, 1995. 222 tr.

4. Tạp chí liên mạng *Văn Học Nghệ Thuật,* 242, 28-10-1996.

5. Tạp chí VHNT, 238, 16-10-1996.

6. "Viễn Thám". *Dân Chủ Mới*, 55, 8-1996, tr. 59-61.
7. Viết 17-9-1996, đăng *Dân Chủ Mới,* 58, 11-1996, tr. 58-61.
8. Viết 26-8-1996, đăng trên VHNT số 223 (4-9-1996).
9. Sau in trong tập truyện *Ban Mê Thuột Ngày Đầu Ngày Cuối* (Plainfield, NJ: Tác giả xb, 1997. 241 tr.). Cùng trường hợp với các truyện khác đã nói đến trong bài viết, như Sỏi Đá Ngậm Ngùi, Thám Báo (tức Viễn Thám khi đăng báo).
10. VHNT số 203 (5-7-1996).
11. VHNT số 210 (31-7-1996).

10-1996; 10-1997

Võ Kỳ Điền
và dòng ý-thức xuyên-suốt trong tác-phẩm

Nhà văn Võ Kỳ Điền sinh ngày 30.10.1941 tại Dương Đông, Phú Quốc, trưởng thành và hành nghề dạy học ở Bình Dương (và một thời gian ở Ba Xuyên) sau khi tốt nghiệp ban Việt Hán Đại học sư phạm Sài-Gòn. Vượt biển đến Mã Lai năm 1979 và định cư ở Montréal rồi Toronto. Võ Kỳ Điền bắt đầu viết văn khoảng năm 1980, những truyện ngắn đầu tay của ông xuất hiện trên tờ *Dân Quyền* ở Montréal và *Làng Văn* ở Toronto (Canada) trước khi trở thành một trong những nhà văn góp phần đánh dấu một giai đoạn văn học lưu vong nặng chính trị nhất của người Việt. Tờ *Dân Quyền* số 1 ra đầu tháng 2-1978 đến năm 1987 ngưng mặt báo chí, thông tin văn nghệ để tham gia các liên minh và mặt trận đấu tranh trên các diễn đàn hải ngoại - nay đi vào quên lãng đối với các thế hệ sau. Những cây viết của nhóm như Bắc Phong nay ngưng làm thơ, nhà nghiên cứu Nguyễn Huy, nhà thơ Vũ Kiện đã mất ở Québec, Nguyễn Ngọc Ngạn từ bàn đạp tiểu thuyết chống Cộng trở thành nghệ sĩ nói, một số khác (đã) đi vào đấu tranh và số khác nữa sử dụng 'lý tưởng' để hợp tác với 'kẻ thù' theo... thời. Phần tư thế kỷ sau, thời gian và chính trị thế-giới đã xoay chiều. Cuộc chiến tranh lạnh đối với nhiều nước và chiến-tranh Việt-Nam đối với Hoa-Kỳ đã là chuyện... tiền kiếp, với người Việt thì vết thương chiến-tranh đó có khi vẫn chưa thành sẹo. Dĩ nhiên nếu không nuôi... sẹo như Triều Sơn thời tha hương đi lính cho Pháp thì cũng không thể quên vết sẹo nhiều lúc vẫn làm ngứa tâm can, một loại sẹo "thế hệ" không dễ gì quên. Nhưng, đời sống vẫn theo dịch lý tuần hoàn và nước vẫn chảy dưới cầu, mùa Đông cực Bắc Mỹ có đông giá nhưng nước vẫn âm ĩ chậm trôi ngầm bên dưới những tảng băng. Cũng chính thời gian đã cho thấy Thiện Ác và nhân quả nhãn tiền. Riêng Võ Kỳ Điền, sau những trận... chiến Văn Bút và nghiêng ngã tình đời, tình người, ngưng sáng tác một thời gian, nay hình như đã ổn định cuộc đời và gần đây sáng tác trở lại và thiên về bút-ký.

1

"Biến cố đau thương 30.4.1975 đổ ập xuống đầu dân chúng miền Nam như trời sập. Trong cái biển đau khổ tột cùng người người bị dập vùi như cọng rác trong cơn sóng lớn" (Lời Tựa *Kẻ Đưa Đường*, tr. 6). Biến cố đến như một tai họa bất chợt; lịch-sử như bị cắt đứt, hiện tại với quá khứ như không còn liên hệ, ít ra là kẻ cưỡng chiếm miền Nam cũng muốn như vậy. Viết lại lịch-sử giai đoạn này cũng là một vấn nạn vì phe nào cũng có những chủ quan và thị-kiến riêng. Người viết sử chân chính có những khó khăn khi đụng đến thời đại vừa mới qua, quá gần. Nhà văn ngược lại, tương đối không bị những trói buộc khách quan đó. Tác-phẩm trở nên công cụ của chứng giám lịch-sử, với những hình thức và kỹ thuật tự truyện, bút ký và tiểu-thuyết: nhà văn và người đồng thời là những chất liệu sống động. Văn bản, tác-phẩm văn-chương trở thành bằng chứng, là kết quả của chứng giám, của những gì được nghe, được nhìn thấy. Sự việc tự nó không là bằng chứng nếu không được trải qua tiến trình ghi nhận. Nhân chứng trở thành phát-ngôn viên của một chân lý, tường trình cái đã sống, đã để lại dấu vết, đã còn nhớ lại. Sử gia sẽ đến sau, lúc tro tàn đã lắng xuống và từ những chứng giám đó mà khai triển, cân nhắc đánh giá sự kiện và chân lý trên là chân lý kiến thức hay chân lý của lòng tin, hay cả hai.

Mặt khác, nhân chứng tự bản chất là dấn thân, muốn nói lên, muốn trả lời về sự thật, trước tha nhân - những người đang nghe đang đọc, hoặc hậu thế. Lời chứng như vậy nhập vào một hệ thống diễn-văn, nơi biến cố và ngôn-ngữ gặp nhau; khiến hiện thực và ngôn-ngữ có mối liên hệ mật thiết, nối kết chứng giám sự kiện và chứng giám ý nghĩa. Võ Kỳ Điền đã nhận vai trò làm nhà văn chứng giám, một nhân chứng và là một người dân Việt muốn sống yên cũng đã không được nữa, khi 'trời đất nổi cơn gió bụi', 'đất bằng nổi sóng', các biến cố lịch sử đã ùa đến phủ lên người những tai ương, bất hạnh, ... Từ thân phận nhà giáo, ông thầy Võ Tấn Phước (tên thật) bị lửa loạn lịch-sử cuốn hút, thoát ra đến hải-ngoại trở thành *nhà văn nhân chứng* Võ Kỳ Điền. Trong Lời Tựa tập truyện *Kẻ Đưa Đường*, ông cho biết lý do viết: "văn-chương đích thực phải là tiếng nói của kẻ yếu đấu tranh chống độc tài, áp bức, bạo lực, bất công bất cứ từ đâu đến. Nó phải chống bất cứ hình thức nô lệ nào, chống sự ngu xuẩn, hầu đưa Con Người vươn lên từ tăm-tối-đổ-vỡ" (tr. 8). Khi viết *Pulau Bidong, Miền Đất Lạ* (1992), ông cho biết đã quyết định phải viết cho con cháu sau này "hiểu tại sao cả nhà phải liều chết ra đi ăn đậu ở nhờ xứ người".

Với tập truyện *Kẻ Đưa Đường* (Viet Publications, 1986), Võ Kỳ Điền đã nói lên tiếng nói chống độc tài và ngu xuẩn của một loại 'con người' (Lời Tựa). Phần lớn là những chuyện đổi đời sau 1975 qua các nhân vật chân chất quê mùa, ở tỉnh nhỏ nhưng tinh thần chống áp bức lộ rõ, như bác Năm hớt tóc, ông Bảy thợ rèn, chú Bảy Cò, qua nhân-vật các cán bộ từ bưng biền ra và từ Bắc vào tiếp thu trường học, cơ sở, "tiếp thu" cả... con chó của Ty giáo dục; qua các chuyện trả thù cán bộ, "sửa lưng" cán bộ quá thuộc lòng những bài bản tuyên truyền, v.v. Nói chung, những bức tranh bi hài về con người và xã hội "mới" cùng những ngậm ngùi cho nếp sống nhân bản vừa mất!

Chốn học đường thân yêu của tác-giả đã là sân khấu 'giải phóng' và 'cách mạng': chuyện Quì, một anh học trò cũ vô bưng nay trở về tiếp thu ngôi trường cũ: "Quì thay đổi hẳn ra. Đầu đội nón tai bèo, chân mang dép râu, bên hông đeo khẩu súng ngắn, vai mang chiếc bóp da. Nó ngồi tại cái bàn của ông Hiệu Trưởng, thân thể có hơi ốm hơn lúc trước, cộng thêm nét dày dạn, đen đúa, phong sương. Duy cặp môi và ánh mắt thì khác nhiều. Cặp môi thâm hơn. Vẻ trưởng thành, già giặn hiện rõ trên khuôn mặt. Những ngày đầu tháng năm, biểu ngữ cờ sao đầy phố. Trường tôi cũng đỏ rực một màu cờ máu. Ông Hiệu Trưởng, vốn đã nhỏ con, bây giờ gầy tóp lại. Cái cà-vạt thường ngày không còn. Ông lại bỏ áo ra ngoài, chưn mang dép, coi cũng có vẻ giác ngộ cách mạng" (Đá Hoa-Cương, KĐĐ tr. 80-81). Nhưng 'theo cách mạng' thì sao đọ được với 'chuyên chính': vài tháng sau, Quì bị một cán bộ "ở ngoài Bắc vô, tốt nghiệp Đại Học Sư Phạm Thanh Hoá, mười mấy tuổi đảng" vào thay thế. Ông thầy, thuộc phe 'thua', an ủi học trò cũ: "... Đừng mong làm hoa hướng-dương, suốt ngày ngước mắt nhìn mặt trời hoài mỏi cổ lắm. Cũng đừng thèm làm đá xanh cứ phải lót đường cho người ta đi. Em phải nhớ một điều, vì lý tưởng cao cả, chúng ta có thể chấp nhận hy sinh thân xác để bón lúa, chớ đừng bao giờ dùng nó làm phân để bón cho thứ cỏ dại sinh sôi nẩy nở..." (KĐĐ tr. 84).

Trong Con Chó Đi Lạc, trong một thời gian mà đổi hiệu-trưởng đến ba lần, người cuối cùng là 'anh Chín', đảng viên, nói nhiều chữ khó hiểu như "cái gì mà 'đại bộ phận' 'hạ quyết tâm' 'chủ yếu' 'động viên' 'quản lý', ...". 'Anh' Chín hiệu trưởng nói láo để giựt cho bằng được con chó" mà 'chú Cân' tùy phái đã tình cờ bắt được, trước phản ứng lật tẩy của người tùy phái, 'anh' Chín bèn toa rập với Sáu Việt trưởng Ty Giáo Dục để cướp con chó để cùng chén chú chén anh. Những thứ con người 'siêu việt'... chiến thắng đớp chả chó mà còn tự đề cao: "Đúng đấy, con chó béo bở như thế nầy, phải dành cho dân cán bộ Hà-Nội chính cống bọn mình bồi dưỡng mới đúng. Chứ để cho bọn Nam bộ ấy mà thịt con cầy nầy thì phí lắm. Tụi nó có làm ra trò trống gì. Giá mà không có mưu kế của chúng mình thì nó đã lọt vào tay cái thằng gì... gì ấy nhĩ, ôi chao hỏng bét! Cứ kể như là vất đi" (KĐĐ tr. 108).

Một nhân-vật khác, ông Bảy thợ rèn, người chỉ tin những gì trông thấy, nên đã không tin trái đất tròn và không tin lời bác Cơ bán phở, một người Bắc di cư vô Nam sau hiệp định Genève, vì bác kể "ngoài Bắc người dân sống khổ cực. Công an kìm kẹp, theo dõi, bắt bớ. Dân chúng làm quần quật mà không có ăn. Nhà cửa, đất đai, xe cộ gì cũng bị tịch thâu hết. Sống thua con bò, con heo!". Ông Bảy hùng hồn phản bác và cho rằng "Người làm cách mạng, cũng như tao rèn cục sắt, chỗ nào cao phải đập cho dẹp xuống, chỗ nào thấp phải gò cho cao lên. Như vậy mới gọi là cách mạng. Nếu cách mạng sai lầm, sao tao với ông ngoại mầy cho chú Út với cậu Bảy mầy đi ra Bắc?... Cộng sản là công bằng" (KĐĐ tr. 40, 41). Nhưng sau biến cố năm 1975, Ông Bảy thất vọng về 'cách mạng' của Hà-nội: "Ông Bảy cười mỉa: -Hứ, rèn cái kiểu cộng sản. Tụi nó nhắm mắt lại mà đập. Chỗ cao xẹp xuống đã đành, chỗ thấp cũng dẹp lép. Tao già như vậy mà hôm trước còn bị giáo dục. Ngày lễ mừng sinh nhựt cụ Hồ có lịnh phải treo cờ trước nhà. Nhà tao bây giờ thụt tuốt phía sau, nó là cái garage, có phải là cái nhà đâu. Vậy mà thằng công an khu vực đi sồng sọc vào giữa nhà, hăm he đủ thứ. Tao đành phải đi kiếm mua để treo...". Tác-giả kết truyện: " Ông Bảy nói tới đó, ngồi thở dốc. Nỗi bực tức làm ông mệt nhoài. Không giận sao được, cả đời ông đầu tư trọn vẹn tình yêu vào cách mạng, nghĩa là trong đó có thằng con trai út của ông. Nào ngờ ông đã lỗ vốn nặng. Cách mạng về ấm no hạnh phúc tìm hoài không thấy. Chung quanh chỉ có khóc than đói khổ, tức tưởi, căm hờn. Riêng chú Út mặt mày giống hệch ông nhưng tình cảm và ý nghĩ giống Bác và Đảng. Cái giây liên hệ cha con mong manh quá. Ông Bảy phải trên hai mươi năm mới thấy điều đó. Ông đã trồng cái cây "cách mạng" thật là công phu, bây giờ lại hái cái trái đắng nghét" (Ông Bảy Thợ Rèn, KĐĐ tr. 44). Thì cũng có khác nào các Năm hớt tóc, sau 1975, "cuộc đời bác biến đổi từ đủ ăn xuống nghèo, từ nghèo xuống tới mức mạt rệp. Thời gian để phấn đấu được tới nghèo đói là năm mươi năm làm việc cực nhọc. (...) Cuộc cách mạng bây giờ quá to tát, vì phải nhân danh nhiều thứ nên hiện tại bác Năm còn được cái quần xà lỏn đen, ở trần phơi xương sống xương sườn mà đứng hớt tóc nơi cái xóm bình dân hẻo lánh nầy" (Bác Năm Hớt Tóc, KĐĐ tr. 20).

2

Trời đất đã nổi cơn gió bụi, đất lành thành hang cọp, lòng người hiền hoà đất miền đông và cả miền Nam một sớm một chiều thành lòng lang dạ thú; con người đành bỏ quê nhà mà đi, ra biển, về nơi vô định. Trong truyện dài *Pulau Bidong, Miền Đất Lạ*, viết từ năm 1981, 10 năm sau đăng từng kỳ trên *Tập-san Y Sĩ* (Montréal) trước khi nhà Xuân Thu ở Cali xuất bản năm 1992, Võ Kỳ Điền tả cuộc ra đi đầy bất trắc và bi thương của những người dân bình thường không thể sống chung với con người cộng-sản. Truyện dài này cho người đọc nhận ra một tình thâm thắm thiết nơi tác giả đối với người thân của ông cũng như với những con người đồng cảnh ngộ thuyền nhân. Truyện đánh dấu biến cố lớn đồng thời cũng là vết thương tích đối với lương tâm nhân loại: *thuyền nhân* (boat-people)!

Cuộc sống tị nạn, lưu vong ở xứ người (Bóng Nguyệt Lòng Sông, Một Thời Để Yêu, Rêu Phong Mấy Lớp, ...), từ căn bản đã là biến thiên, nương chiều theo cuộc đổi thay, ngon thì oai hùng vẫy vùng (thật sự), tệ thì cũng lo cho cái sống còn lẽo đẽo theo kiếp người; tuổi già và tàn tạ nhân sinh thì ở đâu cũng không thể tránh!

Trong Rêu Phong Mấy Lớp, Võ Kỳ Điền kể chuyện ông bà Năm, một cặp vợ chồng già định cư ở Montréal (!) mà lúc nào cũng cứ ngỡ còn trong tầm mắt thấy "nhà mình" nơi quê-hương xa xôi. Khi gặp lại người quen mới qua định cư hỏi thăm mới biết cơn gió bụi đã đến với cả "nhà mình": những cây nhãn, cây mận và cả cây mai già giữa sân đã bị con người chế độ mới đốn ngã để làm hợp tác xã:

"... Ông Năm ngồi dán người xuống ghế, lỗ tai lùng bùng. Ông thấy những biểu ngữ giăng giăng, những rừng cờ đỏ sắt máu, những đoàn người mặt đầy hận thù tràn vào tỉnh ly, tiếng nhạc đập đùng đùng chói tai. Ông thấy rất rõ những đứa con ông, những đứa cháu ông lần lượt bị bắt giam. Ông thấy tận mắt người ta bị bắt giết, đánh đập, giam cầm... Ông thấy những cảnh chia ly, đầy đọa, tang tóc, khổ đau. Ông thấy được những việc, những người mà cả đời chưa bao giờ được thấy qua. Tất cả đều quá lạ lùng, không thể nghĩ đến nỗi. Xã hội mới, đất nước đổi mới là vậy đó sao? Ông có quá lỗi thời, cũ kỹ, già nua? Cái nhà bê tông cốt sắt trong đầu quay mòng mòng, tấm hình trong tay rơi xuống đất nhẹ đến nỗi không nghe tiếng. Bên tai, ông nghe tiếng vợ móm mém, nói văng vẳng khi gần khi xa:

- À, nó nói cái năm mà vợ chồng mình hiến nhà cho nhà nước để được đi đó, hồi chưa bị chặt thì cây mai trổ bông nhiều lắm, rụng vàng cả đường đi!

Ông Năm bất động, hồi lâu tỉnh lại nói nho nhỏ:

-Tại sao mình đi mà nó lại không biết, trổ bông chi cho nhiều vậy! Tại sao vậy? Nó không biết thương tôi với bà sao mà... Hay là nó chưa biết nhà đã đổi chủ từ lâu!".

Trong Câu Hỏi Kiếp Người, người tình đầu đời gặp lại nơi xứ người khi đôi bên đã yên bề gia thất, câu hỏi 'anh có hạnh phúc không?' trở thành cái nợ đời mà nhân-vật Hoàng 'tưởng sẽ không bao giờ trả được và mãi mãi'! Truyện Bếp Hồng (còn có tựa Bếp Lạnh) là một trong những sáng tác thuộc giai đoạn sau này. Nơi đây là một Bếp Hồng tức không phải là *Bếp Lửa* như đối với Thanh Tâm Tuyền thời tuổi đôi mươi; mà ở đây, nơi xứ người, cái làm ấm cuộc đời vẫn là những tình thâm dù hệ lụy. Ngọn lửa không những cần cho những món lương-thực trần-gian, mà còn là cái không thể thiếu cho con người, cái làm sống và đem hương vị đến cho đời!

Ở tác-phẩm dù không nhiều của Võ Kỳ Điền, người đọc sẽ khám phá một số mảnh đời của người Việt-Nam sau biến cố tháng 4-1975, những cuộc phiêu lưu tìm sự sống và tự do của thuyền nhân cũng như đời sống ở xứ người, trẻ có, già có và có một số rất riêng nhưng đa số là phận chung.

Ý-thức xuyên suốt tác-phẩm

Nói một cách tổng quát, văn phong một tác-giả thường theo một đơn chất hay nhất quán: nhất quán về hành văn, giọng văn, về văn bản; đơn chất của tác-giả và của cả độc giả - độc giả nào, tác-giả nấy! Đây có thể gọi là *ý-thức hệ của văn bản*. Một tin tưởng nhân bản, một cốt-lõi làm một, làm nền cho văn bản. Viết, đối với Võ Kỳ Điền là để dóng lên một tiếng nói, cố vạch rõ (nhắm tố cáo, dù có thể không nói ra) những hành động và lời nói lừa lọc, phỉnh gạt người dân, những lừa dối 'nguyên chất' (không thể có biện minh). Qua các *tác-phẩm-chứng-từ*, tác-giả đã vẽ lại những mẫu, những nét, những mảnh đời dở dang. Ông đã trở về quá-khứ để thấy rõ quá-trình của nhân-vật và để biện minh tâm lý các nhân-vật và như vậy, đưa ý thức vào văn phong sử dụng để kể lại những tàn bạo và bất nhân của những con người (thắng một trận chiến) đã xảy ra trong một lịch-sử gần. Giọng văn Võ Kỳ Điền mang nét phúng thích, phúng thích những cái gọi là khách quan của 'chân-lý' (áp đặt!).

Sau tháng Tư 1975 (và cho đến 30, 35 năm sau), miền Nam bị người Bắc phương biến thành địa ngục và hầu như mọi người đều là nạn nhân, bất kể tuổi tác: "Chị Sáu ơi, trong các thứ định mạng ở cái cõi đời nầy, thì Cộng Sản là cái thứ định mạng khắc nghiệt nhứt. Nó là chén thuốc độc cuối cùng bắt cháu Thuỷ uống từ giọt, từ giọt,.." (Bóng Nguyệt Lòng Sông, *KĐĐ* tr. 150). Trí thức hay dân thường đều trở thành nạn nhân, tài sản, sự nghiệp có thể bị tước mất, nhưng nạn nhân vẫn còn khí giới lý-trí và ngôn-ngữ qua những lời nói đùa, nói đía, châm biếm, trào phúng, nhại, nói ngược, nêu đích danh, nói thẳng thừng, thách đố, vạch mặt láo là láo, hứa hão là hão, là gian, ... trước những tình cảnh bất bình, tình thế tréo cẳng ngỗng. Bi quan, thất vọng, mất tin tưởng, bất hạnh vì trớ trêu của con Tạo, lời nói trong tình cảnh đó có thể lật ngược tình thế, một gỡ nút bất ngờ.

Con chữ bóng gió hay thẳng thừng, tất cả, trong một hoàn cảnh nào đó, đã muốn sự thật sáng tỏ, ngầm muốn đặt lại tôn ti cao thấp dù đang bị kẻ 'thắng' cưỡng chế lập lại bảng giá trị (kẻ thắng, người thua, kẻ 'giải phóng', người thuộc về ngụy, địch, cán bộ 30, nằm vùng nay ra mặt, ...). Tả cán bộ Việt cộng thì: "... cán bộ áo trắng, bộ đội áo kaki màu cứt ngựa xanh đùng đục, mang dép râu"(PBMĐL tr. 14). Hay những cảnh sống:

- "Cho đến một ngày mà người ta nuôi heo trong dinh Độc Lập hoặc xúm nhau cởi trần bửa củi ở trước sân tòa Đại sứ Anh thì tôi quay trở về tỉnh cũ với một tâm sự rối bời. Ngoài đường xe phóng thanh chạy rầm rộ khắp phố. Những điệu nhạc lạ lùng khó nghe, chói tai vang dội, nửa như vui mừng chiến thắng, nửa như đe dọa..." (KĐĐ, tr. 19)

- "Từ ngày mấy ổng bỏ rừng về thành phố, toàn dân miền Nam đâm thất nghiệp. Vợ con công chức quân nhân chế độ cũ, chồng cha bị đày đi một nơi khỉ ho cò gáy nào đó, ở nhà túng quẫn, phải bương chải tảo tần, kiếm kế sinh nhai, hầu sống còn qua ngày. Họ trở thành bạn hàng buôn thúng bán bưng bất đắc dĩ". (PBMĐL, tr. 14).

Văn-chương trở thành *chứng-từ*, Võ Kỳ Điền đã tấn công mưu đồ giấu sau những mỹ từ, vạch mặt lời và cách nói vẽ rồng vẽ rắn, so với thực tại tệ hại, sự thật đau lòng trước mắt. *Phúng thích* ở Võ Kỳ Điền và hoàn cảnh miền Nam sau 30-4-1975, còn mang tầm vóc lịch-sử quan trọng của một tập thể dù bị 'thua'. Nhìn nhận phúng thích như khí giới còn lại và sử dụng tài tình tùy hoàn cảnh, đó là đặc tính chính-trị nhân bản có từ xa xưa, trước cả thời Khổng-tử. Phúng thích không chỉ là một phương tiện của lý trí, trí thức, mà còn là một tham gia nhập cuộc vào cuộc tranh đấu chung có tính chính-trị - tức liên hệ giữa người với người, một cuộc đấu tranh có chiều sâu và viễn tính. Những ca dao, văn vè truyền khẩu đã là những khí giới còn lại, không bạo lực nhưng hiệu quả, của người bị trị chống toàn trị và tàn bạo, những phê phán của 'miệng đời', của kho tàng văn chương truyền khẩu dân gian, tất cả sẽ ở lại cùng lịch-sử:

- *Nam-Kỳ Khởi-Nghĩa tiêu Công-Lý*
   Đồng-Khởi vùng lên mất Tự-Do.
- *Vẹm vào, vênh váo, vơ vét, vội vù!*
- *Miền Nam nhận Họ, miền Bắc nhận Hàng*
- *Đôi dép-râu dẫm nát hồn son-trẻ*
   Chiếc nón tai-bèo che khuất nẻo tương-lai. v.v.

Nhà văn nhân-chứng Võ Kỳ Điền đã sống, đã là nạn nhân và đã nhìn thấy, đã hiểu chế độ mới áp đặt, khi đặt bút viết, ông đã làm công việc một *sáng tạo ngữ pháp*: con chữ phản ảnh thực tại mới, phản ảnh nhận thức và ý tưởng và những cái 'Tôi' và 'chúng ta' nhập trùng làm một. Cái 'Tôi' biến mất, bị chối bỏ, bị vô hiệu hóa, nhường chỗ cho cái 'chúng ta' tập thể trong một xã hội mà cá nhân (và tập thể phe 'thua') bị thu hẹp, bé nhỏ, vô nghĩa một cách cưỡng bách trong khi cái thậm xưng 'chúng ta' có mặt khắp nơi, cưỡng chiếm hết mọi của cải, tiện nghi và ngay cả bóng cây, hơi thở hay riêng tư thầm kín (tiếp thu, tố cáo, kiểm thảo, tự kiểm thảo). Cái 'chúng ta' mới này không có mặt những 'cái Tôi' của phe thua, 'thua' nhưng là chủ nhân chính thức của miền đất do tổ tiên để lại, 'thua' dù không tham gia chiến-tranh, phe phái! Trở thành số không suốt bốn năm trước khi tác-giả cực chẳng đã, phải quyết định bỏ quê-hương mà đi tìm sự sống con người: "Gần trên bốn năm nay rồi tôi sống im lặng, vật vờ, thu mình như một cái bóng mờ, lặng thinh câm nín. Một chút động tĩnh cũng không dám. Người ta hoài nghi, xoi mói, rình mò..." (PBMĐL tr. 20). Như ông giáo Hưng trong Một Thời Để Yêu: "Đi đâu cũng được, miễn là khỏi phải sống một cuộc đời cực nhục, khổ sở, dưới bàn tay sắt máu, của bọn người vô tâm" (tr. 135).

Đến được các đảo tị nạn chưa hẳn đã thoát đau khổ, như chỉ mới chực ra tới bậc cửa địa ngục. Hoàng, một nhân-vật trong Bóng Nguyệt Lòng Sông đã kể lại: "Ở đây mỗi ngày tôi được chứng kiến hàng bao nhiêu thảm kịch mà đồng bào phải gánh chịu. Chết chóc, đói khát, bịnh tật, bão tố, hãm hiếp, giam cầm, đánh đập, con mất cha, vợ lạc chồng, người nào người nấy xơ xác như trái mướp phơi khô, tàn tạ, ủ rũ như cây cãi hết nước. Nỗi bất hạnh của gia đình chúng tôi có thấm thía gì với cái bất hạnh của cả một dân tộc bị đọa đầy". (KĐĐ tr. 151).

Người ra đi vì không còn lựa chọn, như 'chú Hai thợ bạc, quê ở Sóc Trăng' trong truyện Cây Sầu Riêng Vườn Cũ: "Tại bên mình khó sống quá, vừa nhức đầu, vừa nghẹt thở, nên phải đi. Chớ vui vẻ gì. Tôi đâu có muốn nhưng hoàn cảnh bắt buộc. Thầy tư nghĩ coi, cái tiệm thợ bạc nhỏ xíu cũng bị tịch thâu. Thôi đành dẹp kềm, dẹp búa. Tôi làm đơn xin về quê làm ruộng. Nhà nước cũng không cho, bắt phải đi xây dựng kinh tế mới. Cái chế độ gì có mắt không được nhìn, có tai không được nghe, có miệng không được nói, thì ở lại làm gì. Nói thiệt với thầy tư, tôi ngồi đây mà đầu óc vẫn nhớ Bãi Xàu. Trước nhà tôi có cái rạch nhỏ, chiều chiều ra đằng trước câu cá, cũng đủ vui. Lớn tuổi rồi, đâu còn ham muốn gì nữa!"(KĐĐ tr. 64-5).

Trong các tác phẩm ở giai đoạn đầu, nhất là trong các truyện ngắn, Võ Kỳ Điền tỏ lộ một văn phong miền Nam đặc biệt, không quá "miệt vườn" như Hồ Trường An, Nguyễn Tấn Hưng, Nguyễn Đức Lập, cũng không quá... 'nóng' như văn Kiệt Tấn, Cao Bình Minh, nhưng gần với Nguyễn Văn Sâm - phải chăng vì cùng gốc mô phạm! Các truyện viết về sau của Võ Kỳ Điền mang chất ký, nhiều hoài niệm và triết lý nhẹ nhàng, tức là ông theo khuynh hướng tự-sự trội bật của mảng văn học hải ngoại những năm cuối thế kỷ XX và đầu một thiên niên kỷ mới. Ngòi bút Võ Kỳ Điền trước sau luôn đi sâu thám hiểm tình người, ông muốn chạm những ngõ ngách bí hiểm mà chỉ có cuộc đời kinh qua mới nhận ra được! Giọng văn Võ Kỳ Điền tiềm chứa những tiếc nuối, nhung nhớ, ... và ngay cả ở những hoàn cảnh phải phản ứng, đối kháng, phẫn nộ, giọng văn vẫn không hề tàn độc, thâm hiểm! Với ông, hình ảnh, chứng từ là đã quá đầy đủ!

2-2008

**Nỗi nhớ qua năm tác-giả
Xuân Vũ, Hồ Trường An,
Kiệt Tấn, Nguyễn Tấn Hưng, Phùng Nhân**

Sau hơn một phần tư thế kỷ bó mình sống ở ngoài nước, người Việt chúng ta thường vẫn sống với những quá khứ đã ngày càng rời xa, với những mảnh đất con người ngày càng thay đổi hoặc biến dạng, với những thân quyến bạn bè mới nhi-bất-hoặc đã cổ-lai-hy. Cũng trong thời gian đó, nhiều nhà văn đã có công ghi lại những nỗi nhớ, những quá vãng và kỷ niệm, thơ mộng hoặc hiện thực. Trong bài này chúng tôi ghi lại một số nhận xét tổng quát về một số nhà văn có liên hệ mật thiết với vùng tỉnh Mỹ Tho - Bến Tre. Trong chương tổng quan đầu tập *Văn Học Việt Nam Thế Kỷ XX: Một Số Hiện Tượng Và Thể Loại*, chúng tôi đã có dịp nhận xét rằng sau 1975, ở hải ngoại đã có hiện tượng đặc biệt 'văn chương miệt vườn', vì đây là lần đầu trong lịch sử người miền Nam lục tỉnh phải bỏ nước ra đi: một văn nghệ "miệt vườn" nở rộ. Có thể nói với biến cố 30-4-1975, trong hoài niệm người miền Nam đã làm sống lại một "mảng" văn học trước đó âm thầm và bị lơ là. Miền Nam cộng hòa là của chung, nhưng người miền Nam lần đầu phải bỏ quê hương đông đảo đã thành công ghi lại quá vãng văn hóa, tình tự con người và những thú điền viên không còn nữa hay không còn hy vọng tìm lại! Võ Kỳ Điền, Kiệt Tấn, Nguyễn Văn Sâm, Nguyễn Văn Ba, Sĩ Liêm, Nguyễn Thị Phong Dinh (Nguyễn Vĩnh Long), Nguyễn Thị Long An, Huỳnh Hữu Cửu, v.v. Nếu ở giai đoạn ngay sau 1954, văn học miền Nam ghi nhận sự đóng góp mạnh mẽ của người miền Bắc và Nghệ Tỉnh Bình khi họ phải rời quê cha đất tổ, phải vượt tuyến lội sông hoặc băng rừng qua Lào, thì sau 1975, là thời của người miền Nam "lục tỉnh" (1). Nhưng vào những năm cuối thế kỷ XX, "mặt trận" văn chương "miệt vườn" lặng lờ hơn, người viết ít lại và ít tác phẩm hơn. Tính chất khai phóng của văn học miền Nam dần mất phần nào khía cạnh bộc phát hồn nhiên văn chương và tình ý được lăng-kính tâm và trí thức gạn lọc hơn. *Khói Sóng Trên Sông* (2000) của Nguyễn Văn Sâm (2) là một thí dụ đáng kể!

Xuân Vũ

Toàn bộ tác phẩm của ông từ trước 1975 đến nay, là cuộc đời từ kháng chiến đến chống Cộng, từ những ngày Thanh niên tiền phong Việt minh thời 1945, tập kết ra Bắc 1955, trở lại miền Nam 1971 và hồi chánh. Nỗi nhớ ở đây lùi xa nhất, thời miền Nam hãy còn là đất thuộc địa Pháp, thuở thanh xuân của tác giả.

Phần chính tác phẩm của Xuân Vũ viết về kinh nghiệm kháng chiến và cộng sản Hà-Nội. Bộ *Đường Đi Không Đến* khởi từ 1973 đến 1996 gồm năm tập, hồi ký vượt đường mòn Hồ Chí Minh. Kế tiếp là bộ *2000 Ngày Đêm Trấn Thủ Củ Chi* viết chung với Dương Đình Lôi, gồm 2250 trang. Bộ *Văn Nghệ Sĩ Miền Bắc Như Tôi Biết*, đã in 3 tập cho đến 1998 là những chân dung lồng tình cảm, ứng xử của con người Nam-bộ Xuân Vũ. Cùng chủ đề còn có các tập bút ký, tiểu thuyết: *Cách Mạng Tháng 8 Cha Đẻ Còng Số 8, Sông Nước Hậu Giang, Bùn Đỏ, Kẻ Sống Sót, Đỏ Và Vàng*, ... và các tập truyện ngắn *Thiên Đàng Treo, Thiên Đàng Treo Đứt Dây, Ông Lão Thổi Bong Bóng, Con Người Vốn Quí Nhất, Tự-Vị Thế Kỷ*, ... Qua đó, ông đã liên tục vẽ lại chân dung và hành trình của những con người Nam-bộ chân thành yêu nước bị lợi dụng tập kết, bị lừa và lợi dụng suốt hai cuộc chiến tranh 1945-54 rồi 1957-1975. Người đọc nhận chân những giả trá của Việt-cộng, những mưu mô, mánh khóe, những "đòn" chính trị, những tầm thường của những khuôn mặt "lớn"! Xuân Vũ tự thuật cuộc đời ông, cũng là của nhiều người, cho thấy hận thù của ông đối với tập đoàn lãnh tụ và chế độ cộng sản Hà-Nội. Những phản ứng, kình chống của những người bị lợi dụng này ở ngay giữa lòng Hà-Nội cũng là những phản ứng, kình địch với một thứ tâm địa và con người đất Bắc,.. "Kỳ Cục là cảm giác đầu tiên của tôi đối với cộng sản" (3). Lỡ tập kết ra Bắc, ông "trốn" chế độ, vào Nam để phải chứng kiến những tàn khốc của con đường mòn mang tên lãnh tụ miền Bắc, bộ *Đường Đi Không Đến* đã làm chứng cho những đày đọa có-một-không-hai này! Rồi chuyện trong bưng, chuyện chính trị, xã hội và cả tình ái những nhân vật của cục R.

Loại thứ hai gồm hồi ký và truyện viết về miệt vườn, chuyện đồng quê và xã hội thời thanh bình cũng như thời chiến và hậu chiến: *Tấm Lụa Đào, Cô Ba Trà, Quê Hương Yêu Dấu, Trăng Kia Chưa Xế, Vàng Mơ Bông Lúa, Những Độ Gà Nòi, Xóm Cái Bần, Buồng Cau Trổ Ngược*, v.v. Trong khi các tập *Ngọc Vùi, Hột Xoàn Là Của Trời Cho*, ... là chuyện cộng đồng người Việt ở hải ngoại. Ngoài ra mới 1999 đây, ông đã xuất bản truyện do chính ông bằng tiếng Anh, *The Survivor* (Kẻ Sống Sót) như một tiếp tục sứ mạng với độc giả tiếng Anh!

Xuân Vũ có trí nhớ, có tài cộng với cái duyên con người Nam-bộ kể chuyện đa dạng, ngôn ngữ hồn nhiên, khi tròn trịa, khi dài dòng, khi lý luận cho ra lẽ, ... Mỹ Tho với ông là nơi ông "từng ăn những ổ bánh mì ba-tê gan tuyệt trần, đến nay tôi vẫn chưa tìm thấy ở đâu ngoài Mỹ Tho thành phố nguy nga của tuổi học trò tôi, nơi tôi nghe Trần Văn Trạch hát những bản nhạc tình đầu tiên, nơi tôi biết "hôm nay lạnh mặt trời đi ngủ sớm" của Xuân Diệu..." (4).

Viết đối với Xuân Vũ "là một việc khó khăn, cao quý, gian khổ và đau khổ, - lắm khi còn đầy đe dọa. Nhưng nếu chết đi mà còn được tái sinh theo thuyết luân hồi của nhà Phật, thì tôi xin được tiếp tục cầm bút để viết nốt những gì còn bỏ dở ở kiếp này. Ôi, cây bút gầy gò nhỏ bé! Nhưng nếu không có nó thì loài người chỉ là một lũ người câm" (5).

Hồ Trường An

Mỹ Tho là quê ngoại và là nơi ông trải qua thời niên thiếu với ngôi trường Nguyễn Đình Chiểu. Qua gần 40 tác phẩm đã xuất bản, chuyện miệt vườn với Hồ Trường An đã là một trường thiên tiểu thuyết, trong đó các nhân vật tiếp nối nhau, các chuyện tình, ghen tương và những khung cảnh gia đình miệt quê cũng như tỉnh ly. Ông chứng tỏ sống và biết nhiều, đời lính và làm văn nghệ của ông trước 1975 đã giúp ông không ít trong việc sáng tác chủ yếu từ khi sống tị nạn ở Pháp.

Đọc Hồ Trường An dễ thấy cái hoa hòe trãi rộng của ông có khi làm người đọc bối rối, lạc lỏng, không phải như trong câu chuyện dài tình tiết của Xuân Vũ, hay dài cố ý của phim bộ, mà là ở chi tiết, hình dung từ, cái trang điểm thêm khi đã đủ tươm tất! Cách đặt tên nhân vật lại là một đặc điểm khác của ông: tên đặt cho nhân vật quá đẹp không hợp với hoàn cảnh địa lý thôn quê thường dùng tên cục mịch hơn, "dân gian" hơn. Chỉ lấy thí dụ cuốn *Phấn Bướm*, nhân vật nào là Diễm Lăng, Lệ Phỉ, Phương Tần, Mỹ Cần, mà ngay thú vật, bồ câu được gọi là Xuyết Cầm, Ánh Tuyết, Như Băng, Hoàng Hạc, ngựa thì Đạm Lớn, Đạm Nhỏ, Bích, Huyền Ô, ... Tên món ăn dù không cao lương mỹ vị vẫn được tác giả âu yếm bác-học đặt tên!

Từ những tác phẩm đầu tay *Lớp Sóng Phế Hưng* (1985), *Phấn Bướm, Hợp Lưu* (1986), *Đêm Chong Đèn, Ngát Hương Mật Ong*, ... đến những tiểu thuyết sau này như *Trang Trại Thần Tiên, Vùng Thôn Trang Diễm Ảo, Chân Trời Mộng Đẹp, Tình Sen Ý Huệ* (1999) và những tập truyện ngắn *Tạp Chủng, Chuyện Miệt Vườn, Chuyện Quê Nam, Chuyện Ma Đất Tân Bồi*, ..., Hồ Trường An đưa người đọc trở về và sống lại với miền đất Tiền và Hậu giang như Mỹ Tho, Trung Lương, Vĩnh Long, Rạch Giá, ..., với đủ hạng người, dân quê, nửa quê nửa thành thị, người Minh Hương, dân ruộng rẫy, thương hồ, đào kép cải lương, trẻ già, ... chung đụng trong một không khí mát lành của chốn quê mà cũng đầy hâm hấp dục tình, tự nhiên như thời tiết, như con nước phù sa, ... Người đọc cũng được nhìn thấy những cảnh đẹp miền quê, những căn nhà lợp bằng lá dừa nước, những mảnh đời sống của các thập niên 1950, 60, 70. Trong tác phẩm của Hồ Trường An có những biến cố nhưng thường là đời sống bình nhật, ... với những tiếng nói lanh lảnh, ngọt ngào, những tiếng chửi có vần du dương, ... Trong khung cảnh đất lục-tỉnh hoặc giữa Paris xứ người - như truyện Tên, Thứ, Hỗn Danh thú vị!

Trích đoạn tiếng than khóc của một cặp thương hồ: "- Hồi đó tui biểu anh đi tập hát cải lương, anh không nghe; anh nghe lời ông bầu gánh Rương Đen đi theo nghề hát bội. Giờ đây hát bội hết thời, không ai thèm coi. Gánh Rương Đen rã tại chợ Lách, may mà tui còn chút đỉnh tiền mua chiếc ghe để về đây vớt phân thiên hạ. Vớt ba cái thúi tha hoài, rồi chẳng biết ngày nào về quê quán đây! Năm cùng tháng tận rồi mà mình chưa mua được chai rượu, con vịt để dành ăn Tết.

Tiếng người đàn ông lè nhè:

- Tao biểu mày nín. Số tao là số bần cùng, dẫu có đi theo cải lương, thì cái giọng thùng thiếc bể chắc gì tao được làm kép chánh đâu. Nghề hát bội là nghề ông cha tao nuôi các cô, các chú, anh chị em tao đã hai đời rồi, lẽ nào tao phụ nó..." (Bèo Bọt, *Tạp Chủng*, tr. 18).

Tính dục có khi thường trực, như bản năng, có khi như là tác động của tiềm thức, của quá khứ. Nói chung là cái tự nhiên, bộc phát, như hơi thở, như ăn uống. Nhưng nhìn kỹ, toàn bộ tác phẩm của Hồ Trường An có thể nói có cái thế giới của giống thứ hai (deuxième sexe), có nữ tính, màu hồng, ở những không khí, tâm lý dịu dàng hoặc sôi xục ở bên trong, ở cái hồn nhiên, thật thà dễ tin người, ở những đam mê đắm đuối không thể thắng, ngừng, ở những món ăn, cách ăn cách mặc, ở y phục, ở những dáng điệu, bộ tướng, bộ đi, ở cái không khí đào hát, cải lương, đời như kịch tính, ở cách đặt tên nhân vật nhất, v.v. Tóm, của màu mè, của mùi và lắng! Khi tả những tiếng hát, có thể "quỉ khốc thần sầu", có thể vô danh, Hồ Trường An tỏ ra không khác gì một bác sĩ chuyên viên chăm sóc dây gân hay thanh đới, thanh âm của người ca sĩ! Nếu truyện và thơ Trân Sa toát một "nam-tính" thì toàn thể tác phẩm của Hồ Trường An mang một "nữ-tính" rõ rệt, bao trùm!

Hồ Trường An trong một vài tiểu thuyết đã sai thời gian tính, như khi để một bà già đầu thập niên 1950 lý luận ăn nói như sau 1970. Cả về y phục, kiểu cách, ... vì chi tiết, mỹ hóa, kỹ xảo quá có thể khiến người đọc đâm nghi ngờ đọc tiểu thuyết hơn là chuyện phong tục miệt vườn!

Nhưng cũng nhờ trí nhớ tốt, trong cả chi tiết, do đó không lạ khi ông là người thành công nhất ở hải ngoại viết về cuộc đời sự nghiệp các danh ca, đào cải lương, tài tử phim ảnh, hoặc giới văn nghệ sĩ, báo chí, v.v. với *Cõi Ký Ức Trăng Xanh, Chân Trời Lam Ngọc, Giai Thoại Hồng, Theo Chân Những Tiếng Hát , ...!* Và rõ rệt là ông chịu ảnh hưởng truyện bình dân Tàu như *Phấn-Trang Lầu,* ... và truyện "nghĩa hiệp", "ái tình tiểu thuyết" như của Hồ Biểu Chánh, Nguyễn Chánh Sắt, Lê Hoằng Mưu, Phú Đức, ... Cả một truyền thừa nhiều *biền ngẫu, nhạc tính!*

Kiệt Tấn

Kiệt Tấn sống *hiện sinh* hết mình, sống thật, trong đời sống cũng như tình yêu. Nhân vật Kiệt nổi loạn, sống và đòi sống, bất kể hậu quả. Ông hết mình vì không giấu diếm với người đọc. Một tâm hồn thẳng tuột, không sợ mất lòng, không cả rào đón lo "an ninh" cho "cá nhân"!

Trong tiểu thuyết *Lớp Lớp Phù Sa*, ông viết về phong tục và đời sống xưa khó khăn, tình con người hảo hớn và băng đảng hội kín. Tình cảm đặc biệt tràn đầy, cảm động trong *Nụ Cười Tre Trúc* về người mẹ, về "nụ cười tre trúc rì rào". Trong nỗi nhớ, giữa những người thân và bạn bè còn có những bà-già-quê-hương bán hàng rong mà tác giả đã gặp. Năm Nay Hoa Đào Lại Nở (NCTT) chính là nỗi nhung nhớ quê nhà qua một bà bán đậu phọng, nỗi nhớ mỗi năm hoa đào lại nở ở xứ người!

Ông hay trích thơ nhạc, câu hát cải lương, cả ngay trong câu văn, may mà tác giả thường cẩn thận cho in chữ nghiêng: "... Vài con vịt xanh đỏ xinh đẹp nhởn nhơ trên mặt sông. Vịt nằm bờ mía rỉa lông, cám cảnh thương chồng đi học đường xa. Vịt đưa mỏ rỉa lông chăm sóc sự phình nổi của mình. (, ...). Thôi thì em chẳng yêu tôi, leo lên cành bưởi nhớ người rưng rưng. Bứt rời em, tôi còn biết sống với ai?" (*EOBĐT*, tr. 99).

Vấn đề xác thịt trở nên yếu tố không thể thiếu của đời sống nổi loạn đó. *Tình dục* ở Kiệt Tấn không là vấn đề để bàn, mà phải sống, phải hiện sinh, với điên cuồng nhiệt tình, với tối đa cảm xúc. Trong nhiều tiểu thuyết và truyện ngắn khác nhau, người đọc được gặp lại hơn một lần những cô Út thời học trò nhỏ, cô Tuyết bán quán ở Bắc Mỹ Thuận, Hoa bến đò Rạch Miễu, những cô gái mắt xanh tóc vàng Michèle, Danielle ở Xóm Học (Quartier Latin) Paris, Diane, Danyèle, Louise của đất Quebec, Canada mà nhân vật ông dịch là Ca Bá Đại. Chưa kể những chuyện ăn chơi nhậu nhẹt bên những cánh hồng nơi chỗ tối tăm (Sáng Dậy Nghe Em Khóc, Những Đoá Hạnh Phúc Không Ngờ trong *Thương Nàng Bảy Nhiêu*). Nhưng bên cạnh vẫn có nhân vật Ánh xuất hiện ở những lúc cần thiết để "chà răng", đưa tác giả trở lại thực tế cuộc đời. Tính chất *tự-truyện* khiến tác phẩm ông thành công, dù có khi sống sượng, như chung người yêu, Hoa, Liên, Diane, ... Không theo khuôn luân lý của đa số, chính Kiệt Tấn đề cập đến nhưng lại cho đó là một cách nhìn của xã hội cần phép tắc và lễ nghi để trị an nhưng theo ông "đôi lúc càng trị loạn, loạn càng dữ" (Thư Cho Lộc, *Nghe Mưa*, tr. 242). Nhân-vật xưng Tôi từng thú "gian lận trong tình yêu" vì với đàn bà, ông tự thú "có trái tim tật nguyền ... chỉ biết si tình và đam mê thôi chớ không biết yêu" (*Nghe Mưa*, tr. 245).

Kiệt Tấn và nhân-vật của ông đùa tình với phái nữ, tinh nghịch với đời, với ông anh (Lệ Dung Sang Tề, Thư Cho Lộc, ...) và bạn bè (ông viết bút ký thăm Montreal và Toronto cũng đặc biệt lạ lẫm). Nhưng nghĩ cho cùng, Kiệt Tấn hay nhân vật trong tác phẩm của ông, đều có ý dùng kinh nghiệm sống để vượt lên trên, làm người. Cái hết mình, "dzô, dzô", "100%" trong truyện Kiệt Tấn, chính là Nam-tính rất địa phương đó. "Ông hôn chùn chụt..." diễn tả đặc biệt chi li động tác, tình cảm sâu, nặng như mùi cải lương. Trong các truyện nhiều chi tiết trở lại như những tham chiếu, tiếp nối. Như ba truyện ngắn Bến Đò Trao Thơ, Người Em Xóm Học và

Em Điên Xõa Tóc đã mở đầu cho truyện Vườn Chanh Miệt Biển (*NCTT*).

Một đặc điểm nữa ở Kiệt Tấn là tự-ký cái rốn, không chấp nhận nhận xét của kẻ khác! Và mặt khác không biết những nổi loạn, sống hết mình của ông có ảnh hưởng gì đến con người tác giả không, vì truyện Em Điên Xõa Tóc (sau in trong *Nụ Cười Tre Trúc*, 1987) chứng tỏ người viết truyện đã từng sống trong bệnh cảnh đó!

Nói chung, tính chất tự truyện, hiện thực trong tác phẩm của Kiệt Tấn đã làm mạnh thêm tính lãng tử và có phần thi vị. Tựu trung chuyện ăn chơi, đam mê, lầm lỡ, ... của nhân vật xưng tôi hay Kiệt đã là những tác phẩm khá thơ mộng và thành công để lại nơi người đọc sự quí mến, dĩ nhiên là với người đọc không đạo đức giả! Sống thật vì theo ông, hạnh phúc chỉ là một cảm giác (*Nghe Mưa*, tr. 243). Cũng nên ghi lại đây quan niệm về truyện ngắn khác người của ông: "Tôi có quan niệm về truyện ngắn hay hoặc dở như sau: Tôi tưởng tượng độc giả là người nữ. Khi sáng tác truyện ngắn, tác giả rủ độc giả làm tình. Nếu cả hai đều đã đời, truyện ngắn thành công. Nếu chỉ có một bên đã đời, truyện ngắn thất bại. Nếu không có bên nào đã đời, truyện ngắn thảm bại..." (*Nghe Mưa*, tr. 243).

Ngoài ra, cái sôi nổi, hết mình của Kiệt Tấn đã được thể hiện dưới một hình thức khác cũng vốn là sở trường của ông khi bắt đầu nhập làng văn nghệ: *thi ca*. Ở những ngày tháng đời mà ký niệm và kinh nghiệm sống trút lại trong sinh mệnh bi thương của tập thể, đất nước, năm 1986, ông đã viết nên tập trường thi *Việt Nam Thương Khúc* xuất bản năm 1999 gồm 3100 câu song thất lục bát, tiếng ca của những đau thương, hệ lụy thăng trầm của đất nước, của con người Việt-Nam. Nhà văn Nguyễn Văn Sâm khi giới thiệu đã viết "Đó là cái không khí tình người bạt ngàn thương yêu gia đình và đồng loại của những nhân vật nạn nhân, đó là sự dẫy dụa cố thoát khỏi nghịch cảnh của những người bị con quái vật định mạng kéo vào lò tai ương. Đó là một hơi thơ trong suốt không bao giờ lạc vận, được phụ họa bằng những chữ dùng trang nhã mà chính xác. Dĩ nhiên tất cả tình tiết và sự kiện lịch sử xảy ra trước đây, người đọc đã cất kỹ trong ký ức sẽ được trí đón nhận trở về một cách thích thú vì Kiệt Tấn dùng những sự kiện đó làm nền cho câu chuyện của mình..." (7). Trường thi như một bản lịch sử ký ức đau buồn, nhắc nhở những tang thương khổ nạn của dân tộc kéo dài cả thế kỷ, được mở đầu như sau:

"Thân đất khách một mình xui nhớ
Hương đêm dần dần nở khúc thương
Cửu Long Hồng Thủy Giang Hương
Ba sông một mẹ đau thương ngút trời
Ba chục Tết tơi bời xương máu
Triệu hồn oan lảo đảo đòi nương (...)"

Kiệt Tấn trong *Thư Ngỏ* đã cho biết ông đã kết thúc được là nhờ 'rung cảm phù sa' (8):

"Trời xanh hỡi nỗi này có thấu
Thương khúc vang vang tấu chín từng
Phong ba rần rật tưng bừng
Ba mươi năm giặc nghe lừng vọng lên
Ba chục khúc trỗi nên trường hận
Hận ngút trời quốc vận đảo điên
Đảo điên sông núi ba miền
Việt-Nam Thương Khúc sử truyền thiên thu"

Trường thi khai mở mang nét lục-tỉnh của *Thơ Ba Mén* nhưng hơi thơ tiếp rõ là xa với những vần thơ thiết tha nhưng trầm buồn của Bình Nguyên Lộc. Và cũng xa hẳn những nổi loạn tâm hồn tuổi trẻ của những *Điệp Khúc Trái Phá* (NXB Sáng Tạo, 1966):

"đêm hôm đó
khi trúng đạn người lính giận dữ
chửi thề
rồi phun ra một búng máu
sáng hôm sau
người nông dân mang cày ra đồng nhìn thấy vũng máu
chửi thề
rồi xẻ đường cho máu đi vào đất
mạ gieo xuống
mạ không buồn đếm xỉa máu của bên này bên kia
mạ mọc lên
bình thản

tốt tươi
khỏe mạnh"
(Trong Cơn Binh Lửa).

Bài thơ Dòng Sông Và Con Thuyền Hai Mươi Tuổi diễn tả những cảnh tàn khốc của cuộc chiến tranh huynh đệ, với những tàn bạo và phi lý chỉ tăng cường độ theo thời gian. Bài viết cho người bạn vừa nằm xuống ở lứa tuổi đôi mươi:

"Còn nhớ gì không Gia
trong những đêm đen nào
lũ chó mực cất cổ tru thảm thiết bên những căn nhà trụi nóc
Rồi theo đó chiến tranh trở về
với chiếc cày lửa và mầm đạn đồng
gieo mạ xuống ruộng vườn chúng ta
Nơi đó mọc lên những cây than đen tuyền
và lũ quạ mun ủ rũ đôi mắt tròn số không
(...) Nhớ gì không nhớ gì không hở Gia?
nhớ gì không
những người đàn ông không có thì giờ để làm tình
những người đàn bà không có thì giờ để cưu mang
những bào thai không có thì giờ để chào đời
những trẻ thơ không có thì giờ để nô giỡn
những cơ thể non không có thì giờ để già nua
ngững kẻ bạc đầu không có thì giờ để chu toàn cái chết
Còn nhớ gì hở không Gia?
con mắt chó trung thành rơi trên nền đất cứng
bà già cụt đầu lõa lồ bên bờ mương
đứa nhỏ chết cứng trên đỉnh vú xanh
những phát chày vồ những cơn lửa táp
người đàn bà rái cá bà mẹ xõa tóc điên
những kẻ tật nguyền bị tra tấn
những kẻ âm thầm gục dưới gầm cầu
những kẻ bị thủ tiêu trong rừng vắng

Nhớ lấy Gia!
nhớ lấy hết những bi thương đó
để mai kia
vào những đêm mùa hè thật vắng vẻ
mày kể lại cho giun dế nghe

chuyện con thuyền đứt neo
dật dờ trên dòng sông hai mươi tuổi
Gia ơi!
mày hãy tâm sự tuổi hai mươi của mày
với cỏ cây câm nín
giữa khuya bưng tối
đìu hiu
của đêm hè" (1965).

Nguyễn Tấn Hưng

Không khí tác phẩm của Nguyễn Tấn Hưng thu hẹp trong cuộc đời của một số nhân vật khởi đầu làm học trò ở quê lên Mỹ Tho trọ học với những cuộc tình đầu đời, vụng về, nơi lớp học, vườn cây. Sau thành sinh viên lên Sài-Gòn rồi phận trai thời chiến nhập ngũ, theo binh chủng Hải quân, theo thời gian thành sĩ quan lên đến chức Trưởng phòng nhì Vùng 4 duyên hải Phú quốc (*Một Thuở Làm Trùm, Một Chuyến Ra Khơi, Một Trời Một Biển*, ...). Sau 1975 là cuộc sống tha hương, hội nhập, vươn lên (*Một Đời Để Học, Một Nỗi Buồn Riêng, Một Cảnh Hai Quê*). Nhưng rồi quê hương Mỹ Tho và quá khứ thanh xuân của ông trở lại ám ảnh mạnh mẽ (bộ Một Giấc Mơ Tiên)!

Quá khứ và hiện tại cùng sống động, do đó có khi thứ tự thời gian như bị xáo trộn, hay vì trí nhớ bị hành vì quá nhiều tầng và thứ lớp chồng chất! Mỗi truyện của ông như có dàn sẵn, có đầu có đích hẳn hòi, hầu như không có những lững lơ con cá vàng! Nhưng với Nguyễn Tấn Hưng, khi cần, lý trí vẫn thắng tình cảm, kể cả tình yêu; khi thấy không đi tới đâu với một cô là nhân vật nam rút lui có trật tự, không phiền hà, thù oán...! (*MCHQ, Ta Tắm Ao Ta*). Trong Một Giấc Mơ Tiên, lang bạt tình ái từ nhà lên tỉnh, "sống bao nhiêu nước cũng vừa, trai bao nhiêu gái cũng chưa bằng lòng", phải "bồ trong bịch ngoài", từ Hồ Điệp, Hoài Hương ở sông rạch, vườn cây, vai chị cũng không tha, đến tỉnh thành như Mỹ Hạnh, Hồng Ngọc đều là gái có chồng, trải qua những mặn mà dục tình cứ như truyện dành cho người lớn, v.v. thế mà cuối cùng Hiếu trở về quê lấy người yêu thuở nào!

Trong bộ Một Trời Một Biển, anh sinh viên Hải quân Tần với người con gái gặp gỡ tình cờ: "Hiền bỗng dưng mềm nhũn trong tay Tần, (...) Từng khuy áo bật nút và, theo bản năng, bàn tay chàng ve vãn bờ vai trần, mơn mởn thịt da. Hương con gái ngào ngạt tỏa ra từ đôi ngực đào tơ, lồ lộ, không mặc áo sú-cheng. Nàng bất giác rùng mình, nổi da gà, khi những ngón tay chàng chạm vào đầu vú, phớt qua phớt lại... rồi nắn bóp, cương lên, săn gọn trong lòng bàn tay chàng..." (tr. 177).

Gần đây ông tổng kết mọi chuyện vô hai bộ trường thiên tiểu thuyết *Một Trời Một Biển* (1994) và Một Giấc Mơ Tiên. Bộ sau hoàn thành nhưng chưa xuất bản, tuy vậy có dịp đọc qua bản thảo và trích đoạn trên một số tạp chí, chúng tôi có cảm tưởng Nguyễn Tấn Hưng muốn nhìn lại, vẽ lại bối cảnh tuổi trẻ của mình lồng trong bối cảnh chung của miền Nam ở hai mươi năm trước ngày 30-4-1975. Ý tổng hợp, không muốn để sót, dàn trải nhiều chương tập là truyện tình anh sinh viên sư-phạm tên Hiếu, dàn trải theo nghĩa tình yêu cho người tình nhỏ, mà cả người đô thành.

Thử ngừng lại ở tập 4 - Một Kiếp Nổi Trôi, là đoạn đời thầy giáo Hiếu sau khi ra trường, về dạy học ở tỉnh nhà, chàng như con thoi qua lại ba người nữ, phân thân trong tình yêu. Một loại đoạn cuối của một tình trường. Mỹ Hạnh bạn học sư phạm nay ở Đà Lạt, đã lập gia đình với Tâm không quân, nhưng cứ mãi bị ám ảnh chuyện buồn riêng, sống lãnh cảm với Tâm nhưng vẫn liên lạc với Hiếu. Tình cũ không rủ cũng tới, tình cũ như mới với Hiếu khi cùng đi coi thi tú tài ở xứ Thần-kinh. Cô học trò Hồng Ngọc bỏ chồng Long Khánh trở về thuê nhà ở Bến Tre sống vụng trộm với thầy khi đã có chửa, tình cờ đến tình cờ đi, khiến Hiếu cứ mơ tưởng và tin nàng mang thai con của mình. Tình vợ chồng đầy mặc cảm với Hồ Điệp sống ở quê nhà Mỹ Tho với đứa con trai tên An lên sáu, trong tập này chớp nhoáng đến trường bộ binh Thủ Đức thăm Hiếu khi chàng thụ huấn ở đó, chớp nhoáng xuất hiện. Thêm Lâm Thúy, cô cháu chú Tiều ở quán nước Chợ Gạo nơi Hiếu đóng quân, một dây dưa lỏng lẻo nhất, không tì vết!

Hiếu, một con người sống với bổn phận và trách nhiệm, nhưng cũng bay bướm, dễ dãi với tình. Làm thầy giáo, khi chiến tranh sôi động đã lên đường nhập ngũ và sống những giây phút tàn cuộc của chiến tranh. Ra trường, về lại quê nhà giữ đồn bót ở Chợ Gạo, rồi cuối cùng bổ xung về vùng rừng U Minh Hạ tăng phái bảo vệ căn cứ hỏa lực Biện Hai. Cuối đời này, làm sĩ quan giữ an ninh trục lộ chính và xa tất cả, Hiếu hay nhậu say để tìm quên, quên những người nữ một thời đam mê không biết mệt!

Nguyễn Tấn Hưng yêu và sống với tình, qua văn chương, ở thể trạng... quá khứ! Có thể buồn vì đã là quá khứ, đã qua mất, nhưng trong cái buồn đó, người đọc cứ mường tượng tác giả vui sướng được sống lại những mảnh đời đó! Có người viết tự truyện và hồi ký để tiếc nuối và buồn đau, Nguyễn Tấn Hưng thì ngược lại. Những cái trắc trở của cuộc đời và tình yêu mà Nguyễn Tấn Hưng nói đến rồi ra cũng ngọt ngào, tròn trịa, đâu ra đó, không tàn nhẫn, oái ăm. Cô học trò Hồng Ngọc ôm bụng chửa bỏ đi không để lại dấu vết, với Hiếu chỉ như một tiếc nuối, một nghi ngờ thoáng qua, mà không là nỗi bất hạnh lớn lao! Cô bạn đồng học rồi đồng nghiệp Mỹ Hạnh, sau những ngày cùng đi coi thi bên nhau và cả gần gũi xác thịt một cách tự nhiên lẫn chút lãng mạn đó, rồi đường ai nấy đi, chồng vợ ai nấy về, nhung nhớ thì có mà quyết liệt tìm lại nhau thì không! Phải chăng đấy là *nhân sinh quan* con người lục-tỉnh? Có mặn mà, hết mình, nhưng khi đã ra đi, đã mất thì cũng chẳng chết ai! Không hận tình mà cũng chẳng biện bạch, làm lớn chuyện!

Nguyễn Tấn Hưng "thật" khi tiểu thuyết hóa quá khứ, cuộc đời. Thật trong ý muốn sống lại, làm sống lại, nhưng ở những chương cuối, tính thời sự và lý tính của người viết khiến trường thiên tiểu thuyết như khựng lại, như không thật - dù vẫn biết đấy là tiểu thuyết! Hiếu quẩn quanh ở những chi tiết, diễn biến thời sự ai cũng đã biết. Ở đây, Nguyễn Tấn Hưng đã để dữ kiện choán hết chỗ và đánh mất cái tài tiểu thuyết hóa của mình!

Ngoài ra, trong truyện của Nguyễn Tấn Hưng hay có cảnh sex: *tình dục* được ông tả như là hậu quả tất nhiên của tình yêu, bất kể hanh thông hay trục trặc. Khi còn là học trò, tình dục còn ngại ngần, đến khi lên Sài-Gòn trọ học thì mãnh liệt hơn, tìm kiếm hơn, đến khi đã là sinh viên sĩ quan hay ra trường hải quân, tình dục bất kể ngày mai. Mỗi giai đoạn một cường độ và "lập trường" khác nhau Nhìn chung, toát cái không khí xác thịt tự nhiên, với những quan sát đặc biệt chi tiết và tâm lý dành cho nhân vật nữ trong khi tác giả hay lơ là nhân vật nam, như cố tình khỏa lấp chất tự truyện chăng?

Toàn bộ tiểu thuyết có thể được coi như một *tác phẩm liên-văn-bản,* nói theo ngôn ngữ thời thượng liên mạng. Riêng tập 4 gồm 11 chương, mỗi chương có thể đứng riêng ở dạng truyện ngắn, nhưng người đọc vẫn bị cốt chuyện thu hút bắt phải đọc tiếp! Không còn là những vụng trộm tuổi trẻ hồn nhiên như ở tập đầu của bộ trường thiên, nhưng ở đây vẫn thấy sức sống của những cô gái đôi mươi thể hiện qua lời nói, suy nghĩ, như Hồng Ngọc trêu chọc bạn gái muốn về sớm với chồng: "...Con quỉ cái nầy chắc nó đang... nứng tới!" (XTTN).

Qua những mảnh tình, những cái vui nơi ruộng, vườn, nay vẻ lại, theo trí nhớ, Nguyễn Tấn Hưng như muốn sống lại và luôn chung thủy với quá khứ, quê hương, với con người Mỹ Tho, với đời lính, đồng thời cũng chứng tỏ ông có lòng với văn chương. Ông trân trọng tuổi trẻ, quãng đời cũ, những thứ đã mất dù có thể đây đó nơi xứ người hoặc qui hồi cố hương, vẫn có thể tìm thấy, vẫn chỉ là những mảnh vụn, dư vang!

Sau những quãng đời lính huy hoàng dù đầy gian nan, hiểm nghèo, được đậm nét ở những chuyến hải trình, ở một thuở làm "trùm", những bến đợi, những neo bến, bộ Một Giấc Mơ Tiên đây cái lõi là tình yêu, là cái sống trẻ, sống hết mình, dễ mến, trong cả những bê bối, lang bạt!

Thường thường tác giả bắt đầu truyện bằng những màn tả cảnh, như đầu truyện Dòng Sông Cửa Tùng (*Một Chuyến ra Khơi,* 1990): "Vào mùa khô, cái nắng của những làng quê miền Nam kéo dài dai dẳng. Trẻ con trần truồng rong chơi. Bụi đóng lớp dầy trên phiến lá, trên hàng rào... Con đường mòn heo hút, mặt cát đất gồ ghề trắng bệch, thỉnh thoảng một chiếc xe bò chất đầy lúa, một người đàn bà gánh hai bó rơm to hơn người uể oải, lê thê. Quang cảnh đìu hiu vắng vẻ, không còn sức sống, không có dấu hiệu hoạt động. Mảng đất giồng bỏ lâu không xới, cỏ mọc xen lẫn rơm rạ phủ lên mấy lớp..." . Truyện thêm thắt thơ văn, ca dao, câu hò, ... làm cho truyện trở nên hấp dẫn, dễ theo dõi! ("Nhún mình như thể nhún đu" (CPQC, MGMT)); "Mặc dù tiết tháng bảy năm nay chẳng có mưa dầm sùi sụt, cũng chẳng có toát hơi may lạnh buốt xương khô vốn rất thích hợp cho sự lang thang của những hồn ma đói khát..." (DTĐTT, MGMT)),

Điểm đặc biệt trong thơ văn Nguyễn Tấn Hưng là dù thơ hay văn, đều là những mảnh, những khía cạnh của một tâm hồn, đứng riêng cũng đặng mà để chung cũng xong. Những một-nửa, những tiểu-truyện, những giây phút chạnh lòng, những nhung nhớ bất chợt, ... Một Giấc Mơ Tiên gồm nhiều tập nhiều chương, nhưng mỗi chương có thể "sống" thoải mái mình "yên". Tập thơ và nhạc *Một Thoáng Trong Mơ* cũng trong chiều hướng sáng tác:

"Có ai về Mỹ Tho
Nhớ theo sông Bảo Định
Thả trôi ra tận vàm
Tắm mát dòng Tiền Giang (...)
(Về Mỹ Tho).

Tính chất *tự truyện* bao trùm nhưng với Nguyễn Tấn Hưng hầu như là chuyện thật không thêm bớt, chuyện gốc nghèo, chuyện ông Trùm nhận hối lộ, ... chẳng hạn, nhờ vậy truyện có ý tích cực, tố giác, vạch tội, dễ được người đọc cảm tình hơn!

Phùng Nhân

Từ tập truyện *Vết Thương Vẫn Mở* (1992) đến các tiểu thuyết *Xóm Nhị Tì* (1994), *Vàm Đất Cả Cao* (1995), Phùng Nhân viết về con người và xã hội ở miền đất Mỹ Tho, Bến Tre, ngày xưa và hôm nay. Tác giả khởi viết tiểu thuyết khi đã mất quê hương, nơi đó có những con người và mảnh đất chứ không phải là một tổ quốc trừu tượng! Với một tâm tình thiết tha. Ông cho người đọc nhìn thấy những tâm lý nhân vật đặc biệt lục tỉnh, chân chất nhưng nhiệt thành, dứt khoát khi cần. Những con người đã góp phần làm nên lịch sử. Các nhân vật trong *Vàm Đất Cả Cao* từ Bảy Ngân người đã có công khai phá vùng đất Cả Cao sau theo kháng chiến cứu nước, con là Huy bị chết vì chế độ mới phải "trừ gian", đến thằng cháu Út Hậu, con Bông... đã sống chết với những hệ lụy của đất nước.

Xóm Nhị Tì là bức tranh vân cẩu của một xóm nghèo ở ngoại ô thị xã Mỹ Tho, thời gian và chế độ thay đổi nhưng con người lúc nào cũng sống với những bận tâm thường ngày, những nhân tình thế thái. Tập *Vết Thương Vẫn Mở* có những truyện thành công, có tính cách tiêu biểu cây viết Phùng Nhân hơn. Chuyện độ gà mà lại nhằm ngày mùng một Tết dưới chế độ cộng sản là một thí dụ đáng kể. "Nuôi được một con gà nòi đã khổ, nhưng đến lúc đá lại còn khổ hơn. Cờ bạc thì còn lén lút, chớ đá gà thì như dậy giặc. Thậm chí như mấy bà bầu coi gà đá mà còn ngứa ngáy tay chưn! Miệng la chết mầy chưa... chết chưa mậy!!! Hà huống gì mấy người nóng tánh... (...) Con Ô Bông đưa mỏ vào cánh mằn lông, thỉnh thoảng trụ bộ bước đi vài bước rồi dừng lại. Cặp cựa ánh lên sắc thép xanh rờn. Ông Hai Bắc bồng lên phun nước sương vào hai bên nách. Con Ô Bông trụ bộ, cho hai mũi cựa giao nhau. Thôi rồi, đích thị là cặp song đao của Tiểu Long Nữ và Dương Quá!!! Trên chốn giang hồ nầy còn ai dám đối đầu. (...) Khi tiếng chuông vừa dứt, thì ông búng nhẹ vào cọng lông thép của Ô Bông. Tức thời, con Ô Bông lạng sâu thêm vài bước, rồi bất ngờ cất cẳng đá tạt ngang, một đòn rất độc. Nhưng con Chuối Lửa tránh được, đồng thời hai con xấn vào, như hai mãnh hổ giành mồi. Con nào cũng muốn đem hết đòn hiểm độc của mình ra để hạ đối phương, con Ô Bông bị cựa đùi trước, yếm lông bắt đầu máu nhuộm, bạc xuống sáu, rồi ăn năm. Ông Hai Bắc hét lên: "Ô Bông; đòn 'tảo địa bàn môn' đâu mà con chưa chịu hạ". Dứt lời ông, thì con Ô Bông ghịt cái lông dây của con Chuối Lửa đá một đòn thẳng cẳng. Con Chuối Lửa bị đâm phụt bộng chết tươi, giòng máu nóng trào ra hai khóe miệng..." (tr. 8, 18-19). Công an du kích kêu loa cấm đá gà, con Ô Bông phải đi đá nơi xa nhưng khi thắng thì bị du kích cộng sản đang làm khán giả lộ bộ mặt thật nổ súng bắt cặp con gà vô địch của Hai Bắc!

Nhân vật, đối thoại đặc sắc của vùng đất, rất lục tỉnh, phong phú, rất riêng! Những phương ngữ, những điệu và nhạc trong lời nói. Rồi những đặc sản địa phương như cơm gạo nàng sen, rau đắng biển, rau Bồ Ngót, những con cá thòi lòi, cá được, cá sửu, cá chẽm, cá bóng bèo, cá óng sao, những con rắn hù ri, v.v.

Nói chung, truyện của Phùng Nhân đặc biệt bình dân, cuộc đời người nghèo tri túc tiện túc, vẫn hạnh phúc, lúc nào cũng lạc quan vui sống, cả trong khó khăn, nhọc nhằn, bất hạnh, vẫn le lói tia sáng... của tình người, của những hy vọng! Ông có óc quan sát bén nhậy, dù cách diễn tả có khi hơi nặng, bắt người đọc phải theo dõi.

*

Nói chung, tác phẩm cả năm tác giả nói trên đều có tính chất *tự truyện*. Đây là một thể loại văn chương có sáng tạo, có nỗ lực của tác giả, dĩ nhiên khác với hồi ký vốn văn chương chỉ là phụ! Kiệt Tấn, Nguyễn Tấn Hưng, Xuân Vũ nhiều tính tự truyện hơn Phùng Nhân và Hồ Trường An, hai tác giả sau đã tiểu thuyết hóa mỗi người màu mè riêng! Tự truyện ở đây là một nhu cầu tự nhiên, một thiết yếu cho cuộc sống ở xa quê-hương, đất nước!

Đặc tính thứ nhì nữa, là cả năm từng sống nhiều nên dồi dào chi tiết và nhân vật riêng của *địa phương*. Có lẽ vì thế mà cả năm có những tương đồng vì cùng ở một vùng Tiền giang nên cùng ngôn ngữ chăng! Nam-tính ở văn phong du dương thơ nhạc và câu hát cải lương mà còn thấy ở những cám dỗ luân lý, xa gần như có những gương phải theo, những phong tục phải gìn giữ. Những tình cảnh và răn đe thiện ác, những nhân sinh quan, triết lý Á-đông! Xuân Vũ là một trong những nhà văn viết nhiều với tâm huyết muốn thuyết phục. Phùng Nhân nhiều địa phương tính nhưng văn chương thì phải ghi nhận Kiệt Tấn, Nguyễn Tấn Hưng và Hồ Trường An!

Nếu phải phân biệt so sánh, ta có thể nói người đất Bắc giỏi làm văn chương, thích làm "mới" hình thức, khuynh hướng mới, làm văn học và nghiên cứu, thì người Nam sống văn chương, nếu có làm văn chương thì vẫn khác ở chỗ dài dòng, chi tiết, đối thoại, ở câu chuyện, v.v. . Dù gì thì nếu người đọc đã từng bước dưới những con đường ngợp bóng cây với người tình tươi mát, nhí nhảnh, từng với nàng tung tăng ở những vườn xoài, mận... ở Trung Lương, từng thưởng thức mì vắt ở chợ Mỹ, từng qua lại những phà Rạch Miễu, đến Mỹ Tho, Kiến Hoà vì tình hay vì trốn cái nóng và xô bồ của Sài-Gòn, ... đều không khỏi bâng khuâng khi đọc năm tác giả này!

Chú-thích

1- Nguyễn Vy Khanh. *Văn Học Việt Nam Thế Kỷ XX: Một Số Hiện Tượng Và Thể Loại* (Glendale CA: Đại Nam, 2004), tr. 81; *Chủ Đề* (Portland OR), 2, Hè 2000, tr. 85.
2- Nguyễn Vy Khanh. "Đọc Khói Sóng Trên Sông của Nguyễn Văn Sâm". *Văn* CA, 42, 6-2000. tr. 84-91; *Văn Học Và Thời Gian* (Westminster CA: Văn Nghệ, 2000), tr. 317-328. Liên hệ đến Mỹ Tho gần đây có Nguyên Nhi với *Con Gái Người Gác Đèn Biển* (1999) và *Quái Phong* (2000) nhưng địa phương tính đã phai nhạt ít nhiều!
3- Lời Tựa, *Tự Vị Thế Kỷ* (Los Alamitos CA: Xuân Thu, 1990), tr. V.
4- Xuân Vũ. "Tựa". *Đỏ Và Vàng* (Los Alamitos CA: Xuân Thu, 1990), tr. 10.
5- Trích giới thiệu của Xuân Vũ ở đầu tập 3. *Văn Nghệ Sĩ Miền Bắc Như Tôi Biết* (Los Alamitos CA: Xuân Thu, 1998).
6- "Thư Cho Lộc". *Nghe Mưa* (Los Alamitos CA: Xuân Thu, 1989), tr. 243.
7- Kiệt Tấn. *Việt Nam Thương Khúc* (Paris: An Tiêm, 1999), tr. XIII.
8- Sđd, tr. XIX.

8-8-2000

14

NHÀ THƠ HẢI NGOẠI

Cao Đông Khánh,
ngọn lửa cuồng của ngôn ngữ

Thơ Cao Đông Khánh xuất hiện khi làn sóng thuyền nhân lên cao độ những năm 1980-1981, khi lương tâm nhân loại phải đương đầu với thảm kịch thuyền nhân Việt Nam, khi những tuyên truyền khuynh tả và chủ nghĩa bạo tàn đã để rơi mặt nạ! Thủ phạm đã rõ nhưng nạn nhân cũng đã quá nhiều, hàng trăm ngàn người trong số gần hai triệu thuyền nhân rời bỏ quê hương đã không bao giờ đến bến. Họ, những thảm kịch mà công luận quốc tế cuối cùng đã biết đến, đã nhìn thấy, họ đã bỏ mình nơi biển cả, trong rừng sâu, vì bạo lực, vì bất nhẫn của người đối với người, ... Cao Đông Khánh là thuyền nhân, ông đã sống cái bi trạng đó và ông đã dùng thơ để lên tiếng, như Trường Ca Vượt Biển:

"như vậy đó, biển hàng ngày tăng trưởng
biển mọc trong đầu biển khắp tay chân
biển xót xa em từ cái răng cái tóc
con mỹ nhân ngư này tên gọi thuyền nhân"
(Tạm Dung, *Lửa Đốt Ngoài Giới Hạn*, tr. 91)

"... em nói, chồng em chết tù cải tạo
những đứa con ngọc ngà chết ở biển đông
còn đứa trẻ khôi ngô này, sinh ở trại tị nạn
cha nó đang làm hải tặc Thái lan..."
(*LĐNGH*, tr. 164).

Đối với Cao Đông Khánh, biển đã trở nên cuộc đời, đã thành ám ảnh, nhà tù:

> "... Để anh nhắc ngày anh ra biển
> chặt một chân để lại làm tin
> hãy xẻ khô cất làm lương thực
> em ráng sống giùm anh nghe em
> nghe đó em người làm nhân chứng
> tình yêu này như hỏa diệm sơn
> Để anh kể cho em tưởng tượng
> một đêm, gió khô hết hơi thở
> người chết dưới biển lên đảo viếng thăm ..."
> (Đường Ngô Thị Tâm, *LĐNGH* tr. 100)

Bài Trường Ca Vượt Biển, ra mắt trên tạp chí *Quê Hương* tháng 1-1980, đã như một tiếng kêu thương nhức nhối. Nhưng rồi nhà thơ đã dành cho tình yêu một chỗ lớn, xuất bản *Lịch Sử Tình Yêu* năm 1981 (1) và 15 năm sau những thống khoái cuộc đời, đã trở lại với tuyển tập *Lửa Đốt Ngoài Giới Hạn* (2). Tình-yêu được đặt trong hành trình cuộc đời một đời người Việt từng sống những thăng trầm của sinh mệnh đất nước và dân-tộc: đi lính, bị thương, du học Hoa-kỳ, hồi hương và ở lại với Việt-Nam bị cộng sản miền Bắc xâm chiếm, rồi làm thuyền nhân, sống hết mình đời lưu vong và sống trọn vẹn với văn-chương rồi vĩnh viễn ra đi vì bệnh tật.

Nhìn chung, thơ Cao Đông Khánh là một bản trường ca về của những thống khổ của thấu hiểu cuộc đời và chân lý giới hạn, cái tri của một người sống nhiều mà lịch lãm cũng lắm! Những trường ca của Cao Đông Khánh (như Anh Hùng Mạt Vận hay Di Tản America mỗi bài dài trên 200 câu) làm chúng tôi liên tưởng đến bài hành Khúc Đoạn Trường của Cao Vị Khanh (3), nhưng cái đớn đau của họ Cao sau hiền hòa nhẫn nhục hơn. Có thể vì méo mó nghề nghiệp gõ đầu trẻ chăng? Cao Đông Khánh "hét" lớn, liên lũy, với những lời lẽ rất thường nghe ở đầu đường, xóm chợ, những bộ chữ của chị bán chè hoặc anh hùng dao búa, những tay hảo hớn, xếp xòng hay dân nhậu nhẹt, lê la, ... có lúc trơn tru, có lúc lại chát chúa và cả ồn ào! Dĩ nhiên cũng khác Kiệt Tấn, cũng bi hận nhưng thâm trầm hơn với trường thi *Việt Nam Thương Khúc* (4).

Lửa Đốt Ngoài Giới Hạn gồm 15 chương thơ sáng tác trong hai thập niên, từ 1976 đến 1996, theo biến chuyển của các biến cố liên hệ đến Việt Nam. Như chuyện dài một người Việt ở những năm cuối một thế kỷ. Tập thơ nhiều thể loại, từ lục bát đến thơ văn xuôi, cách tân ở dụng thanh âm và ngôn từ sử-dụng của một Nam kỳ Lục-tỉnh bình dân nhưng có khi phù thủy mạnh mẽ như nước sông Cửu Long trước khi đổ ra biển: thơ Cao Đông Khánh viết để được đọc lên và được nghe, thơ tâm sự với người!

"sài gòn chợ lớn như mưa chớp
nát cả trùng dương một khắc thôi
chim én bay ngang về xóm chiếu
nước ròng ngọt át giọng hàng rong
hỡi ơi con bạn hàng xuôi ngược
trái cây quốc cấm giấu trong lòng
hỏi thăm cho biết đường ra biển
nước lớn khi nào tới cửa sông?
sài gòn khánh hội gió trai lơ
khi ấy còn tơ gái núi về
đào kép cải lương say tứ chiếng
ngã tư quốc tế đứng xàng xê
gánh nước nặng hơn vác thánh giá
má đỏ hình như rượu mới nồng..."
(Sàigòn Rồng Bay Phượng Múa, LĐNGH, tr.56).

Những *con bạn hàng xuôi ngược, con bạn thời sinh tử, chiếc ghe bầu khẳm héo hon*, ... nghe như gần gũi mà như xa, như đã mất! Qua những địa danh là những chuyến du hành từ quá khứ, từ bên kia vùng ý thức, là những cuộc trốn chạy trong cơn lên sốt để khám phá ra rằng trần thế hãy còn sống động, lúc nguy nga lúc tàn tạ!

"... Nơi em ở đó lâm li tình ái, mà, em nỡ bỏ đi, không ai có thể hiểu nổi. Cái trái ô môi đậm đà hơn đường mật, cái thơm cái khóm ngọt ứng màu phèn, cái xe thổ mộ rềnh rang lục lạc, cái con nhỏ hồi xưa tóc cài hoa thiên lý, mà, lý em về dọn dẹp hồi xưa, dọn anh ra khỏi quốc gia, dọn Việt Nam ra hải phận quốc tế.

"Anh mang khối tình còn e lệ đi chu du.

"Trên núi mây ngũ sắc, ngoài biển gió mưa hòa thuận anh gầy lại miếng đất thân sinh, lập trang trại gia bảo. Anh chọn con ngựa trong mười hai con giáp, anh tra khớp bạc, anh thắng kiệu vàng, anh phi nước kiệu đưa nàng đi thăm cổ tích, có chiếc lá rơi biến thành chim vành khuyên đậu trên vai người hóa đau" (Bầy Ngựa Văn Hóa).

Những bất ngờ tình ý, hình ảnh. Quá khứ thơ mộng trộn lẫn hiện tại lưu vong:

"... sài gòn gia định em vô trước
qua ngã cầu bông mới tủi thân
chiếc xe đò cũ như chùa miễu
chở hết vàng son tới ủ ê..."
(*LĐNGH*, tr. 57)

Cao Đông Khánh làm thơ xuôi và thơ tự do, cái tự do phóng túng mà sinh động, xuôi chảy của những cái trục trặc cuộc đời - trục trặc tiếp nối nhau thành như xuôi chảy tự nhiên! Nhà thơ thổi vào những câu nói và chữ dùng của dân gian vùng Sài-Gòn và lục tỉnh, làm chúng sống động, có hồn ra, và có cá tính! Cao Đông Khánh có tài hà hơi, đem tinh khí đến chỗ chết chóc, ù lì, dung tục.

Ông có những chữ dùng mới của riêng ông: ngôi nhà cảnh thạnh, hoa cổ tích, miếng ăn tình tứ, ... Cao Đông Khánh tân kỳ hóa cả thơ cũ, lời xưa, chữ dùng quen,.. thành của riêng Cao Đông Khánh! Tiếng vọng dân ca, ngày đã xa hay hôm nay anh nhìn ngắm người tình! Nói đến người đẹp:

"Nàng có chất rượu trong chiếc kẹo bọc chocolate, có đôi mắt tròn như biển xanh ở chính giữa trời mây trắng, có đôi chân khép nơi chỗ ngồi, hở nơi chàng nằm, có ngày thong dong như sóng nước, có đêm nhẹ như cánh diều bay, có kiểu đi chân không, có dáng mang guốc cao gót, có cách mặc áo dài, có điệu mặc quần jean, ...

Lê thị Vân Nga như tiếng hát ngoài vô tận, nàng ở không gian ngoài, ngoài bất cứ mọi dèm pha; nàng ngây thơ đối với mưu lược, nàng trinh tiết trong đời tình; nàng thông minh trong định ý, (...). Nàng có thân thể của cỏ non mọc trên ngọn gió có cánh tay dịu dàng trồng tỉa văn minh.

(...) Tháng Bảy dài hơn hết, tháng Bảy nhớ thương hơn hết, tháng Bảy trời mưa ấp ủ hương hoàng lan. Tháng Bảy của nàng ẩm con về Đà Lạt, tháng Bảy chỉ có người đi mới hiểu vì sao. Tháng Bảy vì sao có một người biết hơn ai hết, những tháng Bảy trời cao trời thấy ra sao?" (Lời Thống Trách Của Kẻ Ở, tr. 61).

Người nữ, mà chân dung, diện mạo đã và sẽ đè nặng trên từng bước đi chu du của người lữ thứ, ở những thành phố dù xa lạ, cả khi mặt trời lên cao và biển mở rộng!

Thơ xuôi, thơ với lời thống trách, kể lể, thơ tính nằm ở âm hưởng của lời, ở âm vang của ý. Những lời tuôn, đi mãi, xa mãi,,,! Lời ẩn mật như để nói riêng, tâm sự riêng với người xa khuất. Nhà thơ sống chết với người đẹp, một người nữ nào đó ông đã phải thốt:

"... Anh cung kính biết bao nhiệt tình
thờ phụng thần tượng: Em
Người đàn bà lãng mạn cuối cùng của thế kỷ"
(Trăng Trong Vịnh Frisco)

Biển, nước, ... vẫn là nỗi ám ảnh khôn nguôi trong thơ Cao Đông Khánh, cả khi nhớ người tình:

"Đêm. Gió, Cây. Trời. Hồn nhiên
tình cờ ngọn lá quạt giọt nước nhẹ khắp
nơi nào cũng nhớ em như nhớ nhà
Nhớ em như nhớ nhà ..."
(Từ Nơi Yêu Dấu, *LĐNGH*, tr. 5)

Tình yêu đi với tình quê hương và thân phận lưu đày. Lời thú "Anh nhớ em như nhớ nhà em ơi". Còn bi ai nào hơn! Cả khi đi vào hết bài thơ với những nhung nhớ,ù những chi tiết tình ái tầm thường đã làm nên hạnh phúc hay đau khổ tiếc nuối "Cố nhiên điều anh nói chẳng ai tin, kể cả, khi em lang chạ với người đàn ông đó cùng một kiểu như với anh...".

Cuộc đời với những trận cười bên chai rượu, với những tiếng súng trận địa, với những con người bày vẽ nhân đạo, ...

"mới chín tới chia hơi cần sa tâm huyết
mùa hè 70 máu chảy đỏ hòa bình
em ở Berkerley hay ở Massachussetts
thuở xuân thì cổ võ kẻ xâm lăng .." (tr. 130).

Cao Đông Khánh làm thơ như say sóng vô tận với rượu nồng và thuốc lá Bastos xanh

"như cá nước ngọt theo cuồng lưu ra biển
tìm về bất kể nơi nào hợp thức tâm cơ..."
(LĐNGH, tr. 85).
"... ta chia sớt với em một gian phòng khách
ta đeo tượng phật cười em đeo chúa đóng đinh
em pha tách cà phê ta đốt điếu thuốc cuối
trong cái gạt tàn đầy tro bụi riêng "
(LĐNGH, tr. 298).

Nhà thơ sống tận cùng cuộc đời, dan díu với từng nét riêng, từng nét thấp. Sống bình dân để viết nên những lời quần chúng cận nhân tình đọng chất thơ. Bóng cuộc đời xô bồ, ồn ào dàn trải trên những ý thơ, thứ thơ từ cõi sống đi ra và sẽ trở về nơi ô trọc. Đời, với Cao Đông Khánh, là một trò chơi lớn, nơi đó có rủi may định mệnh, có con người, có tình yêu và cái chết!

Cao Đông Khánh như muốn tạo một ngôn ngữ thơ mới, đặc biệt của riêng Cao Đông Khánh, ngôn ngữ đặt thơ ở chân tường những ảo tưởng và son phấn, là đi vào lòng cuộc phiêu du lớn, là để cho tiếng nói phát biểu bí ẩn riêng của chúng. Với hai tập thơ đã xuất bản, người thưởng thức thơ phải đối đầu với một thi ca muốn cuộc đời chiến thắng bởi tàn khốc của cái chết. Thơ Cao Đông Khánh không phải là văn chương mà trước hết đã là Ngôn Ngữ và Tiếng Nói. Thật vậy, người đọc thường phải đương đầu với một ngôn ngữ quá đà, thô tục, một ngôn ngữ tuyệt vọng nảy sinh tiếng cười khinh mạn, châm biếm; những thành ngữ bẻ cong bẻ ngược như tiếng lóng trao đổi ở đầu đường "vô nghĩa". Dùng tiếng nói để cụ thể tiếng lòng của người thơ, để đến với người thưởng thức thơ. Thơ đưa người đến gần nhau, đẩy người tâm sự và cả âu yếm với người. Hoa gấm đã là quá khứ, vậy sử-dụng những tầm thường mà sinh động, để vang lên tiếng vọng từ tâm thức nhà thơ. Thơ Cao Đông Khánh phải đọc lớn tiếng và nếu được, trước người khác, hình như mới hay, vì với Cao Đông Khánh, ý của ngôn ngữ chính là ở ý của lời nói. "... Bài thơ bỗng rưng rưng / lời mặc khải viết xuống thành chữ / chữ hiện hình xinh đẹp " (*LĐNGH*, tr. 289). Mỗi bài thơ là một chuyến đi chơi xa trong tiếng nói. Với chiếc xe tùy thân, chuyến đi xa mỗi người làm lấy ngay trong chính thân xác không bất tử của chính mình! Thành thử hay ở ngoài, như "tiếng hát ngoài vô tận, nàng ở không gian ngoài, ngoài bất cứ mọi dèm pha", như lửa đốt ngoài giới hạn!

"Những chuyến xe vẽ hoa chở chuyện ân ái
trên gò má em xâm một cánh hoa hồng
chiếc Volkswagen đời 60 có hình nữ phận
chở trăng vào soi cửa giữa giai nhân"
(*LĐNGH*, tr. 130).

"Ra mắt đời sống, anh bước vào hầm rượu mịt mù khói thuốc, nhớ đêm mùa thu lá rụng trong sân trường đại học như bước chân của đám âm binh bước vào thư viện sắp xếp lại kệ sách, nhồi thuốc súng vào mẫu tự rồi chạy táo bạo lộn xộn trong ký túc xá, sử dụng đủ loại nhạc khí khiến cho trái tim em đập theo những nhịp dồn dập, rớt ra khỏi lồng ngực, còn lại, cặp vú mỹ miều bơ vơ; anh say gục xuống" (*LĐNGH,* tr. 172).

"... Chiều trỗ mây âm dương
Khuya ngạc môi son những mặt trời đàn bà
Em phù dung mở cửa. Để đẻ
Cho sướng chỗ em buồn..."
(Trăng Trong Vịnh Frisco).

Ở Cao Đông Khánh có ẩn ngữ của cuộc đời mới, sau những khổ ải vượt biển, vượt biên, nay hiện diện ở khắp Americas. Đời như một trò chơi vừa khốn kiếp vừa bi hài. "... Tháng 6 trên bãi biển nắng mưa tôi làm người ngoại quốc, tôi nói Anh ngữ với người bản xứ rất vui. Người ta hãm hiếp đàn bà của tôi, thử cho biết mùi trái cây lạ... " (*LĐNGH* tr. 118).

Những lời những chữ mà nhiều người đọc không chấp nhận là thi ca, lên tiếng phản đối ồn ào một thời, thời họ Cao xuất hiện trên trường thơ hải ngoại. Họ nhân danh một truyền thống, một "văn hóa" đã quen!

"...Trên nóc cao ốc trùng trùng đàn ông. Chót vót
điệp điệp đàn bà. Cái Lớn. Cái Bé

Những bái vật muôn năm nằm trong gốc gác con người
Cái Răng. Cái Tóc. Cái Lồn. Cái Hồn Vía còn tươi
Kẻ di tản đã ra khỏi đường chân biển
Và bao nhiêu đường chân trời. Không ai nhớ rõ
Đi hết ánh sáng. Đốt lửa ngoài giới hạn..."
(Cánh Đồng Trầm Thủy. *LĐNGH*, tr. 311)

Ở những chỗ Cao Đông Khánh dâm hóa con chữ, ngôn ngữ trở thành không gian nơi đó nhà thơ vật lộn đê mê với xác phàm, như cái khoái lạc chiếm hữu thân thể người nữ. Ở đây người nữ đồng nghĩa với thơ, cả hai chia xẻ ảo tưởng và ám ảnh của nhục dục, cái giác cảm đối đầu với quá quắt là cái đem lại sự sống hoặc chết. Thành thử nhà thơ như không có lựa chọn nào khác là chụp lấy cái Chân lý từ thân xác, là dựng nên một vở kịch nơi đó ngôn ngữ đến gần tiếng hò hét. Thơ với người nữ làm một, từ hơi thở, mùi vị đến cả thịt da, cử động. Khoái lạc nhục dục của con chữ trong những hành cử yêu, ghét, làm tình, ... và thơ bị tàn sát khiến phải kêu lên rằng đang chết trong khoái lạc. Nhà thơ thu nhỏ thi ca lại trong sự thật trần truồng khi đối đầu chúng với cái chết! Phải chăng đó là lý do những phê phán Cao Đông Khánh "tàn diệt" ngôn ngữ thi ca?

Văn chương nói rốt cùng là ở trong cách thể hiện, cái cách xuất phát từ cái tay hay cái đầu hoặc con tim? Cái tay là cơ quan hành pháp của ngôn ngữ, cơ quan khích động và đòi hỏi hành động! Với Cao Đông Khánh, thơ thành công khi khiến người đọc thơ cảm nhận có bàn tay đó, có cú đấm, làm chết, làm động lên khiến nhạc tính xuất hiện và con tim bị động! Thơ ông động đến bàn tay, và đòi hỏi hành cử, dù tâm sự lúc đó nhão mềm. Bàn tay để đụng chạm và nắm bắt. Đụng chạm dưới nhiều hình thức từ chạm đầu ngón đến vuốt ve mơn trớn, mong hoán đổi nhịp con tim. Nắm bắt vì chạm đến tột cùng của ý thức, của cảm giác. Thơ với Cao Đông Khánh là chất men say con người, một thứ "hữu thể" dễ bốc hơi từ hiện sinh và thân xác, là hơi thở của "ngôi nhà nhẹ nhõm", của thể chất cõi đất, tức là chính mỗi con người. Qua lời, qua tiếng nói, người thơ hiện hữu. Ngôn ngữ lại có bộ nhớ dù chúng luôn chạy trốn, luôn chảy, bay mất. Lời thơ chen lấn trong tôi và bản chân diện mục tôi, giữa tôi và thế giới, giữa tôi và người khác. Thi cách cũng là một biểu hiệu nhân sinh quan, với Cao Đông Khánh thì đã quá rõ!

Và Cao Đông Khánh đã mở đầu một trong những bài thơ sau cùng:

"*Hắn đã đến. Đã ở. Đã đi*
Trống thêm một chỗ trống..."
(Trăng Trong Vịnh Frisco)

Chú-thích

1. Cao Đông Khánh. *Lịch Sử Tình Yêu*. Garden Grove, CA: Nhân Chứng, 1981. 136 tr.
2. *Lửa Đốt Ngoài Giới Hạn*: thơ tuyển chọn từ 1976-1996 của 1 người là Cao Đông Khánh. Houston, TX: Tác giả xb, 1996. 314 tr. Phần lớn của tập *Lịch Sử Tình Yêu* được in lại trong tuyển tập mới này.
3. Cao Vị Khanh. *Lệ Từ Nét Ngang*. South Boundbrook NJ: Thư Ấn-quán, 2001. Khúc Đoạn Trường (tr. 11-68), viết theo thể song thất lục bát, 155 đoạn 4 câu.
4. Kiệt Tấn. *Việt Nam Thương Khúc*. Paris: An Tiêm, 1999. 144 tr. Gồm 3100 câu.

21-11-2001

Thơ Du Tử Lê

Nhà thơ Du Tử Lê (1942-) suốt hai giai đoạn văn học, miền Nam 1954-1975 và hải ngoại, đã có những đóng góp trong việc cách tân, thử nghiệm làm mới thi-ca qua chính sáng tác của mình, nhưng sự đón nhận hình như không được đồng đều và không được giới làm văn học nói đến một cách công bằng. Trước 1975, ông được giải Văn học nghệ thuật toàn-quốc năm 1973 với một phiếu đa số, theo báo chí thời bấy giờ thì hội-đồng truyển-trạch môn thơ thích thi-ca có vần điệu hơn là những cách tân kiểu của ông trong tập *Thơ Du Tử Lê* (1). Bộ *Văn Học Miền Nam* của Võ Phiến chỉ có nhắc qua loa tên của Du Tử Lê hai lần, trong khi một bài thơ của một nữ sinh đăng báo Tết của một trường trung học ở cao nguyên đã được Võ Phiến ghi nhận như một đóng góp đáng ghi vào văn học sử (2). Bù lại, từ hai thập niên trở lại đây, đã có những nghiên cứu, trình bày và giới thiệu thơ ông. Trong số những nhà thơ Việt Nam hiện đại năng nổ làm mới thơ, Thanh Tâm Tuyền nổi lên một lần với thơ Tự-do trong một khoảng thời-gian ngắn rồi ngưng và sau trở về nguồn, Du Tử Lê đã liên tục thử nghiệm, canh tân, suốt cuộc đời làm thơ và có vẻ không lùi bước! Ông muốn làm mới ngôn ngữ, biến hóa cấu trúc, cách đặt câu, chấm câu, làm mới cách diễn tả thơ (và văn) trên trang giấy, đem thị giác mới đến với thơ.

Thơ Du Tử Lê (1964), tác phẩm đầu tay của ông, không gây tiếng vang, tập thứ hai, *Tình Khúc Tháng Mười Một* xuất bản năm 1965 và thứ ba, *Tay Gõ Cửa Đời* (1967), bắt đầu gây chú ý, cho người thưởng ngoạn một số dấu chỉ rằng nhà thơ họ Lê muốn khai phá một con đường thi-ca khác lối đã quen, ở ngôn ngữ, ở cách diễn tả và ở những bất ngờ tình ý:

"tôi từ đó nhỏ nhoi như châu chấu
như cào cào vỗ cánh chả bay xa
người yêu tôi là thảm cỏ mượt mà
khi tôi đậu nàng uốn mình cảm động
(...) tôi từ đó khật khừ như bọ ngựa
tình đam mê không dấu nổi mọi người
hồn đắm đuối làm sao che sự thật
tôi từ đó ải dòn như củi mục
như mảnh bom miếng đạn vỡ trên không
người tôi yêu đêm nước mắt đanh tròng
tôi chợt nhớ từ lâu đã già trước tuổi"
(Giao Khúc Tháng Sáu, Tình Khúc Tháng Mười Một).

Tập thứ tư, *Thơ Du Tử Lê 1967-1972* xuất bản năm 1972 được giải Văn học nghệ thuật năm 1973. Tập gồm những bài thơ đầy bi phẫn đối với cuộc đời, cuộc chiến, tâm tình chán chường - những "con vi trùng không tên / đục rỗng tôi tự đó .." (tr. 109), tình ái bi luỵ hoặc hồn nhiên cao cả, tình riêng nhẹ bên cạnh tình quê hương đất nước. Bài Vở Lòng Cho Một Người Con Gái Mỹ nói lời tuyệt biệt người nữ Donna, như một khẳng định một chỗ để Về - trong vế Đi với Về, một ý thơ thân thương của ông: "Không bao giờ đâu Donna, Donna / dù anh có yêu em / hơn bất cứ một thứ gì trên đất Mỹ / thì anh cũng vẫn trở về / anh vẫn phải trở về quê hương anh ..." (tr. 71).

Tập thơ cuối xuất bản trong nước, *Đời Mãi Ở Phương Đông* (1974), đã cống hiến cho người thưởng ngoạn nhiều bài thơ hay và sau này được phổ nhạc. Có thể nhờ tình yêu, nhà thơ lạc quan hơn dù nỗi đau chung, thân phận chung vẫn không thoát khỏi được. Có những vần thơ tình yêu trẻ trung:

"Khi ta đến nhỏ ở đâu hỡi nhỏ
dưng lòng ta suối bỏ núi qua rừng
thương mắt nhỏ bóng chim buồn ngủ đó
tiếc gì nhau? đời kể đã như không ...".

Ra hải ngoại ông liên tục sáng tác và xuất bản các tuyển tập thơ: *Thơ Tình* (1984) gồm những sáng tác thời 1976-1984, *Ở Chỗ Nhân Gian Không Thể Hiểu* (1985-1989) với phụ tập trường khúc *Mẹ Về Biển Đông* (1989), *Đi Với Về Cùng Một Nghĩa, Như Nhau* (1991), *Chấm Dứt Luân Hồi: Em Bước Ra* (1993), *Sông Núi Người Thơm Nỗi Nhớ Nhà* (1996), *Vì Em, Tôi Đã Làm Sa Di* (2001), ... Ngoài ra ông còn xuất bản những tuyển tập thơ song ngữ hoặc dịch ra tiếng Anh, như *Nhìn Nhau Chợt Thấy Ra Sông Núi* (1994), *Chỉ Như Mặt Khác Tấm Gương Soi* (1997), *Hoa Nào Tin Quả Đắng Đến Không Ngờ!* (1999), *Mẹ Về Biển Đông*, v.v. cũng như nhiều CD nhạc phổ thơ ông và một số tiểu thuyết, tuyển tập tùy bút, hồi ký và truyện. Các bài viết về Du Tử Lê và tác phẩm của ông được thu góp và in thành tuyển tập, những *Du Tử Lê Tác Giả Và Tác Phẩm*, đã ra đến tập thứ IV (2000), loại tuyển tập trước và sau ông ở hải ngoại có Nguyên Sa, Luân Hoán và Thái Tú Hạp.

Cách-tân thơ

Nhà thơ Du Tử Lê thử nghiệm một số biến cải thể loại *lục bát* mà ông đã bắt đầu trước 1975, ở hải ngoại ông đi xa hơn và lập luận làm nền cho chủ trương của mình. Trong bài viết "Vài nỗ lực canh tân thể Lục bát và quan niệm hoán vị / Conversion Concept" (3), Du Tử Lê cho rằng đời sống hiện nay như những mảnh vụn, nên sử-dụng những dấu chấm, phẩy để cắt vụn câu thơ. Chủ trương tiếp là dùng dấu gạch chéo slash / tức gạch đi tới trước, còn để cho phép người đọc đổi vị trí chữ theo ý riêng. Đây là ý niệm hoán vị (conversion concept) làm nhịp đi của câu thơ được ngắt lại; tính và chiều đi tới của câu thơ được cởi bỏ để thơ có tự do chuyển động hai chiều và hoán vị, - tức "thay đổi vị trí trước đây vốn cố định", người đọc tự do đổi vị trí các chữ hoặc nhóm chữ đứng trước gạch chéo đến một vị trí khác trong câu thơ nếu muốn. Với ý sau này, ông tạo cơ hội cho người đọc thực sự trở thành tác giả thứ hai (4). Du Tử Lê chủ trương gạch slash / nói là để tạo cảm thông, chia xẻ; một chữ hay một nhóm chữ sẽ hoán đổi vị trí trong câu, di chuyển theo hai chiều thuận nghịch. Tiếp đó, ông đi xa hơn nữa khi đề nghị đổi Chủ thể (Subject) với Khách thể (Object) về ý nghĩa trong câu viết. Ông dẫn thử nghiệm trong *Sông Núi Người Thơm Nỗi Nhớ Nhà* là tập có nhiều áp dụng này:

"tình yêu / đường xá / ghế, bàn / ngọn đèn / đêm tối:
hát cho tôi nghe
bởi chúng thấy tôi
vật lãng quên, lớn nhất" (tr. 83).

Cuối cùng là chủ trương thay-thế giới-tự (preposition) với thí dụ "Rừng / tôi / sâu / thở / nốt chân trời" (Chấm Dứt Luân Hồi: Em Bước Ra), trong đó ba chữ Tôi / Sâu / Thở có thể đổi vị trí để thành những câu và ý nghĩa khác câu nguyên bản.

Để ngắt lại nhịp đi của câu thơ và cách tân lục bát, ông chủ trương sử-dụng các dấu có sẵn như phẩy, chấm, để tạo cho câu lục bát những "nhịp lẻ, nhịp chỏi" khác thường và bất thường khác nhịp đã quen - nghĩa là đều, chẵn và cân đối. Kế đó là ý kiến "chẻ chữ để thêm nghĩa" như đau, khổ; buồn, rầu; như "chia, ly; khô, héo": "Sương, trần thân mây chia, ly / nhập chung nỗi chết: sầu khô, héo về" (Khúc 19 Tháng 9, *Chấm Dứt Luân Hồi: Em Bước Ra*, tr. 50). Thứ ba, bỏ âm trắc ở chữ thứ tư, ... mà câu tiêu biểu thường được nhắc nhở là "tôi Lê. Lê. Lê. Lê nào?", ở đây câu sáu chấm dứt bài Tôi Nào? (*Sông Núi Người Thơm Nỗi Nhớ Nhà*, tr. 112). Hay:

"Và, ngày cù sương: bay lên / nắng thâu phế liệu; em truyền nhiễm, thơ / (...) và chiều cù ta: chìm, rơi / ai /vai / bồ tát / tim / ngồi ghế sau" (*Sông Núi Người Thơm Nỗi Nhớ Nhà*, tr. 60).

"... tôi ngồi, lưng mỏi thân xiêu
nhủ tôi cơm áo còn nhiều đắng cay
tôi ngồi, tôi gọi: Lê ơi
bỗng nghe tiếng vọng từ đồi nghĩa trang
tôi ngồi, tôi ngắm tôi tan,"
(Khi Trở Lại Làm Việc Ở Collins Radio, *Thơ Tình*).

Bài thơ chấm dứt ở câu sáu và với dấu phẩy.

Ngoài thể lục bát, họ Lê thử nghiệm cả cho những thể *thơ tự do* hoặc *bảy chữ* (chân tiếng), như biến đổi với cách ngắt câu, chấm câu, dùng dấu gạch ngang, gạch nối và những ngoặc đơn:

"riêng em biết: tôi, đêm và quá khứ
đã chia thành trận tuyến mỉa mai
biển ký ức lồi, cong: người cận ảnh
lá / hình dung / cây /: - chỗ kín nào?
riêng em biết: linh hồn tôi khẩm nước
thuyền / thịt xương khôn chở hết chiều, / bầm/ (...)"
(Riêng Em Biết: Tôi Chưa Hề Có Tuổi Khi Yêu Người Tôi Mới Lớn)

"(. ..) ai nhan sắc? - Cầm trên tay Thánh Giá
trả Giáo Đường câm lặng, tắt theo kinh
đôi hàng ghế uy nghiêm chờ hối cải
cửa tôi buồn. Bưng bít. Phúc Âm
ai nhan sắc? - Như một lời chúc phúc
giữa-chiều-em: quân dữ bỗng quy hàng
tên ngoại giáo gửi xác, hồn lại Chúa
đưa nhau đi: dựng một Giáng Sinh, nàng".
(Đưa Nhau Đi: Dựng Một Giáng Sinh, Nàng).

Họ Lê áp dụng *thơ "biến dịch"* (interactive poetry / self-serve, một cách nói khác của hoán vị) ở lục bát vô các thể loại khác, để ngắt, đổi vị trí các chữ trong câu, để có thể có nhiều cách đọc ngược xuôi khác nhau:

"Mây kiệt sức kéo chiều lên đỉnh núi
Mặt trời rơi, hẫng, nhớ nhung / đen /
Cát xúc động xô sông về / mắt / cuối /
Sóng lênh đênh / oải / muộn / lãng quên, quen.
Dẫu điểm đứng chỗ nào trong vũ trụ
Em cách gì một lúc: - ở hai nơi
Chỉ tôi biết: - tôi vô cùng loãng, nhẹ
Sống phân thây từng miếng / vụn / hôi / mùi
Búp nghi hoặc: - có chăng đời lá: chết!
Hoa nào tin quả đắng đến không ngờ...".
Hoặc: "em, thanh tẩy: mối sầu / tôi / đóng váng
như môi người thánh hóa tiếng kêu, riêng
ngực thánh hóa một lần, tôi, sáu ngón
ấu thơ trôi, tay ở lại lưng, gần

Em, thanh tẩy: cây đời / tôi / giả dạng
(như vai người mang nắng, biển đi, xa)
(...) em thánh hóa tim tôi: bằng hạt lệ"
(Khúc Tháng Sáu).

Các dấu /: - ( ) , của Du Tử Lê là một thử thách cho người đọc - tức không phải là tác giả! Cũng như tựa đề nhiều bài thơ mà thứ tự đứt đoạn, viết tắt, danh xưng người được tặng gửi cũng nhảy nằm trên tựa!

*

Nhìn chung, các hình thức mà Du Tử Lê thử nghiệm chưa đủ thuyết phục giới thưởng ngoạn thi-ca, ngoài lối châm câu bất ngờ và sự sử-dụng những dấu gạch đi tới / . Thơ là một văn bản, một toàn thể, do đó có thể tạo thành với ý, nhạc tính và cả thị giác. Những thử nghiệm của Du Tử Lê nhắm cải đổi *chân điệu* (âm-điệu, pied rythmique) và số tiếng (âm-tiết, *chân tiếng*, pied-mot) trong câu ở thơ cũ vốn đều đặn, nhất định, nay sẽ biến đổi khiến thơ có nét bất ngờ và mới! Xưa nay vần cho âm-điệu, nhưng âm điệu có thể có mà không hẳn cần đến vần, âm điệu sẽ tự do, đa dạng. Một số người làm thơ trẻ thời 1995-96 đã phê bình họ Lê làm xấu phần hình thức với những dấu gạch tới (5). Nhưng nay với những thử nghiệm Tân Hình Thức và thơ cụ thể gần đây, những dấu gạch chéo slash / của Du Tử Lê không còn là trở ngại, nếu không dùng thái quá.

Tiếng Việt có những đặc điểm mà ngôn ngữ nước khác không có. Du Tử Lê cho người đọc cảm tưởng ông dùng ngôn ngữ Việt làm vật liệu để thí nghiệm với cấu từ pháp và tính riêng của tiếng Anh-Mỹ - chúng tôi không tìm thấy dấu vết ảnh hưởng văn hóa và ngôn ngữ Pháp trong thơ ông. Theo thiển ý, ngôn ngữ Việt Nam, nói cũng như viết, đang có một số thử thách và khủng hoảng, vì hoàn cảnh chiến tranh, lịch sử, phân cách địa lý Nam Bắc, trong-ngoài nước. Trong nước áp đặt nhiều từ vựng Trung quốc để diễn tả những chuyện mà tiếng Việt thuần đã có chữ để dùng - y như *Nam-Phong tạp chí* thời thập niên 1930 sử-dụng tiếng Hán bác học để dịch và dùng thay thế những chữ nôm na đã có trong tiếng Việt, đã trừu tượng hóa ngôn ngữ triết và khoa học. Bên cạnh đó, các nhà văn thơ không ngừng canh tân, nghệ thuật hóa ngôn ngữ, nhất là khi vì tình cờ của lịch sử, đã được tiếp xúc với văn hóa bản xứ các nước tạm dung hay quê hương mới.

Du Tử Lê là một trong những nghệ sĩ liên tục thử nghiệm ngôn ngữ thi-ca - cũng như văn xuôi. Nhiều tựa tác phẩm (*Vốn Liếng, Một Đời; Với Nhau Một Ngày Nào; Đi Với Về Cùng Một Nghĩa, Như Nhau; Vì Em, Tôi Đã Làm Sa Di; Em Và, Mẹ Và, Tôi Là Một Nhé; Chấm Dứt Luân Hồi: Em Bước Ra*; ...) cũng như tựa những bài tùy bút, tản mạn của ông - ngoài những dấu chấm, phẩy, gạch còn có những mã hiệu, mã tự viết tắt tên người, khiến không dễ theo dõi, nếu không từ tiên khởi, chấp nhận trò chơi chữ nghĩa của ông hoặc ở trong quĩ đạo ngôn ngữ của ông! Tuy nhiên, Du Tử Lê nhiều khi cố tình ghi dấu chấm ở những tựa đề không cần thiết, như "Yêu dấu, cần chăng, một lời nào, khác, nữa?" (6), nếu bỏ hết dấu, "Yêu dấu cần chăng một lời nào khác nữa?" cũng chỉ nói lên một nội dung mà còn chứng tỏ khả năng gợi cảm và đơn mà đa dạng của câu văn tiếng Việt, không cần chia động từ quá khứ tương lai hiện tại cũng không cần bỏ giống và bỏ số! Cùng trường hợp với các tựa đề Đi Với Về Cùng Một Nghĩa, Như Nhau; Vì Em, Tôi Đã Làm Sa Di; Thơ Tình, Gửi Yêu Dấu, Đầu Thiên Kỷ, Mới ; v.v.! Những dấu phết, hai chấm, ... không cần thiết ở tựa đề. Riêng cái tựa Em Và, Mẹ Và, Tôi Là Một Nhé họ Lê viết cố tình bỏ dấu và từng bị phê sai cả ngữ pháp (7), những kỹ thuật có thể gây ấn tượng nhưng nếu viết không bỏ dấu còn hàm xúc thêm ý nghĩa ba trong một - ông đã đánh mất cái tinh túy đó! Tựa này và tựa *Người Nhón Gót: Thả Điều Chưa Nói Hết*, ... (2002), v.v. thì quả thật, hơi quá! Hơn nữa các bài giới thiệu và phê bình phần nhiều viết sai tựa mà họ Lê đã cố tình đặt cho những tác phẩm ấy! Riêng thử nghiệm thay đổi vị trí tiên khởi để có vị trí mới mang âm hưởng và ý nghĩa khác tùy theo suy nghĩ, ý tưởng của người đọc qua câu thí dụ "rừng / tôi / sâu / thở / nốt chân trời" thì các nhà ngôn ngữ học Việt Nam đã nhiều lần dẫn thí dụ để chứng minh cho sự phong phú và tính hoán chuyển tài tình của ngôn ngữ Việt.

Câu thơ của Du Tử Lê còn thêm khía cạnh vì đánh dấu nhiều, 'hà tiện' chữ hoặc cố tình để dư thừa chữ, có thể vì muốn cách tân nhưng cũng có thể vì động cơ làm dáng, khiến câu thơ trở nên mơ hồ, tối nghĩa hoặc thiếu chất khẳng định - trong các tùy bút và văn xuôi khác, tính chất này còn rõ rệt hơn nữa! Ngoài những bài với nội dung rõ rệt như sẽ phân tích trong phần sau, thơ "cách tân" của ông có thể thích hợp cho thử nghiệm và suy nghĩ làm mới, nghệ thuật thuần túy ai muốn hiểu sao thì hiểu, hơn là thích hợp cho học đường, cho việc nghiên cứu ngôn ngữ Việt - là những môi trường cần mẫu mực! Trong bài "Yêu dấu, cần chăng, một lời nào, khác, nữa?" viết gần đây nhất, 2002, Du Tử Lê tỏ ra lạc quan với các thử nghiệm của ông, nhưng thiển nghĩ, phần lớn các kỹ thuật làm mới của ông sẽ có thể khiến tiếng Việt rỗng nội dung, mất hồn, vong bản và dần mất đi những cái độc đáo riêng của tiếng Việt. Có thể nói ở một trình độ nào đó, chủ trương của Du Tử Lê khiến ngôn ngữ Việt Nam phần nào sẽ trở thành một loại chữ á-rập - ví dụ kinh Coran có nhiều cách đọc và hiểu, người đạo Hồi quá khích sẽ đọc Coran khác Salman Rusdie (*The Satanic Verses*), người trí thức đọc và hiểu khác dân giả chỉ tụng kinh, v.v. Các nhà ngữ học từ trước nay với nhiều phương-pháp và tiếp cận, đều muốn phân tích và hệ thống hóa tiếng nói của người Việt, ngữ-nghĩa và ngữ-dụng đều được xem là quan trọng. Nghệ sĩ và văn nhân cũng như mọi tầng lớp dân chúng, mỗi ngày, mỗi thời đại và mỗi miền, đều đóng góp liên tục cho gia tài ngôn ngữ sung túc và thẩm mỹ hơn. Dĩ nhiên những lập dị, hoặc không được số đông nhìn nhận hoặc sử-dụng, sẽ biến mất!

Những cách tân và thử nghiệm của Du Tử Lê có tồn tại với thời gian không hay rồi cũng như những cách tân hình thức của Nguyễn Vỹ thời tiền chiến và những thử nghiệm của thơ cụ thể, sự vật và Tân Hình-thức của các nhà thơ khởi đi từ hải ngoại cuối thế kỷ XX? Chúng tôi nghĩ Du Tử Lê sẽ còn được nhắc đến như một nhà thơ có nội dung và có thi tính đặc biệt. Một số chủ đề được Du Tử Lê khai thác như đời lưu vong, ánh sáng mãi ở phương Đông, tôn giáo, ... là những đề tài hợp tâm thức nhiều người đọc!

Nội-dung và thi-tính

Từ những năm 1973, thơ Du Tử Lê đã đụng đến *Hư vô*, bằng chứng qua Một Bài Thơ Nhỏ:"Người về như bụi / vàng trang sách xưa / người về như mưa / soi tìm dấu cũ / Tôi buồn như cỏ / một đời héo khô / tôi buồn như gió / ngang qua thềm nhà / thấy ai ngồi đợi / bóng hình chia đôi / sầu tôi lụ khụ (...)". Cuộc tìm kiếm cái Tôi đó, liên lũy: "Như con chim bói cá / Trên cọc nhọn trăm năm / Tôi tìm đời đánh mất / Trong vũng nước cuộc đời. / Như con chim bói cá / Tôi thường ngừng cánh bay / Ngước nhìn lên huyệt lộ / Bầy quạ rỉa xác người... (Khúc Thụy Du).

Hư Vô vì hiểu cả cái Ta chỉ là hạt bụi. Trong cuộc tìm kiếm chính mình, chính bản chân diện mục, cái Tôi sâu thẳm và thực, có khi nhận ra cái Tôi bị động, tan nát, vì tâm động chẳng hạn:

" cõi tôi, cõi nát, cõi tàn
cõi hoang mang, vội, cõi bàng hoàng, qua
cõi vui thân thể cỗi già
cõi lang thang mượn mái nhà hư không
cõi xanh, cõi lạnh, cõi cùng
cõi con muốn bỏ, cõi chồng vợ, xa
cõi em muốn dạt chân về
cõi đau nhân thế, cõi thề thốt, quên
cõi nào, cõi thật, tôi riêng?
cõi đêm máu chảy, cõi thương nhớ trùng
cõi tôi, cõi mịt, cõi mùng
thôi em có ghé xin đừng nghỉ lâu
cõi đời đó, có chi đâu!"
(Cõi Tôi, *Thơ Tình* tb 1996, tr. 139).

Những tra vấn trở thành thường trực, tác giả dùng hình ảnh cụ thể, hiện thực để chạm đến cõi siêu hình:

"tiền thân tôi ở cõi nào
tiếng kêu lay lắt dạt dào lời thưa
bóng ngồi cuối dốc nghe mưa
trên không cánh vạc bỗng ngơ ngác nhìn
(...) hôm nay tôi bỗng nghi ngờ
tiền thân tôi phải bóng cờ trong sương?"
(Tiền Thân).

Kiếm tìm buồn bã đó sẽ ngừng lại ở *Cái Chết*, đề tài đi về nhiều lần trong thơ Du Tử Lê:

"Khi tôi chết hãy đem tôi ra biển
đời lưu vong không cả một ngôi mồ
vùi đất lạ thịt xương e khó rã
hồn không đi sao trở lại quê nhà
Khi tôi chết hãy đem tôi ra biển
nước ngược dòng sẽ đẩy xác trôi đi
bên kia biển là quê hương tôi đó
rặng tre xưa muôn tuổi vẫn xanh rì
(...) Khi tôi chết nỗi buồn kia cũng hết
đời lưu vong tận tuyệt với linh hồn"
(Khi Tôi Chết Hãy Đem Tôi Ra Biển, *Thơ Tình*, tr 94-96).

Một cái chết non, tức tưởi, vì trang sử bị xé, vì cuộc sống đọa đày chịu bao đứt đoạn, chia lìa! Ý thơ lạ lẫm, mấy ai đã dám nói đến cái chết khi đang yêu sống, ngoại trừ những kẻ lưu vong tuyệt vọng. Những dặn dò cho ai không nói rõ, hay cho con người, cho đồng loại, những người cùng thế hệ, cùng chung phần nào quá khứ và thương đau!

Trong tập *Thơ Du Tử Lê 1967-1972* xuất bản trước 1975 có bài Vỡ Lòng Cho Một Người Con Gái Mỹ, Du Tử Lê đã nói lời tuyệt biệt người nữ Donna khi có dịp sang Hoa-kỳ tu nghiệp, tuyệt biệt vì tiếng gọi quê nhà. Nay quê nhà phải tử biệt vì có thể đến chết vẫn chưa có thể quy hồi cố hương. Thành thử sống bí lối, xác thân khi chết may ra có mỗi phương tiện bỏ tro hay bỏ xác trôi hy vọng biển mênh mông sẽ đẩy về biển đông!

Trước 1975, Du Tử Lê đã có một số sáng tác nói đến cái chết như bài Lúc Người Chết trong tập *Thơ Du Tử Lê 1967-1972*, nhưng cái chết ở đó trừu tượng, chung chung, không đặc thù như khi ông viết trong tình cảnh lưu vong tập thể! Nhà thơ bi quan, hay băn khoăn ở vào thế kẹt, đối với người yêu, với đời, ông ngập ngừng giữa Đi với Về qua tập *Đi Với Về Cùng Một Nghĩa Như Nhau* và ở nhiều bài khác!

Tâm thức *Lưu Vong* gắn liền với cái Chết, vì không gian đã khác và thời gian lưu vong trước hay sau gì cũng vậy thôi, cũng cùng hoàn cảnh đổi đời, mất cả quá khứ hay cứ tưởng rằng hãy còn vương vất chút nào đó:

"(...) Chính vì tan tác nên nhăng nhố
đến cả sân chơi cũng bẩn rồi
Cố mà chơi nốt trò chơi dở
đến lúc đi thì đi thảnh thơi.
(...) đừng buồn ta nhé. Nghe, ông bạn
- ta sống như là xác chưa chôn
có đâu tổ quốc mà than thở
ngựa nhỏng bờm bay cùng âm dương
nhớ lấy từng hồi chuông báo tử
rộn rã từ lâu. Đừng giả lơ
thiên đàng? Địa ngục? Rồi sao chứ?
Sống tựa ma hời. Chết cũng ma..."
(Lưu-Vong Khúc, *ĐVVCMN,NN*, tr. 111).

Vui sống sót nhưng buồn nhiều hơn vui, buồn đến trở thành quay cuồng. Trong tình cảnh đó, những hội ngộ bạn hữu là những cơ hội lớn để nhìn thấy lại quê nhà, dù trong đớn đau:

"(...) nhìn nhau chợt thấy ra sông núi
có chút gì nghe rất thốn đau
hẹn bay về chết trong tay mẹ
tổ quốc nghìn năm bỏ được sao?"
(Nhìn Nhau Chợt Thấy Ra Sông Núi).

Nỗi nhớ nhung quê nhà đó sẽ da diết, trong từng sự vật cụ thể, nhỏ nhoi:

"... Nhớ nghĩa trang quê hương bạn bè
Nhớ pho tượng lính buồn se bụi đường
Đêm về theo vết xe lăn
Tôi trăng viễn xứ sầu em bến nào?"
(Đêm, Nhớ Trăng Sài-Gòn).

Hội-nhập trở thành dị ứng với Du Tử Lê, dù ông thử nghiệm và cập nhật thi-ca theo trào lưu Âu-Mỹ. Ông sống quá khứ xuyên suốt qua cuộc đời hiện thực hôm nay!

Tình Yêu là một đề tài lớn đối với Du Tử Lê. Tình ở ông đa dạng, thường trong tình cảnh éo le, bất ngờ. Ở ông, hệ luỵ dục tình có mặt nhưng khá mờ nhạt bên cạnh những cao cả, tuyệt vời của tình yêu. Có lúc nhà thơ âu yếm gọi người yêu là "nhỏ": "Khi ta đến nhỏ ở đâu hỡi nhỏ / dưng lòng ta suối bỏ núi qua rừng ..."; "Anh đã hứa em an lòng hỡi nhỏ / ta sẽ về tới chốn của riêng nhau ..." (Đời Mãi Ở Phương Đông); "... Con sóc nhỏ mang hồn lên núi lạ / ta chim rừng cánh đã mỏi thương đau / hương cỏ dại mát chân người ngà ngọc / em bảng đen vôi trắng giết đời nhau (...)" (Thơ Cho Nhỏ).

Tình yêu nhẹ nhàng, chút ngây thơ, nhiều mộng, với cánh bướm và tiếng con dế hát:

"...Ta ở đó đời ta không có tuổi
em sẽ thành cánh bướm lúc mơ vui
em sẽ thành con dế lúc khuya nguôi
cất tiếng hát ... phân ưu tình ai dang dở"
(Đời Mãi Ở Phương Đông).

Kẻ nói tình tự hứa biến thành ngọn lửa để sưởi ấm người tình và sẽ biến thành vần điệu nếu nàng muốn có thơ tô điểm cho đời:

"... Khi em lạnh tôi biến thành ngọn lửa
củi thương yêu. Than đỏ hực ân tình
em cần thơ cho sáng dậy thơm hơn
tôi lập tức hóa thân thành vần điệu
(...) Hiến Chương viết ngày tình yêu vô lượng
của hai người? - Vâng, của chúng ta thôi
mặc ai cười? mặc ai đó bĩu môi
họ ghen đấy. Bởi em là Thánh Nữ
Ta sẽ chết. Nhưng tình ta bất tử
vì mở đầu nhân loại: cuộc chơi riêng"
(Hiến Chương Tình Yêu Ngày 14-2, ĐVVCMN,NN, tr. 11, 14)

Bên cạnh "cuộc chơi riêng", hiếm, nhưng họ Lê có những lời tình cha con cảm động:

"cho con một góc mộ phần
cõi an vui rất cận gần với cha
cho con một góc mù loà
trái cây nhân thế chát lè môi non

cho con một chút núi sông
(chút thôi cũng đã buồn muôn năm rồi) (...)"
(Thơ Ở Du Và Chó Xù).

*

Đến chốn linh thiêng, thoạt nhìn có người sẽ cho rằng Du Tử Lê ngạo mạn khi thần thánh hóa một số người tình của ông thành "em vô nhiễm", "Thánh nữ", "từ mẫu", "Mẹ" viết hoa, "Bồ Tát", Phật, v.v. Nhưng cũng có thể xem Du Tử Lê là một con người hèn mọn, tội lỗi nhiều do đó đã tìm đến những đấng thiêng liêng, dù có khi hãy để lộ nhiều dùng dằng, phật ý. Nhiều lần ông tự nhận ông là "tên ngoại giáo", kẻ "từ chối chọn thiên đàng", là Giu-đa kẻ đã bán Chúa đổi lấy một nén bạc vô nghĩa và cuối cùng làm "kẻ tân tòng""tôn thờ một Chúa"! Tất cả cũng chỉ vì yêu, qua người yêu! Tình yêu có khi cao cả, quá tầm tay hay không giữ được lâu, thành huyền diệu, cao quý. Nhìn chung, ông có một tâm hồn rất Việt Nam, ở phẩm tính tổng hợp và cởi mở đối với các tôn giáo và giao thương địa lý, nhân tình!

Tuyên ngôn tình yêu thấm đượm tín ngưỡng đã được Du Tử Lê công bố lần đầu qua bài Phúc Âm Nàng trong tập *Thơ Du Tử Lê 1967-72*. Người yêu Thụy Châu đưa nhà thơ đến gần Chúa, qua nhiều chặng tâm linh, từ nhập môn "xin những điều vớ vẩn" quỳ dưới chân nàng thay vì những đấng tối cao hơn, đến chỗ hiểu được thế nào là mầu nhiệm:

"(...) vâng chúng tôi thường gặp nhau vào mỗi chiều thứ sáu
ngày chúa bị đóng đinh
ngày giáo dân không được phép ăn thịt
(để tưởng nhớ đến ngài)
tôi là kẻ đã tự đặt mình ra ngoài vòng tín ngưỡng
nhưng đôi khi cũng bàng hoàng

chợt nhận ra dù mình vô thần nhưng cuối cùng đã mặc nhiên tôn thờ một Chúa:

(...) tôi thích được quì dưới chân nàng
để xin những điều vớ vẩn
(...) tôi không tin thượng đế

nhưng lại chắc một điều là hận thù có thật
cũng như tôi tin nàng tuyệt vời
hơn bất cứ một người đàn bà nào hiện đang có mặt
(...) nàng tin nơi tình yêu
như giáo dân tin nơi phép nhiệm mầu của chúa
hãy tin ôi hãy tin
nước sẽ rút về bờ kia tuyệt vọng (...)" (tr. 50-51).

Đến tập *Ở Chỗ Nhân Gian Không Thể Hiểu*, lời xin đã hướng thượng, tâm linh đã mở, linh hồn đã sẵn sàng, báo trước con đường tâm linh mà nhà thơ sẽ đi, qua những người nữ khác nhau, tiếp nhau:

"Ở chỗ nhân gian không thể hiểu
tôi xin người sớm phục sinh tôi" (tr. 16).
" ... Hỏi Chúa đi, ngài sẽ trả lời
trong tay Thánh Nữ có đời tôi... "
(Trong Tay Thánh Nữ Có Đời Tôi, tr. 71).

Nguyên trọn phần thứ nhất của tập *Đi Với Về Cùng Một Nghĩa, Như Nhau* họ Lê dùng để tung hô Thánh Nữ Ca: "cây thánh giá có một đầu rất nhẹ / Chúa không kêu ai vác hộ bao giờ / em quay mặt khước tình tên ngoại giáo / đâu biết rằng Chúa khổ biết bao nhiêu"(Thập Tự Nàng); ở những dịp khác, là những bài thơ chỉ với tựa đề đã thấy hoặc sự thành khẩn hoặc đam mê dứt khoát: Phúc Âm Nàng, Phúc Âm Ngoại Đạo, Thập Tự Nàng, v.v.

Du Tử Lê đã thi-ca hóa một số quan niệm và hình ảnh tôn giáo, một số biểu tượng, cách sống đạo: phục sinh, thiên đàng, địa ngục, chén đắng, ruộng máu, bánh thánh, Tin Mừng, v.v. Ông đã kéo đạo xuống với con người rất trần tục, những kẻ nòi tình, đam mê! Tro than là một trong những biểu tượng từ Thánh Kinh được ngòi bút họ Lê dùng rất nhuyễn:

"đời muôn cửa tôi chọn về địa ngục
thiên đàng em bỏ lại đã hoang tàn
ai nắng gió trên cảnh đời kẻ đó?
Mà tôi ngồi điếng lặng giữa tro than"
(Thơ Ở Tro Than, *ỞCNGKTH*, tr. 26).

"trên tay Chúa dấu đinh người bị đóng / cuối đời tôi than củi đã thành tro / em chẻ nhỏ khối tình tôi lỡ gửi / nhóm nổi không một ngọn lửa oan cừu..." (Thịt Xương Tôi Đấy Xin Người Nhận, *ỞCNGKTH*, tr. 109).

"em vô nhiễm. Bị đinh đời đóng suốt
bởi chọn tôi, một kẻ giống Giuđa
tôi bán mình, nhưng không bán thiên thu
hồn ẩn mật đã gửi người trước đó ..."
(Hồn Ẩn Mật Đã Gửi Người Trước Đó, *ỞCNGKTH*, tr. 114).

Chúa như một bảo đảm cho con người không chỗ bám víu. Hết hỏi người tình hỏi Chúa thì khi trầm lắng vẫn là Chúa như đảm bảo cuộc đời:

" Hỏi Chúa đi rồi em sẽ hay
tôi buồn như phố cũ như tay
bàn chân từng ngón ngưng không thở
lạc mất đường đi tạnh dấu bay
Hỏi Chúa đi, ngài sẽ trả lời
trong tay Thánh Nữ có đời tôi... "
(Trong Tay Thánh Nữ Có Đời Tôi, *ỞCNGKTH*, tr. 71).

Nơi nhân gian không thể hiểu, nơi đó có tình yêu, một tình yêu có thể khác thường, ngang trở:

"Ở chỗ nhân gian không thể hiểu
đôi mắt người hồ như biển đông
có mưa-tôi-cũ về ngang đó
tự buổi thiên đàng chưa lập xong
(...) Ở chỗ nhân gian không thể hiểu
tôi xin người sớm phục sinh tôi"
(Bài Nhân Gian Thứ Nhất , *ỞCNGKTH*, tr. 16)

Nói tình, nhà thơ lại có cơ duyên với những tình yêu khác, một lần tình ngộ ở không gian cửa Thiền và ông sẽ gọi người yêu là Bồ Tát, là Phật sống, khiến ông phải làm Sa Di cho xứng với tình của nàng:

"(...) phá chấp. Như Lai ở dưới trần
hiện thân Bồ Tát cứu nhân gian

cây oan khuất vẫn nghìn tay vẫy
tôi vẫn nhìn em là chân kinh
xuống tóc. Theo em khép cửa đời
vào thiền để chỉ thấy viền môi
yêu nhau ai bảo tâm không trụ?
quên hết. Nhìn nhau. Nhất quán rồi.
(...) vì em tôi đã làm Sa Di
không đi nên ý vẫn quay về
bế quan toạ thị. Tôi và vách
em tụng kinh gì? Cho nghe đi
hôn em Bồ Tát. Chuông kinh hãi
rung hoảng vì tôi? hay cả em?"
(Vì Em Tôi Đã Làm Sa Di, *ỞCNGKTH*, tr. 77-78).

Sự quảng đại từ bi của người nữ, cao cả, liên tục, nhưng câu thơ thì nhiều đứt đoạn, phân vân! Nhưng rồi Bồ Tát cũng phải chia biệt, nhà thơ ở lại nhìn theo, đành "cảm ơn huệ nhãn em khai mở / tiền kiếp xưa mình đã có nhau", còn chăng là dư vị thiền môn:

"... người cho tôi mùi hương
và, mặt trời giữa ngực,
môi: thơm biển Hoa Nghiêm,
trái tim: rừng Bát Nhã"
(Thơ Tình, Gửi Yêu Dấu, Đầu Thiên Kỷ, Mới)

Hy vọng bao giờ cũng nở giữa rừng huệ từ bi:"cành hoa tay Phật: lòng Ca-Diếp / tâm ấn đời ta: vùng vắng im / ngày sau thân-chứng-em-Bồ-Tát / có bóng ma xin gác cửa Thiền" (Hựu Ca Mới).

*

Từ đầu thập niên 1970, Du Tử Lê đã muốn mở một con đường thi-ca với âm điệu và ngôn ngữ riêng. Tập *Thơ Du Tử Lê 1967-1972* bước những bước dè dặt thám hiểm vùng tâm thức và tư duy. Đến *Thơ Tình* khi ra đến hải ngoại ông trở về nét thơ bình dị và tâm tình đôn hậu rất con người, nhưng sau đó cho đến nay thì ngọn bút thơ ông trở thành cây đũa kỹ thuật cách tân nhiêu-khê và nhiều lần làm dáng với con chữ - dù xen kẽ vẫn có những bài âm điệu và tình ý giản đơn mà thâm sâu!

Du Tử Lê đã thành công sáng tạo một số hình ảnh và từ ngữ của riêng ông: khúc thụy du, hựu ca, con sóc nhỏ, bóng cò trong sương, v.v. mà những con dế, bọ ngựa hay châu chấu, cào cào, vi trùng, v.v. cũng có vẻ thích hợp với mạch thơ của ông, những Sa Di, con chiên, kẻ ngoại đạo, ... cũng rất Du Tử Lê! Ngoài ra, thơ ông gần và hợp với âm nhạc cuối thế kỷ XX kể lể lớn tiếng, nhát gừng có khi thiếu trong sáng. Thơ ông đã có nhiều người viết nhận định, phân tích, qua bài này, chúng tôi chỉ trình bày sơ lược sự hình thành và bước đi liên tục của nhà thơ, như một đóng góp cho thi-ca Việt Nam!

Chú-thích

1. X. Tạp chí *Văn Học* SG, 179, 3-1974, số đặc biệt về giải Văn học nghệ thuật năm 1973. Ngoài ra có sự kiện một số giám khảo như Nguyên Sa đã rút tên để chống lại luật kiểm duyệt 007 lúc bấy giờ!

2. Võ Phiến. *Văn Học Miền Nam*: Thơ. Westminster CA: Văn-Nghệ, 1999. Tr. 3117-3121. Trong cùng bộ văn học sử này, trường hợp thơ Thanh Nam trước 1975 cũng đáng đặt câu hỏi, vì thơ lưu đày của Thanh Nam sau 1975 mới là hiện tượng! Dĩ nhiên đã có nhiều thiên tài thi-ca từng nổi tiếng khi còn trên ghế học-đường, như Chế Lan Viên, Nguyễn Tất Nhiên, Sương Biên Thùy, ... Chúng tôi ghi nhận ở đây một sự bất bình thường, một loại hiện tượng của sinh hoạt văn học người Việt.

3. Du Tử Lê. "Một vài nỗ lực cách tân thể lục bát và quan niệm hoán vị / conversion concept". *Tuyển Tập Văn Học Nghệ Thuật Liên Mạng*, 2, 1997, tr. 209-219.

4. Trong bài đã dẫn ở chú thích 3, ông viết "độc giả thứ hai" nhưng khi trả lời phỏng vấn của Nguyễn Mạnh Trinh in trong *Du Tử Lê Tác Giả Và Tác Phẩm* Tập 2 (Santa Ana, CA: Nhân Chứng, 1997, tr. 102) và trong tùy bút "Yêu dấu, cần chăng, một lời nào, khác, nữa?" (*Thế Kỷ 21*, 156, 4-2002, tr. 85-93), ông ghi là "tác giả thứ hai". Có thể bản Tuyển Tập 1997 in sai!

5. "Về thơ Tương-tác của Du Tử Lê". *Tuyển Tập Văn-Học Nghệ-Thuật Liên-Mạng* 1, 1996, tr. 56.

6. X. Du Tử Lê. "Yêu dấu, cần chăng, một lời nào, khác, nữa?" (*Thế Kỷ 21*, 156, 4-2002, tr. 85-93). Trong bài tùy bút này, Du Tử Lê kể lại kinh nghiệm đặt tựa nhiều chữ hoặc bỏ dấu khác thường của ông trong sáng tác thơ cũng như truyện, trước và sau 1975, đã bị phản đối, phê bình thế nào, cũng như kinh nghiệm làm thơ với những dấu gạch chéo *slash* / .

7. Du Tử Lê. Bđd, chú thích 6, tr. 90.

2-2002

Thơ Hà Nguyên Du

Từ khi nhân tố H.O. thêm vào cho cộng đồng người Việt hải ngoại, thi ca Việt Nam vốn ngày càng dày đặc củi rừng bỗng trỗi lên những tiếng thơ con chữ của hy vọng. Hà Nguyên Du nằm trong số đó, anh rời quê hương mười năm; sau nhiều mất mát, hệ lụy, hai năm nay anh đã cho ra đời hai tập thơ, *Lối Khác* (Garden Grove CA: Tân Thư, 1998) và tập *(anh biết, em yêu dấu)* (Westminster CA: Tự Lực, 2001) đây.

Người đi tìm thi tính, bước trên những lối lạ lẫm của Hà Nguyên Du sẽ không thất vọng. Những vần thơ cho cảm tưởng tay thợ sành rốt cùng đầy chất nghệ thuật, đầy ẩn dụ và tiềm tàng hứa hẹn. Đọc suốt tập thơ, một chất nghệ khi âm ỉ khi hiển nhiên, người thơ tỏ một tâm hồn nhạy cảm nhưng cũng cương quyết theo tình huống của phút giây, của hoàn cảnh ngoại vi chung đòi hỏi. Đây là một người thơ sống, thở để sáng tác, sống vì thi ca, sống mạnh với những tinh tế của nghệ thuật, với ý chí nỗ lực mở những con đường mới!

Hà Nguyên Du có vẻ làm khó người thưởng thức thơ với chữ dùng hiếm, bất ngờ, những cung nhạc đứt đoạn, những tình ý bỏ ngang, ... nhưng cũng chính đó là nét đặc biệt của Hà Nguyên Dụ Anh như cút bắt với thơ, thơ xuôi mà không xuôi, thơ mà như nói thường, phẫn nộ, đối thoại, giao tiếp.... Những vần thơ nhịp nhàng hay trắc trở, tỏ tình hay oán trách. Ở hình thức, xuống hàng, vần bằng trắc, thanh bình thượng, cách ngắt câu, chơi chữ như tự điển xếp nhầm bộ, thanh. Ở sử-dụng dấu chấm than (Thơ Xuân Nhiều Dấu Chấm Than!!), ở hình thức xếp chữ lên trang - bài Bố Cục Mới viết thành chữ B, bài Hữu Dũng có dáng chữ S, ... Bào Thai Cảm

Xúc chữ C mà như E hoa hay chỉ là mũi tên bào thai gây xúc cảm? Bài Hào Quang chữ hẹp dần sau khi đã rộng mở - có thể cốt bày tỏ cho người đời những tâm tình phản kháng, nhức nhối, tư duy, chán chường, ... của một hồn thơ từng đã phải sống trong những hoàn cảnh không lựa chọn, xác hồn bị đọa đày, nhưng tâm hồn luôn thao thức, luôn hướng về đẹp, thật, ... Những vần thơ có cái vỏ cay đắng, bạo động, ... nhưng được bọc với cái ngọt ngào của mía hấp chín tới của tình người!

Thơ Hà Nguyên Du làm người đọc văn chương choáng ngợp vì nặng nề những tương phản của tình ý và của đời sống hiện thực. Thơ ở đây là tận cùng cảm xúc, cái còn lại sau những đam mê, những sống thật. "tôi sinh tôi / sinh nhiều thơ / lắm con chữ rặn / như phờ phạc ra / một bào mang nặng / trên ta / một khối u uất, ..." (Tôi Sinh Tôi). Hà Nguyên Du định nghĩa thơ "như hơi thở / một sinh lý cập nhật" sau khi "không còn gì để cho / khánh tiệt" vẫn hãy "còn thơ còn thơ"(Không Còn Gì). Thơ như một *cứu rỗi* thiết thực:

"... và riêng em riêng em
dụ ngôn ta thấm mật bông quỳ
lúc đời là mùa đông ngã âm
mùa đông đóa hồng hết rộ
le the cúc héo vô thường
chút ráng em pha vòm cây cuối ngõ
núi đứng u tình sợ bóng đi qua
thơ cứu rỗi trên từng nhịp đập
như thiền sư tiếp ngộ phút giây"
(Dụ Ngôn Mùa Đông)

vì thơ có thể soi tối ám:

"... thơ huyết tự
bật đèn
soi bóng tối
phàm tha nhân
chính hệ
xác thân này!"
(Thuần Điệu).

"Biển đời dâng cuồng nộ" thành phải "để con chữ / ru hời cơn thống khổ / thương con thơ mong thoát chỗ lưu đày" (Thương Con). Thi ca trở thành ánh sáng hay hy vọng cuối: "xoáy trôn ốc / đi vào vũ trụ /quây hướng tâm / thâu đủ chuyện đời / ta là ta / của trăng vơi / của con nước cạn / của mồi hư vô / em là em / của ta thơ / của miên viễn / của bến bờ chân, như" (Chân, Như).

Cũng có khi người thơ hổ thẹn, muốn Đóng Đinh Chữ, có khi khứu giác không làm đủ bổn phận "khiến chữ thông tim / thơ phù sa đất cằn / chả đếm xỉa đến mùi lai riêng hoa" (Viết Ở Ficomp, Santa Ana). Người thơ có cái tâm sâu, nhạy cảm, với những sinh vật rất thường:

"anh biết, em yêu dấu
khi dòng sông trôi
sông cuộn mình cuốn đi muôn chất thải
nước giảm xanh
rong rêu ám màu lây vạ
sóng nẩy tâm sinh sát bọt bèo..."
(Anh Biết, Em Yêu Dấu 1)

Thơ Hà Nguyên Du có nội dung, chuyên tải tâm tình, tâm sự hay thông điệp, kinh nghiệm để lại. Những vần khi nhẹ, thơ mộng âm hưởng:

"... chồng thư cũ với lời em ước hẹn
ôi giờ đây! con nước xoáy quay cuồng
ta thương quá, nhớ hôm là quen nọ
lúc hôn nhau, em sẽ nói xa trường..."
(Chồng Thư Cũ)
"... rừng xác xơ thu, lá dấu lối mòn
tình yêu ngày cũ
rừng lá di quân, ngày nao có kẻ...
ngọc ngà tình nồng
lộng chí phiêu bồng, ta vẫn yêu em
một lòng, một lòng..."
(...Còn Đậu Nhánh Tình)
"... hè đang đến, em nói gì với nắng?
tiếc thương không lá rụng trống cành khô?

con ve cũ còn ngân muồi nhã nhạc
em nhớ gì đóa phượng ép trong thơ?..."
(Hè Và Em)

Làm thơ, sống thơ, là "mở toang hoác, từng ngăn ký ức / tình khai nguyên, hốt tỉnh, diện hình / em ẩn náu thần kinh, thớ thịt / dẫu lặng im mà chẳng lặng thinh..." (Ẩn, Hiện Một Đời), vì thinh làm sao được khi dấu vết quê hương đầy ký ức, thịt da, Tha La xóm đạo của Hà Nguyên Du là Mary, là "ngọc".

"Mary em, ngày xưa khó quên
            đang cùm gông mà em ngoan hiền!
em cho ta một trời nghị lực, một trời thơ mạch
chảy vô biên
...Mary em, người em Tha La
            ngăn muôn trùng mà ta không xa
mai ta về lại tìm em, ngọc, mai ta về thăm tìm
em, hoa..."
(Em, Tha La)

Cái nền quá khứ khổ hận có thể để lại dấu vết:
"keo tử sinh
chỉ linh với Thượng đế
phố mọc lên rừng
mảnh mảnh đấu đá
mắt mắt trợn ngược
thấu tận bốn ngàn năm
oan hồn xiết rên đâu đây
thời chờ minh quân
hỗn quân"
(Hỗn Quân)

Quá văng là tối đen Rụi Đời "trại a / trại b / a 1, b 4 / còng 8 / còng U / chủ nghĩa, chủ mưu / rụi hết đời trẻ".

"Tôi con chim gãy cánh lúc tan bầy
tôi con ngựa què chân khi bão nổi..."

(Em Và Lối Thoát)

cho nên

"một khi ta đi khập khểnh
mà trên vai lại quằn!
với những con đường chưa đến
với bao nỗi sầu miên man
với trăm ngàn căn bệnh...
đến từ ngả oan khiên
dẫu thế nào cũng là cuộc đuổi bắt..."
(Dẫu Thế Nào)

Vì đâu mà oan khiên? Phải chăng "bốn ngàn năm hiến / bốn ngàn năm chia / ung cả hạt bí / chết cả dây bầu / bực chiếc thùng rỗng / kêu rách nhĩ / tức tay hèn / đấm vỡ mấy hệ" (Vỡ Hệ).

Nhà thơ cũng có lúc phẫn nộ, dễ hiểu, vì

"hơn nửa vòng trái đất xa xôi
ta luôn thấy gần như gan tấc
bởi nguồn cội vẫn nằm trong tim chặt
bởi tình yêu như máu thịt xương da.. "
(Vẫn Nhớ).

Và nhớ nhiều. Vì ở chốn nữ thần tự do tình đời thế thái vẫn là thường, mà phường tuồng thì không tìm vẫn phải nhìn thấy:

"... thúng úp voi
đao phủ giảng đạo
... phường dở hóa trang
lại sắm tuồng
ấm ớ kịch bản
mê đón gió
tợ múa rối.."
(Không Còn Gì).

"Tha hương, ta khách trú bơ phờ" (Nguyệt Lữ), đành thôi Chải Tóc Đi Em, để còn lo cho mẹ và em ở quê nhà, ai nói tha hương là nói mẹ cha mà ký ức buổi nào Dưới Nắng Xế, Ba Ngồi Sàng Gạo thế mà "nay nắng xế ai ngồi sàng gạo / chắc thay bóng Má ngồi mong con! / thằng con phóng lãng xa nghìn dặm / sống kiếp tha hương, nhớ mỏi mòn". Cùng cực bi quan, có khi muốn buông xuôi trần thế để lại Lời Trối ... Về Một Dự Đoán. Bởi sống có một mình ên là một kinh nghiệm nhiều khi chết người:"đoạn cầu, cầu đoạn chênh vênh / thất thơ thất thổ mình ên cõi này!" (Bước Thái). Buồn nhưng không tuyệt vọng, vì còn có những hoài vọng (Trần Tình Khúc), thao thức: "tiếng vỗ cạn bầu hay tiếng chuông?!" (TVCB).

"đất hiếm lên trúc
tìm mai đâu trong ngàn cây tạp xanh?
truyền thông điệp sương
mầm xanh thấm không qua giọt lời cổ thụ?
thơ hành trình
lãnh nhiệm phép mầu tiên dược..."
(Hé Nụ)

Thì ra thế, và đó là chủ quan của nhà thơ!

Có thể nói nét riêng của thơ Hà Nguyên Du nếu phải so sánh, là ở nhiều hình ảnh lạ, cố tình, nhiều và lạ, thân quen với nhà thơ nhưng có thể lạ với người đọc thơ. Anh như người nhiều tâm sự muốn chia xẻ, nhiều kinh qua muốn ghi lại, gửi gắm, nhiều tâm niệm muốn ghi lại kẻo mất. Em, tình yêu, là vòng nhật nguyệ", vừa luân hồi vừa thường hằng, trong cõi âm dương, như trong tâm cảm,

"đóa hoa nầy trong cõi buồn sinh, diệt
nhân gian nầy đâu thoát được tử sinh?
em chính là em là vòng nhật nguyệt
cho ta hơi thở, cho nhục cho vinh..."
(Em Là Vòng Nhật Nguyệt)

Hay khúc ly tao xưa nào đó mà Hà Nguyên Du vọng nghe thấy trong những vật của hiện thực trần trụi:

"tình còn xanh lá còn kết hoa không?
sao như ve ru trên cành ngô đồng
sao như sống xưa ròng đi ngọn nước
em mắt môi buồn khép kín chờ mong
... mình còn mơ ước còn ngóng trông nhau
mây mưa tan hoang mây lại giăng sầu
em như ăn năn khi tình lạc bước
anh sống lưu đày hát khúc ly tao ..." (Khúc Ly Tao).

Hình ảnh đẹp buồn Tình Rơi Theo Ánh Tà Huy:

«mặt trời nghiêng, mặt trời xế bóng
em nghe chăng kiếp người mau chóng?...".

Thơ hôm nay với hình ảnh quen khói thuốc bay:

"... ta nhớ người vương khói thuốc bay
nhớ héo cành xuân, nhớ trắng canh chầy
tâm ta rung mãi theo triều sóng
em hỡi! em nào đâu có hay?..."
(Nhớ Người Vương Khói Thuốc Bay)

Tiềm thức ca dao nơi những dòng thơ thời Rap:

"qua sông nhớ những nhịp cầu (italic)
     qua truông còn thấm nỗi đau nghiệt đời
qua đêm càng quí mặt trời, qua nhân gian thấy
tình người nổi bênh, qua đâu mà chẳng qua em?
qua muôn thách đố qua phiền lụy vây, qua ai qua
chùm vạ lây, qua non nước khốn qua đày khắc
lao, qua sông nhớ những nhịp cầu, qua thơ qua
với tầm dâu ngặt nghèo.."
(Ca Dao Tôi)

Rõ thơ là chốn giải tỏa cuồng độ và lượng số của cuộc sống. Trong tình yêu nhục cảm tận cùng mọi ngõ ngách bản năng:

"cứ hôn anh / hỡi đôi môi thần hỏa / chạy theo đôi tay thủy triều / cứ mặc tình mặc tình / tưởng như con hổ / xé gọn nai tơ / lúc đang đói / thân em như trái chín / tuyệt mộng / anh lữ khách đường trưa / hổn hển trống bụng / chắc hẳn không sợ phạm giới luật như thầy tu! / không nhịn trong cơn đói ngất!

Cứ quấn anh đi / quấn như trăn / bằng những đường cong giết người / mùi trái cấm như xạ hương ngộp

lạc cả hồn phách / đã mở cửa sinh... / cũng chính là cửa tử!..."
(Hành Trình Điên, Mê)

Thơ sáng tạo từ con chữ, với ngôn ngữ, với một khả năng giao đối, với những tiềm ẩn, vô ngôn. Tại sao không đùa nghịch với con chữ?

"ký ức ký niệm
trí nhớ trí tri
lửa lòng lửa bỏng
tử sinh tử quỉ..." (Ký Ức)
"... quấn ta vòng lắm nuộc
?__trặc trẹo ơi chi là ...
trệch đường xe lửa chạy
trĩu trĩu cánh thê noa!" (Thê Noa)

nghe tình sao trục trặc không trơn tru tí nào!

"dụng tâm
trác những thỏi nhám
ngón đảm ngón lược
rực tia tình yêu trên vách tối ngục
át tiếng trêu ngươi
nở hoa trên nhánh cành nhân ngãi
tích phật lũy chúa
ngã không ngã"
(Ngã Không Ngã)

Nghịch con chữ như từ đó có thể tìm ra tinh túy cuộc đời, tìm ra chất tinh tuyền của sinh, tình, ... Như niệm con số để tìm sinh thoát trong bài Niệm Bất Khả! Hay nhưng con dấu toán học áp dụng vào cái tôi hay cuộc đời nhiều toan tính:

"tôi không phải là tôi khi tôi tôi chưa tới
tôi chỉ là tôi khi tôi tôi tới tôi và khi tôi
tới tới tôi là tôi tôi phải xa rời tôi để
nhập cùng với những cái tôi quanh tôi
... thành toi khi thiếu dâu ^ và hiểu rằng
dấu ^ là như một chiếc cầu nối chữ
không đơn thuần là một dấu mũ một..."
(Phải Thế Không Em?)
Và cứ thế mà đi tiếp với những con dấu ' ` + = , v.v.

Đặc điểm đáng kể khác của thơ Hà Nguyên Du là lối hài hòa văn tự xưa cũ-hôm nay, tử ngữ-sinh ngữ, tiếng tự điển - tiếng lóng ngoài đường, ... Đây phải chăng cốt để diễn tả cái sống đây mà phần nào đã quá vãng, cái sống mòn, sống thừa, hay sống đây mà tưởng đã chết, còn đây mà đã đầy mầm suy thoái như mạ lúa sau cơn lũ dài hơn thông lệ, bởi những tàn độc phá phách của thời gian, thiên nhiên và con người ...

Hà Nguyên Du làm chủ cách sử-dụng từ, vang vọng văn ngôn nhiều khi lạ lẫm bên cạnh "bạch thoại" của những tiếng rao, nói, những tiếng gọi, chào, tỏ tình, ngây thơ có, xúc tích có, ... của thường ngày:

"...chờ ai đêm hạ? nước mắt nhung huyền, lỡ trách
tơ duyên, nằm trong nghiệt ngã, lời ru ve hạ, khóc..."
(Đêm Hạ Huyền)

"lại hớt hãi với những không đâu
em vẫn tránh tròn như nhật nguyệt thực
phàm cõi ấy là tròng..."
(Lại Hớt Hãi)

"... em khuyết dần tôi viên ngọc quý
phận đá đời rong ngày dã hoang..."
(Khi Bước Tình Đi Qua).
"...nguyệt tà, dương xế, mây buông
ta, em hát mãi, khúc buồn thiên thu.."
(Đã Rồi Một Cánh Chim Bay).

Người không quen theo phong cách Hà Nguyên Du sẽ lẫn thành "tà dương", hay như "thôi" cũng hơn một cách, một nghĩa:

"...lối ra nào ta tránh đời mai một
hoang đường thôi! thôi cách biệt nhân sinh..."
(Em Là Vòng Nhật Nguyệt).

Hoặc ba câu "nhớ mới đó / giờ xuân ly / nhớ tức tưởi ...", xuân ly chứ không phải phân ly, mà hình như muốn nói phân ly, chắc có vậy cái nhớ mới thành thơ chăng?

Qua lối xuống hàng, chấm câu, kỷ niệm rời rã theo con chữ:

"   tiếng ca học trò
                hướng lên mặt trời
tiếng ca tình người
tiếng yêu nào vơi
                bước đi học trò
                lá me đường thơ
mắt xanh vào đời
sáng chân trời mơ"
(Trái Tim Học Trò).

Hoặc dài như nỗi nhớ đọa đày: "em đã khóc một chiều em đã khóc, mưa ngoài kia như thện hạt sa mù / gió ngoài kia như dừng bước phiêu du, kìa nước mắt em là trời bão tố..." (Nhan Sắc).

Rõ là thơ tám chữ đặt cạnh nhau. Xa hơn là dài dòng kiểu Tân Hình Thức, như lời tỏ không dứt, hay muốn ngừng dứt đâu thì cứ dứt ngừng kiểu mệt nghỉ hay khỏi nghỉ theo nhạc Rap! Hãy "đọc" Hạ Nguyên, Gene Đại Dương, Anh Biết, Em Yêu Dấu 2, ... thơ như một lối thở dưỡng sinh! Câu có thể 8 chữ nhưng vắt dòng bất kể; vần không ngừng ở các dấu ngừng hay xuống hàng mà vắt dòng, muốn ngừng thì ngừng trong tâm thức, giữa câu, giữa đàng!

Nhà thơ còn dùng nhiều thể loại trong cùng một bài bản, thay đổi chăng theo tình tự?

"...chờ ai đêm hạ? nước mắt nhung huyền, lỡ trách
tơ duyên, nằm trong nghiệt ngã, lời ru ve hạ, khóc
ánh trăng nguyền, thức trắng đêm đen, tàn phái
bướm hoa
hạ huyền ơi hỡi!
nắng thêu ngàn vây
héo khô cành ta
em lá rơi đầy..."
(Đêm Hạ Huyền)

Hà Nguyên Du thử nghiệm nhiều thể loại thi ca, làm mới, khác thơ mới, tự do hóa thơ đã tự do, và ở mỗi thể loại nhà thơ lại thử nghiệm cung cách mới, vận dụng khác con chữ, thế chữ thường dùng , ... Nhạc tính luôn hiện diện, lúc nhịp nhàng như ca dao, khi dài hơi như bà ca vọng cổ, lúc lại đầy điệu lòng thời đại ... Thơ Hà Nguyên Du phải đọc lên mới thấy cái hay, cái thú, cái thơ, cái tiềm ẩn của âm lời, chữ nghĩa! Những bài như Cho Tôi Bài Tango, Cho Em Bài Sonnet, Đêm Hạ Huyền, ... phải ngân vang mới cảm được những tiềm ẩn của một nỗi lòng, của những gạch chữ, nốt chấm!

Như Hà Nguyên Du từng tâm sự ở đầu tập thơ, sau ba mươi năm ít nhiều vui với thơ, nay anh trở lại tận tình. Và tận tình làm mới, khác. Như một tổng hợp. Với một hình thức "hội nhập" với xã hội châu Mỹ của Tân Hình Thức. Từ khi có con người, vẫn có những người luôn tìm kiếm ý nghĩa của ngôn từ, khoác cho chúng nét riêng mỗi thời. Khuynh hướng, trường phái từ đó nảy sinh! Trường phái, tìm kiếm nào rồi cũng chỉ là phương tiện của thi ca, tệ cũng là bài bản gia chánh, thêm thắt vị mới cho món thường dùng. Nhưng nét thơ và nét riêng của một nhà thơ không thể chỉ là gia chánh, mà phải vượt lên chạm đến thi tính, nguồn thơ! Ở lắng đọng, nằm ở chiều sâu, ở con chữ tình cờ gợi đến, ở ẩn dụ khéo tay!

Trong tập thơ thứ hai này của Hà Nguyên Du, phần thử nghiệm theo thi ca thời Hậu hiện-đại, thời Tân hình-thức, hypertext, ... hãy còn sớm để đánh giá, nhưng người đọc khó tính không quen vẫn có thể cảm được qua một số hình ảnh, vần điệu và nội dung thơ. Ở những bài thật "mới" có thể "chấp nhận"(!), Hà Nguyên Du đã để lại cái gì khác hơn là một thể loại chủ trì hình thức. Hai hay ba phần còn lại, Hà Nguyên Du đã không làm thất vọng người sính thơ với những đặc sắc của riêng anh. Nghịch thường thay, ở những trúc trắc chữ dùng, bất ngờ hình ảnh hay nhịp trật, không đợi chờ, ... lại là những nét riêng thành công, như một loại "nhạc tính", "âm điệu" rất thơ, rất Hà Nguyên Du!

Đây đó có những lời nhẹ như ca dao, đam mê như tình đầu, ... nhưng thơ Hà Nguyên Du không phải là lối mòn đã quen, mà chính là những con đường xa lộ đã mở, cứ mãi xuôi chảy, không ngừng, dù phải trục trặc tâm hồn, bối rối của đời hội nhập! Thi ca đối đầu với ngôn từ và thực tại!

7-11-2000

Bên Tây-Hiên
Xem "Qua Mấy Trời Sương Mưa"
Của Hoàng Lộc

Thi-phẩm *Qua Mấy Trời Sương Mưa* của Hoàng Lộc (Văn Mới, 1999) đến với người thưởng ngoạn thi ca như những bài ca trữ tình, và với riêng chúng tôi như những âm vang từ vạn cổ, cứ tưởng chừng sống lại với thời xưa và người xưa. Gần hai trăm trang thơ gói ghém gần ba mươi năm sáng tác, ba mươi năm ấy bấy nhiêu tình - bao tâm sự và biết bao trôi nổi, phiêu lưu của cuộc đời!

Người xưa thời xưa vốn là chốn thiên đàng huyền hoặc cho nhiều văn nhân thi sĩ, là một chốn trở về tự nhiên với nhiều tâm hồn và tư duy, là một bảo đảm, là cái phao cho những con người lao đao trong cuộc sống, và thường là một thế giới an bình! Tác giả cho chúng ta cảm giác đang ở bên mái tây hiên đọc sách người xưa hay xướng họa thi ca! Bên mái hiên Tây khi sương mưa tiếp nối theo bước thời gian. "phố mù sương - theo mù sương / lay bay những cánh thơ Đường trong ta (...) (tr. 77) (*). "Ta" đây là một con người "chút hồn đã cũ" (tr. 81) "bên hiên trăng ta quá đỗi nòi tình" (tr. 106).

Thật vậy, *Qua Mấy Trời Sương Mưa* đem người đọc đến với những người xưa như Quan Vân-Trường, Khổng Minh, Nguyễn Trãi, Nguyễn Công Trứ, Nguyễn Du, ... Người đọc có cảm tưởng đang sống cùng thời hay tái ngộ thích thú với **Người Xưa**, có lúc chung đụng, ngồi cùng tửu quán với Thôi Hiệu, Lý Bạch, Phạm Thái hay đang tọa thính những khúc đàn Phượng Cầu Hoàng, Hậu Đình Hoa, v.v. với tài tử văn nhân một thời! Cái xưa ở đây cho người đọc cảm nhận một tâm hồn Á-đông u uẩn nơi tác giả, "sầu chặt một hồn sầu" mà dường như khoa học cũng không thể lý giải:

"đời nhỏ tưởng chừng dăm hớp rượu
ai hay sầu chặt một hồn sầu
ta kiếm quẩn quanh trời cố xứ
hồng nhan, hồng nhan - ta chiêm bao
(...) nhớ em, nhớ buổi trăng tàn khuyết
quán cuồng hào sĩ cũng rưng rưng
như ta, dễ một lần ta khóc (mà khóc!)
em hát liêu trai khúc nguyệt cầm (...)
(Về Hội An, Uống Rượu Đợi Người)

Trước cảnh cũ, nhà thơ vẫn nghĩ "nhà người mái đổ vàng rêu / mà ta lẩn quẩn những điều không đâu!" (tr. 77). Rồi đem cái ta "kém cỏi" đọ với những trang tráng sĩ và những bực thánh hiền ngày xưa:

"nghĩ vô ích cho một thời nghiên bút
câu thơ suông không cứu nổi đời mình
tráng sĩ chi ta mà đầu cũng bạc
tiếng tăm gì mà khổ với thân danh?
(...) ơi những đại thánh hiền nghìn năm trước
với đời này hơi sức dễ bao lăm?
ấy thế đó mà ta còn sống được
giữa mịt mù cho tới hết trăm năm?"
(Thời Hết Thời Ở Hội An)

vì tác giả tự xem đời mình đã dở dang thất chí, và mỏi mệt đường đời, đành tìm vui với rượu:

"dẫu chẳng hề xưng ta tráng sĩ / cũng thấy chừng như mỏi kiếm cung / xin được mời người dôi hớp rượu / cho lòng qua khỏi buổi tàn đông..." (Mặc Cho Đời Bụi Phủ).

Giữa mùa đông nâng chén rượu và nghĩ "lão Khổng Khâu xưa mà sống lại / như ta - cũng ôm đầu khóc ròng" (Rượu Mùa Đông).

Uống để mà đời thăng trầm đáng ra phải quên: "đáng kiếp cho cái nòi Lý Bạch / trăng đời ngươi về một nhà ai?" (Uống Rượu Một Mình).

Người xưa đó có thể là tiên nhân nước Việt, khi Xuân về nhắc nhở Nguyễn Trãi như nói lên cái phẫn chí của cuộc đời đứt gánh nửa đường: "đỏ mặt chào Xuân đôi hớp rượu / lòng riêng thầm thì hoa nhà ai / bốn mươi tư tuổi ta già khụ / đêm ngắt, đèn xanh mắt Ức Trai" (Khai Bút)

Chí chưa thành, dĩ nhiên có những lúc đói, lúc đó nhà thơ mới đem tiền nhân Nguyễn Công Trứ ra mà trách:

"quân tử nào ăn chẳng cầu no?
Tồn Chất tiên sinh, ông là tên ba láp
(...) nhẩm phú hàn nho, biết lời ông nói trật
muốn chửi đổng vài câu, lại sợ ông buồn"
(Nói Chuyện Đói Với Nguyễn Công Trứ).

Cái không khí xưa cũng có thể là chuyện tỏ tình bên mái Tây, dùng chuyện xưa, người xưa để làm quen với "tiểu thơ" hôm nay. Tây Hiên đây là chốn tình tự, níu kéo, mong "đến đây thì ở lại đây" (ca dao):

"từ trong cổ lục / em là tiểu thơ / lòng quen khuê các / tây hiên đứng chờ
(...) về tây hiên cũ / nghe mưa đầu sông / tóc em hà xứ / đời ta tang bồng" (Chuyện Tây Hiên)

Nhà thơ thường xem sách thi phú của người xưa, như một chốn trú ẩn tinh thần dù "... bụng chứa trăm ngàn trang sách cũ / mà nghĩ chưa ra cái khốn cùng" (tr. 130). Ngày nọ, ông đọc Hoàng Hạc Lâu của Thôi Hiệu rồi so thân và trách cứ người xưa:

"(...) ông bỏ nhà chơi lung / ta rời quê kiếm sống / đất trời không biết tên / bao ác tà thỏ lặc / (...) thêm lần đọc thơ ông / giá được cười ngạo mạn: / ta xa quê ngàn trùng / ông cách quê mấy dặm!" (Đọc Lại Hoàng Hạc Lâu)

Thiên hạ đua nhau dịch thơ Thôi Hiệu, trong khi Hoàng Lộc nhắc đến nhà thơ Trung Hoa xưa như cái cớ vì ông thích nói chuyện với người xưa. Thôi Hiệu trong bài thơ bất hủ đó nhất là ở bốn câu đầu đã chỉ nói đến người xưa (Tích nhân dĩ thừa hoàng hạc khứ / Thử địa không dư Hoàng hạc lâu / Hoàng Hạc nhất khứ bất phục phản / Bạch vân thiên tải không du du ...). Và Hoàng Lộc có lý, người xưa chưa chắc tình cảnh đã bi đát như chúng ta hôm nay, đã than thở khi mới chỉ xa quê vài dặm đường! Nguyễn Du là một trường hợp khác! Lý Bạch trong Khách Trung Tác đã thử định nghĩa tha-hương: "bất tri hà xứ thị tha hương" (không biết nơi nào là tha-hương) có thể đã muốn mang ý nghĩa siêu hình, thì "nhật mộ hương quan hà xứ thị" của Thôi Hiệu cũng là tiếng thét bi đát, xót xa của thân phận con người thật nhỏ bé trong vũ trụ và vô nghĩa trước bước đi của thời gian!

Nhà thơ viết tặng Chiêu Quân, về cái thảm thiết của nàng là bản đàn biệt xứ bi ai khi phải bị cống Hồ và khi chết chôn đất Phiên cỏ mọc đỏ như cỏ quê nhà Hán quốc. Ông níu kéo người xưa để nói chuyện tình yêu và nhân tình thế thái. Trong Về Một Khúc Đàn Tình, Hoàng Lộc dùng khúc đàn Phượng Cầu Hoàng như để nói lên cái tâm sự của ông với những lời thấm thía, cô đọng. Thi sĩ đàn anh Vũ Hoàng Chương thường mượn hình ảnh người xưa trong thi ca ông, nhưng những hình ảnh hoặc ý đó có tính cách trừu tượng, hoặc là thi ý, trong khi với Hoàng Lộc, ông đến gần người xưa và đồng thời đưa người xưa đến với người thưởng ngoạn thi ca của ông.

Tập thơ nói chung đưa người đọc trở về một không gian đã đầy rong rêu phủ kín, nơi đó có những âm vang của tiên nhân và những "hồn ma" quen thuộc cũng như lạ lẫm. Với những hình ảnh cổ điển hay chữ dùng cổ lỗ nhưng nên thơ như chú ngựa thồ, bờm xích thố, châu, quận, cố thổ, cố hương, cố xứ, trời cố xứ, mùa lưu viễn, khúc nguyệt cầm, hồng nhan, ly phụ, nương tử, rượu tàn niên, quán cô hồn, khúc tống-biệt, người vô lượng, mái tà huy, cao đồ, ... Với nhiều điển tích: Phượng Cầu Hoàng với Tư-mã Tương-Như và Trác Văn Quân, Phạm Thái-Quỳnh Như, Từ Hải, Hoàng Hạc Lâu, Hán Đế, Chiêu Quân, Lã Vọng, Sâm Thương, khúc Hậu-đình hoa, thư cưu, bài Tẩy Mã với Uất Tri Cung, tang điền thương hải, rau đất Thú Dương, ... Hay cả câu: "bạn bè trong gió - hỏi: / quân tử ý như hà? / quân tử mà thiếu rượu / hỏi đời còn nhận ra?" (tr. 154). Tất cả đã thành công tạo nên một không gian trong một thời gian!

Trong cái xưa cũ còn có **Cố Hương**. Có thể nói cái lõi của tập thơ là những hoài niệm quá khứ, người xưa, quê cũ, ... Dòng thơ Hoàng Lộc cũng là dòng thời gian mà suối nguồn là dĩ vãng, dòng nước đi qua những chốn quê hay đô hội, những cõi trời, những trăng sao, có những bờ bến đam mê, những bến đợi, những chuyến đò lỡ, những ngọn đèn hắt hiu, ...

"trường giang ơi trường giang
tài tử ta không đường
chiếc thuyền con mặc dòng nước chảy
ngó bến nào rồi cũng cứ mù sương (...)"
(Câu Đêm Ở An Bàng)

Mênh mông sông lớn ở đây cho thấy phận người đáng cảm thương hơn những sông lớn của Huy Cận tiền chiến và Tô Thùy Yên hậu chiến. Thơ Hoàng Lộc đưa người đọc đến với người xưa và với quê hương thân thương Việt Nam. Ông hay nhắc đến những địa danh Hội An, Duy Xuyên, Quảng Nam, Huế, ông gắn bó thơ ông với những không gian yêu dấu một đời đó, cứ xem những tựa đề cũng đã rõ, nào Ngày Trở Lại Hội An, Về Hội An Uống Rượu Đợi Người, Ra Tù Về Lại Hội An, Hội An Sương Mù, Ngựa Ô Về Duy Xuyên, Qua Đò Duy Vinh, v.v. Quê nhà của Hoàng Lộc là một quê nhà cổ kính:

"phố mù sương - theo mù sương
lay bay những cánh thơ Đường trong ta
hoang sơ bến cũ cây già
mong chi có chuyến đò qua gọi mình?
phượng hoàng nào đậu cành xanh
giùm kêu một tiếng cho đành tịch liêu
nhà người mái cổ vàng rêu
mà ta lẩn quẩn những điều không đâu!"
(Hội An Sương Mù)

Người con phải xa quê mẹ vì nghiệp lính phải dong ruổi bốn phương trời đất nước:

" (...) lại chỉ mình anh qua hè phố lạ
chân lênh đênh không bước kịp tình người
nửa kiếp sống cứ thua hoài thiên hạ

sự nghiệp buồn gió thổi chiều ba mươi
(...) khi dong ruổi với trăm lần lỡ vận
bỗng nghe thèm tắm lại nước sông quê
(...) mẹ ở đó cũng buồn hơn tháng chạp
lòng mỏi mòn tựa cửa chừng ấy năm (...)"
(Lại Một Mùa Xuân Sầu Xứ)

Con người phiêu lãng chưa tròn sự nghiệp nên khi về lại quê nhà cứ tưởng vẫn còn phiêu bồng:

"người ơi đời ta như mùa đông
về đây mà tưởng còn phiêu bồng
quê nhà, quê nhà ra đất lạ
ai còn nhớ ta thằng tay không?(...)"
(Rượu Mùa Đông)

Cái tình quê hương đó càng đậm đà ở những bài sáng tác ở xa xứ. Đó là tâm sự lữ thứ:

" (...) chỉ khi khuya lắc nằm không ngủ
bất giác nghe tiếng mình thở ra
nghe máu chảy buồn thân lữ thứ
mới đau rưng rức một quê nhà
chính khi đã thấm mùi lưu lạc
là lúc lòng ngưng nghỉ đợi chờ
là lúc cây đời ta hết nước
xứ người nghiêng một bóng cây khô..."
(Thấm Mùi Lưu Lạc)

"Bóng cây khô" sẽ có lúc đến bên "tràng giang" Mississippi xứ người, mà tâm sự:

"ngươi trôi tới đây từ phương bắc
ta giạt về đây từ phương đông
ta với người cùng nhau trôi giạt
đời ta buồn đời người buồn không?
(...) ta với ngươi cách quê đều xa
đáng khi tâm sự phải sa đà
ngươi chẳng buồn chi ngươi chảy xiết
bỏ trời lưu lạc một mình ta..."

(Nói Với Dòng Mississippi)

Từ nỗi buồn lữ thứ, cái ám ảnh "tàn xương" như có cái ngậm ngùi của Nguyễn Du

"ở đây mắt mắt toàn thiên hạ
từng ngó ta như ngó lạc loài
nửa tóc cho nhau đều bạc cả
sợ tàn xương lại gửi quê ai!
(...) ta lạ đất trời, thương cố thổ
trăng buồn đâu thể giữ màu xưa (...) "
(Về Thuở Chia Xa)

Buồn, tác giả hay nhìn về phương Đông, quê nhà:

"sáng dậy anh thường nhìn phương đông
khi quê nhà đang ở đầu hôm
em với anh hai trời một nỗi
như vì sao có tên Sâm Thương (...)
(Sâm Thương Một Nỗi)

Hoàng Lộc cho thấy cái nhân sinh quan của nhà thơ ở tuổi "tri thiên mệnh": "biết từ cái-nửa-trăm-năm / thứ chi đã trải đều lầm hết trơn" (Ngày Tri Thiên Mệnh) và không khỏi âu lo trước ngày tàn hơi, nơi mộ địa xứ người, buồn hơn cả Đạm Tiên hơn ngàn năm trước:

"(...) rừng phơi rừng trơ xương / trắng mờ cây thập tự / hãy còn kia thiên đường / cho chiếc hồn lạc xứ? / mắt nuối trừng phương đông / cố hương hàng vạn dặm / chỗ ta và thơ nằm / không chút mồ, chút nấm! (...) / cỏ vàng khô, cỏ mục / hơn mồ Đạm Tiên xưa / chỉ không mầu khói sót / càng không người lệ dư / cũng chẳng còn ai biết / đọc ra câu bia đề: / một nhà thơ gốc Việt / đã chết buồn xa quê..."(Ở Mộ Địa Cạnh Phố Millington).

*

Nói chung thơ Hoàng Lộc có cái không khí cổ kính dù kỹ thuật thơ hiện đại. Ông muốn ôm cái vô biên, làm như đã lắm thất vọng đời thường. Đến đây, người đọc đã thấy Hoàng Lộc đưa người thưởng ngoạn đến một không gian buồn, thường quạnh vắng, một quạnh vắng đến tận cõi hư vô. Cảm thức Hoàng Lộc đầy hoài niệm, như sống với quá vãng, một thứ thời gian dệt bằng kinh nghiệm sống, đã qua nhưng vẫn bàng bạc cái không gian hôm nay. Hoàng Lộc đem cái vô-thể (thời xưa, người xưa) sang hiện-thể qua những vần thi ca trữ tình.

Cái thế giới hoài niệm đó chứa chan **Tình Yêu**, ở Hoàng Lộc là một thứ tình u mặc. Người thơ Hoàng Lộc đa tình, trung thành, sống chết với tình, da diết, nỉ non: " (...) hóa gió tấm lòng em / ta bay / cùng nhau về đâu chẳng được / bởi chỉ vì em / ta dính dáng với đời này!" (Mây Tâm Sự). Người thơ đa tình đem "bài thơ lớn" đi mời: "em chê ta nhiều tình trước / nên e dè không dám nhận tình sau / bài thơ lớn, nếu cần, em đọc suốt / ngập ngừng chi dòng cuối với câu đầu?" (Tình Sau Tình Trước). Và "em đi thử đất trời nào / ai yêu ráo máng cạn tàu bằng ta?" (tr. 128). Con người "mãi lơ mơ suốt một đời tình / mãi lưu lạc những hiên nhà gái đẹp" đó đòi yêu "như chú ngựa hoang mấy trời dong ruổi / gặm miếng cỏ nào cũng thấy thơm ngon" (tr. 88).

Yêu bất kể cả khi người yêu đã lấy chồng, đã có chửa vượt ngực, "tay bế tay bồng". Chàng vẫn dai dẳng bắt người yêu phải so sánh chồng với chàng, mất người yêu vẫn "anh hùng" muốn nàng phải "tiếc":

"gã đàn ông em chọn để sống đời
không được giống anh - có những điều không được giống!
(...) thứ gì em muốn ở anh, hắn cũng thể như in
nhưng hắn không được giống anh những lời thỏ thẻ
để em tưởng tình yêu nào cũng thế
không được giống anh cái thoáng môi cười
để em tưởng em về với hắn mà anh vui"
(Không Được Giống Anh)

Những khẳng định vu vơ trẻ tràng! Nhưng cũng có lúc chàng phải nài van: "đã quen mắt trước những trò dâu bể / thôi van em đừng nắng sớm mưa chiều / ta sẽ tới những miền không thể tới / và đời tình may rủi cũng xin theo (...) (Thơ Cuối Gửi Duy Xuyên). Chỉ mong tình hiền hòa như loài chim thư cưu sóng cặp bên nhau dưới nước mà cũng đã khó! Nhà thơ nòi tình, yêu nhiều sẽ thất tình nhiều, người yêu sẽ là dĩ vãng: "(...) em đã lâu nay thành dĩ vãng / nhớ em là nhớ kẻ vong tình..." (Vô Tình Khúc). Hay: "(...) chuyện chồng con, em đã rồi - yên phận / có đâu ngờ đau đớn mãi theo ta! (...) " (Thời Hết Thời Ở Hội An)

Kẻ đa tình cũng có lúc biết nhận lỗi: "đã yêu ở Hội An / tình đã ra cửa Đợi / tới đâu, dù được yêu / cũng nghe mình có lỗi (...) (tr. 198). Nhận làm kiếp sâu đo: "lâu rồi ta kiếp sâu đo / quẩn quanh trăm lá sầu khô một đời / em qua gió tạt từng hồi / xô ta lủng lẳng giữa trời oan khiên " (Bất Ngờ Gặp Quế Linh Ở Tân Định).

Lận đận đời, có lúc chàng mơ gái có chồng hơn gái còn son, và cái "tình mười năm" cũng đáng cho chàng "lạ vườn thê thiết một mùi hương":

"cái bụng tròn và cổ nổi gân xanh
hắn đã làm chi em mà em ra thế ấy?
một chút đớn đau - vô số bất bình
lạy trời cho ta thôi đừng ngó thấy!
(...) chỉ mấy tháng nhà người, em nỡ nào thiếu phụ
lạ vườn chiều thê thiết một mùi hương
cổ nổi gân xanh và cái bụng tròn
em ngốn trái khế chua bên hè phố chợ
lạy trời cho ta thôi đừng thấy nữa
để xin một đời nhớ nhớ quên quên
để khỏi một đời lực bực với chồng em..."
(Bực Tức Ca)

Bực tức được thăng hoa thành thi ca, Hoàng Lộc là một! Và khi thua trận bị ở tù, ở chỗ vô định và bất nhân, lại được tin người tình phản bội: "mồ tổ nhà em, loài bất nghĩa / hai năm lòng cũng đủ quên rồi / ta như con chó không buồn sủa / chỉ gầm gừ ngó cuộc tình trôi!" (Bài Thơ Tình Trong Tù). Tâm sự người thua trận buồn nhưng vẫn bi tráng: "... mai lúc ngày đưa tin chiến bại / kinh thành ta sẽ bó đôi tay / hồn nghiêng gặp áo khinh cừu trắng / sự nghiệp buồn tênh, em có hay? ..." (Thất Trận).

Người nhiều tâm sự, nhận hết mọi thua thiệt dễ đến với bạn **Rượu**. Có say mới thấy sông Tương: "(...) ngồi với rượu mới hay lòng rã mỏi / mới thấy sông Tương đã cạn bao giờ (...)" (tr. 92). Những khuya với rượu vì chàng biết "nếu sống lại thêm mấy lần chiến quốc / ta chắc gì là tay kiếm xuân thu" (tr. 74). Cũng có lúc chàng đòi "đôi đường ân oán": "(...) ai dễ cần ta chút hồn đã cũ / em phải một đời bận bịu chồng con? / ta với cái buồn chẳng ai buồn hơn / ngậm điếu thuốc rê gật gù thở khói / giá mà còn em cho ta được nói / chắc đôi đường ân oán cũng không xong!" (tr. 81). Người thơ say nhưng tâm sự da diết, nói với người xưa, thật xa xưa "chuyện nghìn xưa thầm hỏi chuyện nghìn sau", như Quan Vân Trường:

"Quan Vân Trường mặt đỏ cũng thành danh
ta đỏ mặt hơn ông, đời lại hỏng
ông cốt cách quỳnh tương, ta hồ đồ rượu dỏm
cuộc trăm năm đã đến thế - hoang tàn
Kinh Châu, Kinh Châu mờ hơi sương
lòng ông, lòng ta - ai biết được?
hào khí ngời thanh long, cũng sụt sùi ngọn bút
chuyện nghìn xưa thầm hỏi chuyện nghìn sau
ông còn đất để về, ta biết về đâu?
mịt mịt trời sương - mờ mờ thân thế
châu với quận đã lạc loài tri kỷ
mảnh trăng suông vừa nhạt thếch rượu mời (...)"
(Bữa Say, Ghé Chùa Ông Hội An)

Bốn câu "Kinh Châu, Kinh Châu mờ hơi sương ..." đọc lên như thấy được nỗi căm phẫn của Hoàng Lộc trước nhân tình thế cuộc!

Tâm sự nhiều, khi bên rượu, nhất là những ngày cuối năm: "rượu tàn niên chừ gió xa xăm / gió chi thổi riết năm mươi năm? / quán cô hồn một ta chớ mấy / sợ - mà khinh - những cái thăng trầm / (...) gõ ly ơ hờ du tử khúc / tứ xứ còn nghiêng mỗi bước chân (...) / giá có em cùng chia chút rượu / dễ khi gió đã lặng bên trời? / và ta chẳng vạn lần như một / hễ tới là tan ngắt cuộc vui (...) " (Rượu Cuối Năm). Rõ là rượu vào dễ nghĩ đến tình nhân! Và người "nhớ rượu" sẽ có lúc sợ mất người tình: "chết đi thì quá ngặt / bỏ lại em bên đời / lỡ có thằng chôm trớt / ta nhắm mắt nào nguôi" (tr. 153).

Rượu mà nhìn trăng, trăng sẽ trở nên ám ảnh đời, đã trở thành dĩ vãng: "trăng chết vô tình trên giấc mộng / là trăng vỡ lỡ mộng hôm qua / ta khóc vô tình trong cuộc sống / là vô cùng ta xót thương ta" (Vô Tình Khúc).

Nhìn chung, Hoàng Lộc kỹ thuật chăm sóc đi đôi với một nội dung đầy tâm sự của một thế hệ phẫn chí trên một đất nước cùng đường. Tác giả khéo dùng chữ địa phương Quảng Nam hay miền Trung như: chia chác, lâu hung, gái gung, buồn kinh, chơi lung, mỏi cẳng, bương theo, ...

"rứa thôi. chỉ rứa. một lần
ta bương theo những thăng trầm mà qua..." (tr. 195)
"... như ta đây rồi sẽ khổ vì em
chớ điên cha chi lại uống say mềm?" (tr. 85).

Ở nhiều bài, Hoàng Lộc đã chứng tỏ tài dùng chữ, như "ta" với "ngươi" nhiều dụng ý:

"(...) kể ta nghe tình ngươi lận đận
kể ngươi nghe tình ta hoang đường
xin đổi ta đời ngươi hoạn nạn
xin đổi ngươi đời ta tai ương
(...) cứ kể ta là ta thất trận
hơn chi ta mà xưng anh hùng
ta biết ngươi còn ai biết nữa
ngươi biết ta còn ai nữa không? (...)"
(Rượu Mùa Đông)

Hay "hồ Tịnh Tâm, tâm dễ lặng tờ?" (tr. 168); "gió bạt đời, bạc tóc" (tr. 189). Có những ví von nên thơ như "chuyện con rồng với chữ tình như hệt / phải tình kia là một giống rồng thiêng? / (...) mỗi cặp tình nhân là một người thợ vẽ / những tam sao làm thất bổn chữ tình" (tr. 121).

Con người Quảng Nam còn thể hiện qua giọng thơ ngang tàng "ơi những đại thánh hiền nghìn năm trước / với đời này hơi sức dễ bao lăm?", v.v.

Thơ Hoàng Lộc có không khí ca dao của ruộng đồng quê hương:

"(...) ngày đó tưởng xa là chết được / ai ngờ con sáo cũng sang sông / ngày đó môi em là mật ngọt / ai có ngờ cay nát tấm lòng (...)" (Vô Tình Khúc)

"(...) em có buồn cũng chưa chắc bằng anh
khúc tống biệt chỉ đau lòng kẻ ở
khi con sáo đã cam lìa cố xứ
thì bến đời ai nhắc chuyện phôi pha (...)
(Lời Dỗ)
"(...) đã tới ngày em bay qua sông
ơi con sáo nhỏ vừa sổ lồng..."
(Tới Ngày Em Quên)

Hay: "người trong thơ xưa lặn lội bờ sống / hay vẫn chỉ là em, cái cò tội nghiệp?" (Thơ Tặng Vợ Nhà)

*

Tóm một chữ, hơn tám mươi bài thơ của Hoàng Lộc như những dòng "tứ tuyệt bên trời", "nến thắp chờ xuân. đợi sáng đêm / ngẫm từng không phải, từng không nên / té ra mình ép mình xuôi ngược / giọt máu hồng khô cuối ngọn đèn" (tr. 190). Có cái dũng cái tâm của người sĩ phu kể cả lúc phải tha hương bên trời lận đận! Qua Mấy Trời Sương Mưa là thi phẩm thứ ba của nhà thơ Hoàng Lộc, vẫn đi trong dòng thơ phẫn nộ và nhiệt thành, dòng thơ chính của các nhà thơ miền Trung từ những thập niên 50, 60 - cũng là thời điểm ông khởi làm thơ. Riêng tập thơ này, ý thơ và tâm tình ông vẫn "nóng", nhưng tất cả những thứ đó ông đã gói trong cái thâm trầm đã chín của ông, trong cái thua thiệt chấp nhận với số mệnh!

Thi ca trước nhất là để cảm và làm đẹp cuộc đời, như hoa, mỗi hoa mỗi sắc. Đọc thơ Hoàng Lộc người ta dễ cảm với thơ ông, dễ mở lòng ra với tâm sự ông, dễ hồi hồi và nao buồn theo dòng đời trôi nổi. Trong giới làm thơ, người lớn tuổi thường rượu cũ quen bình cũ, thường những vần điệu quen, người trẻ thiếu vốn sống và dễ thiếu chiều sâu và điềm đạm của đàn anh, nên có người thiên về kỹ thuật hay hình thức quá, có khi trở thành xảo thuật, bí hiểm, lai căng, hủ nút. Hoàng Lộc, nhà thơ điềm đạm, vụ phẩm hơn lượng, khi viết về nhân sinh cũng như tình yêu, có bề sâu tư duy, đồng thời có kỹ thuật, chữ dùng đặc biệt, thơ vừa có hồn vừa có âm điệu riêng. Hoàng Lộc đã thành công đưa người thưởng thức nghệ thuật vào thế giới riêng của ông. Điểm khác đáng nói ở nhà thơ xứ Quảng là ông đã thành công đem thời đại đầy gió bụi, tai ương vào thi ca, thơ ông có sự sống vì lẽ đó! Ở Hoàng Lộc cái bất biến là tâm hồn á-đông, dân tộc nhưng hiện đại - tâm hồn của con người hôm nay. Có sống sót sau một cuộc chiến tàn bạo như cuộc chiến vừa xảy ra trên đất nước mới cảm nhận được trọn vẹn tình ý của nhà thơ, tâm hồn và những nẻo khuất của bản ngã. Phải đọc thơ Hoàng Lộc với kinh nghiệm hạnh phúc và đau khổ, đam mê và khủng hoảng của mỗi người. Thế giới đầy những âm vang của vạn cổ của Qua Mấy Trời Sương Mưa đã là những "ảo ảnh" nghệ thuật tuyệt vời, đã đưa người thưởng thức đến một cõi mênh mang. Như người xưa, như Nhượng Tống khi không làm cách mạng đã tìm đến Mái Tây, mái tôi hôm nay yên tĩnh khi đất trời chớm Thu, ngâm nga những vần điệu thương cảm. Theo thiển nghĩ, Hoàng Lộc đã thành công giữ người khách thơ ở lại lâu bên Tây sương, với tình với rượu, với những nhớ nhung, tâm sự, lớn, nhỏ, nhiều sương, mưa, mây trời, sông nước, với tình và rượu! Người xưa từng sống, từng hạnh phúc và chịu khổ nạn, nhưng hôm nay chỉ có chúng ta. Hình như đó cũng là cái bi đát của kiếp người Việt ở nửa cuối thế kỷ XX!

(*) Nhà thơ Hoàng Lộc mở đầu tất cả các sáng tác với chữ thường và không viết hoa một chữ đầu câu nào! Các tựa đề chúng tôi viết hoa theo tiêu chuẩn chung.

26-9-1999

Hoàng Xuân Sơn
và nỗi thơ đồng cảm

Hoàng Xuân Sơn tác-giả các tập thơ *Viễn Phố* (Việt Chiến, 1989), *Huế Buồn Chi* (Tác giả xb, 1993), *Lục Bát Hoàng Xuân Sơn* (Thư ấn quán, 2004), từng và hiện thường xuyên có mặt trên nhiều tạp-chí ở hải-ngoại dưới tên thật hoặc các bút hiệu Sử Mặc, Hoàng Hà Tĩnh, Vô Định, ... Qua ngôn-ngữ thơ, Hoàng Xuân Sơn một mực nòi tình và rất Huế. Cuộc tìm giao cảm bắt đầu với con chữ và liên tục, thiết tha.

Giao cảm với đời, với người

Người Việt là dân-tộc sính thơ nhất thiên hạ, xa xưa thì cổ thi, cổ phong, phong dao, ca dao, rồi truyện thơ, trường ca, hành, ... và thời bây giờ thì mỗi năm hàng trăm tập thơ và 'thơ' được in ra hoặc tung ra trên Internet (hiện-tượng đưa cái Tôi lên qua các Blog) trong đó đa số không ai biết đến hoặc tự biến mất. Ru con, chèo thuyền, thi đua công tác, làm việc đồng áng, cưa gỗ, mà cả việc giáo huấn, làm chính trị, v.v. cũng thơ, cũng vè, học sinh sính thơ mà chủ tịch cũng ... thơ. Bên cạnh là những người yêu chuộng nghệ thuật thi-ca, có người một đời chuyên trị thơ, có người làm thơ cho mình, tự kỷ, có người cho rằng thơ mình là hay nhất, và có những người làm thơ để giao cảm với người, là mở lòng ra với đời, có khi kèm sứ điệp, có khi không. Hoàng Xuân Sơn là một trong số đó, với những đặc thù, đặc sản "Hoàng Xuân Sơn"!

Giao cảm với người, với đời, ông làm thơ tặng bạn văn thơ, bạn đời, bạn từng gặp, v.v. do đồng cảnh đồng tình, đồng thuyền đồng hội. Giao cảm qua kỷ niệm một thời, thời trẻ tập tễnh thơ văn (Chuyện tầm thường ở một góc độ, HBC) hoặc cảm nhận mỗi khi được đọc văn thơ bạn hữu, v.v. Nhà thơ còn mở lòng ra với cả thiên hạ, không biết trao ai như nhà thơ cho biết trong bài Sẽ tặng ... ai? gần đây:

"da mầu tôi / ăn nắng em
một hôm đất sậm . buồn
thèm mưa xanh
nằm mơ / hạt bụi xuyên thành
mặt trăng xin kể chuyện đành lòng / xa
tôi đi / níu kéo giang hà
mà đêm phụ rẫy / tình qua bãi bờ
ở sơn tuyền . nhớ câu thơ
trăm năm phố thị
một giờ mất nhau ... "
(7-7-06, trích từ trang mạng Da Màu damau.org)

Giao cảm từ cái Tôi

Hoàng Xuân Sơn đến với người thưởng ngoạn thơ qua những cái riêng và chung của Huế, buồn, và qua thơ. Thật vậy, phương tiện chỉ còn là những vần thơ, nhất là ở những lúc buồn và vô vọng:

"Đêm nằm gối lên sách / Mơ chữ nghĩa hiện về
Câu thơ nào bế tắc / Nét mực nào di thê?
Ôi như linh hồn cũ / Có xót xa cũng đành
Sao niềm vui mới nhú / Đã giục đời quay nhanh
Chí tình không thay đổi / Cả tim óc lẫn mình
Gửi về đâu nguồn cội / Sách vở buồn lênh đênh!"
(Vô Thư, *VP* tr 35).

Buồn rõ nét hơn chăng với thời gian, vì nhiều năm trước đó từ Huế vào Nam và trước khi rời đất nước đã buồn nhớ rồi:

"... Rồi sẽ đi xa dăm người bạn
Chào đêm Sàigòn ngây ngất say
(...) Sẽ đến nơi nào trên mặt đất?
Theo chân mùa cũ hẹn nhau về
Nối những đêm xanh đầy tiếng hát
Vẫn có Sàigòn trong dáng xưa"
(Sàigòn Những Đêm Còn Lại, *VP* tr. 38-39).

Sài-Gòn đó nay cũng đã thành cố quận, nơi một thời có "Anh chàng người Huế đi phiêu bạt / vô tuốt Sài-Gòn ở gác thuê / chiều chiều ngó xuống đường xe cộ / buồn! nhớ! chi mô, lạ rứa tề!"

Cái Buồn như một nỗi ám ảnh, như tâm cảnh:

«Chiều ba mươi Tết lạnh, về không
Nắng ở trên mây rụng cuối lòng
Nhà ai tiếng pháo mơ hồ vắng
Em từ âm vọng buổi tàn đông?
... Bóng lạ gương soi buồn lặng thấm
Sầu che tóc rũ mắt không hồn
Nắng biệt bên trời mây chợt trắng
Lòng đêm cao tới mộng vô thường ...»
(Quỳnh Hương Một Đóa Vùi Lau Lách, VP tr. 36-37).

"Bao nhiêu năm vẫn chưa hề ngó lại
những chốn qua là mỗi mỗi tình cờ
cơn nắng hạ giữa một ngày đông chí
cũng mơ hồ như lối cũ đường xưa
... Bờ mới đến chỉ là bờ tâm huyễn
vui gì đâu tiếng nói lạ tai người
từng cảnh trí từng huy hoàng bóng, sắc
từng băn khoăn ngột ngạt giữa đất trời ..."
(Nhìn Lại, 1984; Thơ Quỳnh, chưa xuất-bản)

Riêng cái buồn Lô Dung như cô đọng với vẻ cổ kính năm chữ:

"Gối đầu lên mùa lũ / buồn Lô Dung đổ dài
vạt chiều quai nắng thắt / ngoi ngóp dặm triều phai ..."
(Buồn Lô Dung, *HBC* tr. 35)

Giao cảm từ cái Buồn và nỗi niềm xa xứ, với tâm thức lưỡng đầu xứ người-quê nhà, bên ni nhớ bên tê

Tập *Viễn Phố* xuất bản năm 1989 gồm một số bài sáng-tác trong nước sau biến cố tháng Tư 1975 và những sáng tác những năm đầu sống lưu lạc ở Montréal, Washington D.C.; phần lớn đã đăng trên các tạp-chí *Việt Chiến, Nhân Chứng, Văn Học, Làng Văn, Nhân Văn, Tân Văn* (Hà Thúc Sinh), v.v. Tập *Viễn Phố* mang 4 phần đánh dấu cuộc hành trình định mệnh rời bỏ quê hương và sống đời lưu xứ, tâm thức thường trực "hướng về" trong tưởng vọng: Quê Nhà Như Một Vết Thương, Ở Một Nơi Đến, Hoài Niệm, Dù Đường Thiên Lý. Phải sống cái không khí hải-ngoại những năm 1980-1990 mới hiểu được nội dung lưu đày và giá trị văn-chương của những tạp-chí văn-học đấu tranh như *Nhân Văn, Nhân Chứng, Việt Chiến*, v.v.

Tâm thức lưu vong hơn một lần được nhà thơ biểu tỏ, tâm trạng như bao gồm những vết thương nhức nhối ở quê nhà, nỗi xót xa ở đất khách và những hoài bão cưu mang cho một ngày hy-vọng hồi sinh. Đất người là nơi mà

"Đời sống tôi không hằng ước mơ
kéo dài như nỗi xót đau / nơi đây
sự lạnh lùng biểu trưng ngày tháng
dưới dạng mùa đông nguyên thủy loài người
những tâm hồn băng giá mọc chùm cô đơn ... "
(Bất Hạnh, *VP* tr 52).

"Nơi đây" con người vương mắc cái buồn lữ thứ, dần trở nên tâm thức thường trực. Nhất là khi ngụ cư ở miền đất lạnh phương Bắc của Canada, nơi mùa lạnh kéo dài đến nửa năm, nơi sinh vật như phải chết, như phải ngưng lại, như để chuẩn bị cho một cuộc hồi sinh. "Khi lá rừng phong dần đỏ thắm" nơi xứ người, nhớ về những con đường phố học của Thu Vàng Phố Cũ (*HBC* tr 53).

"Nằm đây / xứ lạ quê người
Nhìn ra một thuở / đất trời chửa quen!
Mùa chi sáu tháng lạnh tràn
Thân chìm dưới áo tuyết dàn trắng mây
buồn trơ trụi mấy hàng cây

về đâu chiếc lá của ngày thu xưa? ... "
(Quê Người, *VP* tr. 84)

Ở 'nơi đây' mà hoài nhớ Huế xưa:

"... Mùa đông xứ Huế chao ơi nhớ
Những đứa con đau thắt nỗi nhà
Hỡi ơi cố lý là quê cũ
Áo trắng qua cầu em có qua? "
(Huế, Từ Phong Vũ, *VP* tr. 78)

Cái Buồn vĩnh cửu của con người Huế nhạy cảm

Buồn như tứ thơ tha thiết, day dứt, khôn nguôi, gần như bẩm sinh, như những cơn mưa dai dẳng buồn thiu. Buồn trống trơn như không có gì, không cả lý do nội tại cũng như ngoại lai:

'Không có gì đâu em / Chiều nay như mọi bữa
Đêm, cái chết êm đềm / Vẫn nuôi ngày sống, thở
... Trúc xanh biệt mai vàng / Xui chi mùa gió chướng
Đau xót một cành lan / Hôn nỗi buồn cúc trắng ...'
(Thoảng Tan, *VP* tr. 22)

Cái buồn nhẹ thênh mà thường trực và dài hơi:

'... Buồn lắm mênh mông triều sóng bạc
như người cất rớ đứng cô đơn
bèo trôi ra biển rồi mất biệt
còn chút rêu rong bỏ lại nguồn ...'
(Mưa Mùa Nước Lớn, *HBC* tr. 28)
'Thuyền, cầm / ngọn nước thờ ơ
để cho rong tảo lên bờ ngủ hoang
buồn đi quải gió theo đàn
trường thiên thu thủy hồn tan nguyệt biểu
như tình còn chút lửa thiêu
nghe mùa cổ điển dậy triều sóng đưa'
(Thuyền, *HBC* tr. 94)

Chữ dùng bất ngờ nhưng xứng hợp địa-dư, nhắc người thưởng thức khung trời xứ Huế (tuyền, ngọn nước thờ ơ, nguyệt biểu...).

Cái Buồn rất Huế

Huế với sông Hương, núi Ngự Bình, hoàng thành của một thời đế vương lừng lẫy, với thành Nội, những lầu những cửa Thượng Tứ, Ngọ Môn, những bến Thừa Phủ, Nam Phổ, Kim Luông, Vỹ Dạ, cửa Thuận An, v.v. Nơi có lần nhà thơ tự hỏi: "... sinh ra làm gì ở Huế / những cơn mưa cuồng thâm nặng lòng đất" (HBC tr. 92). Huế là một chốn xứ sở "bỏ thì thương, vương thì tội" mà những 'đứa con hoang đàng' phải bỏ Huế mà đi thì cũng có lúc trở về, nếu không thì cũng quay quắt thương nhớ về. Một chốn đầy vết tích phế hưng lịch-sử, đầy thăng trầm con người, một thiên nhiên trầm lắng, khép kín. Con người ở đó dễ mơ tưởng, trầm mặc, dễ lắng nghe tiếng nói của con tim, của nội tâm. Sông Hương lặng lờ, không sóng lớn, nhưng ai biết con người nơi đó sóng lòng ra sao, da diết thế nào. Những con thuyền lặng lờ, biết về đâu. Những giọng hò mái đẩy làm nao lòng người. Mưa Huế dai dẳng, ... tác-giả kể trong Chuyện Tích những ngày Huế cũ nhưng hãy còn sống động trong tâm tưởng.

Buồn qua thổ âm, ngôn-ngữ Huế

Tiếng Huế là ngôn ngữ réo rắt của tâm tưởng, của thời-gian một thuở, của những Nam ai, Nam thương, Nam bình, ...; ngữ-khí rất riêng:

"Lâu lắm không hề nghe thổ âm
Răng, rứa, chừ, mô cũng lạ dần
giọng treo trên núi hồn xiêu lạc
giọng bỏ về nơi chốn tị trần"
(Thổ Âm, *HBC* tr. 10)

"Huế buồn chi Huế không vui
Huế o ở lại Huế tui đoạn đành
o đau sương khói một mình
tui đi ray rứt Nội thành tái tê
Huế buồn chi, tội rứa thê
tình xưa nghĩa cũ ngó về tựa nương

"Huế ơi mộng tới đường trường
Kim Luông Vỹ Dạ dòng Hương có còn
trèo tình lên núi mà thương
cỏ cây chất ngất phố phường ở mô
Huế chừ cách mấy triệu o
mưa qua cửa Thượng chiều co bến Thừa"
(Huế buồn chi, *HBC* tr. 15)

Huế mà một khi xa rời sẽ nhớ:

'Trách cá nục chừ ai khen
trái ớt chia vôi chừ ai hít hà
nứt làm hai con cá bống thệ
cha mạ nứt hai cha mất đi rồi nhà tróc nóc
bếp lửa chiều lạnh tanh củi nỏ ..."
(Chừ Mạ Gánh, *HBC* tr. 80)

Khi xa dễ tưởng rằng "sông Hương chừ trắng nợ rồi / phủi tay còn chút buồn rơi cuối dòng" ('Phủi tay rồi nợ sông Hương', *HBC* tr. 83), mà nào phải vậy!

Một thứ buồn đầy nhạc tính:

"Đàn nghe vẳng tiếng ru hời
Chạnh lòng sông xưa ca nữ
Quạ kêu sương cũng chín chiều
Lạc loài mấy cung lưu thủy
... đa mang chi tài tử
cầm so dây rồi / khúc tư lự
nam bình gọi nam ai
giọng sầu chừ trách sông dài
trách non hờ hững mòn vai đợi chờ"
(Nam Ai, *HBC* tr. 19-20)

Tâm-sự Sử Mặc

Ở Hoàng Xuân Sơn có phần tâm-sự tạm đặt tên là Sử Mặc, vì ở ông có tâm-sự của một kẻ bất bình, bất phùng thời và 'hoang đàng chi địa':

"Quý thân ta / ruồng thân mình

ôi thân lá mục / trường thành mang mang
vì đâu thiên địa hoang đàng
cái nhỡ tay / rót mộng tràn
tâm si / mộng mơ mơ mộng rù rì
lãng đãng bước phơ phất
ghi / dạng hình
cái bóng: góc chờ? hiển linh
cái thây cúi nhặt / lung linh ảo hồn
đường mù thai / trụy / hoàng hôn
buổi người khép . rịn
lao tồn nhục vinh"
(Hoang Đàng Chi Địa, 5-2005).

Những bài thơ ký Sử Mặc có dáng thơ riêng. Về bút hiệu Sử Mặc, Hoàng Xuân Sơn đã có lần cho biết ông "tự thấy thơ Sử Mặc có ý bỡn cợt và trào phúng như một chỗ xả hơi khác trong sáng tác" (Phỏng vấn của Tường Vi, *Văn Nghệ Ngàn Phương*, bộ 3, số 108, 1-7-2001). Tập 'Thơ Phiêu Sử Mặc' được hứa hẹn từ lâu nhưng vẫn chưa xuất-bản; tuy vậy nhiều bài đã xuất hiện trên một số tạp-chí giấy và Internet và người đọc thơ đã có thể cảm nghiệm được cái "phiêu bồng, phiêu hốt, hay phiêu diêu trên cõi đời thường" như tác-giả cắt nghĩa với chúng tôi gần đây. Thơ ở đây chạm đến hiện thực và vấn đề hôm nay, tức nghệ thuật vị nhân sinh hơn:

"Lây bây ra cả đấy / trây trét chẳng nên hình thù
mới tính chuyện phúc hồng vực dậy
  phúc bảy mươi đời nhà nông bần cố
chữ cắn đôi nát bấy tay cầy
khom lưng chẻ dọc đường sống
bao lâu rồi quỵ gối dâng
  tội nghiệp đất thà như đất
thó im ỉm / thóc giống chẳng còn ra
thà như đất / nằm / im" (8.02).

Ngôn từ hiện thực để nói cái tâm linh, phẫn nộ:

"rút đi / xương, tuỷ . nhục này
rút đêm mê sang / rút ngày mượn hơi
rút đi / hồn ngụ trên trời

thân cư dưới đất / nghìn khơi bão bùng
rút đi / cái thắt thẻo
cùng / ba hồi chớp nháng
cái chung đụng . buồn
rút này / rút cả tư phương
xác ve mình hạc / lên đường / kéo quân"
(Đôi Co Cùng Bệnh, 09/06)

Giao cảm với thể cách sáng tạo: phá thể cái truyền thống

Để đạt mục-đích giao cảm với tha nhân, tác-giả vừa là Ta, một cái Ta hừng hực không ai khác, một cái Ta lừng lẫy một quá khứ của riêng Ta! Một cái Ta có khi ẩn khuất, mờ ảo. Ở Hoàng Xuân Sơn không có cuộc chiến của những cái Tôi, mà tất cả những cái Tôi, cái Ta như cùng hỗ trợ cho một Hoàng Xuân Sơn! Hoàng Xuân Sơn sáng tác nhiều thể-loại thơ năm chữ, bảy chữ, lục-bát, tự do đến cả Tân hình-thức, nhưng ở lại với người thưởng thức thơ nhiều hơn với những bài lục-bát và có thể nói ông thành công với những bài lục-bát dù biến thể.

"Một ngày / bút tự rong chơi
ngâm câu tự bạch / bỏ / đời thi thư
thành ai / vây khốn sương mù
buồn lên một ngọn trăng lu / võ vàng
cây đau cỗ / xuống vai / quàng
rưng rưng chiếc lá / mầu khang lệ / còn
trường tình / mới buổi nào / son
đã nên oán khúc / đèo mòn / xuân thơ
ai đem giọt nước ơ hờ
cũng xin thấm muộn / đôi tờ thư xưa
một ngày / bút tự xanh mưa
ngâm câu tự bạch / xin / vừa dấu yêu"
(Tự bạch, 2001)
"Lên đèo heo. mất hút. tăm
em tan cánh gió bay / trần trụi. tôi
quađời quađời quađời
dễ chừng hơ hỏng vốn lời ngắt ngây ..."

(Tăm Đèo, *LB* tr. 103)

Chúng tôi đã có lần nói đến những cách tân của thơ lục-bát, rằng thể thơ gia tài riêng của thi ca Việt, đã được cộng hòa văn-chương miền Nam tự do tiếp tục làm mới từ khi ra đến hải-ngoại: cái Ta được biến thể và cập nhật, chưa nhập vào lòng văn-học hội nhập thì ít ra tự ứng phó với thời mới, đất mới. Ngoài Du Tử Lê còn có Hoàng Xuân Sơn theo con đường biến thể lục bát - cùng với sử dụng dấu chấm câu hoặc không viết hoa - trở thành thông thường vào cuối thế kỷ XX: "Em qua / em qua / em qua / đò giang trắc trở / em qua được rồi / em qua tới bợt em ngồi / tới bờ em đứng khóc / mùi mẫn / em" (Đầu lệ, HBC tr. 51) - hình-thức thơ tự do có thể được ngâm như được diễn tả trong thực tế là bốn câu lục-bát!

Thật vậy, thơ lục-bát bị xâu xé giữa truyền thống và mỹ học hôm nay. Lục bát cách tân dưới nhiều hình thức, biến thể tự do về chấm câu và xuống hàng trong cái khuôn tiên-thiên hay hiểu ngầm 6-8. Nhịp điệu đa dạng ra. Âm điệu vẫn giữ hoặc không giữ, lục bát ba câu, chấm dứt ở câu sáu, v.v. Hình thức có đem lại cái mới cho con mắt, cách đọc đa dạng. Lục-bát biến thể, đa dạng đã được dùng trong mọi tình huống, mục-đích, từ cụ thể vật chất đến tư tưởng, tâm linh. Vì cũng như tiếng Việt, câu lục bát Việt không phải là cái bất biến; một sự đổi mới về tu từ, về cấu trúc câu, khiến câu thơ Việt cập nhật thêm tính cách nghệ thuật mới mẻ.

Hoàng Xuân Sơn là một nhà thơ sáng tạo ra một cấu trúc thơ riêng của mình. Việc tạo ra những câu thơ con chữ Huế gây lạ, bất ngờ, và bằng cách xáo trộn cấu trúc câu, ... là có chủ đích cả. Thi ca có nóng mới sáng lên, có sáng đã thì ấm nồng mới đến, do nguồn khí con tim tìm giao cảm đi khắp da thịt, máu và lý trí. Thơ lục-bát biến thể của Hoàng Xuân Sơn ngắt nhịp bất ngờ, đa dạng, theo cảm xúc, khiến giàu nhạc tính và dễ đi sâu vào lòng người thưởng ngoạn thơ. Lục-bát của ông có thể là rời tỏ tình với người yêu, với bạn, với mẹ cha, anh em, cũng có thể là lời ru, câu hát (ảnh hưởng nhạc Trịnh hay chính Hoàng Xuân Sơn cũng là người mê nhạc, ca hát, một phong cách bộc lộ căn nguyên bản chất).

Mặt khác, sử-dụng thể lục-bát của dân-tộc, thể-loại từng sống lâu và có thể bất tử, nhà thơ vận dụng để nói chuyện tâm thức hay thực tại, như muốn thơ mình ở lại trong khung bất tử. Hoàng Xuân Sơn với nội-dung bản ngã và những riêng tư quê quán, thổ âm, với kỹ thuật vừa nói, đã thiết lập ý nghĩa cho một lục-bát biến thể riêng của ông. Giai điệu lục-bát vẫn thường trực ở đó như một bảo đảm nhịp, vần:

> 'Rượu đắng chấp chới tình cô
> gió khuya hứng lạnh một tờ rẩy run
> uống bao nhiêu lụy chưa chùn
> bước trong thiên hạ bước cùn mằn tâm
> ngoạ lời cay đắng trăm năm
> ăm ngửa bồng ngửa chút cầm cố theo
> chí cương, mà thạnh rất nghèo
> mạt vận không nắm được . vèo . cơ ngơi
> hốt dăm ba chữ . đuối lời
> con tàu lân mẫn nằm chơi ụ buồn
> giờ thì kẻ lạ người dưng
> xác xao suốt một giải trường sơn kia
> ngờ xem thiên cổ ai về
> chút hồn sử lụi đêm khuya . chiến bào
> đâu còn mã lộng đồi cao
> mà chân ngựa trắng tây tào tuyết in
> bắc phương bắc phương kìn kìn
> rượu đắng sóng nổi thu chìm túy thi
> (...) uống đi . trăng đã xa bầy
> rừng trốc . suối kiệt . non đầy đọa căn
> ừ sông ra biển một lần
> mà dây thủy táng chuộc phần dương sinh
> nơi đâu mồ quỷ phúc trình
> oan hồn vạn kiếp còn linh hiển nào
> rượu đắng xấp xiển mùa ngâu
> có hưng phấn được mối sầu hoa nan?
> chờ nhau . rồi chờ nhau . ngang
> người đi lớp lớp tan hàng cuộc vui'
> (Đằng Khúc, Tửu, 2003; trích 'Thù Tạc', chưa xuất-bản).

Tác-giả cắt câu, xuống hàng, một bài dài như Trân thực ra bao gồm trong bốn câu lục-bát:

"Nắng lên / đầy ảo / mắt nàng
gió sao còn chạy xiên quàng giữa mưa
màu trời / ai bảo đem chia
cho người khốn khổ / đầm / đìa / giọt trân".
(Trân, *HBC* tr. 31).

Cùng trường hợp với các bài Biết Gì, Gọi Đàn, Liễu Y, Đầu Lệ, ... trong tập *Huế Buồn Chi*. Và toàn bộ tập *Lục-Bát* là những bài lục-bát biến thể dù chủ đề là tình, là cảnh, là những cảm xúc khi đọc sách, ngâm thơ, nghe nhạc hay chỉ là những thoáng sát-na trong cuộc nhân sinh.

"Trời thu sao tịnh cuối hồn
Nghe luồn rét ngọt bồn chồn chân đi
đầy âm. đêm. cõi nặng chì
bước giang hồ vặt kéo, trì những đâu?
nhớ đời tươi tắn xưa. Lâu
nhớ vai gầy lẵng qua cầu hát ngao
đêm thu phất phới hạnh đào
Vàng tay chín cả ngàn sao tự tình"
(Hồ thu, chân sáo; *LB* tr. 77).

Những bài dài hơn, lục-bát biến thể mang hình-thức thơ tự do:

"mỏng tanh / đôi vú xuân hờ
lâm thâm nét cọ / đưa bờ vai / qua
chuôi mày xâm mặt nhợt / nhòa
con mắt sơ tán / mùa hoa nhiễm trùng
nữ mù / hồng lạp khuê dung
tựa môi chảy dọc
sống lưng bàng hoàng
mút tầm / thiên địa hỗn mang
bồ xương thạch dựng
non ngàn phẳng phiu
vạt . chia / băm nát
cầu / kiều
thoát giang trừng mộng
phù điêu / bãi
cồn (...)"

(Xuân Mù , Vẽ, 8-03; trích 'Thù Tạc')

Về thơ tình thì Hoàng Xuân Sơn thiệt rất tình:

"trăng . liếm vào mặt em
xanh
khuya cây mắt nhắm
rung cành mộng mơ
ổ lá thắm
khúc đợi chờ
em linh nguyệt thấm hết
tơ tóc bày
mười lăm, thiếu một tầng
mây
trái vừa ửng chín trên cây
động tình
ru nằm
cội biếc u minh
tình tôi một bữa
van quỳnh thốt thưa "
(Mười Lăm, 6-05, tạp-chí *Thơ*)

'Dịu dàng / em đến bên tôi
hình như . . . / hình như mình / đã biếng cười / rất lâu
từ trăm năm chụm mái đầu
từ xanh thơ dại nên mầu tóc tơ
từ yêu thương lẫn vực ngờ
chẳng qua chút bóng sương mờ đấy thôi!
hãy tin rằng: bấy cuộc đời
yêu em bạch nhật / suốt trời thanh thiên
hãy tin rằng: thịt xương liền
vào trong muôn kiếp / lậm tiền duyên nhau
sá gì / một gợn bể dâu
đã se cùng tát / lượng sầu nhân gian
cho xin / lời, tiếng / dịu dàng
xin nhau / đắm giữa vô vàn / cuộc yêu'
(Bài Thơ Dịu Dàng, *LB* tr. 95)

Tác-giả đã bàn đến lục-bát biến thể của mình, một cách bất ngờ:

"Lục bát đủ kiểu nằm ngồi
đứng đi lổn nhổn gò-bồi-rạch-mương
nhốt trời vào họng tai ương
trả nhau về dạng bình thường tứ chi
lục bát đủ kiểu nhâm nhi
sáng lai rai . mỗ
chiều tà tà . ngươi
phải chi cái chiếu không lười
cái chăn không lạnh
chỗ chơi còn dài
giờ thì / lục bát cơm . nhai
trệu trạo cát sạn / đông / đoài / tít xa
lục bát lạc bút hoan ca
hồ - liu - xán - xự
kệ bà tuổi xuân"
(Lục Bát Lạc Bút, 7-04; trích 'Thơ Phiêu')

Cách-tân hình-thức đã là một hình thái của dấn thân sáng tạo. Nhà thơ dấn thân ở đây như chiến thuật mỹ học. Nên có khi đã ... lạc đàng sang thế giới của Tân Hình-thức, một Tân Hình-thức ngập ngừng. Hoặc hình-thức mới nhưng hơi hướm lục-bát:

"Vạt nước hắt sương đi xa
trời mưa quyên đỗ / thâm tà áo / bâu
nên thơ từ vụng hôn / đầu
(...) (thơ cũ như là áo xưa chút hương theo gió chút mùa gửi trăng chút phân vân duột tơ tằm chút mình lẫn chút trăm năm bùi ngùi chút thân da thịt sần sùi chút tà dương vợi săm soi tuổi đời)
Chén hoài / ẩm / một chút thôi
men say cổ lụy nước ngời phúc âm ..."
(Cõi chia, *Lục-Bát* tr. 90, 93).

Hoặc đi xa hơn, nhập cùng cái mới của Tân hình-thức, dù nhạc tính vẫn vấn vương tâm tình:

"... Đêm đã bên ngoài tường thụy và

tàng cây khiết hồn. Thị Bằng lên
chơi phố núi. Ở khúc thanh bình
xưa lắm lộc trời. Nhuận cam vời
vợi rót. Bồ đào tinh khôi. Ở
đó giọt đàn êm sơn xuyến và
    tiếng hát ni nhỏ nhẹ. Nụ cười
lành của hát. Hương quỳnh trên tóc
và chuôi mắt. Ta mang cho em
một đóa quỳnh. Không. Ta mang cho
em cả một khối tình. Lớn mãi.
Giờ này quỳnh đã ngủ hay vẫn
còn thức sông quyên đêm trói tình?
Hình như trăng vẫn sáng trên vai
mẹ gầy. Lâu lắm. Mới có một
lần ngửa đời uống vui từng giọt.
Và em. Bên cạnh ai. Không cần
biết em là ai. Là nữu-mai
-na-tiến? Không cần biết. Ta yêu..."

(Đâu Cần Biết, Tạp-chí *Thơ* 28, xuân 2005; tác-giả chú 'chữ in nghiêng: Lời nhạc Diệu Hương, Trịnh Công Sơn').

    Mới theo lý trí nhưng bản chất nòi tình vẫn ở lại nơi con chữ. Từ truyền thống, đã quen, phất ra phong cách thơ mới, khác, riêng, là một thể cách cá nhân hóa tác-phẩm, cá thể hóa kỹ thuật, tạo nét đặc thù Hoàng Xuân Sơn. Nếu văn-chương là một hình thức giao cảm, đối thoại, phát biểu của một cá nhân với tập thể của ngôn-ngữ sử dụng, thì những cách tân lục-bát cũng như Tân hình-thức là những thể cách sáng tác đặc biệt, tư biệt dù dễ đi đến lập dị! Từ đó có thể nói đến cá thể hóa kỹ thuật thơ lục-bát thành công, đáng kể, mà Tân hình-thức không có hoặc nói nhẹ hơn, khó có.

    Ngôn-ngữ tài hoa khiến con chữ bất ngờ, như trong bài mà tựa đã là không dễ gì hiểu đối với người ngoài cuộc cờ chẳng hạn. Tựa là "1_____10":

"rõ ràng 1 / rõ ràng 2
mà sao 3 trắng / lại hài ra đen
lần 4 xúc xích / trụ đèn
tay 5 ngón thả / vào leng keng

đời / 6 ừ
lũng lẵng cuộc chơi
7 thất kinh 8 / bát lời cửu âm
9 cầm 9 / bầm
9 hầm / 10 ngươi chẳng sợ
chút lầm lỡ / ta"
(Sử Mặc, 3 . 4 . 07)

Hình-thức nhắc nhở bài lục-bát biến thể "Buồn chắn tã":

"Vệt son / cháy / tịch dương hồng
chao ơi môi má / còn hong giữa cười?
(') - (`) / hóa dạng đôi mươi
(?) cho nơi (~) / (.) lời âm cung
ầu ơ / (x) tánh khật khùng / (. / .) hai phương
biệt / sầu chung mối buồn ..."
(*Lục Bát*, tr. 40).

Ngoài chất tình, thơ Hoàng Xuân Sơn còn chất chứa suy tư, tri thức về đời, về con người và những khoảng trống siêu hình. Tâm thức kẻ nhược tiểu, rồi lưu vong, nghị lực có thừa nhưng đôi tay nghệ sĩ, lòng rộng mở, từ bi, nhưng cuộc đời nhiều vướng mắc, v.v.

Khi "Viết thay một người ở lại" rằng:
"... xin tạ lỗi trước hồn thiêng sông núi
trước anh linh từng chiến sĩ lên đường
xương máu ấy đã dung tình bội bạc
xin hôm nay bày tỏ một đôi lòng
tôi đã ước một hòa bình không tưởng
nên bây giờ tâm đảo, dạ cuồng điên" (VP, tr. 120).

Tập thơ đầu tay Viễn Phố gom được những vần thơ rực lửa của tấm lòng dân Việt trước nguy tàn của dân tộc bị bạo lực vô nhân dày xéo:

"... Hãy viết văn-chương bằng lời bút thép
Từng bài ca là mũi tên buông
Ta đứng thẳng trên trận tiền bão táp
Vạt nhọn thơ bắn gục lũ điên cuồng
(...) Xin trao gửi người đi phía trước

> Thép mới nung bằng lửa ngục tù
> Vách đá dựng lời thề tâm huyết
> Đường gian nan bừng chí diệt thù
> Đất nước sẽ mai này yên đẹp
> núi sông dài sử Việt nghìn thu"
> (Gửi người đi trước, VP tr. 137-8).
> "Thân dài hát kinh khổ đau
> nhếch nhác bò qua sậy lau thụ hình
> ôi tâm đời / thiêng / u minh
> bấu xấu vào nỗi lạ
> tình riêng / mang đi tan đi tan đi
> (tan) / dữ dằn mộng hóa tin ..."
> (Tâm Đời; LB tr. 81).

*

Trong thế-giới thi ca Hoàng Xuân Sơn, thời-gian đã nhập vào thơ, thời-gian đã chết đi để hóa thân và nhắm trường cửu. Thế-giới đó trước hết là của riêng ông mà cũng có thể là của nhiều người (mấy ai có thể tự hào thơ mình là của tất cả mọi người?). Bị mê cung thi-ca quyến rủ, nhà thơ chịu trận kiếp người, không muốn làm tiên tri, chỉ mong làm nhân chứng. Một thế-giới thơ tự thu hẹp với những con chữ nên thơ và hiện đại. Ông đã trình diện thơ với đời, đã phân trần và đối thoại với người với đời, ông đi tìm giao cảm, mong được cảm nhận, với người đương thời và hậu thế. Hoàng Xuân Sơn vận dụng tâm thức, cảm xúc và đã để lại bản ngã và hành trạng của mình trong thơ, trong ngôn-ngữ và nhạc điệu thơ, một bản ngã dĩ nhiên rất riêng.

Ngôn-ngữ thơ trở nên ngôn-ngữ của đồng cảm. Sáng tạo qua giao cảm, nhắm đồng cảm, ... đã rút ngắn khoảng cách người thơ và người thưởng lãm. Đây là khía cạnh nổi của Hoàng Xuân Sơn, yếu tố khiến nhà thơ đạt được hoài vọng mà người đón nhận thơ cũng lọt vào vòng giao cảm. Nhưng cũng là lý do khiến có phàn nàn dị ứng rằng thơ ông bí hiểm 'cầu kỳ, rắm rối', nếu có chăng là bản chất trí thức và thổ âm của con chữ trong thơ ông! Thơ ông xuất phát từ Huế nhưng đồng thời trở về Huế; thơ chất Huế, nhưng thơ ông nhờ có ngôn-ngữ nghệ thuật riêng đã đi xa hơn, đã vượt trên cả địa dư Huế.

Hoàng Xuân Sơn cũng như mỗi nhà thơ đã đưa cái độc đáo của riêng mình nhập thành cái đa dạng của kho tàng thi ca, đa dạng về ngôn-ngữ, về cách vận dụng con chữ, khiến đa dạng về cách đón nhận tha nhân và thế-giới. Ngôn-ngữ một dân-tộc là kho tín hiệu chung, truyền thừa từ các thế hệ; nhưng các nghệ sĩ, nhất là các nhà thơ, qua vận động trí thức, trực giác, cảm xúc riêng, với những 'thấu thị', 'tột cùng', mà mang đến những cảm thức mới, riêng, qua con chữ, mang đến 'nội-dung' hoặc 'áo khoác' mới cho con chữ. Với Hoàng Xuân Sơn, là những 'mưa xanh', 'áo tuyết', 'con mắt sơ tán', 'mưa xưa tê liệt nỗi niềm', 'dáng tôi dáng chiều', 'mắt môi cuống cuồng', 'cuộc tình kim châm muối xát', v.v. Những con chữ gây bất ngờ: 'khỏa thây", 'vụng hôn đầu', 'gọi vong',

Thời cuối thập niên 1930 của thế-kỷ XX, đã có một Huy Cận của Tràng Giang buồn, có thể nay thêm một Hoàng Xuân Sơn của Huế Buồn Chi? Thật vậy, với biến cố 30-4-1975, mê cung thi-ca đã đón nhận thêm Hoàng Xuân Sơn, nhà thơ muôn thuở buồn, nhà thơ của 'thiên sử buồn':

> 'Bạn nhủ: làm thơ là lộc thánh trời ban
> đừng bỏ qua rất uổng
> ừ, lộc trời
> mà sao chỉ nuốt toàn trái đắng'
> (Xưa, Lộc Trời; trích 'Thơ Quỳnh').

10-10-2007

Luân Hoán
nơi Cõi người ngơ ngác

Đầu năm 1985, Luân Hoán đến bờ tự do làm thân tị nạn, đã đưa theo *Hơi Thở Việt Nam* được xuất bản năm 1986, như một thông-điệp báo cho đồng loại biết phần nào tin tức quê nhà, nào tù đày, hãi sợ, bi cảnh, cuộc đời xáo trộn, đổi thay tận cùng của bất ngờ quay cuồng của con Tạo. Nhà thơ tiếp tục làm thơ nơi xứ người và hình như xuất hiện chính thức trên tạp-chí *Văn* (số 35, 5-1985) thời Mai Thảo. Những tuyển tập xuất-bản sau đó, ngoại trừ đôi tập chủ trì ca ngợi tình yêu, phần lớn nói lên tiếng lòng của con người sống lưu xứ, của con người bị bứng ra khỏi đất sống, không lựa chọn. Sống lưu đày là sống trong nỗi nhớ triền miên. Nơi vùng đất mới, hình như chỉ có thời gian và không gian của ký ức, của hồi tưởng với những địa danh, nhân danh, thời danh, v.v. - những mốc điểm của một khởi hành hoặc của một trang lịch-sử!

Nỗi nhớ quê nhà

Ngay trong tuyển tập thơ đầu sáng tác ở hải ngoại, Luân Hoán đã nói nhiều đến những nỗi nhớ quê nhà. Nỗi nhớ chiếm một phần (tr. 119-150) của tập *Ngơ Ngác Cõi Người* (San Jose CA: Nhân Văn) xuất-bản năm 1989. Ở đây, nỗi nhớ có tên những khuôn mặt bạn bè thân yêu cùng một lúc với nỗi nhớ nhà, nhớ nước: " người ơi người ơi người ơi / ta còn hay mất bên trời lưu vong " (Cúi Mặt

Chào Đà Nẵng, tr. 9,11). Hay: "hỡi ơi bạn bè cũ / lận đận chạy về đâu / bỏ mình ta ngơ ngác / vơ vẩn nhớ đau đầu"; " nhớ gì đâu, nhớ nhớ / thương gì, mà thương thương / trái tim ta đã rớt / ở bên trời quê hương " (Gọi Tên Bạn Bè, tr 58-9).

Đến Đưa Nhau Về Đến Đâu (Los Angeles CA: Sông Thu, 1989), sống ở Montréal, xứ người, nhà thơ từ lựa chọn trở thành nạn-nhân của mơ. Lưu đày đồng nghĩa với mộng mị cho nhẹ kiếp người! Kẻ lưu-vong dễ chuốc căn bệnh ngỡ ngờ, mới trông ngoại hình đã đoán kẻ ấy xuất thân nơi mô:

"Có phải em là Công Tằng Tôn Nữ ...
vừa liếc qua ta đã nhận ra ngay
đôi mắt Huế hữu duyên vì biết háy
nét đài trang trong dáng nhíu lông mày
(...) môi muốn hỏi mắt muốn chào nhưng ngại
em nghiêm trang kiểu cách một thời xưa
quanh quẩn ngó rồi dòm ta đánh giá
thằng cha này sao nhớn nhác khó ưa? ..."
(Gặp Một Người Nghi Rất Huế, tr. 68)

Nhưng không phải ai cũng gặp may như Luân Hoán!

Rồi *Cảm Ơn Đất Đá Trổ Thơ, Lòng Ta Hạt Bụi Vơ Vơ Bám Hoài* (Houston TX: Kinh Đô, 1991) gồm 53 bài nỗi nhớ đi theo những địa danh đất nước, những "cõi ta" nhà thơ đã sống hoặc đã đi qua. Nơi đây, nhà thơ buông lời cảm ơn bằng lục bát mà tất cả các tựa trong tập đặc biệt cũng là hai câu sáu tám.

Đà Nẵng, nơi chôn nhau cắt rún của thi sĩ, với những địa danh Hòa Khánh, Chợ Mới, Cổ Viện, chùa Bà Quảng, giếng Bộng, ... trong bài mở đầu Quê-Hương Nhắm Mắt Như Sờ Được...:

" (...) Hỡi những cành me cành phượng vĩ
hỡi con kiến lửa lạc bâng quơ
hỡi con chim sẻ trên vồng ngói
tôi tưởng tôi về, đâu biết mơ!
trông ra cửa kính trời mưa tuyết
ngó lại đời mình ngồi bó ta
quê hương nhắm mắt như sờ được

sao vẫn buồn xo đến thế này ..."(tr 9, 14)

Rồi Hội An với Chùa Cầu, Chùa Ông, Cẩm Sa... mà có lần đã ở Montreal xứ người Bất Ngờ Qua Cầu Champlain / Nhớ Cấu Bà Rắn Lềnh Bềnh Những Thơ (tr. 58-59) nhớ chuyện ngày xưa người bạn đời "không ưng mà mê tít" người thanh niên học trò - tức nhà thơ. Rồi Khi Không Nhớ Về Phong Lệ / Cúi Đầu Đụng Tiếng Thở Ra:

"(...) Phong Lệ bây chừ buồn quá thôi
ngoại ngồi rờ rẫm lá trầu hôi
dưới chân, con mực thiu thiu ngủ
chừng cả hai đang quên lững đời
(...) ví dầu kỷ niệm thành hơi thở
cũng thổi không tan nỗi ngậm ngùi" (tr. 45-46)

Rồi Huế của nhà thơ với những Cầu Bạch Hổ, cầu Tràng Tiền, Chợ Đông Ba, hẻm Cầu Kho, hồ Tịnh Tâm, kiosque Lạc Sơn, quán cơm Âm Phủ...những nơi chốn đã hằn dấu biết bao nhiêu kỷ niệm của một đời người. Ở đó, đậm nét tình yêu. Ở đó, đời sống có vẻ lãng mạn dễ thương, thơ của Huế cũng có vẻ tinh nghịch của nụ cười hóm hỉnh:

"nhíu mày dòm trán đến chân
em ngoay ngoảy háy phủi quần bỏ đi
coi tề, tôi có lỗi chi
lỗi tại hột nút xuân thì sứt ra "
"dụi hoài mắt nhận không ra
xanh cây xanh nước xanh tà áo bay
ánh lên trong cõi xanh này
lòng con mắt Huế sắp đầy đọa tôi "
(Cho Ta Giữ Một Chút Gì Thưa Huế, tr. 61).

Cả kỷ niệm / kinh nghiệm ngủ đò Huế, một đêm mưa trên sông:

" thút tha thút thít mưa hoài
lắc leo đèn úa sông dài bóng tôi
buông màn nghe cái tôi trôi
cùng vuông chiếu ố mồ hôi em nồng

em từ Đại Lược Kim Long
thả đời theo những nhánh sông qua ngày?... "
(Đò Em Vẫn Chở Nguyệt Hoa, tr. 73).

Nhớ về nơi chốn mà nhà thơ đã gửi lại một phần xương thịt của mình cho tổ quốc. "Mặt Trận Quảng Ngãi Ngày Xưa" rồi những Mộ Đức, Nghĩa Hành, Thu Xà, ..., những chiến trường lửa khói, những đứt ruột quê hương những năm tháng miệt mài hành quân:

"... bây giờ Thi Phổ ơi Thi Phổ
ta đã ngã rồi, ngã quá lâu
trước khi xuất cảnh tìm đất sống
nhìn cõi hận xưa thương lẫn đau
bây giờ Thi Phổ ơi Thi Phổ
mười bốn năm dài biệt cách nhau
máu ta ngấm đất, tan trong đất
nên cảm được rằng em cũng đau"
(Chợt Nhớ Về Nơi Ngấm Máu Ta, tr. 100).

Nỗi nhớ còn có tên "Sài-Gòn thủ thỉ gọi ta, nhiều khi ta nhớ xót xa Sài-Gòn"(tr. 107-109), bởi "những góc cạnh thủ đô vẫn còn trong tâm mạch" qua 19 đoạn thơ như 19 mốc nhớ (tr 110-114). Nhớ những lần đi hoang "khi ta vào tới Lăng Cha Cả / trời tối bụi mưa bên góc chân / mở báo che đầu tìm thuốc lá / nốc cốc cà phê nghẹn mấy lần ...", cả những lúc hưởng ... đời ở xóm Hòa Hưng, không trọn vẹn khi nghe tiếng pháo ròn rã:

"gặp em ở xóm Hòa Hưng
đang "đi" ta bỗng lừng khừng muốn thôi
sợ em lây cái bụi đời?
đang lên cao độ tuyệt vời bỗng ngưng
thì ra thơ viết dở chừng
trở về phá trận tưng bừng pháo xuân" (tr. 103).

Rồi tương tư theo bước chân tạt qua Lái Thiêu, Chợ Búng, tạt về Bến Tre" Rạch Miễu, Bình Đại, Giồng Trôm...những Bậu và Qua: "bậu qua phà Rạch Miễu / qua lẽo đẽo theo sau / (...) bậu ơi trời dẫu rộng / nhưng đâu bằng nhớ nhung / sông rạch như gân máu

/ man man nỗi mặn nồng ...", từ nhung nhớ đến thốt lời: "ta may mắn được làm thi sĩ / nhờ đã phải lòng gái Bến Tre" (tr. 115, 121).

Thời gian đưa đến *Cỏ Hoa Gối Đầu* (Miami FL: Sóng Văn, 1977), là tập thơ thứ 17. Cỏ hoa vì "Em là Hoa / thơ là hoa / và tôi, có thể, cũng là, biết đâu ... / một chùm, sống bám lẫn nhau / ngày xưa, hiện tại, mai sau / vẫn là / thơ là hoa / em là hoa / và tôi, có thể, đều là / phù du / phù du lộng lẫy phù du" (Hoa, tr. 9). Đời lưu vong đó ghi dấu an nhiên của một người thơ thong dong với đời, như không tham vọng, sống thực hôm nay. Thơ tình của một người tự cho no đủ về tình nhưng vẫn vươn vói mê tình, mê đời. Quê hương và tình bạn chiếm phần còn lại. Và 10 năm ở Canada: "mười năm lớ ngớ không ngon giấc / co duỗi không qua khỏi cái giường / hít thở cầm hơi vài cơn mộng / Buồn ngấm, chừng như sắp thối xương ... " (Bài Kỷ Niệm Tròn 10 Năm Ở Canada, tr. 110).

Nỗi nhớ vẫn còn đó qua Châu Văn Tùng, người bạn thơ đã gắn liền với địa danh, khi nhắc đến Đà nẵng là nhắc đến người bạn:

"tao sẽ chưa về thăm mày được
bởi vì, giản dị, thiếu tiền thôi
(...) trái tim còn đập, còn thương nhớ
đợi mươi năm nữa có là bao
năm nay tao mới năm mươi tư tuổi
truyền thống ông cha thọ rất cao
gắng sống chờ tao lên chín chục
hồi hương, cụng chén, tán tào lao"
(Phúc Thư Châu Văn Tùng Đà Nẵng, tr. 104, 106)

Nỗi niềm nhớ thương quê hương chất ngất đó khiến tiếng thơ của Luân Hoán vừa xa xôi vừa gần hủi, giản dị tự nhiên đến thân tình. Đâu phải anh dụng ý làm thơ anh kể chuyện mà. Thơ Luân-Hoán chứa nhiều hình ảnh, nhân dáng, ngoài những người bạn thơ, đồng ngũ, bạn học, hai hình ảnh khác khá trội bật trong thơ ông là người mẹ và người chị. Về người chị, Luân-Hoán có hai bài thơ thật cảm động. Bài Xin Gởi Cho Em Vài Hạt Mưa:

"Mưa suốt ngày đêm suốt mùa đông
chị đang đúc bánh xèo phải không?

Chảo đen bột trắng bàn tay nhỏ
đổ hết lòng trên ngọn lửa hồng
(...) chị buồn còn hơn những hạt mưa
sầu hơn cổ nhạc tự ngàn xưa
nhớ thương em trốn vào thi khúc
sao chút lòng em vẫn cứ thừa... "
(CODDTT tr 39,40)

Bài Khiêng Nước gợi cảm hơn khi đi sâu vào vùng ký vãng:
"một cái thùng con con / một đoạn tre nho nhỏ
chị thương chịu nặng hơn / lâu lâu hơi cau có
em đi trước run run / đòn nghiêng vì vai thấp
dốc đá vấp luôn luôn / thùng va vào sau gót
(...) ở đây trời đẹp lắm / sao chẳng hề thấy vui
chẳng phải vì em khổ / chợt nhớ nhà đó thôi
ước chi được nhỏ lại / như những ngày tản cư
cùng chị đi khiêng nước / bắt nòng nọc vọc chơi "
(NNCN tr 126-7).

Cuộc đời mới

Rời quê hương đã là một mất mát và quyết định ra đi đã là một khó khăn dứt khoát, cay đắng ngay từ bước đầu ly hương:

" từng người một xăn quần dở áo
thịt da vàng lở lói gì không
máu rất đỏ nhưng hồn bầm nhẫn nhục
thẹn đong đầy từng bước lưu vong
bữa cơm trưa quê người thứ nhất
có thịt gà trứng vịt khoai tây
cơm quá khô thầm chan nước mắt
nuốt nửa chừng, mưa lạnh bàn tay"
(4 Giờ Tại Phi Trường Thái Lan-NNCN, tr. 31-2)

Bắt đầu cuộc đời mới, như cõng trên lưng nỗi nhọc nhằn:

" ta cõng trên lưng cái thùng thật lớn
còn nặng hơn cái tấm thân ta
cố nghiến răng giữ cho khỏi ngã

mỗi bước chân chếnh choáng như là..."
(Nghề Nghiệp Mới, NNCN, tr. 74).

Tâm trạng lưu xứ thường u uất, yếm thế đó hiển nhiên nhất trong tập *Ngơ Ngác Cõi Người:*

..."Ta thẹn làm người tự do viễn xứ
ngó lại đời mình trùng điệp số không "
" cánh chim nào chợt bay qua
hồn chao động giọt mưa xa xót buồn "
" ta khuyên ta buổi sáng
ta dỗ ta buổi chiều
chớp mắt gặp ác mộng
đời cứ thế buồn thiu..." (NNCN tr 104)

Trong tình huống không lựa chọn đó, nhà thơ hẹn sẽ về:

"... cúi xin cây cỏ đừng thổn thức
tôi sẽ trở về dù hóa ma" (NNCN tr 23).

Thê thảm nào hơn, dù có khi nhà thơ lẩn thẩn tự hỏi

..." ví như ta được thành ta nữa
thơ thẩn một đời lại thẩn thơ
bài thơ mai mốt ra sao nhỉ
có đỡ xót xa hơn bây giờ?"

Một nơi rất xa quê, mà khoảng cách-ly chính trị, xã hội có thời rất là xa, nơi đó, nhà thơ nghĩ gì? sống ra sao? Hãy xem Ta Phỏng Vấn Ta, một bài thơ đặc biệt về hình thức thơ (- tiền thân của Tân hình thức, Rap!) lẫn nội dung tự phỏng vấn hỏi lấy mình:

" (hỏi:) nghe đồn ngươi rất lè phè
nằm ngồi đi đứng cặp kè với thơ
lâu ngày lâm bệnh ngẩn ngơ
làm thơ đổi cái dật dờ đó chăng?
(trả lời:) cái ta có thể thưa rằng:/ ham chơi lười biếng, nói năng vụng về/ tĩnh khô mà giả như mê/ phơi thân che bóng đi về phất phơ/làm thơ là để phỉnh phờ/cái phần đã chết mà ngỡ sống luôn/ làm thơ nhiều lúc như tuồng/ đi quanh một chặp giải buồn vậy thôi/ tình theo chữ thở trăm lời/ hồn theo tình mở một trời nguyệt

hoa / làm thơ là để lân la/ chui từ cái nhớ chui qua cái buồn/làm thơ là để bình thường/ cái ta cứ thích đứng đường ngó em/làm thơ là để lênh đênh/ trên giòng rảnh rỗi chợt quên mất mình/ làm thơ là để làm thinh/im nghe ta tự tỏ tình với ta/ làm thơ là để dần dà/ trở thành ông thánh hóa ra ông khùng/làm thơ là sống ung dung/ để cho óc khỏi lùng bùng nổi điên/làm thơ là có đủ quyền/ ba hoa tưởng tượng đã ghiền mới thôi/với ta, thơ như bầu hơi/của hai lá phổi lôi thôi thở hoài/ ngày nào thơ chẳng lai rai/kể như ngày đó coi mòi muốn đau/ ..."

Nơi đất người, chốn bình yên, nhà thơ thấm thía cuộc sống Ngày Qua Ngày, tự thán, tự vọng:

"1. phải chi có con kiến / hay một hai con ruồi
ngồi nhìn chơi đỡ nhớ / đỡ lẩn thẩn ngược xuôi
ra đường mặt ngơ ngác / về nhà ngồi buồn xo
đắp mền nằm nghe nhạc / trong bụng đầy âu lo
thơ người đọc không nổi / thơ ta, ồ dở òm
hình ảnh thô, từ mộc / quờ quạng mãi phát nhàm
cúi đầu hoài đất mỏi / ngẩng mặt mây ủ ê
không người mà nghe gọi / ừ, thì mai ta về
2. ước chi có con muỗi / cho hút bớt máu buồn
ước chi ai gõ cửa / ta tặng đời ta luôn
bạn ,thằng vừa được job / tối mặt mũi kiếm tiền
đôi ba thằng lay off / lang thang làm thánh hiền
thùng thư ngày ngày rỗng / bóng mẹ mờ mịt mờ
nửa đêm mơ giải phóng / thở dài đến bao giờ?
ngày qua ngày nhai lại / cơm thịt nuốt không vô
ngọn cây sầu xanh mãi / chùn bước đời ngựa ô"
(NNCN, tr. 42-43)

Luân-Hoán cho người đọc thơ những tường trình về cuộc sống thường nhật của ông, nào đi kiếm việc, đi làm, đi ngao du phố phường bằng xe buýt, "ngồi lê" các quán phở, tiệm ăn Việt Nam, Tây, rồi nào giặt đồ, dọn nhà, đám cưới con gái, v.v.

"Ngồi lê" ở quán phở Hòa, Mai, Huế, .. nghe tiếng hát Hoàng Oanh mà nhớ Sài-Gòn "vài trái ớt ít giọt chanh / vì cay hay nhớ long lanh lệ trào?" (NNCN tr 102)

Đi kiếm việc, mệt ngồi nghỉ bên đường: "lên đồ đi kiếm job / từ mờ sáng đến chiều / job nào cũng hứa gọi / mỏi chân ngồi đăm chiêu / (...) giữa giòng người qua lại / một mình ta nghỉ chân / lật bản đồ tìm tiếp / những đoạn đường phong trần ..." (Mỏi Chân Ngồi Bên Đường Saint-Denis, NNCN tr. 71-2). Rồi không xa con lộ nghỉ, nhà thơ ta cũng tìm ra job: " ... sáng đi như đuổi ma, / chiều về như ma đuổi / người hai chân bôn ba / ta cẳng rưởi giong ruổi / cái bị nặng bên vai:/ bánh mì kẹp thịt nguội / trái pomme thay củ khoai / lon Seven-Up lạnh / lên bus, métro / đứng ngồi ta nhắm mắt / chẳng muốn thấy muốn nghe / còn gì sợ mất mặt?..." (Đi Làm Cu Li ở Đường Iberville, NNCN, tr. 73).

Tìm được job, nhưng đến ngày Mùng Một Tết Ta, ở xứ người rơi vào bất cứ ngày nào, nhà thơ ta cũng phải ở nhà ăn Tết, job tạm bỏ một bên: "cho dù chúng có đuổi ông / hôm nay ông cũng ngồi không ở nhà / cho dù Tết chẳng ghé qua / vợ chồng con tụm đổi quà chúc nhau / mở chai rượu lạnh đã lâu / phá giới ông uống cho đầu óc quay..." (NNCN, tr. 82).

Cuộc đời mới với vai-trò xã hội, thứ bậc đổi thay như vừa nói qua cũng như đã thấy trong bài Ta Phỏng Vấn Ta ở trên. Còn job ngày ngày đưa con đi học: "Xe bus vàng sẽ đưa con đến lớp / sáng hôm nay trời ẩm ướt hơi mưa / cây còn lá nhưng đã buồn đôi chút / cỏ bên đường cũng chớm úa lưa thưa ..." (Theo Chân Lê Ngọc Hoàng Bách, NNCN tr. 62). Thiên nhiên, cảnh trí cũng đượm tâm tình con người đã "chớm úa lưa thưa". Rồi Giặt Áo Quần Cho Vợ, Luân Hoán đã viết những câu thơ nhân-sinh thật đẹp:

"trộn tình ta vào trong bột giặt
vò nhẹ nhàng bởi lo sợ em đau
vải còn đượm mùi thịt da em thơm ngát
tay bùi ngùi như đang vuốt ve nhau
trông thau nước đục lờ những cáu bẩn
ta bỗng thương lớp bụi nổi màng màng
chúng là những nhọc nhằn em gánh chịu
nuôi chồng con dài năm tháng gian nan
vòi nước nhỏ chảy qua từng thớ vải
như chảy vào trong cùng tận lòng ta..." (NNCN, trang 67).

Con người lưu đày với tật bệnh đời sống lại càng khó hơn và càng phải nhiều cố gắng. Nhà thơ nói đến Hạnh Phúc Ta của tình cảnh một chân:

"ta đã từng nói trước
qua đây là bó tay
một chân làm sao chạy
theo cái đời lăn quay
ngồi không, ừ, sướng lắm
mỉa mai hoài làm chi
sống liều mạng vẫn sống
ta chừ có ra gì
và cơm cùng nước mắt
cúi mặt sợ em buồn
cổ ta không ai bóp
ăn bánh mì mắc xương ..."(NNCN tr. 51).

Bi hoài hơn ông Tú sông Vị ngày xưa!

Có lúc nhà thơ cũng liều xin vợ hiền tí tiền uống bia nuôi cái ngông buồn xa xứ, dĩ nhiên nào có được yên: "xin vợ dăm cents lẻ / dồn mua bia uống chơi / một mình ta một chiều / xem ra vẫn thảnh thơi / bia chua hay bia đắng / nốc cạn cái cuộc đời / tại sao em đập chén / trong hồn ta em ơi / rảnh rỗi sao không viết / ngơ ngác cõi quê người / tiến lên thì bất lực / ngó lại hết đường lui / cái cần ta không đạt / cái đạt người không cần / lỡ tay đời thầy thợ / ước gì mọc lại chân / thì thôi, thôi cứ uống / không say thì giả say / hết bia còn nước lã / chơi cho đời biết tay" (Một Chiều, NNCN tr. 54).

Cuộc sống không bao giờ nguôi ngoai những trăn trở, âu lo: "... nợ nước nợ nhà chưa trả / sợ chi cái thứ nợ say / năm bảy chén sầu cạn sạch / mặt mày như thịt heo quay / rung đùi đọc thơ Nguyễn Bính..." (Bắt Chước Viết Hành Ca Lưu Vong, NNCN, tr. 98). Thơ tự nhiên, làm như "cuộc sống mình càng giàu khó khăn thì càng phải hành hạ chữ nghĩa nhiều hơn" như nhà thơ có lần trả lời tạp chí *Văn Học* (115, 11-1995, tr. 74).

Cuộc sống lúc nào cũng dày đặc nỗi lo sợ đánh mất con người thực của mình. Mới ba năm lưu xứ mà đã dài như lâu lắm: "ba năm lạng quạng xứ người / soi gương già khọm như mười mấy năm / thì ra sữa thịt lùi chân / trước anh địch thủ ngàn cân buồn phiền" (Thơ Mùa Xuân Con Rồng, NNCN, 106), vì từng ngày đã là những đoạn đường dài: "đêm dài dài dằng dặt / thức đái thức đái hoài / nước gì trong đôi mắt / thỉnh thoảng giọt giọt dài" (Gọi Tên Bạn Bè, NNCN, tr. 58).

Sau ba năm ở Montréal, nhà thơ Nghêu Ngao Giữa Lòng Montréal chiếm một phần lớn số trang (tr. 34-118) của *Ngơ Ngác Cõi Người*, có thể xem là một kỷ lục. Luân Hoán đã thở vào đất đai, cây lá nơi ông đã chịu ơn. Hơi thở Việt Nam tìm được nơi "được cười được nói được than thở":

"đứng hát giữa lòng Montreal
trời xanh trời xanh trời quá xanh
có con chim nhỏ bay trong nắng
chở cả lòng tôi bay quẩn quanh
bỗng tưởng chừng như máu tim ta
đỏ hơn thời tù tội quê nhà
phải chăng chớm nở mầm vong bản
nhục nước phai vì bả vinh hoa
và tưởng chừng như Montreal
có ta cây cỏ càng thêm xanh
ba năm hồn rót vào thớ đất
góp cả buồn vui cho lá cành
và tưởng chừng như mây khói bay
có hơi ta tiếp nối vơi đầy
được cười được nói được than thở
không thể không yêu xứ sở này..."
(Nghêu Ngao Giữa Lòng Montréal, tr. 115-117)

Thấm thía cuộc đời xa xứ, với những bằng chứng vật lý của thời gian:

"Chiều thứ sáu về sớm hơn thường lệ
em ôm hôn như thuở mới yêu nhau
thua cháy túi riêng cuộc tình đúng lại
giữ cho lòng gắng đứng tiếp hôm sau
trong tha thiết vang lời em kinh ngạc:

ồ cái gì như tóc bạc, đầu anh
(...) không đâu em, chúng chính là đá trắng
đang xây dần phần mộ của riêng ta
hoa ngập nước lâu ngày đành phải rã
hồn ngấm sầu lâu quá phải phôi pha
luật trời đất có sinh có tử
sá chi ta mới chớm trổ sắc già
đời sống bám vinh danh gì nuối tiếc
kéo dài chi kiếp bỏ nước không nhà
(...) tóc chớm bạc nhưng hồn sầu đã bạc
xin nhẹ tay, ta nghe nhói cơn đau"
(Bạc Tóc, tr. 68-9)

Điệu buồn đến gần đây, 2003, vẫn còn đó, đậm hơn, sâu hơn, như trong bài Luận Về Nỗi Buồn ông gọi là "thơ viết chơi" đăng trên trang Luân-Hoán Internet:

"em muốn được xem nỗi buồn ta?
nỗi buồn ta có từ hôm qua
cọng thêm chừng độ mươi năm trước
tưởng chẳng bao nhiêu hóa ra là...
(...) buồn là buồn là buồn, buồn, buồn
buồn tình nhập lại với buồn suông
hỡi ơi hạnh phúc ta giàu vậy
giàu vậy dại chi không dám buồn
em cầm đã được một làn hương?"

Người đọc vẫn yêu thích những bài thơ tình của Luân-Hoán, là lãnh địa của chàng, nơi chàng trai xứ Quảng quen lời ăn tiếng nói, quen hành cử phóng túng tình tang! Nơi xứ người, ông vẫn đa tình, da diết, vẫn nhiều vần thơ cho tình, nhưng người đọc thơ tình ông thì lại như hụt hẫng, vì hình như thời gian và không gian của tình đã qua, đã không trở lại, nếu có chăng cũng không trọn vẹn, tự nhiên! Nhà thơ tình xứ Quảng, của Đà Nẵng, sau 1985, Luân Hoán đã dệt những vần thơ lưu xứ đậm tình người, những điệu rất thơ, rất Việt Nam ở chỗ bi thương, những "lưu bút" đáng kể của một trang sử Việt!

So với trước 1975, đây là một thế giới thơ đứt đoạn. Nhà thơ thuộc thế hệ tị nạn tiếp sau thời những "người di tản buồn", rồi vốn đã lâu ăn ở trong ngôn ngữ dân tộc nhuần nhuyễn, thơ từ đời sống lưu thân càng "sung túc" thêm và chỗ đứng trên thi-đàn đã là điều hiển nhiên. Nếu "phân tích" hết các tác phẩm thơ thời sau của ông, giữa những chằng chịt tâm thức, tình cảm, người đọc sẽ tìm ra một xuyên suốt có tính sáng tạo, ở ngôn ngữ, tiết điệu, hình ảnh, ở cả lối kể lể có thể hiểu là "lắm lời" - oan khiên của nỗi nhớ và của đời xa!

Thật vậy, ở văn chương gọi là lưu vong đó, cái thực hữu, cái thực sống, phải chăng chỉ là thế giới của ký-ức, của quá khứ? Luồng điện ý thức đó đưa con người trở về quá vãng, đưa đến những tâm tình với hồn ma bóng quế, những con đường, góc phố đã đổi tên, đổi chủ. Tính thơ xuất hiện ở giữa những dòng chữ đó, xuất hiện từ ký ức và sáng tạo pha trộn. Mà thế giới cũng trở nên có ý nghĩa, nhờ chức năng của thi ca và sáng tạo! Nhà thơ có thành công hay không là ở tài truyền thông cái sáng tạo mới từ chất liệu hồn cũ này! Sống đời lưu xứ, đọc thơ Luân-Hoán như tìm tâm sự chính mình, vẫn là một cái thú tinh thần còn lại! Thành thử, cùng Cao Đông Khánh và Du Tử Lê, Luân Hoán đã thành công biến Cõi Người Ngơ Ngác thành thơ và đưa tính thơ vào kiếp lưu vong ngày càng rời xa một vùng địa-lý và một trời quá khứ!

11-2003

Nguyên Nhi:
gió chướng và ngọn hải đăng

Quái Phong! Gió chướng nổi lên giữa không gian tịnh yên của văn chương hải ngoại. Gió chướng, nhà thơ như lạc lõng giữa cuộc đời, một hoài tìm kiếm. Và ngọn hải đăng đứng ở cuối chân trời. Bên bờ biển vắng. "Đêm khơi. Nhật nguyệt vỡ. Tôi hụt hơi trong biển cuồng. Tôi chới với trên sóng bủa (...) Tôi vốn nghĩ hoài về một ngọn hải đăng. Thầm lặng của riêng mình. Vẫn thương em như thương tiền kiếp. Vẫn nhớ em như nhớ căn phần. Đâu đó một góc trời, tôi biết, có em khắc khoải đợi chờ, mà mệnh tàu tôi lẽ đâu hoài biệt xứ?" Kiếm tìm, chờ đợi, và ông đã gặp yêu dấu, Em! "Đêm khơi. Nhật nguyệt ngộ. Tôi chấp chới trên biển đời hoan lạc. (...) Tôi dấu yêu chùm sáng diệu kỳ. Em. Trong cuộc bể dâu này tôi có thể ném tung hê tất cả. Cần gì đâu ngoài vòm sáng tình em? Nhưng, xét cho cùng, ai chẳng có cho riêng mình một ngọn hải đăng? Hãy cứ đi tìm. Quanh đời bão lộng". Trong Khơi mở đầu hành trình thi ca, Nguyên Nhi đã viết như vậy! Em, chùm sáng diệu kỳ đã tìm thấy, bên đời bão lộng mà kiếm tìm đã trở thành số kiếp! Mãi. Hoài!

Hãy dõi theo những cơn gió chướng! Gió chướng đã thổi qua quê hương! Bão vũ. Tàn độc. Oan chướng. Đã bốn ngàn năm:

"Ngọn quái phong thổi suốt bốn ngàn năm
Thổi thông thống nửa vòng trái đất
Dừng lại đây một chiều thở mệt

Đông phương chớp bạo sấm cuồng..." (tr. 16). Dừng lại đây, đây là Oklahoma, cũng là Em, nơi tạm dung, quê hương thứ hai. Gió bạo tàn đó đã gây bao thảm trạng, di phần. Cơn gió ác đã thổi qua bến sông Mỹ Tho, quê hương nhà thơ. "Phố xám hiu hiu cờ giặc đỏ / Nỉ non vĩ cầm chiều mênh mông" (tr. 11).

Màu ảm đạm, hiu hiu. Ngọn gió chiến tranh trong mây mù vần vũ, rừng U Minh hay hồn người không tỏ:

"Ai thổi hiu hiu ngọn gió nam non
Lòn suốt xuân ta U Minh lửa đạn
Hỏa pháo treo đầu nửa đêm tiền trạm
Bờ kia ơi mỏi mắt ngóng đuôi Vàm..." (tr. 50).

Người đuổi bắt người. Trò cút bắt chết người trên cạn, dưới sông. Chiến tranh trong rừng sâu, trên ngọn nước.

Nay phận dĩ lỡ, lưu xứ như kiếp nợ trả chưa xong. Thân nơi đây, xứ người, Oklahoma, nhưng hồn quanh quẩn bến sông Vàm, sông Mỹ, bến Rạch Miễu, v.v. Phút tĩnh lặng, nghe như tiếng mẹ hiền, dấu chân người và bóng đổ đường quê.

"Bên đó mùa này ngọn chướng lật
Rách bươm tàu chuối sau hè
Con nhớ má đầu trần chân đất
Lò dò mấy ngõ đường quê..." (tr. 102).

Điệu Lưu Thủy, Hành Vân đã thành cố quận. Mà thơ Vân Tiên người nói hay hát thành nếp cũ, bên vách tranh thưa:

"Trưa hè treo võng hát Lục Vân Tiên
Má chỉ muốn con như người họ Lục
Cho dẫu má cứ đầu trần chân đất
Gió cứ lùa thông mái vách thưa..." (tr. 103).
"Thằng trai Nam kỳ nhớ về lục tỉnh
Tên đăng tử Mỹ Tho nhớ dòng Bảo Định
Một khoảnh đời gạo chợ nước sông /
Nha Mân tháng này con nước hỗn leo đồng
Bầy cá quẫy lia chia đầu ngọn sạ (...)" (tr. 49).

Nhớ thương thì cũng chỉ ở nơi nầy, đã xa, bởi cũng vì gió chướng cuộc đời mà thân phận thua phải đỗ "bến" Oklahoma. Giữa hay cuối một kiếm tìm, có tra vấn cũng vô tình thôi.

"(Sao vậy, Okla
Sao bếp lửa không là nơi sum họp
Sao lửa chỉ kể về những kẻ đi xa?)" (tr. 17).

Nơi có những buổi sáng "bàng hoàng gặp thoáng nắng vàng lục tỉnh" (tr. 27). Và có những đêm. "Đêm nằm trăn trở. Biển sông xa" (tr. 97). Ừ nhỉ, "khất khưỡng chiều say trên xứ lạ" mà mơ hồ thấy lại chiến hạm xưa. Giữa huynh đệ chi binh, còn có thể nào "vỗ mạn tàu mà ca"?

"Sóng tự nguồn xanh lăn với suối
Hai mươi năm nở một ngọn phiêu bồng
Cám ơn người đã thương ta như sống
Hèn chi đời ngợp sóng
Cám ơn ai đã yêu ta như biển
Nên ngậm sóng trong lòng (...)" (tr. 94).

Đành "Thôi, vỗ vào ký ức mà ca / Có hạt mưa nào vừa bay qua khóe mắt" (tr. 96).

Buồn. Nhất, với ngọn gió tháng Tư tàn khốc. Gợi nhớ một "tháng Tư đưa cơn bão rớt âm thầm":

"Nhổ rời ta như bỏ chiếc răng đau
Tháng tư thổi dốc cầu xưa rờn rợn
Ngày tắt muộn và cơn mưa đến sớm
Bâng khuâng rơi ướt cánh phượng đầu mùa..." (tr. 26).

Có những ngọn gió đời đem tình yêu đến. Mùa Thu buồn xa xứ, có lá đỏ bay. Em, và nụ cười, bên vành nón, ánh mắt nào!

"Bốn mùa tôi nhỏ dấu nơi đâu
Mà nụ cười dấu ở khăn tay
Mà ánh mắt dấu sau vành nón
Mà lời người dấu trong gió bay..." (tr. 48).

Có Em thì "hình như mọi sự chỉ mới bắt đầu" (tr. 136). Có tiếng người yêu dấu. Nhẹ nhàng gió có lên lúc nhớ Em.

"Lúc nhớ em tôi hay nghĩ về rừng
Thu và gió và bầy chim xao xác
Tôi đã bảo với ngàn cây tan tác
Có thể nào cũng đừng trách em..." (tr. 33).

Gió đó lay động tóc đuôi gà. Và tình yêu. Dù có mưa:

"Đêm nằm mưa Oklahoma
Mưa bên ấy, mưa bên này biển lớn
Hạt lất phất trong ta dòng bất tận
Gió không lay sao lộng tóc đuôi gà..." (tr. 69).

Gió có liên hồi, vực gió, đám bạn bè, chai rượu, tiếng cười nói, cứ như Bá-Nha Tử-Kỳ! Bên góc rừng:

"Lá từ vực gió theo người
Vèo qua cửa hẹp vào chơi chỗ nằm
Chiều hôm nhặt lá quanh phòng
Thấy trên tờ nhỏ dâu chân bạn bè" (tr. 64).

Và ngọn hải đăng tìm thấy!

*

Không giản đơn, ngọn hải đăng! Có một hải đăng buồn. Đơn độc. Tuy vững như bàn thạch. Giữa bão táp, lửa loạn. Ngọn hải đăng, một chỗ để về, để nhung nhớ:

"Lúc nhớ em tôi hay nghĩ về biển
Nơi cổ sơ tôi bước lạc cõi người..." (tr. 34).

Ngọn đèn biển. Kiếp dõi bóng và rọi sáng, sáng trong tâm tưởng. Mỗi khi nhớ, là một Mỹ Tho yêu dấu.

"Mặt trời qua xích đạo chói chang
Ngọn đèn biển kiêu căng đón gió đấu ghềnh
Chú ốc mắc cạn ngủ vùi bên kè đá
Chập chờn mơ giấc đại dương xanh..." (tr. 56).

Đông đang về, đành phải cập bến thôi.
"Chào, cúi chào những bông tuyết đầu mùa
Chàng thủy thủ cuối cùng rồi cặp bến
Trả giông tố cho mịt mùng biển lớn
Trả nắng cho boong, trả gió cho buồm..." (tr. 76).

Phần hai tập thơ là những lời tình với hải đăng, với yêu dấu, ở nhiều khung cảnh (tháng tám sinh nhật, ngày hè, tháng ba, ngày giáng sinh, ...), ở nhiều tình cảnh và trên hết trải rộng lời tâm sự, tỏ bày, nài nỉ 'ngập ngừng chi lắm, hải đăng", "hãy nói rằng ta vẫn còn em", "nhiều đêm thế đấy, hải đăng", những mong "cùng ai đốt lửa", "trang trải" khi chớp bể mưa nguồn, ...

"Cũng có khi bắt gặp một tấm lòng
Bỗng hãi sợ tự tiền căn oan khốc
Lăn về đâu, cổ xe già kiệt, dốc
Tình về đâu, cứ hỏi gió về đâu" (tr. 21).

Cũng vì hải đăng mà "anh mê miết về phương xanh ngơ ngác / ngày bay dài bỗng rớt buổi chi lan" (tr. 126)., một buổi xế chiều, cành hoa nở vội! "Nhớ em nghĩa cũng trăm đường hỗn mang" (tr. 123). Vì đã quyết"Tôi ôm đẹp tình gần" (Khơi). Tình khơi dậy nguồn thơ, nguồn sống. Khởi từ một hương đời "Hương lạ giữa tro tàn"!.

Hải đăng là Em. Là yêu dấu, vì có lúc tha nhân không là địa ngục. Chiếc vỏ chai thả trôi năm xưa đã đỗ bến. Dù "chiều biển lạ chửa tàn cơn mộng dữ / Ngập ngừng chi lắm, hải đăng?":

"Ta dong buồm đơn độc suốt trăng
Trôi đi, trôi đi cuồng lưu ký ức
Bão nổi lên rồi, đạo suy đời tận
Yêu em, hải đăng..." (tr. 109).

Hải đăng hỡi, "về đâu chiều lạnh" khi "mọi sự đều mong manh thế, hải đăng". Thôi, "tìm ai chiều lạnh, hải đăng", Chúa thì ở xa, cao, tìm chi nữa, "mệnh số này, cầm lấy, hải đăng"! tình yêu như ám ảnh. "Em đâu đó chập chờn làm con sóng / Vỗ loanh quanh nỗi nhớ bức không rời" (tr. 113).

Vô tri hải đăng như chứng nhân câm nín của tìm kiếm, bất hạnh,"những người đàn bà ra đi tất tả / cùng những lời chúc lành". Đã chúc lành sao lại bỏ đi? Đã ra đi sao còn gian dối đa ngôn?

Ngọn đèn có tỏ có lu, nhưng muôn thuở ngóng đợi những bầy hải âu biệt xứ, những người con bỏ xứ bỏ quê. "cái thuở người xa tàu mất biển" (tr. 113), "mười lăm năm luân lạc, quên, hải đăng..." (tr. 114)..

Và hạnh phúc tìm thấy, Tập thơ kết đoạn ở biển bờ Tây Bắc, ở ngọn hải đăng hạnh phúc. "Triều lên triều lên thành sóng dựng / Hạnh phúc lớn lên như triều dâng". Hạnh phúc, sau cơn "hụt hơi réo gọi những hồn tàu / Ta đến đây như trở lại từ đầu / Thả chiếc neo giữa lòng em độ lượng...":

"Hỡi những ngọn đèn biển bờ Tây Bắc
Lặng lẽ vươn vai soi rọi đời tình
Soi hoài công mấy hồn tàu lưu lạc
Trôi trắng cuộc nhân sinh"

Chân lý giản đơn tìm thấy:

"Hạnh phúc có khi đơn giản vậy, hải đăng
Nên đêm lưu xứ bỗng vui ngút mắt
Hỡi những ngọn đèn biển bờ Tây Bắc
Thênh thang ta đã có một phương về" (tr. 152).

*

Một năm sau tập truyện *Con Gái Người Gác Đèn Biển*, Nguyên Nhi trình làng tập thơ 158 trang: *Quái Phong* (Văn học Nghệ thuật Liên mạng, 2000). Đọc thơ Nguyên Nhi như xem lại phận mình. Mỗi người. Nguyên Nhi chỉ còn là cái cớ. Nếu phải cần cớ. Như tiềm thức trở về. Như tiếc nuối. Như đã nguồn cơn, đau và khổ ải cuộc đời! "Chuông gọi dục hồn ai cố xứ / Hướng dương gục nhập màu vai áo cũ" (tr. 137). Người làm thơ, "như tráng sĩ mạt thời đêm đêm ngắm trang mài kiếm / để tự cắt đầu mình" (tr. 20)! Thơ Nguyên Nhi như mở một phạm trù, dù rướm máu vết thương tiềm thức! Thơ cô đơn trước Em, người tình vừa kiếp nào đưa đến, như tặng phẩm, như dịu êm. Có Em, tóc đuôi gà, nhưng gió chướng vẫn thổi qua, bên ngọn hải đăng của ký vãng, của tưởng đã quên, đã xa...

Con nước đã kiệt, cỗ xe già dừng bên ngọn hải đăng, bên những con hải âu"xao xác mặt trời chìm", những con dế gáy và những con "dã tràng buồn hiu lại thức giấc". Xa những Ngã Ba Lộ Tẻ của cõi mù tăm hay u minh nhân thế; mặt trời ám mà thiên địa cũng ám tối! Oklahoma, chốn cỏ bồng dừng chân hay vĩnh viễn an cư? Cứ xem như đã thật xa những cơn gió cuốn, những trận bão cuồng, "ngọn quái phong thổi suốt bốn ngàn năm..."! Xa những con dốc đời. "Con dốc xưa tôi đặt tên dốc Đợi / ... Con dốc nay đìu hiu con dốc Nhớ ..." (tr. 39). Giữa rừng Thu, ngàn cây tan tác, những bầy chim xao xác...! Trầm buồn, buồn lớn, giữa những reo vui, thiết nghĩ, thơ đã lắng đọng nơi con người lưu thân xa xứ. Và không nơi nào đẹp hơn quê hương, sách đồng ấu năm xưa đã nhắc nhở!

23-8-2000

Nguyên Sa, nhà báo, nhà thơ

Hoạt Động Văn Nghệ

Trong một thời gian ngắn đầu năm 1998, hai tên tuổi gắn liền với thăng trầm hệ lụy của nền văn học miền Nam 1954-1975 đã tiếp nối nhau ra đi, Mai Thảo và Nguyên Sa, 10-1 và 18-4. Trong thương tiếc và mất mát, đã và sẽ có người nhận ra hình như hai ông khác nhau cũng nhiều, từ đóng góp cho nền văn học đó cũng như nhân cách văn nghệ và cả cảm tình của độc giả và những người yêu văn học nghệ thuật.

Tạp chí *Sáng-Tạo* số 1 xuất hiện tại Sài-Gòn tháng 10-1956 ra được 31 số, ngưng từ tháng 9-1959 đến tháng 7-1960 tiếp tục bộ mới nhưng cũng chỉ ra thêm được 7 số. Sáng-tạo ra đời với cái gọi là ý thức văn nghệ mới và làm mới văn học cho thời đó. Tạp chí *Sáng-Tạo* muốn làm đại diện cho nền nghệ thuật mới được gọi là "nghệ thuật hôm nay". Nói đến nhóm "tạp chí Sáng-Tạo" người ta nghĩ đến nhiều người: Mai Thảo "đầu đàn" với văn chuộng mới và tân cải hình thức, Thanh Tâm Tuyền, Tô Thùy Yên và Quách Thoại với thơ tự do, Nguyên Sa với thơ ca tụng tình yêu tân kỳ, Cung Trầm Tưởng, Sao Trên Rừng (Nguyễn Đức Sơn) và Trần Tuấn Kiệt làm mới thơ lục bát, Trần Thanh Hiệp và Nguyễn Văn Trung (Hoàng Thái Linh), người lập thuyết, người giới thiệu triết lý thời thượng của Âu-châu. Ngoài ra còn có Doãn Quốc Sỹ, Viên Linh, Người Sông Thương (Nguyễn Sỹ Tế), Trần Dạ Từ, Thạch Chương

(Cung Tiến), Vương Tân (Hồ Nam), Hoàng Anh Tuấn, Mai Trung Tĩnh, Nguyễn Nghiệp Nhượng, Mặc Đỗ, Duy Thanh, Lữ Hồ, Trần Lê Nguyễn, ... Sáng-Tạo không phải là một văn đàn hay văn nhóm với chủ trương và hoạt động khắng khít như Tự Lực Văn-Đoàn và nhóm Hàn Thuyên của thời tiền chiến. Các văn nghệ sĩ hợp tác sau tách riêng làm văn nghệ như Nguyên Sa, Viên Linh, ... hoặc không tiếp tục cái "chủ trương" của Sáng-Tạo nữa như Thanh Tâm Tuyền (1), Dương Nghiễm Mậu, v.v.

Tạp chí *Sáng-Tạo* đã là chỗ tụ của Mai Thảo và Nguyên Sa, nhưng hai ông là hai mẫu người nghệ sĩ tương phản nhau: một người sống hết mình cho văn nghệ và bạn bè đến độ khó chấp nhận người khác đến cuối đời vẫn sống độc thân, một người sống cho gia đình đến nỗi không ăn nhà hàng và thời trai trẻ có đi phòng trà thì cũng xin kiếu bạn về sớm. Và hai ông đã có những bất đồng ý kiến văn nghệ và có thể cả về hoại động báo chí. Nhưng họ tôn trọng nhau và tôn trọng quan điểm của nhau. Hơn nữa, ngay cái gọi là "chủ trương văn nghệ" có tính cách sáng tạo cũng như chủ trương "thơ hôm nay", "thơ tự do", những "thành viên" (đúng ra là cộng tác viên) của "tạp chí *Sáng-Tạo*" đã hơn một lần trái nghịch nếu không muốn nói mâu thuẫn nhau. Một cuộc "nói chuyện về thơ bây giờ" trên *Sáng-Tạo* bộ mới số 2 (8-1960), Cung Trầm Tưởng, Doãn Quốc Sỹ, Duy Thanh, Lê Huy Oanh, Mai Thảo, Nguyễn Sỹ Tế, Thanh Tâm Tuyền, Thái Tuấn, Tô Thùy Yên và Trần Thanh Hiệp đã cho thấy nhiều con đường song hành. Nếu về lý thuyết làm mới văn nghệ, Nguyên Sa không hoàn toàn đồng quan điểm với nhiều người như Mai Thảo, Trần Thanh Hiệp, thì về lý thuyết thơ "hôm nay", ông cũng không cùng tần số với Thanh Tâm Tuyền, và thơ Nguyên Sa cũng đi con đường riêng. Với Nguyên Sa, thơ tự do là thơ phá thể (2), trong khi Thanh Tâm Tuyền đi xa hơn, "thơ hôm nay không dừng lại ở thơ phá thể, thơ hôm nay là thơ tự do" mà cao điểm sẽ là thơ văn xuôi (3). Trần Thanh Hiệp, một lý thuyết gia khác của nhóm Sáng-Tạo thì lại cho rằng: "Lối thơ phá thể thành hình với Thế Lữ và hiện nay rất thịnh hành chỉ là một chấp nối của nhiều nhịp điệu cũ. Nó không thể được ngộ nhận là thơ tự do bởi lẽ nó chưa thoát ly khỏi những cùm xích của lối 'thơ mới' nay đã thành cũ" (4).

Mai Thảo và Nguyên Sa khác biệt nhau vì mỗi ông đại diện cho một khuynh hướng và hành trang trí thức khác nhau. Mai Thảo từng theo kháng chiến, đã di cư từ Hà-Nội vào và tiếp tục chống Cộng với kinh nghiệm của mình và theo trào lưu chính trị của miền Nam thời đó. Trong khi đó, Nguyên Sa, cũng như Nguyễn Văn Trung, Trịnh Viết Thành, Nguyễn Khắc Hoạch, ... du học ở Âu-châu về, từ một Âu-châu vừa ra khỏi kinh hoàng của đệ nhị thế chiến và đang hối hả sống cho hôm nay, một Âu-châu "trí thức" theo mốt hiện sinh, quán rượu và lối sống buông thả trước những "buồn nôn" và "phi lý" của cuộc đời. Văn nghệ mới khởi từ những Jean-Paul Sartre, Albert Camus, Simone de Beauvoir, ... là một văn nghệ có tính chất triết lý và "gần" con người, xa thần quyền. Nguyên Sa tốt nghiệp cử nhân triết đại học Sorbonne về nước đầu năm 1956 là về Sài-Gòn - Sài-Gòn đó vừa ra khỏi trận chiến tranh Đông dương thứ nhất. Thời đó còn có nhóm "Bách Khoa" lúc đầu là nơi tụ tập những người kháng chiến cũ như Huỳnh Văn Lang, Võ Phiến, Phạm Ngọc Thảo, ..., nhóm "Nhân Loại" của những người miền Nam tiếp tục ... kháng chiến xoay ra chống chính quyền miền Nam, sau báo đình bản và nhiều người vô bưng theo cộng sản như Lý Văn Sâm, Trang Thế Hy, Lê Vĩnh Hoà hoặc tiếp tục nằm vùng như Vũ Hạnh, Sơn Nam. Ngoài ra đối với giới làm văn nghệ từ đất văn vật vào, Nguyễn Đức Quỳnh đã một thời ảnh hưởng một số trí thức, văn nghệ sĩ và "lý thuyết gia" văn nghệ trong số có những thành viên của Sáng-Tạo; bên cạnh còn có nhóm Quan Điểm. Nguyên Sa không ở trong số đó. Nhưng sống và hoạt động ở miền Nam thời đệ nhất cộng hòa, mấy ai ra ngoài được tầm ảnh hưởng của chế độ lúc bấy giờ đã biết tầm quan trọng của văn nghệ đối với chính trị - nói như Nguyên Sa, "các chính quyền dĩ vãng đã nhiều lần đến với văn nghệ", họ "còn hơn là những cái tát đe dọa của sự độc tài. Không theo đường lối, thì phong tỏa kinh tế, đi nông trường" (5) .

Nguyên Sa đã nhiều lần công khai không muốn bị gán nhãn "nhóm Sáng-Tạo". Thế Phong trong Nhà Văn Hậu Chiến 1950-1956 thuộc bộ Lược Sử Văn Nghệ Việt Nam tái bản năm 1963 đã kể sau lần xuất bản lần đầu (1959), Nguyên Sa đã gặp ông để cải chính việc đứng chung trong Sáng-Tạo (6). Trong bài "Làm Báo" mở đầu số tháng 1-1975 của tờ *Nhà Văn*, là tạp chí văn học cuối cùng do Nguyên Sa đã đứng chủ trương ở quê nhà, cùng Trần Dạ Từ, Nguyên Sa đã nhắc lại sự rạn nứt đó khi đề cao Mai Thảo đã quyết tâm đứng về phía cái mới, "quyết tâm làm cho Mai Thảo có giữ mãi cho đến lúc không thể giữ được sự chung đụng của những cá tính không thể đứng gần nhau" (7). Về sau ở hải ngoại, Mai Thảo đã xác nhận hoạt động chung với Nguyên Sa chỉ được hai năm (1956-1958?), đổ vỡ vì ngộ nhận (8). Tháng 4 năm 1960, Nguyên Sa đã nhận trợ cấp để ra tạp-chí *Hiện Đại* trong 9 tháng như chính ông đã kể: "Tôi đã là một nhà văn nhà nước. Năm 1960, tôi nhận tiền viện trợ trong chín tháng ra chín số báo. Sau đó trò chơi chấm dứt. Cùng một lúc với tôi, trong khoảng thời gian đó, các tạp chí *Sáng-Tạo* và *Thế Kỷ Hai Mươi* cũng tồn tại nhờ chất dưỡng khí hoá học đó" (9). Ông còn làm chủ bút tạp chí *Gió Mới* (1962) và cộng tác với nhiều tạp chí văn học, chính trị khác như *Văn Học, Đất Nước, Tiếng Nói, Nghiên Cứu Văn Học, Quần Chúng, Nghệ Thuật*, v.v.

Riêng tờ *Hiện Đại* từ khi ra mắt lại chứng kiến sự đi xuống của tờ *Sáng-Tạo* (10) có thể không còn thích hợp với người đọc lúc ấy "trí thức" khác hơn chăng! *Hiện Đại* cũng là nơi khai nở thi ca đặc sắc của Hoàng Anh Tuấn và Nhã Ca! Trong bài "Mở Cửa" ở trang đầu tờ *Hiện Đại* số ra mắt, Nguyên Sa đã có nhận định về tình trạng văn nghệ lúc đó: "Văn nghệ trong những ngày tháng vừa qua nằm trong một tình trạng buồn. Cuộc sinh hoạt ấy như chợt chìm xuống một vũng sâu có bóng tối dầy và nặng. (...) Tờ báo của cuộc đời văn nghệ 57, 58, 59 đi mất. Những người văn nghệ còn ở đấy nhưng buồn cũng đã ở đấy...". Làm nhà báo, ông mang tiếng "đi" với chính quyền nhưng tương đối ông là người làm văn nghệ độc lập. Nghiệp làm báo đã từng hại cho nghiệp làm thơ như thời gian làm tờ *Hiện Đại*: "Nhưng ngay lúc đó, sự khó chịu, sự bất ổn trong tâm hồn đã đến với tôi. Trong suốt chín tháng tôi không làm được bài thơ nào ra hồn. Ngòi bút bị tê liệt thật sự. Sự tê liệt đó còn kéo dài suốt nhiều năm tháng kế tiếp. Ba người bạn đã an ủi và khuyến khích tôi nhiều hơn cả trong giai đoạn đó là Trần Dạ Từ, Trần Đức Uyển và Đằng Giao. Anh em nhất định thúc đẩy tôi làm thơ cho báo *Ngàn Khơi*. Và chính vì những yêu mến đó, tôi đi qua một tình trạng hồi sinh trở về với thi ca. Vì thế trong *Thơ Nguyên Sa*, có bài Cảm tạ gởi đến ba người bạn đó, những người đã "đưa tôi lên rừng tinh tú, chín từng thơ, mà tôi đã bỏ quên trong giấc ngủ" (9).

Nguyên Sa liên hệ mật thiết với chính quyền thời đó dù chẳng bao giờ ông viết lại, ngoại trừ một vài đoạn trong bộ truyện dài *Giấc Mơ* (11). Tập đoàn cộng sản Hà-Nội và những người "nằm vùng" như Lữ Phương, đã kết án Mai Thảo và Nguyên Sa làm CIA. Họ quan trọng hóa quá đáng cái gọi là "công tác", "tay sai" của hai ông cũng như nhiều văn nghệ sĩ miền Nam khác vì "tự kỷ ám thị" và suy luận hơn là bằng chứng cụ thể. Trong *Hai Mươi Năm Văn Học Miền Nam*, Võ Phiến có kể lại chuyện nhà văn Hà Thúc Sinh bị tra vấn, kiểm thảo nặng nề vì thấy ông sĩ quan hải quân trẻ tuổi mà đã có nhiều tác phẩm được xuất bản trước 1975 (12). Xét người nhận tiền làm báo hay ra sách, nên xét nội dung tác phẩm và thành quả, công trình đóng góp hay tác hại cho nền văn nghệ nói chung. Tệ hại là ở những tập đoàn hay cá nhân vừa nhận tiền vừa nhận chỉ thị và làm "xơ cứng" cả một nền văn nghệ như Hà-Nội và văn học trước 1975 của họ!

Trong giới làm văn làm báo ở miền Nam giai đoạn 1954-1975, Nguyên Sa là người nổi tiếng khó bị "bắt nạt". Ông lên tiếng mạnh bạo, nói thẳng khi cần, khiến đối thủ hết phản ứng; và cũng là người đứng đầu cơ quan văn nghệ khi cần cũng dám nói thật nhận trợ cấp của chính quyền để làm báo. Bút chiến nhanh, gọn và trả đũa tới cùng. Khi tờ *Văn Đàn* của nhóm Tinh Việt Văn Đoàn của Phạm Đình Khiêm và Phạm Đình Tân tấn công nêu đích danh giáo sư Nguyễn Văn Trung giới thiệu và cổ động thuyết hiện sinh làm bại hoại văn hóa dân tộc nhất là qua loạt bài đăng trên *Hiện Đại*, Nguyên Sa đã tận tình bênh vực Nguyễn Văn Trung, khiến sau đó *Văn Đàn* cũng im tiếng luôn! Cùng với Duyên Anh, Nguyên Sa đã bất đồng nhiều với tổng thư ký tạp chí Văn Trần Phong Giao.

Chính Mai Thảo trong bài đã dẫn cũng nhìn nhận Nguyên Sa có cá tính: "Một con đường tách rời, biệt lập, đôi khi nhà thơ phải đóng vai đầu đàn nhưng vẫn từ một tần số riêng, cùng tên một giòng trường giang một thời, nhưng cái phong cách trước sau vẫn là một mình một cõi. Cá tính ấy cũng giải thích cho những phản ứng của Nguyên Sa trong đời sống, trước kẻ khác. Điểm này, áo lụa Hà Đông là hình một con mèo nằm lim dim, bất động. Hiền từ, như ngủ. Nhưng coi chừng, bị va chạm là móng vuốt tức khắc" (8).

Về văn nghệ, Nguyên Sa chủ trương nghệ thuật phải hay và không làm văn nghệ theo phe nhóm hẹp hòi hay "múa gậy vườn hoang" như ông viết trong *Một Bông Hồng Cho Văn Nghệ*. Ông cũng đã có lần nhìn lại quãng đường văn nghệ thời vừa qua đó, và đã kết tội đó là một "nền văn chương trú ẩn" (13). Ông kết tội những người làm văn nghệ thời Sáng-Tạo trong đó có ông, đã phủ nhận văn học "lãng mạn" của tiền chiến "một cách mù mờ". Ông cho rằng chủ trương văn nghệ mới của Sáng-tạo đã "vội vã, làm giản lược nhãn quan phán xét, làm phủ nhận thiếu vững chắc". Theo ông, các nhà văn thời Sáng-Tạo "chỉ chê văn chương lãng mạn. Tức là chúng tôi có thể làm văn chương hiện sinh. Chúng tôi có thể làm văn nghệ dấn thân. Chúng tôi có thể làm tiểu thuyết mới". Tuy nhiên "đó là sự buồn bã ghê gớm của thế hệ năm mươi sáu mươi. Tiền chiến buồn bã bao nhiêu thì chúng ta buồn bã bấy nhiêu. Bởi vì những động đá trú ẩn. Tiền chiến và năm mươi sáu mươi vẫn là những nền văn nghệ trú ẩn trong những động đá kiên cố. Vẫn là những nền văn nghệ bình an và kỹ lưỡng" vì "chúng ta chỉ yêu mến cái mới đã được chấp nhận. Chúng ta chỉ sáng tạo trong khuôn khổ (...) làm mới trong kích thước của cái mới đã được mang lại bởi những người làm văn học nghệ thuật không phải là chính mình. (...) Ta chỉ là những người học trò tốt " bắt chước hiện sinh, hiện thực xã hội. Nguyên Sa và một số trí thức của tờ *Đất Nước* đi đến quyết định "Nhớn rồi, ... phải rời bỏ những vùng trú ẩn cũ, ... những động đá cần thiết cho mùa Đông nhưng tù hãm lắm, tê liệt lắm" để "dấn thân", "dân tộc" "đi về trước mặt. Đi đâu? Chưa biết. Đó là cuộc phiêu lưu". Có thể "sự khám phá thần thánh" mà "cũng có thể là sự gục ngã. Gục ngã vì dại khờ. Gục ngã vì điên loạn. Nhưng trong văn nghệ, cũng như trong tình ái, chẳng thà gục ngã trong dại khờ còn hơn sống mãi trong khôn ngoan. Chết ở chân trời thử thách, chết trong cuộc phiêu lưu còn hơn sống mãi tầm gửi trong động đá trú ẩn êm ấm.". Một Nguyên Sa lúc nào cũng chối bỏ một đoạn đường đã qua trước khi dấn bước đi tiếp, không quanh co. Một Nguyên Sa trí thức dấn thân! Khi Nguyên Sa viết những dòng trên là lúc văn chương "chính trị" của những Nguyễn Mạnh Côn, Mai Thảo, Võ Phiến, Doãn Quốc Sỹ, v.v. không còn đánh động được người đọc, làm như đã xong nhiệm vụ những năm đầu xây đựng nền tảng của một miền Nam không cộng sản. Thời gian sau đó cũng đã trả lời một cách oái ăm rằng văn chương hướng về dân tộc và tôn giáo sẽ là một thất bại khác - ít ra đã không tạo được những cây bút nổi tiếng như vào thời cuối thập niên 1950 và đầu thập niên 1960.

Khi ra hải ngoại, Nguyên Sa lại bị nghiệp làm báo và thương mãi làm vẩn đi hình ảnh đẹp của Nguyên Sa nhà thơ tình yêu. Ông chủ trương các báo *Phụ Nữ, Đời, Dân Chúng* cũng như nhà xuất bản sách và sản suất ca nhạc và video cũng dưới bảng hiệu Đời. Trên các báo, Nguyên Sa đã chiều theo thị hiếu độc giả hoặc khuynh hướng chính trị chung của cộng đồng người Việt hải ngoại mà đã có những bài viết nặng nề hay vội vàng, trong khi giới báo chí hải ngoại hoạt động vì văn hóa thì ít mà phe đảng thì đa phần. Phải chăng Nguyên Sa đã tiên đoán tình trạng này từ tháng 1-1975, trong bài khai trương tờ *Nhà Văn* đã nhắc đến ở một đoạn trên. Ông đã than "Tôi không thể làm tạp chí văn chương được nữa. Tuổi tạp chí của tôi hết rồi. Tôi bắt đầu già rồi. (...) Vả chăng, văn chương báo chí lúc này, trong cơn tan rã cùng cực này, vào lúc những đám mây đen đã bắt đầu hiện ra khắp bốn phía, tất cả rồi ra cũng chỉ là phù vân" (14).

Nguyên Sa, nhà thơ của Tình Yêu

Nguyên Sa là bút hiệu, mà nhà thơ đã có lần khiêm tốn cắt nghĩa "vốn dĩ chỉ là hạt cát" (15). Ông tên thật Trần Bích Lan và sinh ngày 1-3-1932 tại Hà-Nội. Bắt đầu làm thơ khi đang du học ở Pháp; về nước, những bài thơ về Paris đăng báo *Người Việt* của sinh viên di cư rồi trên tạp chí *Sáng-Tạo* đã làm ông nổi danh. Tập *Thơ Nguyên Sa* tập 1 xuất bản vào năm 1959 và tái bản nhiều lần đã xác định địa vị vững vàng của ông trên thi đàn văn học miền Nam giai đoạn 1954-1975. Ông còn xuất bản các tập truyện ngắn *Gõ Đầu Trẻ* (1959), *Mây Bay Đi* (1967) và truyện dài *Vài Ngày Làm Việc Ở Chung Sự Vụ* cũng như một số nghị luận văn nghệ và triết học (*Quan Điểm Văn Học Và Triết Học*, 1960; *Một Bông Hồng Cho*

Văn Nghệ, 1967; *Descartes Nhìn Từ Phương Đông*, 1969, *Một Mình Một Ngựa*, 1971). Giáo sư Triết trung học Chu Văn An rồi hiệu trưởng trung học tư thục Văn Học, năm 1966, ông nhập ngũ khóa 24 sĩ quan trừ bị Thủ Đức. Ra trường, ông phục vụ tại trường Quốc gia nghĩa tử. Nguyên Sa được mời làm phụ khảo Triết ở đại học Văn khoa Sài-Gòn nhưng sau một niên học, ông đã dứt khoát từ chức trước những chống đối của đồng nghiệp nhắm vị khoa trưởng là bạn của ông từ thời du học Âu-châu.

Từ những năm 1960, thơ Nguyên Sa đã bớt xuất hiện đều, thơ tình yêu lại càng ít hơn. Có thể cắt nghĩa một phần "Nga", nguồn cảm hứng của "tình nhân" Trần Bích Lan đã thành người phối ngẫu của ông. Ra khỏi nước, thơ Nguyên Sa sau 1975 đã không còn nguyên chất trữ tình và độc đáo của thơ ông thập niên 1950. Nguyên Sa làm nhiều hơn thơ lục bát và bảy chữ dù vẫn làm thơ tự do. Nhiều bài rất đạt. Đời sống lưu đầy, bạn hữu và thực tế cuộc đời đã lẫn vào thơ Nguyên Sa, dĩ nhiên là bình thường, nhưng sẽ không là đối tượng chính của bài viết. Chúng tôi muốn nói đến tình yêu trong thơ của Nguyên Sa, nhất là ở giai đoạn *Thơ Nguyên Sa* tập 1. Phần lớn các bài thơ trong tập này ca tụng tình yêu và Nguyên Sa đã được xem là "thi sĩ của tình yêu" cùng chiếu với Xuân Diệu, Nguyễn Bính, T.T. Kh, ... ; một "Xuân Diệu" hậu chiến. Thật ra, so Nguyên Sa với Xuân Diệu cũng không ổn. Chính Nguyên Sa đã xác nhận thơ ông "không phải là yêu cái Đẹp tổng quát, không phải là yêu Đời nhưng yêu một người cố định, một người thực". Người đó là Nga, tức bà Nguyên Sa. Bài thơ Nga nổi tiếng khi đăng báo đã được gửi cho bè bạn "thay cho thiệp báo hỷ". Tình yêu của Nguyên Sa rõ nét, đặc thù, cá nhân, có hình dáng, trong khi đó tình yêu Xuân Diệu tổng quát hơn, có khi trừu tượng, một thứ tình yêu chung chung, đúng ra là của lòng trai mới lớn, mở ra, với đam mê cùng tận. Tình yêu trong thơ Nguyên Sa là một tình yêu phức tạp, đa dạng nhưng lả lướt, như trái tim người trẻ tuổi thấm nhuần hai văn hóa sống vào buổi giao thời của những năm cuối thập niên 1940 và đầu 1950.

Thơ tình yêu của Nguyên Sa là một thứ tình yêu thuần chất, trữ tình thường nhật, hiện sinh. Khác thơ tình hiếm hoi của Thanh Tâm Tuyền, thơ Nguyên Sa không làm ra để gây băn khoăn hay suy nghĩ. Thanh Tâm Tuyền phải lo cho sứ mạng văn nghệ do đó bỏ quên tình yêu ("Tôi không ngợi ca tình yêu, tôi nguyền rủa tình yêu (...) Thơ hôm nay không cần đến Tình Ái và khi Tình Ái đến với thơ hôm nay cùng với vẻ tiều tuy khốn khổ chịu đựng hất hủi như cả một cuộc đời ...") (16). Trong bài "Nỗi buồn thơ hôm nay", Thanh Tâm Tuyền đi xa hơn khi ông hạ giá tình yêu: "tình ái cũng bị dùng làm phương tiện khám phá đời sống, khai quật ý thức...". Do đó, cũng như các "nhà thơ hôm nay" của hai thập niên 1950 và 1960, Nguyên Sa chống trữ tình và lãng mạn, chống cả tình ái theo nghĩa thường vì theo ông, lãng mạn là "sự xúc động quá mãnh liệt, sự trữ tình bi thảm hoá" (17). Yêu nhưng không lãng mạn, cả không thác loạn của thơ tiền chiến. Tình với ngôn ngữ mới, cung cách mới, thơ mộng nhớ nhung mới và khác, thực tế hơn, thành thật hơn!

Vậy thì Nguyên Sa sống và đã ca tụng tình yêu như thế nào? Tình yêu có thể bắt đầu bằng mong nhớ, đợi chờ và những lời trách móc tự nhiên:

"Có phải em về đêm nay?
Trên con đường thời gian trắc trở
để lòng anh đèn khuya cửa ngõ
ngọn đèn dầu lụi bấc mắt long lanh
(...) Em đừng trách anh để lòng mình tủi cực
đến ngại ngùng dù nắng dù mưa
sao em không về
để dù nắng dù mưa
dù trong thời gian có sắc mầu của những thiên đàng đổ vỡ
anh vẫn chùm chăn kín cổ
ngủ say mềm
vì lòng anh (em đã biết)
có bao giờ thèm khát vô biên
có bao giờ anh mong đừng chết - đủ để làm thơ
nên tất cả chỉ là yêu em
và làm thơ cho đến chết
(...) Có phải em sẽ về
dù bầu trời ẩm đục
hay bầu trời trang điểm bằng mây
anh sẽ trải tóc em bằng năm ngón tay

trong những chiều gió thổi"
(Có Phải Em Về Đêm Nay)

Cái buồn xa người yêu, lại đợi chờ:
"Em đến chưa? Sao đêm chợt vắng
Cả cuộc đời xáo động cũng hao đi
Những ngón tay dần chuyển đến hôn mê
Và tà áo phủ chân trời trước mặt"
(Người Em Sống Trong Cô Độc)

Hay những mối tình đầu đời, thơ ngây. Chàng tỏ tình, lời hãy tràn đầy cảm xúc:

"Không có anh lấy ai đưa em đi học về
Lấy ai viết thư cho em mang vào lớp học
Ai lau mắt cho em ngồi khóc
Ai đưa em đi chơi trong chiều mưa
Những lúc em cười trong đêm khuya
Lấy ai nhìn những đường răng em trắng
Đôi mắt sáng là hành tinh lóng lánh
Lúc sương mờ ai thở để sương tan
Ai cầm tay cho đỏ má em hồng
Ai thở nhẹ cho mây vào trong tóc (...)".
(Cần Thiết)

Tình đầu học trò và người yêu ở tuổi mười ba:

"Trời hôm nay mưa nhiều hay rất nắng?
Mưa tôi chả về bong bóng vỡ đầy tay
Trời nắng ngạt ngào... tôi ở lại đây
Như một buổi hiên nhà nàng dịu sáng
Trời hôm ấy mười lăm hay mười tám
Tuổi của nàng, tôi nhớ chỉ mười ba
Tôi phải van lơn, ngoan nhé, đừng ngờ...
Tôi phải dỗ như là ... tôi đã nhớn
(...) Áo nàng vàng tôi về yêu hoa cúc
Áo nàng xanh tôi mến lá sân trường
Sợ thư tình không đủ nghĩa yêu đương
Tôi thay mực cho vừa màu áo tím..."

(Tuổi Mười Ba)

Khi đã được gần, đã đính hôn, rung cảm vẫn mạnh:

"Hôm nay Nga buồn như một con chó ốm
Như con mèo ngái ngủ trên tay anh
Đôi mắt cá ươn như sắp sửa se mình
Để anh giận sao chả là nước biển!
Tại sao Nga ơi, tại sao...
Đôi mắt em nghẹn như sát từng lần vỏ hến
Nói cho anh đi, Nga ơi...
(em làm ơn chóng chóng)
Lại bên anh đi - bằng một lối rõ thật gần
(...) Và cười đi em ơi,
Cười như sáng hôm qua,
như sáng hôm kia...
(...) Em nhớ không, đã có một lần anh van em
Đã có một lần lâu hơn cả ngày xưa...
Em sợ thời gian buồn như mọt nhấm từng câu thơ
Em sợ thời gian ác như lửa thiêu từng thanh củi
(...) Em sợ những đường tầu vướng víu như chỉ tay
Không dám chọn lấy một ga hò hẹn..."
(Nga)

"Em" thời nay thành "con chó ốm, con mèo ngái ngủ" và "mắt cá ươn"; không còn là "mắt xanh là bóng dừa hoang dại" (Đinh Hùng), "em đi áo mỏng phô hờn tủi" (Quang Dũng). Tóc của "em" chỉ là "tóc ngắn" (ALHĐ). Tình yêu đến với nhà thơ như một hạnh phúc, một tròn đầy với những cảm xúc thật với da thịt cũng như trong tâm hồn. Tình yêu hôm nay hay tình đầu Hà-Nội nhắc nhớ?

"Nắng Sài-Gòn anh đi mà chợt mát
Bởi vì em mặc áo lụa Hà Đông
Anh vẫn yêu màu áo ấy vô cùng
Thơ của anh vẫn còn nguyên lụa trắng
Anh vẫn nhớ em ngồi đây, tóc ngắn
Mà mùa thu dài lắm ở chung quanh
Linh hồn anh vội vã vẽ chân dung
Bày vội vã vào trong hồn mở cửa

Gặp một bữa anh đã mừng một bữa
Gặp hai hôm thành nhị hỷ của tâm hồn
Thơ học trò anh chất lại thành non
Và đôi mắt ngất ngây thành chất rượu
(...) Em ở đâu, hỡi mùa thu tóc ngắn
Giữ hộ anh mào áo lụa Hà Đông
Anh vẫn yêu màu áo ấy vô cùng
Giữ hộ anh bài thơ tình lụa trắng"
(Áo Lụa Hà Đông)

Yêu cho nên hay phải van xin, kể lể:
"... Hãy dựa tóc vào vai cho thuyền ghé bến
Hãy nhìn nhau mà sưởi ấm trời mưa
Hãy gửi cho nhau từng hơi thở mùa thu
Có gió heo may và nắng vàng rất nhẹ
Và hãy nói năng những lời vô nghĩa
Hãy cười bằng mắt, ngủ bằng vai
Hãy để môi rót rượu vào môi
Hãy cầm tay bằng ngón tay bấn loạn..."
(Tháng Sáu Trời Mưa)

Tán người yêu với ngôn ngữ mới của trai hiện sinh:
"Sự thực là đôi mắt em đẹp vô cùng
Tôi ném - không phải là nhìn - ném vào mắt em
Sự ngưỡng mộ, sự thèm khát, sự ước ao dã thú
Nghĩa là sự đam mê to và sâu như ban đêm (...)"
(Đạn Đạo)

Hay trân trọng "mời" dự cuộc phiêu lưu tình ái:

"Tôi trân trọng mời em dự chuyến tàu tình ái. Trong một phút, một giây, cuộc hành trình sẽ mở. Tôi mời em. Trân trọng mời em cùng đi, cùng khai mạc cuộc đời.

Tôi mời em vứt bỏ lại đằng sau những kinh thành buồn bã với phong tục, thói lề, bạc vàng giả dối: muốn làm người yêu thì phải đỗ Tú tài.

Tôi mời em đi ngay. Không cần lấy vé. Không cần phải đợi chờ vì điều kiện du hành là những ngón tay lồng vào nhau và tâm hồn đừng đơn chiếc.

(...) Em đến ngay đi.

Em đến ngay cho cuộc hành trình được mở. Gió được nổi lên từ mớ tóc phiêu bồng, thuyền dong thả từ đường môi óng ả. Và ngực căng buồm, mắt trông tìm vội vã:

Tôi đi vào kiều diễm của thân em".
(Mời)

Chữ nghĩa con tim, lúc sắp ly biệt:

"Mai tôi ra đi chắc trời mưa
Tôi chắc trời mưa mau
Mưa thì mưa, chắc tôi không bước vội
Nhưng chậm thế nào thì cũng phải xa nhau..."
(Paris)

Lại có khi dùng nghi vấn để bày tỏ, giữa một Paris trong giờ tiễn biệt:

"Người về đêm nay hay đêm mai
Người sắp đi chưa hay đi rồi
Muôn vì hành tinh rung nhè nhẹ
Hay ly rượu tàn run trên môi
Người về trên một giòng sông xanh
Trên một con tàu hay một ga mông mênh
Sao người không chọn giòng sông vắng nước
Hay nước không nguồn cho sông đi quanh?
(...) Nhưng người về đâu, người về đâu
Để nước sông Seine bỡ ngỡ chảy qua cầu...
(...) Tôi muốn hỏi thầm người rất nhẹ
Tôi đưa người hay tôi đưa tôi?"
(Tiễn Biệt)

Mới hay không thì cũng tình ái đấy và lãng mạn đấy thôi! Năm 1949, 1950, "đèn vàng", "ga nhỏ" có thể là những sự vật và cảnh vật thường nhật, mang tính "hiện sinh", thay thế những ước lệ "trăng, sao, núi sông, mây, tuyết trắng, cò, ..." của văn chương lãng mạn cổ điển. "Rót rượu vào môi", "biến cuộc đời thành những tối tân hôn", mới và táo bạo nhưng vẫn là những lãng mạn, trữ tình! Cái đẹp "hôm nay" là cái đẹp bình thường trước mặt, chạm tay được, nhưng hay bị thơ văn bỏ quên. Vả lại, Paris lúc bấy giờ còn mới lạ với người thưởng thức văn nghệ Việt Nam: tả ngạn sông Seine, vườn Luxembourg mùa Xuân mùa Thu, sân trường đại học Sorbonne, khu Saint-Michel, những quán cà phê sinh viên và nghệ sĩ đầy khói thuốc ở Quartier Latin, là thơ Jacques Prévert, Guillaume Apollinaire, những người con gái mắt xanh màu da trời, v.v.

"Paris có gì lạ không em?
Mai anh về em có còn ngoan
Mùa xuân hoa lá vương đầy ngõ
Em có tìm anh trong cánh chim
Paris có gì lạ không em?
Mai anh về giữa bến sông Seine
Anh về giữa một giòng sống trắng
Là áo sương mù hay áo em? (...)"
(Paris Có Gì Lạ Không Em?)

Thơ tự do của Nguyên Sa có tiết tấu và nhạc điệu đặc biệt chưa thấy trước đó. Nguyên Sa lại có tài sử-dụng nhiều hình ảnh mới và lạ. Nào "chải tóc em bằng năm ngón tay", nào "lệ trắng gạo mềm" (TSSTE), "da em trắng anh chẳng cần ánh sáng / tóc em mềm anh chẳng thiết mùa xuân" (TGTM), "tóc màu củi chưa đun" (TSSTE), miệng "chim sẻ" (TMB), áo "sương mù" (PCGLKE?, "bàn tay chim khuyên" (Nga) hay "sương gió trầm tư thêu thùa má ướt", v.v.

"... Người về đâu giữa đêm khuya dìu dặt
Hơi thở thiên thần trong tóc ẩm hương xưa
Người đi về trời nắng hay mưa
Sao để sương gió trầm tư thêu thùa má ướt..."
(Đẹp)

Muốn "phá thể" và "tự do" nhưng thơ Nguyên Sa có lời và chất nhạc rất nhẹ nhàng, rất Việt Nam. Ông vẫn sử-dụng lại những ước lệ của thi ca cổ điển như "thuyền ghé bến", tay "lá sen", mắt "một vùng trăng sáng", hay của thơ mới như "gió heo may". Thành ra Nguyên Sa có những câu thơ mà ngôn từ như có âm hưởng ca dao dù đã được tân hóa theo thời đại:

"... Paris có gì lạ không em?
Mai anh về mắt vẫn lánh đen
Vẫn biết lòng mình là hương cốm
Chả biết tay ai làm lá sen..."
(Paris Có Gì Lạ Không Em?)
"Gặp một bữa anh đã mừng một bữa
Gặp hai hôm thành nhị hỉ của tâm hồn..."
(Áo Lụa Hà Đông)

"...Anh nhớ sông có nguyệt lạ lùng
Có trời lau lách chỗ hư không
Anh tìm âu yếm trong đôi mắt
Thấy cả vô cùng dưới đáy sông..."
(Em Gầy Như Liễu Trong Thơ Cổ)
"(...) Tôi không biết rằng lạ hay quen
Chỉ biết em mang theo Nghê Thường
Cho nên cặp mắt mờ hư ảo
Cả bốn phương trời chỉ có em".
(Tương Tư)

"Người yêu của tôi ơi
tóc em là một cung điện mà hoàng đế là bóng tối
trán em là một mớ hoa bay
đầu em là một rừng cây sống đầy chim chóc ngủ mơ
vú em là những ổ ong trắng trên nhành của người em
thân thể em đối với tôi là tháng tư
trong nách là sự đến gần của mùa xuân
đùi em là những con bạch mã cột vào chiếc ngự xa của những vì vua chúa..."

Có thể hình ảnh cũ nhưng ý mới, có khi táo bạo. Về hình thức, thơ Nguyên Sa có nhiều bài vẫn có vần có nhịp khúc:

"Tôi đã gặp em từ bao giờ
Kể từ nguyệt bạch xuống đêm khuya
Kể từ gió thổi trong vừng tóc
Hay lúc thu về cánh nhạn kia?
Có phải em mang trên áo bay
Hai phần gió thổi một phần mây

Hay là em gói mây trong áo
Rồi thở cho làn áo trắng bay? (...)".
(Tương Tư)

Hay lời thường, dung dị, của đời sống thường ngày:

"... Tôi sẽ thăm em
Để những mớ tóc màu củi chưa đun
Màu gỗ chưa ai ghép làm thuyền
Lùa vào nhau nhóm lửa
... Tôi sẽ sang thăm em
- Ngay ngày hôm nay -
Chờ ngày mai sẽ trễ
Chúng mình sẽ xa nhau
Chúng mình sẽ thù nhau
Chúng mình sẽ nhìn nhau bằng đôi mắt người đàn bà có tuổi"
(Tôi Sẽ Sang Thăm Em (18))

"Trên bàn tay năm ngòn
Có ngón dài ngón ngắn
Có ngón chỉ đường đi
Có ngón tay đeo nhẫn
(...) Ngón tay thử coóc-sê
Ngón tay cài khuy áo
Em còn ngón tay nào
Để giữ lấy tay anh?
(Năm ngón tay)

Từ bài thơ này tác giả có thêm biệt hiệu "năm ngón tay táy máy"!

Nguyên Sa còn có những bài thơ ca tụng tình bạn như Thằng Sỹ Chết, Cầu Siêu Cho Nguyễn Quan Đại Chết Ở Khe Sanh, v.v., nhưng nổi bật nhất vẫn là bài Đám Tang Nguyễn Duy Diễn:

"Diễn đã chết, Diễn đã chết
Chúng tôi nhảy múa hò reo
(...) Thế là nó thoát, thế là nó thoát
Cuồng lưu dằn vặt đã trôi qua
Khỏi phải nghĩ, khỏi lo âu, sợ hãi

Sự thật có phải bao giờ cũng tối như đêm
Tình ái có phải suốt đời là canh bạc lận
Lịch sử, rút lại, có phải là thằng mù sờ soạng..."

Thời sự cũng chiếm chỗ quan trọng không kém trong thơ ông:

"Cắt cho ta, hãy cắt cho ta
Cắt cho ta sợi dài
Cắt cho ta sợi ngắn
Cắt cái sợi ăn gian
(...) Sợi xích chiến xa, sợi giây thòng lọng
Sợi hưu chiến mỏng manh, sợi hận thù buộc chặt
(...) Sợi Hà Nội khóc trong mưa
Sợi Sài-Gòn buồn trong nắng
(...) Sợi rỗng như khẩu hiệu
Sợi nhọn như lưỡi lê
(...) Sợi nhố nhăng như cuộc đời
Sợi ngu si như lịch sử (...)"
(Cắt Tóc Ăn Tết)

"Ta là người ta vẫn tự do
Người con gái ta yêu vẫn là Hoàng hậu
Dao cứa cổ vẫn mở đường cho máu chảy
(Tự Do)

Thơ tự do của Nguyên Sa dễ cảm xúc, dễ thụ nhận và không bí hiểm như thơ Thanh Tâm Tuyền. Dùng thể tự do với nhiều hình ảnh mới và cách dùng chữ bất ngờ, bén nhạy... chứng tỏ Nguyên Sa đã nắm vững quy luật của ngôn ngữ, của tiếng Việt.

Giáo sư Triết nhưng thơ ông không cao siêu triết lý; chỉ là thơ con người với chữ nghĩa của con tim. Điểm này Nguyên Sa cũng khác Thanh Tâm Tuyền nhiều triết lý và ý thức. Với Thanh Tâm Tuyền, ý thức bao trùm vì nhịp điệu của thơ, của hình ảnh và ý tưởng chuyên chở chỉ là sự thể hiện của nhịp điệu ý thức (3). Thơ Nguyên Sa tập đầu và những bài thơ đăng báo thời đi vào văn nghệ của ông cho thấy ông có một tâm hồn nhạy cảm của tình yêu, của Tình Yêu viết hoa, phổ biến nhưng khởi từ tình yêu cá biệt của thi nhân. Thơ ông thời ấy cũng chứng tỏ ông có hẳn một thẩm mỹ quan riêng, có ngôn từ và cung cách dù vậy căn bản vẫn hãy còn cũ xưa. Triết lý trong thơ ông thời đó cũng có nhưng ít hơn: phận người trong một không gian bí lối.

"Thế kỷ chúng tôi chót buồn trong mắt
Dăm bảy nụ cười không đủ xoá ưu tư (...)"
(Bây Giờ)

"Tôi viết cho người có đôi môi khô
Vì quen sống giữa trần gian nước mặn
(...) Vì tôi ngại
Khi thời gian không còn chắp nối
Người sẽ ngỡ ngàng
Khi cả những bàn tay hành khất
Mở linh hồn cho lại những yêu thương
(...) Nên tôi van người
Hãy chịu khó đa mang
Không phải tôi sợ những chấn song dài
Hay những nan lòng mắt cáo chắn ngang
Nhưng tôi phải khóc
Khi những mắt người
Đan thành những làn phên mắt cáo (...)"
(Nước Ngọt)

Tình yêu ở trong cả thế giới bên kia, nếu sẽ ra đi vẫn không nỡ, con tim hãy còn ở lại trên trần thế, nên vẫn còn thắc mắc, nhắn nhủ:

"Anh cúi mặt hôn lên lòng đất
Sáng ngày mai giường ngủ lạnh côn trùng
Mười ngón tay sờ soạng giữa hư không
Đôi mắt đã trũng sâu buồn ảo ảnh
Ở trên ấy mây mùa thu có lạnh
Anh nhìn lên mái cỏ kín chân trời
Em có ngồi mà nghe gió thu phai
Và em có thắp hương bằng mắt sáng? (...)"
(Lúc Chết)

Dĩ nhiên, trong số những bài thơ thời Sáng-Tạo của Nguyên Sa có nhiều bài nặng về khai phá hình thức, nghệ thuật vị nghệ thuật, nhưng nay ít ai nhớ đến, như bài Hịch:

"Bằng hơi thở thiên thần,
Bằng giọng nói đam mê
Bằng ngón tay mầu nhiệm
Ta truyền:
Hỡi Sài-Gòn ban đêm mở cửa!
Ta truyền:
Hãy rộng mở bốn cửa thành Đông Tây Nam Bắc để thơ ta ùa vào từ bốn phía chân trời và
    thân thể ta vào theo lối mặt trời đi
(...) Sao chỉ về đây nằm gối đầu lên giòng sông lớn giang tay dài đại lộ mà nghe kinh thành thổi hơi buồn Trompette ban đêm".

*

Thơ tự do của Nguyên Sa thời ra đời trên *Người Việt* và *Sáng-Tạo* đã thuyết phục người thưởng thức văn nghệ rằng thơ tự do có thể sống động, rằng thơ tự do cũng có thơ tính. Thơ tự do của Nguyên Sa nhờ giàu nhạc tính, lại đơn sơ, truyền cảm và hãy còn chứa đựng tâm hồn Việt Nam do đó đã sống lâu hơn đến ngày nay và chắc cả sau này, trong khi thơ tự do của nhiều nhà thơ thời ông đã và đang đi vào quên lãng. Nếu lúc đầu thơ tự do được cổ võ như một vượt thoát khỏi những bó buộc và giới hạn của luật thơ thì nay bài thơ tự do nào còn giữ được vần và nhạc và hình ảnh lại tiếp tục được yêu thích. Trong trường hợp Nguyên Sa, phủ nhận Thơ Mới và tiền chiến đồng thời cổ xúy thơ tự do và phá thể, nay phân tích lại thì Nguyên Sa đã không đi xa trên con đường thơ tự do và vô tình thơ ông lại là gạch nối với thơ tiền chiến và dòng thơ kháng chiến trước đó. Cho đến khi tạp chí Sáng-Tạo đình bản hẳn, những nhà lý thuyết cổ võ thơ tự do của nhóm đã vẫn không thuyết phục thật sự giới thưởng thức văn nghệ. Thanh Tâm Tuyền có vẻ là người cuối cùng lên tiếng khi cho rằng người làm thơ tự do vì sống thời gian hôm nay và dùng thanh âm ngôn từ để khám phá chính mình. Dù sao đi nữa, cùng với Thanh Tâm Tuyền, Nguyên Sa đã đem lại niềm tin nơi thể thơ tự do, cả hai ông đã chiếu sáng trên nền trời thi ca Việt Nam hậu chiến.

Sau 1975, Nguyên Sa lúc đầu định cư ở Pháp, nhưng Pháp đã lại không giữ được chân ông; lần này ông đi tìm cuộc đời mới ở miền Nam California. Nguyên Sa sẽ tiếp tục làm thơ nhưng không còn được người đọc đón nhận như nhiều thập niên trước đó. Người tuổi trẻ hết cảm nhận vì hết cùng tần số. *Thơ Nguyên Sa* tập hai xuất bản năm 1988 gồm những sáng tác từ 1966 đến 1988 và tập ba xuất bản năm 1996. Thơ giai đoạn sau 1966 nhiều triết lý, nhưng sau 1975 thì rõ là của một tâm hồn đã chín, sầu đời, pha tín ngưỡng và triết lý, rõ ra thuần tuý đông phương. Hãy nghe tâm sự của kẻ thua, buồn nản:

"Ta ngồi so kiếm một mình
Kẻ thua người thắng cuối cùng vẫn thua"
(So Kiếm)
"Ta ngồi nhìn cánh tay xâm
Hỏi thăm đời trước, truy tầm kiếp sau
Mang về mấy chục đầu lâu
Luân hồi chắc đứt, nỗi sầu còn nguyên"
(Tay Xâm)

Dùng tạ lỗi như một tự hối tự nhiên:

"... Hãy tha thứ cho ta
Những anh em đã chết
Những anh em chết ở bờ ở bụi
Những anh em chết ở đồng vắng chết trong rừng sâu
(...) Những anh em con cái còn nhỏ hơn con cái ta
Cũng chết
Những anh em mẹ già còn già yếu hơn mẹ ta
Cũng chết
Những anh em đáng sống một ngàn lần hơn ta
Đã chết
Đang chết
Và còn chết
Hãy tha thứ cho ta"
(Xin Lỗi Về Những Lầm Lẫm Dĩ Vãng)

Của kẻ sống lưu đày:

"Trời trên đất khách buồn vô hạn
Trăng rất quen mà vẫn chẳng quen"
(Mạt Lộ)

Nhớ nhung về một khung trời đã mất:

"(...) Mạnh giỏi không Sài-Gòn
Bây giờ là đợt tấn công thứ nhì
Còn nước mắt là giọt thứ mấy
Còn thao thức là đêm thứ mấy
Còn lo âu làm sao đếm
Còn thống khổ làm sao đo
Thôi đừng nói, đừng nói
Hãy gục đầu lên vai nhau"
(Hỏi Thăm Sài-Gòn)

Còn tình yêu? Nhà thơ dĩ nhiên đã bớt da diết và mộng mơ. Hình tượng "em" cũng hiện thực hơn:

"Em vào tắm dưới hoa sen
Những khe nước chảy những miền hải lưu
Những thuyền lạc dưới trời sao
Hỏi em hay hỏi hoa đào của anh
Chỗ đào có lá sen xanh
Bờ xa cỏ thấp nghiêng mình dáng sông
Tuyệt vời giữa một giòng trong
Đầu sông tóc ướt, lưng vòng biển khơi"
(Hoa Sen Và Hoa Đào)

Cảnh chờ đợi, gần với phim ảnh Hoa-Kỳ. Hết còn những mong mỏi nôn nao, mà người yêu cũng nhẹ quan trọng cho đời "chàng":

"Chờ em ở góc cây xăng
Em không thấy tới ta nằm trong xe
Nhạc buồn ta vặn thật to
Sao buồn không vỡ sao ta vẫn còn?"
(Chờ Em)

Cảnh vợ chồng hay nhân ngãi hôm nay:

"Bốn mươi, con vạc ăn sương
Có giường nệm trắng có em cởi truồng
Em nằm nghe hát cải lương
Anh nằm nhớ bác Tú Xương ngậm ngùi"
(Nhớ Tú Xương)

Hôn nhau mà chẳng còn hơi, nụ hôn đã bớt nhiều ngọt ngào và hương vị tình ái:

"(...) Gặp em không thể chào bằng môi
Chỉ còn da thịt chẳng còn hơi..."

Tại sao vậy? Có thể vì tang chung đất nước và tình cảnh phân ly, xa xứ, nên:

"... Ta chỉ chào bằng hai hàng nước mắt
Từ hai mươi năm nằm im trên môi"
(Chào Nhau)

*

Nguyên Sa đã yêu, đã được yêu và bệnh ngặt nghèo đã sớm đưa ông về với Chúa. Nhưng thơ tình ông đã và sẽ vẫn sống động với người yêu thơ và với những tình nhân - ngày nào còn có những người yêu nhau! Sau khi cưỡng chiếm miền Nam, nhà nước cộng sản đã tìm đủ cách cấm đoán, tịch thu và viết sách bêu xấu các nhà làm văn nghệ ở miền Nam cộng hòa trong đó dĩ nhiên là có nhà báo nhà văn Nguyên Sa. Tuy nhiên, những Lữ Phương, Phạm Văn Sĩ, Trần Trọng Đăng Đàn và các nhà "phê bình" của Viện Văn học Hà-Nội có tấn công thơ tự do mà họ gọi xiên xỏ là "bí hiểm", "tắc tị", "quái thai", "hỗn tạp những rối rắm quái gở" và "dựng lại cái thây ma mà mười lăm năm về trước những người trong nhóm Xuân thu nhã tập đã nêu lên" (19) nhưng không hề động đến thơ tình của Nguyên Sa vì thơ ông được người "chiến thắng" lén lút tìm đọc thời còn bị cấm và nay đã được in lại trong nước. Gần đây hơn, trong nước đã có những nghiên cứu "cởi trói", đã có cái nhìn "khách quan" hơn. Trần Thị Mai Nhi viết về "nhóm Sáng-Tạo" đã nhìn nhận họ "muốn có một 'đường hướng sáng tạo', muốn là 'kẻ sáng tạo ngôn ngữ trong thơ ca'(...). Họ muốn đổi mới niêm luật, cú pháp, chấm câu, từ ngữ trong thơ cả. Rồi việc họ chấp nhận thứ 'tiếng của vỉa hè' cũng không hoàn toàn chỉ là một sự lập dị. (...) Đúng thôi, văn học Sài-Gòn gặp văn học phương Tây ở quan niệm thẩm mỹ..." (20).

Chú thích

1. Từ năm 1965, Thanh Tâm Tuyền đã thú nhận không làm thơ được nữa: "Tự nhiên thấy khó, không dám làm. Vả lại chưa tìm được cái gì mới. Tôi thấy thơ bây giờ càng ngày càng thu hẹp lại, rút gọn lại vào trong cái 'tôi', để cuối cùng chỉ có mình hiểu được thơ mình". (Trần Đức Uyển. "Nhìn lại thơ hôm nay". *Nghệ Thuật* số 12, 12-1965). Sau 1975, từ những trại cải tạo, ông đã làm thơ trở lại và thơ ông từ nay mang âm hưởng thơ Đường và triết lý Á-đông.

2. Nguyên Sa. "Kinh nghiệm thi ca". *Sáng-Tạo* số 21, 6-1958.

3. Thanh Tâm Tuyền. "Nỗi buồn trong thơ hôm nay". *Sáng-Tạo* 31, 9-1959, tr. 1-6.

4. "Vài điểm gợi ý về thơ tự do". *Sáng-Tạo*, 8, 5-1957; in lại trong *Tiếp Nối* (Sài-Gòn: Sáng-Tạo, 1965), tr. 108.

5. "Tình cảnh nhà văn Việt Nam những năm 50-60" in *Một Bông Hồng Cho Văn Nghệ* (Sài-Gòn: Trình Bày, 1967), tr. 34.

6. Sđd, tái bản, 1963, tr. 105.

7. *Nhà Văn* số 1, 1-1975, tr. 7.

8. Mai Thảo. "Mầu áo lụa Hà Đông trong thơ Nguyên Sa" in *Chân Dung 15 Nhà Văn Nhà Thơ Việt Nam* (Westminster, CA: Văn Khoa, 1985), tr. 136. Ký Giả báo *Ngày Nay* (Houston, TX, số 388, 1-5-1998) trong bài "Nhà thơ Nguyên Sa không còn nữa" cho biết lý do của hiểu lầm đó "qua lời tuyên bố của Nguyên Sa trong cuộc phỏng vấn với nhà báo Hồ Nam về thơ Tự do".

9. "Khởi đầu những năm bẩy mươi", *Đất Nước*, Xuân 1970, tr. 174-175.

10. Tạ Ty. *Những Khuôn Mặt Văn Nghệ Đã Đi Qua Đời Tôi*. (Santa Clara, CA: Thằng Mõ, 1990), tr. 214.

11. Khoảng cuối năm 1998, nhà xuất bản Đời cho ra mắt tập *Hồi Ký* của Nguyên Sa.

12. Võ Phiến. *Hai Mươi Năm Văn Học Miền Nam.* (Westminster, CA: Văn Nghệ, 1986), tr. 34.

13. "Rời bỏ nền văn chương trú ẩn". *Đất Nước*, số 2, 12-1967, tr. 1-15.

14. Bđd, tr. 9.

15. *Tác Giả Và Tác Phẩm: Nguyên Sa* (Irvine, CA: Đời, 1991), tr. 52.

16. Thanh Tâm Tuyền. *Liên, Đêm, Mặt Trời Tìm Thấy*. Sài-Gòn: Sáng Tạo, 1964.

17. Thanh Tâm Tuyền. Bđd, tr. 9.

18. Thi Vũ. *Bốn Mươi Năm Thơ Việt Nam 1945-1985* (Paris: Quê Mẹ, 1993), tr. 286.

19. Trần Trọng Đăng Đàn. *Văn Học Thực Dân Mới Mỹ Ở Miền Nam Những Năm 1954-1975*, tập 2 (Hà-Nội: Sự Thật, 1991), tr. 68, 72.

20. Trần Thị Mai Nhi. *Văn Học Hiện Đại Văn Học Việt Nam Giao Lưu Gặp Gỡ* (Hà-Nội: Văn Học, 1994), tr. 135-136.

2-5-1998

Thơ Nguyễn Nam An

Thơ Nguyễn Nam An đã đến với người đọc từ nhiều năm nay; riêng với chúng tôi, những Hòa Ninh, Nam Ô... trong thơ anh đã khơi dậy ở người đọc tôi một thời rất tiềm thức xa xôi từng có mặt ở những nơi chốn đó, v.v.; những hình ảnh phượng tím, những hàng khuynh diệp của Irvine đã trở nên gợi hình đến làm ray rứt người sống đời tha hương; những tiếng đạn pháo của cuộc chiến, những chuyến hành quân ở nhiều địa danh quen thuộc của Vietnam War, ... làm sinh động lại những sống sót rùng rợn, hiểm nghèo trong tâm khảm ký ức tôi - những kỷ niệm đã có người muốn quên, đã xem như tiền kiếp! Qua thơ Nguyễn Nam An - cũng như thơ truyện một vài cây viết trẻ khác, người đọc có thể đọc cho mình, cảm cho chính mình. Tình tứ, tư duy, hình ảnh, nơi chốn của Nguyễn Nam An có thể đã thân thiết với người đọc! *Tôi Chim Ngủ Dậu Cành Xanh, Thức, Buồn Chi* rồi *Biển Thuở Chờ Ai* và *TiCi* đã để lại nơi chúng tôi nhiều ấn tượng và cảm xúc sẽ thử ghi lại ở đây!

Trước hết, tôi có cảm tưởng Nguyễn Nam An và chúng tôi tuổi tác có gần gủi và có cái tương đồng đã sống một cuộc đời chưa... đủ trên đất nước quê hương, nói cách khác, sống ở xứ người lâu dài hơn trên quê hương mình! Bốn tập thơ của Nguyễn Nam An là những bản "đồng dao" vừa là "tuyên ngôn" của một thế hệ bị... nướng, không tiếng nói, thế hệ "bắt trẻ đồng xanh" - nếu có thể dùng lại ý và chữ của J.D. Salinger ở đây (Thật ra *Catcher in the Rye* là những va chạm thế hệ và với phái nữ trong hành trình đời của anh chàng Holden Caufield, ở một nước Mỹ nhiều độc đoán ý thức hệ và luân lý thời sau thế chiến hai):

"(...) Ước gì tuổi xanh xa đó
Trở về anh chạy theo chơi..."
(Theo Chân Xuống Phố).

Tuổi xanh, tháng xanh, cành xanh, ... chiếm nhiều trang thơ của Nguyễn Nam An nhất là trong tập *Tôi Chim Ngủ Đậu Cành Xanh*: "Trả lại cành xanh tháng ba thức dậy / Còn lại gì trời đất rộng, chân đi" (Trả Lại Cành Xanh); "Nhớ trăng trên cành xanh / Đẫm sương thành phố lạ"; "Neo tình trên những cành xanh" hay "Nghênh ngang đầu núi cành xanh nhớ gì", v.v.

*

Hành trang vào đời thường bắt đầu bằng tình ái. Thật vậy, tình yêu chiếm nhiều trang nồng nàn sự sống của Nguyễn Nam An, và chắc đã chiếm hết trang tiểu sử, hết cả chỗ riêng của bản thân nhà thơ. Tình suốt đời, suốt ngày tháng, nơi mái trường, trên đường hành quân, trên đường đi, ở ngọn đèn đỏ lưu thông cuối đường, những con đường một chiều, hai chiều, khi đổ xăng, khi ngoài bãi biển, ... Tình khởi từ Quế Sơn, Đà Nẵng, Phước Tuy, Xuân Lộc, ... rồi theo chân lữ thứ đến những San Jose, Santa Ana, ... Tình tháng Hai, tháng Ba, tháng Sáu, nghĩa là luôn luôn, bốn mùa. Ngày nhiều mưa, ngày thì mưa bụi, nghĩa là mưa mãi trong thơ:

"Tháng sáu trời mưa tay vừa hai vòng sắt
Tháng sáu nỗi nhớ thừa ngày cách biệt rồi đây
(...) Tháng sau có bàn tay thon gọi mỏi mòn, cứu rỗi
Từ tháng hai xanh về, tủm tỉm miệng xinh cười "
(Tháng Sáu)

"Mưa rớt trên nhành khuynh diệp" (Mưa, Có Chi Mà Lạ).

Không lạ, vì mưa nhiều ở Huế, những cơn mưa không còn tìm thấy ở Irvine, Cali, nơi mưa hiếm nên đất khô cằn và những con sông phơi lòng xi-măng, nhưng ở đó cũng có những hàng khuynh diệp thẳng tắp như ám ảnh đời:

".. Đêm bầy chim ngủ trên hàng cây khuynh diệp

Sáng hát gọi bầy về, tôi huýt gió tên quen... "
(Đêm Nhìn Trăng Ở Irvine)

"Xanh, xanh tóc của mùa trăng con gái
mướt hàng cây, đêm cuối xuống nhìn nhau
(...) hàng khuynh diệp nghiêng che hồn bỡ ngỡ
chạnh lòng quỳnh mi khép nhẹ tình đưa... "
(Khi Trở Lại Irvine)
"Đêm về chào lại Irvine
Chào con phố đứng chào ai đèn vàng
Đêm về chào tiếng xe vang
Trăng hàng khuynh diệp trăng vàng hiên em... "
(Đêm Về Trở Lại)

Vẫn California, nơi có những hàng phượng thắm, thắm một màu tím nơi xứ người, nhưng vẫn đỏ thắm trong trí nhớ, trong tim, trong từng bước đi nơi xứ người:

"Phượng ở công viên nở toàn hoa tím
Phượng xưa đỏ cành đã bỏ đi đâu
(,,,) Phượng ở Mỹ Châu, Phượng sầu hoa tím
Trống vắng lòng xe, trống vắng hiên che..."
(Phượng)

Phượng cũng là tên một người nữ! Của một thời trẻ đi vào tình yêu với những nụ cười, những liếc mắt đẩy đưa:

"Ở Lú có dấu bàn chân
Có tay thon ngón nợ nần gì nhau? " (Ở Lú)

Những người nữ một thuở nào ở Nam Ô, Xuân Lộc. Người "tóc đemi-garcon ơi xinh, về nghênh ngang / Ngày đi ngày đi kệ ngày đi vội..." (Một Ngày). Hay những Nga ở Sài-Gòn: "Nga, mai ai mất ai còn / Vài tuần ứng chiến Sài-Gòn, chỉ em" (Đêm Rời Sài-Gòn Hành Quân Xuân Lộc).

Tình sẽ buồn khi phải nhớ, phải nhắc từng kỷ niệm:

"Hình như đã lâu em không còn tới
Cũng hình như mưa ướt đất ướt trời
Tôi về bên sông làm chân cầu cỗi

Quàng thả tay người những sợi rong trôi..."
(Hình Như).

Nhắc chi chuyện tình năm năm "Năm năm về qua đó / Quán trưa thuở hẹn hò / Chim xưa nằm dấu mỏ / Ngày xưa nằm co ro / Góc nào trong tim đó / Chốn nào chân đường trưa / Bụi nào trong mắt ngó / Thăm thẳm buồn cây đưa..." (Trở Về Theo Mơ Qua). Những vần thơ tình đẹp. Và đẹp vô cùng những gì đã qua, đã mất, những hình ảnh dấu yêu!

Nhà thơ của chúng ta đa tình, nhiều sắc thắm của tình. Trong khi những cô gái ca dao tỏ tình qua đuôi mắt, thì sao các cô lại cứ nghinh nhà thơ:

"Chạy về đâu gót chân xinh
Đường xa nắng lửa mà nghinh nhau hoài
Ngày dài đôi mắt trên vai..."
(Những Ngày Dài Mùa Hạ)

"Cô nương này cô nương ơi!
Sao quên sách vở sao ngồi lặng thinh!
Sao buồn bỏ tập mà nghinh!
Sao! Sao! Không biết! Một mình đó đây..."
(Một Đôi Mắt Nhớ Về Nghinh Tôi Hoài)

Rồi nhà thơ thú "Nhưng em, em ạ! Vì nghinh! Nhớ hoài" (Cao Nguyên).

Hết mắt qua bàn tay, với những ngón tình nương thêm nỗi nhớ da thịt:

"Tay của tình em đỏ hồng trên lưng đã
Níu kéo anh bước xa trở lại khóc, chan hòa..."
(Tiếng Cu Gáy Bên Hàng Hiên)

Nếu nhà thơ Hoàng Lộc (*Qua Mấy Trời Sương Mưa*) có lúc tìm đến người xưa Chiêu Quân, Quỳnh Như, ... để trút tâm tình, thì thế hệ Nguyễn Nam An quen hơn những chuyện kiếm hiệp. Nhà thơ xin Cho anh trốn đời sống này đôi lúc dùng truyện kiếm hiệp để tỏ tình hôm nay:

"Khi Lệnh Hồ Xung cầm tay Doanh Doanh hỏi

Sao em không nhắc nhớ giùm để tôi nói yêu em
... Cô nương cô nương ơi tháng hai rồi tháng sáu
Tủm tỉm nụ cười xinh xin nương náu thêm lần
Anh tẩu hỏa nhập ma từ lần xa gặp mặt
Nên đời mình còn, xin đổi, để thương thôi...".

Những tinh nghịch với tình của Nguyễn Nam An khiến thơ anh rất trẻ:

"Quần jean và áo T-shirt
Em thay áo lụa vào thơ cũng ngầu..."
(Theo Nhau)

"Cô nương đôi lúc cô nường
Hôm nay cô giận cô buồn cô nương"
(Cô Nương Hai)

"Em mặc jean phố phường trẩy hội
Xe bóp kèn Phước Lộc Thọ vênh... "
(Thức)

Đẹp cũng đồng nghĩa với thử thách:

"Em, con gái đẹp thường lỗi hẹn
Vì yêu em, anh đang học "leo cây"...
(Chiều Đứng Đợi)

TiCi, người nữ được tặng cả tập thơ, cũng là cô nương nhỏ được chàng trân trọng, da diết trong nhiều trang thơ:

"Em-Bắc-Kỳ sinh trong Nam
Hành anh khốn khó thành hoang mang tìm
Em cười tủm tỉm và quên
Ngày đôi khi nặng đá mang qua đời..."
(Lục Bát Đầu Năm 2000).

Tình yêu với cô nương nhỏ có danh TiCi rõ nét qua những bài nhung nhớ cuối tuần mưa hay những bài hành đi về phương Nam, về lại Irvine, ...! Lời tình nhỏ nhẹ, ngây ngô:

"Khi em vui núp vào thơ
Núp quanh núp quẩn núp vừa ngực anh

Để khi chân nhỏ về hành
Anh còn đôi mắt lộng quanh tiếng cười... "
(Em Nhỏ, Thời Anh Thương)

Khi phải ... kể lể hay ... xuống nước, nhà thơ xảo thuật với chữ nghĩa, với "từ" chẳng hạn:

"Từ tôi bỏ phố đi đâu đó... "
(Từ đêm Trở Giấc Nghe Cây Lá)

"Từ trăng núi trăng sông rồi trăng biển... "
(Từ Em)

"Em từ Walnut mưa bay",
... Em từ dáng nhỏ cô nương"
(TiCi)

Lời thơ tình như những bài đồng dao, những điệu ru tình. Nhiều bài thơ của Nguyễn Nam An dễ khiến người đọc hình dung anh thật nhiều hệ lụy với tình, có khi nhút nhát với tình, khi khác lớn tiếng với người tình, nhưng nói chung thơ anh đưa người đọc đến một chân trời dịu mát, nhiều hy vọng, nhà thơ tỏ nhiều lạc quan, kiểu thua mà không bao giờ nản, lại vui sống, tận hưởng cuộc đời!

*

Như với bao viễn khách hoặc kẻ lưu đày, quê nhà luôn là những ám ảnh khôn nguôi, trong đó có tuổi nhỏ đã mất - mà nếu chưa phải xa quê hương đã không quay quắt đến thế. Từ ngày "Tôi bỏ tôi đi xa trường xa lớp / Xanh lá kiền kiền rợp bóng sân chơi ... / Chào Đà Nẵng dấu yêu tình gởi lại / Chân về đâu ai biết được ngày sau" (Đà Nẵng 73). Những hàng kiền kiền là ám ảnh quá vãng lớn của Nguyễn Nam An, vì chàng đã bỏ trung học Phan Châu Trinh, bỏ khung cảnh yêu dấu để nhập ngũ. Bóng cây sẽ theo chàng trên dặm đường lữ thứ: "... Hàng kiền kiền ngày cúi xuống ưu tư"

Thành thử nơi xứ người, nhớ nhung dễ khởi từ cây kiền trường xưa:

"Gởi cây kiền kiền năm xưa
Bây giờ nhớ lại trời vừa chớm thu

Ước gì đời nhẹ nhàng ru
Để không thấy chú vào thu cúi đầu"
(Gởi Cây Kiền Trường PCT)

Tuổi nhỏ cũng có nghĩa là thế giới hoa mộng, với những người bạn nhỏ: Thành "cồ", Từ Tâm, Trung Hậu, v.v.

"Đà Nẵng của tôi ngày mới lớn xa xôi
biển, nắng, gió, tóc bay nghiêng vầng trán
những chân đất, bãi cát vàng, bè bạn
đêm tối nhìn trời mở rộng ngàn sao..."
(Đà Nẵng)

Hay xa xôi hơn những kỷ niệm ngây thơ:

"Ngày xưa thơ dại trời mưa
Bạn bè lối xóm tuổi vừa lớp năm
Rủ nhau lội nước mưa dầm
Chen chân máng xối tồng ngồng tắm mưa..."
(Ướt Mưa)

Những người bạn mà nếu có những tái ngộ bất ngờ, cũng có nghĩa là thời hoa mộng đã xa xôi thật rồi theo thời gian:

"Ngày xưa Đổng-Trác-con-con
Hiên ngang đứng ểnh bụng tròn rốn sâu
Mười mấy năm gặp lại nhau
Thằng em Đổng-Trác bỗng đâu Thành cồ ..."
(Biệt Danh)

Cái nhớ nhung quê nhà qua con người, kỷ niệm, qua cả những địa chỉ mà tên đường đã đổi. Nhiều bài hay, để lại nhiều dư âm, thường là những bài nhớ quê hương và tuổi trẻ học trò. Bài Viết Tay Trái tiêu biểu, mang đủ tình mẹ, tình bạn cũng như tình yêu, từ những ngày đi học, đã là quốc gia nghĩa tử cha chết trận:

"Cha bỏ không về con Quốc Gia Nghĩa Tử
Nhìn lại đơn từ mẹ nhờ người ta điền cho con ngày xưa
Cha: Tử trận, bỏ con mẹ bơ vơ
Con: Lớn lên chỉ còn nhớ chiếc xe Dodge nhà binh chạy gập ghềnh trên đường thành phố

Màu cờ vàng phủ quan tài, mùi khói nhang, màu khăn chế mẹ chúng con mang

...Tôi viết thơ tình hôm nay bằng tay trái nhưng không ngại không ngần

Nét chữ ngược với anh em nhưng viết, cần gì? Ai thắc mắc?...".

*

Chiến-tranh và đời lính trở về nhiều lần trong thơ Nguyễn Nam An. Nhập ngũ ở lứa tuổi 18, những ngày tác chiến đưa chàng đến nhiều vùng đất quê hương dù đời quân ngũ chỉ hơn 2 năm. Đoạn đường chiến binh, nhiều lưu động, đi theo những pháo giặc:

"Tháng hai Hòa Ninh, tháng ba Nam Ô
Những ngày quân qua miền Trung căn khô
Một bước quê hương một vùng đất khổ..."
(Vài Ba Tháng Chân Đi)

Những tháng cuối của binh nghiệp và cũng là của một đất nước chung, chàng đi khắp, tháng hai, còn ở vùng địa đầu, tháng ba đã vô Đà Nẵng, Quảng Nam:

"Chào xa Đà Nẵng tháng ba
Đêm âm u thở đời qua một lần
...Chào xa Đà Nẵng âm thầm
Khi bài "Hạ Trắng" đã thành mây bay"
(Chào Xa Đà Nẵng)

Rồi tiếp xuôi Nam vô Sài-Gòn, Trảng Bom, Xuân Lộc, qua Bình Giả, về Bà Rịa ở những ngày cuối của một cuộc chiến: "Tháng tư món nợ da vàng / Dân tôi trả nốt bàng hoàng xuôi nam" (Phước Tuy 4,75). Đoạn đường khổ hạnh cuối, nhà thơ có mặt ở quốc lộ 15, ở Phước Tuy, ở cầu Cỏ May sau Xuân Lộc "không lộc xuân, nghe chuông hồi xa xăm ... ".

Đời lính không dài, toàn là hành quân, chuyển quân, ứng chiến - một nhập cuộc hết mình! Thành ra với những người bạn đồng đội cũ, sẽ bồi hồi cảm động khi tái ngộ, dù có khi chỉ mới qua điện thoại viễn liên:

"...Hai mươi năm sau nghe lại tiếng mày
trên điện thoại, tha phương
Nhận rõ không, giấy bút đâu ghi địa chỉ
Tọa độ hôm nay là những thành phố Mỹ
Chi chít trên bản đồ đại pháo bắn hụt hơi!
Thằng lính thân thương ơi
(...) Kỳ lạ quá sao tao mày ở Mỹ?"
(Gởi Trung Hậu).

Nỗi sững sờ như sau một cuộc bể dâu! Nỗi nhớ bạn trong cái buồn chung:

"...Gãy đàn mà hát chiều xuống đôi bờ
Có khuôn mặt xa chưa nhòa trong trí nhớ
Có đứa ở gần nhưng vẫn rất xa
Tao gởi nén hương vọng quê nhà, vọng mày thằng bóng rổ
Có thằng nào xưa hô hô bảo mày mạng "Trường Lưu Thủy" hở
Mạng cái con mẹ gì thì cũng nước mất nhà tan
Thằng chết thằng di tản, giờ thằng nào đàn thằng nào hát
Tan nát cả bạn ấu thời ta!"
(Nén Nhang Cho Thằng Bạn Chết)

Có những người bạn khác ít may mắn hơn, đã chết trong cuộc chơi chết người trên cạn, những trò đùa bắt trẻ đồng xanh:

"Mày chết! Xác không mang về được
Hồn vất vưởng đâu, đất lạ Tuy Hòa!
Tháng của đời nhau mở những đường xa
Đâu biết tuổi xanh mày tàn như lá
... Hương trầm giỗ người chết tuổi hai mươi
Thau rượu xưa tiễn mày làm chuẩn úy sữa thôi
Đàn vọng bồi hồi buồn vui đưa lối
Ba lô mày mang đi hoài không tới..."
(Giỗ Chín Năm Mày Bạn Ấu Thời Ơi!)

Tưởng niệm bạn hữu cũng là lúc phẫn uất, tiếc nuối sống lại khi đã nhủ lòng nên quên, nên chôn vùi quá khứ để mà sống, sống cho tương lai!

*

Những đứa con tinh thần của Nguyễn Nam An có khuynh hướng sanh đôi: năm 1996 nhà Nhân Văn ở San Jose xuất bản một năm hai tập *Tôi Chim Ngủ Đậu Cành Xanh* và *Thức, Buồn Chi*; năm 2000 mới đây, thêm hai tập *TiCi* và *Biển Thuở Chờ Ai* do hai nhà Tân Thư và Văn xuất bản. Nguyễn Nam An mê làm thơ hơn là "ngồi viết "procedures", nên "Giữa C language khô cằn giòng lục bát viết bơ vơ" (Thứ Ba). Anh sống với thơ và sống đẹp cái quá khứ. Thơ anh hiền hòa như con người chân chất Quảng- Đà và người thơ Quảng- Đà thì không ai giống ai: Hoàng Lộc cổ kính, kỹ xảo, Thái Tú Hạp nhẹ nhàng thiền vị, Phan Xuân Sinh nhiệt thành trong cái dư vang của quá khứ, Đặng Hiền tha thiết lãng mạn, riêng Nguyễn Nam An da diết với tình khiến thơ đa dạng mà cảm động! Thơ Nguyễn Nam An không quá cầu kỳ trong thi pháp và kỹ thuật, dù đã có vài cố gắng làm mới. Đến với Nguyễn Nam An xin đừng tìm dấu vết hậu-hiện-đại, tiền phong hay tân- hình-thức, ... vì người đọc chỉ tìm thấy những điệu ru điệu nhớ, mà quê hương, tuổi trẻ và tình yêu luôn sống động, thường trực, ở từng ý thơ, ở từng trăn trở ngôn từ, ở những thử nghiệm diễn từ.

Nguyễn Nam An làm thơ mạnh, nhiều hoa tay và đều đặn ra tay. Trong số những người sung túc thơ ở hải ngoại, Nguyễn Nam An thuộc về những hiếm hoi không làm người yêu thơ thất vọng.

12-2-2001

Thi cảm
và ngôn ngữ thơ Quan Dương

Đã từ lâu, thơ đối với riêng chúng tôi vẫn là nỗi ngại ngùng khôn tả. Ngại thơ nhiều khi chẳng phải vì thơ đã làm ra, nhiều, đã in trên báo và kệ sách. Có thể tùy ở tuổi đời và hoàn cảnh. Đã là "hồn" Việt thì dễ gì tránh khỏi lụy đến thơ. Tuổi trẻ, tình yêu, hy vọng, ... đều đưa đến Nàng Thơ; đẹp, ám ảnh. Có lẽ người xưa hồn nhiên hơn chúng ta, họ bằng lòng với những lời yêu đương truyền khẩu, khi buồn họ chỉ việc "nhớ lại" những câu ca dao tục ngữ buồn, vui cũng thế, mà để làm quen, đối đáp, đâu đã sẵn đó những lời ong bướm. Nơi đường làng, bờ ruộng, dưới nương sâu, v.v. Cả khi cần học hỏi hoặc đối phó với đời.

Thơ tự bản chất đã có cuộc đời và cuộc sống tự tại. Vật hình một tí thì thơ là một tổ chức, một toàn bộ, dù tự do hay trừu tượng, dù lục bát hay bảy chữ tám câu, dù tượng hình hay nhân tạo khéo vẽ, dù than thân hay trêu chọc đời! Thơ gồm chữ, thanh và giọng. Thơ Đường có niêm luật ý thích hợp với thời đại mà con người phải theo khuôn mẫu. Khuôn đó bất biến và thống nhất. Bằng trắc, đối, ngay cả ngụ ý, hàm nghĩa đều do cấu trúc chặt chẽ của thơ luật tạo ra, đưa đến. Người có học chữ thánh hiền sẽ học luôn những trăng của một Lý Bạch lãng mạn, những hệ lụy nhân sinh của một Đỗ Phủ xảo diệu, những chuyện đời sống nông thôn đơn sơ cũng như chốn biên thùy lính thú của đa phần thơ Đường. Dĩ nhiên thơ luật đã là kết quả của nhiều thế kỷ thử thách mò mẫm trước đó. Và cả ngàn năm như thế, người ta thỏa mãn thơ luật như trước đó đã thỏa mãn những văn chương bình dân truyền khẩu và Kinh Thi, Sở Từ!

Đến một lúc, người ta nhận ra nội tâm không đi cùng nhịp với luật thơ, đó là lý do ra đời của thơ Mới, thơ tự do, thơ văn xuôi, cả thơ lục bát của nhiều "hậu sinh"! Gần một phần tư thế kỷ, thơ của người Việt hải ngoại đã và đang trải qua nhiều hình thức thử nghiệm và đa dạng, làm ngẩn ngơ người thưởng ngoạn cũng có mà làm nhăn mặt đỏ mày cũng có! Và người đọc như lạc lối. Đưa đến tình trạng ngại ngùng, nếu không là "kính nhi viễn chi", bên cạnh luôn có những con người lụy vì Thơ, sống chết cho Thơ.

Và thơ Quan Dương đã đến với tôi / hay chính tôi đã đến với thơ Quan Dương sau một thời gian dài làm lơ với Nàng Thơ? Hình như ở phần nổi, tôi có một chủ ý đi tìm lại một phần quê hương đã mất, quê hương của một-nửa-hồn-tôi: Nha Trang! Thật vậy, Nha Trang đã "quấy" hồn Quan Dương:

"... Cọ quẹt phù sinh nơi đất khách
Sợ sương khói cũ bạc phai lần
Anh nhốt Nha Trang vào tiềm thức
Để thủ riêng mình cho chắc ăn..."
(Nha Trang)

nhất là Ninh Hòa nơi anh sinh trưởng, "luôn nằm sâu từ ký ức":

"Có một miền quê
nằm ngửa vắt ngang đường
Đèo dãy phố ngủ trên lưng quốc lộ
Một miền quê vô danh?
Có thể
Sao trở trăn hoài trong nỗi triền miên
(...) Có một miền quê thoát thân từ khổ nạn
lăn lóc nhiều nhưng chưa thấm đủ hai tiếng: quê hương"
(Thương Nhớ Một Miền Quê)

Nhưng thú thật, quê hương của Quan Dương đã tự mờ xóa trong những dòng thơ của anh hay nói cách khác, đọc thơ anh viết về Nha Trang, Nha Trang của tôi, một người đọc, đã bị lời và chữ của Quan Dương làm cho mờ đi. Nỗi nhớ mong tìm kiếm đã thành nỗi mê! Cái còn lại do đó mang mang lạ lùng! Do chữ nghĩa, do cách tạo âm thanh, nhịp điệu. Và cuối cùng là những hình ảnh. Bất ngờ và lạ lẫm. Thật vậy, đọc xong thơ Quan Dương, Nha Trang, Ninh Hòa, tháp Bà, những con đường và khu phố thân thương như chập chờn giữa còn mất, như trở về bất chợt. Cái còn lại là thơ, là những chữ, những cái làm Nên-Thơ từ những chữ rời mà kỹ thuật, tình ý đã "ráp nối", với âm thanh, nhịp, tiết tấu, v.v. Và cái tâm của nhà thơ đã như chất xi-măng thượng hạng!

Thơ dĩ nhiên dùng chữ, nhưng chính nhân tố nhà thơ như ông tơ, như kẻ sáng tạo, đã làm cho chữ Nên-Thơ. Và dư vị ở lại nơi người thưởng thức là "cái gì" đã thuần nhuyễn, phải chăng do tài năng của nhà thơ, ông tơ bà mối, hay là tài khám phá, cảm, ngộ, của người đọc thẩm nếm? Nhà thơ Lê Đạt từng khuyên hãy để "mỗi con chữ trong câu thơ dắt dẫn trên đường tâm thức ra khỏi lối đi chữ nghĩa "tiêu dùng" một chiều quen thuộc hằng ngày" (Nhân Con Ngựa Gỗ). Tập hợp chữ dùng, và dùng chữ, đưa đến Phong-cách. Mỗi nhà thơ đều có phong-cách: Nguyên Sa, Thanh Tâm Tuyền, Trần Tuấn Kiệt, Nguyễn Bắc Sơn, Trần Thy Nhã Ca, Phạm Thiên Thư, Nguyễn Tất Nhiên, Du Tử Lê, Nguyễn Xuân Thiệp, v.v. Không phong cách, không nhà-thơ, chỉ là người xếp-chữ vụng về. Nếu giống phong cách người khác, thất bại còn lớn hơn! Người làm thơ bị nhiều giới hạn hơn người viết truyện là vì vậy!

Quan Dương gò chữ vào khuôn để diễn bày tâm tình không thể vào khuôn:

"... Cây đứng buồn giữa đời trơ cọng
Tay bám chùm mây trời vô vọng
Chạnh lòng ai khách trú lưu thân
Thêm một ngày xứ người cô quạnh..."
(Tản Mạn Buổi Tàn Thu)

Nhưng có cái đã vào khuôn, nay Quan Dương muốn vượt khỏi vòng:

"Cây cội già đứng rủ gục giữa sân
Gầy nhánh gãy gió lùa que kẽ. Buốt

> (...) Vết thời gian xếp lớp nối đuôi nhau
> Đưa tay cản nhưng không còn kịp nữa
> Vết hằn sâu. Vết chặt ngang. Vết gãy..."
> (Giao Mùa)

Như vòng vây cuộc đời, cuộc sống ở xứ người, làm những việc không thích, cái thích dù nhỏ đến mấy thì đã không thể làm. Như quê nhà, bạn bè, người thân đã xa xôi, ... Người đàn ông Việt Nam sẽ đi shopping:

> "Chủ nhật off tôi đi dạo shopping
> Đường quanh co như lạc vào hang động
> Thân nhỏ con giữa shopping to rộng
> Tay chân quều quào thiệt chẳng giống ai..."
> (Mua Quà Tặng Em)

Cảm hứng đột khởi, bất ngờ cả với người làm thơ? Nguồn thơ đến, không chối cãi, mà nhà thơ cũng không tìm cách trốn chạy cảm hứng! Trong hoàn cảnh thường, trong nhỏ nhoi tác động! Thơ Quan Dương là thơ của kinh nghiệm sống ở xứ người, trong trình cảnh hội nhập "nhảy dù", không tự nguyện, ta từ xa đến, không dây dưa với ai đây cả, v.v. (Bút hiệu Quan Dương nếu còn ở quê nhà chắc anh đã không sử-dụng - Quan Dương tức Dương Công Quan tên anh viết theo lối Mỹ, cùng trường hợp với Phùng Nguyễn Nguyễn Đức Phùng). Thơ của một không gian gò bó - hay tâm hồn con người di trú có khi phải "nín thở" trong không gian rộng lớn như xứ Mỹ chẳng hạn, của một thời gian như đã ngừng - hay do con người cảm nhận ngừng, cùng lúc cái thời gian ấy như sống động, quyện lẫn với chốn nhân gian hôm nay, với những nuối tiếc, ước mong. Kiếp lưu thân:

> "... Hỏi trần gian:
> - Cõi vô thường là đâu?
> Mà lê thân nửa vòng cầu
> Làm tên tục tử bán sầu sinh nhai..."
> (Tự Thán)

> "... Lê lết nửa đời thân vong quốc
> Còn gì? Ngoài một nhúm tàn thây"

(... Sau 23 năm)

"...Ở Mỹ mà da bọc xương
Cũng tại vì quê hương nó hành..."
(Buồn Con Mắt Nhắm)

cho nên "dẫu quê hương chất trong lòng / cái bụng cũng đã chứa phần ngoại lai" (Cuộc Sống) vì phải ăn hamburger!

Ở nơi có đầy của cải trần gian mà vẫn không yên:

"... Ngủ giường nệm lại đau lưng thắt mỏi
Chiếc mền đắt tiền gói không kín hết u tư
Con thuyền giấy xưa trôi giạt về đâu?
Để dàn máy Karaoke nghẹn lòng lời ca dao ngọt..."
(Nỗi Niềm)

Tìm vui trong khói thuốc, giọt cà phê... nhưng cũng chỉ là cái cớ để lòng mở cho những nuối tiếc, nhớ nhung, hối hận, hay để suy nghĩ hoặc cho qua những cơn buồn bơ vơ:

"... Bên tách cà phê từng giọt rụng
Lờ đờ khói thuốc tỏa cong queo
(...) Rụng giọt cà phê vào đáy tách
Chạnh lòng con phố cũng buồn thiu"
(Quán Cà Phê Nửa Đêm)

Đến độ "Hai lá phổi cô tịch tê tua / Chừng như chỉ còn ta là bè bạn" (Điếu Thuốc Và Gã Đàn Ông). Từ đó đưa đến những khinh bạc cuộc đời của kẻ đến sau:

"... Một trăm điều có một điều anh không giả dụ
Một điều chắc rằng em sẽ thấy:
Sống không có lối về
Thì khi chết oan hồn vứt đâu cũng vậy
Có gì đâu"
(Có Gì Đâu)

Cũng từ đó, sau khi đã nhận vị trí của mình nơi đất người, Quan Dương sẽ khai phá những uẩn khuất của tâm hồn, của tư duy. Qua thơ. Giới hạn của ngôn ngữ, sự tràn đầy của cảm xúc, của hạnh phúc hay đau khổ: làm sao giải tỏa? Nỗi lòng, thân phận ỉ ôi, bất mãn, ... hình như thành công với những dấu chấm ở bất cứ đâu! Nhiều bài có những thống nhất về nhịp điệu hoặc âm hưởng. Từ một cảm hứng liên tục, đổ ào đến! Quan Dương có những bài thơ làm chung về một đề tài hoặc các đề tài liên hệ mật thiết với nhau, hoặc khi in ra, đặt chung, cũng gây một cảm giác thuần nhất như một bài. Hãy nghe Quan Dương:

"Ruột
Móc chân chổng ngược đầu giường
Đương nhiên khúc ruột thẳng đường mà đi
Đâu cần quặn quẹo chi li
Không ưa, nói thẳng làm gì được nhau.
Gan
Lá gan tôi nhỏ tí teo
Lúc hai con mắt trong veo háy gầm
Đang ba hoa bỗng nín câm
Nếu không, em giận - tối nằm sô-pha.
Phèo
Mỗi khi cảm thấy nhớ nhà
Thường theo em đến lân la giáo đường
Miệng em cầu nguyện luôn tuồng
Còn tôi nghe mãi tiếng chuông. Chán phèo!
Phổi
Mỗi khi buồn / phổi lao đao
Lia chia khói thuốc hít vào ém sâu
Chết trước khỏi phải chết sau
Đằng nào cũng thế lo rầu mất công".
(Ruột, Gan, Phèo, Phổi)

Quan Dương đi luôn ba bài khác: Mắt, Mũi, Tay, Chân, rồi Tóc Tai, Mũi, Họng và Đầu, Mình Và Tứ Chi. Nhà thơ nghịch ngợm tài tình với chữ nghĩa và tâm tư mình:

"Mắt em ai thả biển vào
Để tôi giả bộ lộn nhào tập bơi...";
"Trèo vô hốc mũi tôi tìm
Hương xưa còn đọng u niềm trong em?..."
"Thân mình em đựng bảo trân

Gói ba bốn lớp che phần muốn coi..."

Khoa học tâm hồn chứ không phải là khoa học thực nghiệm; nói khác đi, thực nghiệm tâm hồn chứ không còn là thí nghiệm, quan sát khách quan! Quan Dương còn có tài làm toán:

"Một chén mắm đường dầm ớt
Cộng một trái xoài xanh
Chia đều hai tiếng: hít hà
Số thành: bà xã
Ngọt, chua, cay + hít hà = môi em đỏ
Đâu cần phải tô son
Bà xã là người đẹp nhất trần gian.
(...) Một đoạn phim tình cảm Hồng Kông
+ hai hàng nước mắt
Chia đều: thút thít
Số thừa: vô lượng bao dung
Một danh ảo / một phù vân..."
(Nói Với Bà Xã)

Nếu Bùi Giáng "làm thật nhiều thơ tặng chuồn chuồn và châu chấu" thì Quan Dương đã dám đưa vào thơ những ý lạ mà thật như con "vi trùng" qua lại giữa những kẻ yêu nhau, trong bài Chuyện Kể Về Con Vi Trùng:

"Cái lần mà em ghé lại trao hôn
Con vi trùng ngu ngơ bỏ nhà đi lạc
trên môi tôi . Đêm lạ nhà không ngủ được
Nửa khắc khuya thức giấc mơ người
Con vi trùng trong máu ẩn nửa đời
Mắt còn nuối về nụ hôn thiếu nữ
Bao năm trường tôi miệt mài cất giữ
Mong một ngày gặp mặt trả lại em
Tôi đi tìm, tôi lội ngược thời gian
Lục lọi kiếm điều cuối cùng sót lại
Tôi nhặt nhạnh, tôi gom hồn trọn gói
Thả vào thơ để khỏi phải tương tư
Biết bao điều không nói được bao giờ
Tôi nói đại trong thơ cho yên chuyện

>   Những bài thơ rút ruột tằm đau điếng
>   Đã bao lần em vứt tận đâu đâu
>   Có khi nào im lắng phút giây thôi?
>   Hồn trống rỗng em moi tim ra đọc
>   Biết đâu chừng tự nhiên em biết khóc
>   Nhớ con vi trùng đi lạc thuở xa xưa
>   Còn tên điên kia nuôi giữ đến bao giờ?"

Con vi trùng muốn đem trả (sao mà khôn thế!). Người đọc có thể chợt nhớ lại những (hoặc chung tình với một) con vi trùng mình đang "nuôi giữ". Thay vì tháp Chàm hoang đổ nát hay chiếc khăn hồng, bức thư tấm ảnh cũ, hay đôi bít-tất để giữ chân người đừng đi -hoang, hay chiếc áo khoác mỗi khi trời lạnh xuống mang vào để nhớ ai, thì với Quan Dương, "vi trùng" còn đây mà người xưa đâu? Những thứ kia thời gian nếu chưa đã thì sẽ làm hư hỏng, rách nát, nhưng con vi trùng thì đang sống, đang ở đây, trong máu thịt một người; thời gian tệ thay đã không giết chết được con "vi trùng"! Một trừng phạt tội đồ yêu! Quan Dương còn đi xa, vận dụng lý trí và hình thức ở một số bài thơ khác:

>   "Tấm thân tôi (phết xuống hàng)
>   Xin đem nộp mạng (gạch ngang) cho rồi
>   Em thênh thang (phết) mây trời
>   Còn tôi (hai chấm) như loài bung xung
>   Em thanh khiết (phết) tựa trăng
>   Còn tôi (chấm hỏi) Giống thằng Cuội thôi
>   Đêm rằm dựa gốc đa chơi
>   Nhìn thiên hạ (chấm) Kệ đời nhân gian".
>   (Chấm. Phết,)

>   "Ký ức là ngồi nhai viên kẹo
>   Nhét vào giữa kẽ chiếc răng sâu
>   Mỗi khi hồi tưởng nghe nhưng nhức
>   Như có kiến bò lên nỗi đau.
>   Ký ức là ly cà phê đắng
>   Pha vào tiếng dế kêu đêm sương
>   Mỗi khi khuấy muỗng hồn lơ đãng
>   Uống cố tình quên bỏ thêm đường.

Ký ức là tay cầm điếu thuốc
(...) Ký ức chia ngăn giống tủ lạnh
(...) Ký ức có màu đen như tóc
(...) Ký ức là chơi trò đuổi rượt
Khi thì đuổi tới khi thụt lùi
Đuổi đến tàn hơi tim thấm mệt
Ký ức lại nhào theo giỡn ngươi"
(Ký Ức)

Ký ức với Quan Dương là nỗi ám ảnh lớn, anh nhắc đến ký ức trong nhiều bài, trong cả hai tập đã xuất bản.

"Đem ký ức thả vào giòng sông
Ký ức thành con thuyền chở bồi hồi rượt bắt
Chiều lững khói lan man cay tròng con mắt
Hình như mùa Xuân đang lững thững về"
(Tiếng Vọng)

Ký ức không chỉ thuộc về quá vãng, nó bồng bềnh sống động trước mặt người. Thơ Quan Dương có những hình ảnh đẹp như thế. Trong một bài như Nắng Tĩnh Lặng chứa nhiều hình ảnh nên-thơ của "dãy phố cong mình":

"Dãy phố cong mình giữa đời tít tắp
Nắng vẫn vô tình rớt xuống thản nhiên..."

của "tấm bảng chỉ đường vẽ hình mạng nhện":
"Tấm bảng chỉ đường vẽ hình mạng nhện
Ta chạy tìm ta đủ muốn điên khùng"
của nắng, nắng khô di động:
"Nắng rơi khô khốc vung vãi trên đường
Con dế phồng chân núp vào bờ cỏ..."

và của nắng gắt:

"Nắng quất tóe đầu những giọt mồ hôi
Rát rạt nứt lằn lên vầng trán chật..."

Hay: "Anh cúi nhặt mùi hương em đánh rớt / Thả vào thơ huyễn mộng dấu sương phai" (Nỗi Lòng).

Dù can đảm và thành thật "chính danh" gọi vật là vật, Quan Dương có những ý tưởng so sánh lạ lùng. Anh đã ví cuộc đời mình như ... phân như rác:

"(...) Giọt cà phê đen thui
Rơi. Đựng vào đáy cốc
Giọt đời tôi như cứt (sic)
Rơi. Biết đựng vào đâu
(...) Trái đất rồi bao năm
Dư thằng tôi: đống rác".
(Đống Rác)

"Tôi giống cành cây khô trụi lá
Đứng níu mây trời gọi muôn phương
Sót chút bùi ngùi em vọng lại
Rồi loãng tan dần theo khói sương"
(Quán Cà Phê Nửa Đêm)

Và tình yêu! Dù nói tình hay không, ai mà không mắc phải!

"Ngày xưa em, con dế ngủ trong hang,
Anh đổ nước ngoi đầu lên để thở"
(Chuyện Ngày Xưa, Chuyện Ngày Nay)

khác "con chó ốm" của Nguyên Sa thụ động, "gườm gườm", phải đề phòng. "Dế ngủ" dĩ nhiên hiền lành, khỏi đề phòng, mà mình đáng ra phải ý tứ để dế ngủ yên! Quan Dương đề cao nhiều phụ nữ, nhất là người vợ. Anh yêu và chịu thua thiệt, cả trẻ tràng thoáng nhẹ của gã học trò sắp năm mươi với "em" - cô giáo english xứ người!

Hệ lụy, vì chỉ nhớ nghĩ đến người xưa cũng đã làm đau xác, "vết bầm" "dấu giày":

"Biển xưa trên bãi cát này
Trôi qua, em để dấu giày trong tôi
Đi qua thì cứ qua thôi
Sao còn lưu lại chi hoài tiếng chân
Tội con sóng vỗ bao năm
Chồm lên bờ xóa vết bầm ngu ngơ"
(Dấu Xưa)

Và nuối tiếc trong đêm khi nhìn trăng:

"Mảnh trăng non giá em đừng nhón gót
Thì răng anh đâu cắn khuyết nửa vành
Con dế già sương đêm đầu đẫm ướt
Ngoái cổ nhìn cọng cỏ níu chân xanh"
(Tiếc)

Tiếc vì "em" chiêm bao, hình như đẹp hơn, đẹp lâu và tình hơn là:

"Trăm năm sau đó em hội nhập
Thân thể bày nguyên một cửa hàng
Con mắt xâm viền cong bán nguyệt
Đâu thèm nhớ thuở nắm tay run..."
(Chiêm Bao)

Ở đây hôm nay thì người đẹp tắm nắng hay/và nắng tắm người đẹp:

"Phơi thân, rối sợi nắng hồng
Trên cao chiếc lá động lòng, buông tay
Bám theo chéo tóc này đây
Dẫu tòn ten cũng được vài ngất ngư
Mùi hương em / chợt hình như
Chẻ tim cuống lá làm tư, xoay vòng
Rải cùng Nam / Bắc / Tây / Đông
Nắng nôn nao tắm lùng bùng dáng hoa"
(Tắm nắng)

Tóc đã nhuốm màu muối tiêu, mắt đã trõm sâu, vẫn theo "em" không biết mệt:

"Theo em đến ngã tư đường
Vướng chân đèn đỏ đành nhường đèn xanh
Buồn tình con mắt nhìn quanh
Nhìn gương chiếu hậu gặp mình trõm sâu
Theo em suốt buổi phờ râu
Mới hay tuổi đã nhuốm màu muối tiêu"
(Theo Em)

Theo cả "chùm hoa dại bất chợt gặp bên đường" đến độ:

"... Buổi theo em lết mòn đôi dép đứt
Chân nhón không qua nổi một bờ rào
Để đêm về chép miệng thèm giấc mơ. Đau
Sáng thức dậy vàng thêm chiếc lá..."

Đau nhất là đôi chân "Nở khù khờ mười ngón chân tôi / Ngọ nguậy trong đôi giày tù túng" (Tản Mạn Nắng Đầu Mùa) hay rồi bị "đá" như trái bóng nóng Mùa World Cup 1998:

"Ai bảo mùa hè không đọng gió?
(...) Trái bóng, sao em đá lọt ngoài?
Để tôi lớ ngớ đưa tay chụp
Một khoảng không. Buồn. Chẳng giống ai
Ai bảo mùa hè là nóng bức?
Nóng bức? Sao em rất lạnh lùng
Chạy muốn tàn hơi bao lần vấp
Mà vẫn lăn tròn vuột khỏi em
Em vẽ đường banh chi lắt léo
Vờn tôi trái bóng dại khờ câm
Lăn theo gót ngọc trăm ngàn nẻo
Thê thảm còn hơn chấm phạt đền
(...) Em chẳng khoèo chân mà lại té
Chỏng cẳng, còn nghe cái nguýt dài
Trận đấu chưa đến hồi kết thúc
Tỉ số ăn thua đã rõ ràng
Chỉ một tia nhìn nheo mắt chớp
Thì kể như là... tôi thua ngang".
(Lăn Như Trái Bóng)

Nhưng lời thơ tình đẹp lúc nào cũng dành cho "bà xã", căn bản của cuộc đời quay cuồng:

",,, Ngọn gió bấc trở mình se se thổi
Đã có môi em đỏ làm chốn trú đông
Chỉ còn thiếu sợi nắng hồng
Để anh hái tặng em thoa lên má..."
(Nói Với Bà Xã)

Rõ khéo, mùa Xuân rồi cũng sẽ phải đến thôi!

Dĩ nhiên Quan Dương cũng có những bài thơ thuộc tính "tập thể" của những người lính không một vòng hoa: tù cải tạo, kinh nghiệm đói, nhục, đau cái khổ nhục của đồng tù, chờ chết, v.v.

" ... Củ khoai mì lót dạ thay cơm
trên rừng cải tạo
(...) Bụng đói ngước sao trời
bắt gặp vầng trăng. Vầng trăng bẻ đôi! Ai bẻ gãy?
Tiếc trách sao không được chia một nửa
Để vàng thương nhớ mang trải gửi về xuôi"
(Nỗi Niềm)

"... Vòng rào đó em phơi chiếc áo
Nắng đâm qua những lỗ rách buồn
Ai cào xé mảnh tình đất nước?
Gửi sang em vá nỗi đau chung..."
(Còn Mãi Một Buổi Chiều Trong Tôi)

Hay những câu chuyện cuộc đời lớn nhỏ, như mất con (Ruột Đau Chín Khúc, Điên Giữa Đêm Trăng - anh mất người con đầu trong hoàn cảnh bi đát của bậc làm cha mẹ giữa bi cảnh chung của đất nước). Những tiếng thở dài của con người, lê thê của tâm tình, buồn như nỗi đau gậm nhấm, ... Thơ quay về với đời thường, có thể đã nghe, có thể nhàm chán, ... biết đâu lại là lối dẫn đến vô biên, hy vọng! Dù sao, Quan Dương đã phơi bày tận cùng tâm tình một con người. Như anh đã tâm sự với hai bạn thơ họ Trần:

"Biết nói gì đây cho bạn hiểu?
Cuộc sống là muôn triệu nhát gươm
Mà thơ ưỡn ngực trần truồng đỡ
Không chết cũng đành phải bị thương
Thơ là một cách chơi ngôn ngữ
trung thực từ trong cảm xúc mình
Ngôn ngữ nhiều đường năm bảy ngã
Trung thực một đường tim xuyên tâm (...)
(Lẩm Cẩm Cùng Bạn Làm Thơ)

Quan Dương đã không những có những câu thơ hay, anh đã có những bài rất đạt, và nếu chỉ đọc những bài ấy thôi, Quan Dương đã là một nhà-thơ đáng kể dù mới xuất hiện! Mỗi vần thơ Quan Dương là một nỗi niềm. Anh làm thơ như để tìm lại mình và tìm hiểu mình. Người đọc anh cũng dễ rơi vào cuộc tìm kiếm đó như anh. Nếu *Ngậm Ngùi* (1996) là những tình cảm nguyên sơ, chân chất, nhiều bi đát thì *Ruột Đau Chín Khúc* (1998) là những tình cảm đã được chắt lọc, tinh nhuyễn, thành những "con chữ", những lời thơ thanh thoát, có bi lẫn hài, hoặc cả hai, như kiếp con người trong cõi âm dương!

Quan Dương càng làm thơ càng chứng tỏ đa dạng, ngày mỗi mới. Người đọc sống cùng hoàn cảnh, có cùng kinh nghiệm đau khổ hay hạnh phúc thường dễ "cảm" với tác giả. Quan Dương có thể đáp ứng người đọc đó, nhưng tôi nghĩ anh cũng đã "đánh động" sự nhạy cảm nơi những người đọc xa lạ với chuyện anh kể, với tâm tình sống động của anh. Chúng ta tin "cây đứng buồn giữa đời trơ cọng" (TMBTT) hay "cánh lục bình trôi mù mịt ngoài xa" (NVBX) hoặc "con dế già", "chiếc xe cũ" (CXCCXC) với "thân hạc" đến độ "xương bánh chè" lộ liễu - những hình dung từ của anh, về anh, sẽ tiếp tục vui vầy thỏa thích với Nàng Thơ. Thơ cuối cùng là sáng tạo của tâm hồn, là cái đẹp không tìm hay đốt đuốc tìm đều có thể có một lúc nào đó hiển hiện. Thế nào là thật sự thơ? Nên-thơ hình như chưa đủ? Riêng thơ Quan Dương đã đưa chúng ta về lại và ở mãi với quê hương, tạo dịp cho chúng ta đến với tình tự con người với chữ "tình" muôn thuở, nhất là đến với Nàng Thơ!

25-9-1998

Trăng Mộng
của Sương Mai

Trăng vốn là hình ảnh muôn đời của giai nhân: Hằng Nga từ khi rời bỏ thế gian đã không còn là riêng tư chú Cuội, đã trở thành mộng mị và tri kỷ của những kẻ cô đơn và của những nhà thơ. Lý Bạch ngày xưa say mê đến nỗi nhảy ôm trăng để chết đuối. Trăng cũng là giấc mơ, là mộng mị của con người chưa trọn, chưa thoả mãn. Và trăng cũng còn là hình tượng thi ca rất thường gặp. Hàn Mặc Tử đã nhiều lần lạc lối vườn mơ với trăng với tình; nhà thơ đã nhân cách hóa trăng thành người tình: "Trăng nằm sóng xoãi trên cành liễu / Đợi gió đông về để lả lơi (...) Ô kìa bóng nguyệt trần truồng lắm / Lộ cáo khuôn vàng dưới đáy khe". Đến gần hơn thì: "Người trăng ăn vận toàn trăng cả / Gò má riêng thôi lại đỏ hườm / Ta hằng đưa tay choàng trăng đã / Mơ trăng ta lượm tơ trăng rơi..." (Say Trăng). Hay "Hôm nay có một nửa trăng thôi / Một nửa trăng ai cắn vỡ rồi / Ta nhớ mình xa thương đứt ruột / Gió làm nên tội buổi chia phân"(Một Nửa Trăng). Trăng biến thành "mình", rồi hòa nhập thành "ta": "Cả miệng ta trăng là trăng" (Một Miệng Trăng). Họ Hàn muốn phân thân và nhập vào trăng như một hiện tượng thiên nhiên hay một cao cả lắm khi không với tới!

Với Sương Mai, qua tập *Trăng Mộng* xuất bản đầu năm 2000, trăng là người tình, là chính tình yêu. Nay chính miệng nhà thơ, một người nữ, tình tự với trăng. Trong bài Trăng Mộng mở đầu tập, nhà thơ ngỏ lời mời gọi trăng đến/vào để trao đổi tâm tình, mà tâm hồn thì đã rộng mở:

"Tôi ngả lưng chờ đợi đã lâu rồi
Chăn gối lạnh cho đầy vơi nước mắt...",
"Hãy âu yếm, ôm choàng tôi thật chặt
Tôi sẽ cười thật tình tứ với trăng
Sẽ lả lơi không quyến rủ nào bằng
Nghiêng tóc xõa, khỏa thân trần mộng mị...",
rồi "Tôi âu yếm hôn vầng trăng dấu ái
Môi này đây, trăng hãy đến kề môi
Cho tình tôi bên gối mộng đầy vơi
Cho ánh mắt thêm dại khờ, ngây ngất"

Thật tình tứ ngôn ngữ của tình yêu dù có hơi hướm nhục cảm. Tình như rất thật và có "xiết vòng tay đừng giây phút buông lơi" đấy, nhưng trăng vẫn chưa đến, dù người thơ đã sẵn sàng, đành cứ mãi chờ. Một mời gọi thật nữ tính, thật quyến rũ. Đến câu cuối mới biết là mộng! Khác ngày xưa, người kỹ nữ của Xuân Diệu sợ đối đấu một mình với trăng, đã phải "lả lơi" mời viễn khách ở lại với nàng:

"... Em sợ lắm. Giá băng tràn mọi nẻo
Trời đầy trăng lạnh lẽo suốt xương da
Người giai-nhân: bến đợi dưới cây già;
Tình du khách: thuyền qua không buộc chặt..."
(Lời Kỹ Nữ).

Lời mời gọi của Sương Mai nghe như gần gũi và thật hơn, hình như người thơ có mong, có tha thiết đợi chờ, bên thềm trăng nỗi lòng mãi chơi vơi, rộn ràng đến phải tự hỏi:

"... Bên thềm trăng vung vãi
Những ánh vàng rớt rơi
Có phải trăng thừa thãi
Nên bóng đổ nơi nơi?"
(Thềm Trăng).

Đến với trăng, với ánh sáng, thật ra con người muốn tìm về bóng đêm, cõi âm, cõi dịu, mềm. Trăng đây đã thành người bạn mà cũng là ánh sáng, là chốn để về, là nơi trú ẩn khi bị thương tích, khi thiếu thốn, kiếm tìm, là sợi dây ràng buộc con người với thiên nhiên, ngoại cảnh. Trăng đã để dấu ấn nơi người nữ - trăng với phái nữ tự nhiên hơn chăng? Với Sương Mai, "Trăng thuở xưa ơi, trăng của ta..." do đó "Ta nhớ vầng trăng thuở ước mơ / Ra đi từ đó đến bây giờ... / Trăng ơi, trăng có còn quay lại? / Để ướp tình ta một chút thơ!" (Trăng Xưa).

Sương Mai đến với trăng vì nhà thơ muốn có trăng trong cuộc sống, để nhà thơ ca tụng tình yêu. Tình yêu ở đây là một kiếm tìm không ngừng, không bao giờ thỏa mãn! Thật vậy, tình yêu trùm khắp cả tập thơ, tình yêu ở cả bốn mùa, hết mọi ngày tháng và hết mọi thời khắc của ngày lẫn đêm. Tình yêu đã như men, một thứ men tình, có sẵn nơi người đa cảm, vì trong thơ Sương Mai không có rượu, men ngoại nếu có là men cà phê trong nhiều hoàn cảnh, buổi sáng: "Ly cà phê đắng sáng nay / Hình như pha chút tình ai ngọt ngào" (Ly Cà Phê Buổi Sáng), hay buổi chiều: "Ly cà phê thật đằm thắm hương yêu / Ngồi nhìn nhau trong êm ả buổi chiều..." (Nếu).

Tình yêu là một kiếm tìm, nhà thơ cứ hỏi rồi tự hỏi "tình yêu ở đâu?", tìm cho nên sử-dụng đến "tặng vật" vẫn sợ chối từ, đến cả đăng báo:"... Sáng nay tôi đến nhờ nhà báo / Tìm lại người yêu dấu thuở nào / Tìm lại mối tình thơ mộng cũ / Số phone đây, gọi ... nếu thương nhau!" (Nhắn Tin), hoặc qua trung gian luật sư: "... Luật sư ơi, tôi ngó về quá khứ / Khuôn mặt nào lồng lộng giữa trời hoa / Tôi rưng rưng lau dòng lệ xót xa / Nên tìm đến, nhờ luật sư bào chữa!" (Hãy Nói Dùm Tôi). Yêu nên không từ chối cả lá bùa: "Giá mà / Em có lá bùa yêu,/ Em sẽ tìm đủ cơ hội / Em sẽ lén bỏ vào bên trong chiếc gối / Để đêm đêm trước giấc ngủ / Anh chỉ nhớ có ... em ..." (Lá Bùa Yêu). Hoặc chọc ghẹo người và nghịch ngợm với tình: "... Như con Hồ Ly đã đọc xong câu thần chú / Em sẽ phà vào anh, hơi thở ngải hương / Em nhất định bắt mất hồn anh / Kể từ hôm nay / Và mãi mãi sau nầy ..." chỉ vì "Mỗi khi gặp anh, / Em như người ngộp thở ...(...) Cái nhìn... đã để lại trong tim em / một tì vết, không lành..." (Đọc Câu Thần Chú).

Người nữ yêu nên đã liều: "Như con thiêu thân lăn mình vào lửa đỏ / Em điên cuồng nhảy xổ vào anh / Không cần biết tương lai, quá khứ / mỏng manh... / Cứ nhắm mắt ước mơ, / Cứ mù lòa mê đắm..." (Con Thiêu Thân). Và mê lú như uống phải độc dược: "Hình như anh bỏ vào ly cà phê em / Những bùa mê, thuốc lú... / Hình như anh bỏ vào ly nước chanh em / Những cuồng chất nhớ thương..." (Độc Dược).

Nói yêu là nói đến đợi chờ, chờ người, chờ thư, chờ email - tình cũng theo thời, và chờ đến tháng tận năm cùng: "Hôm nay tháng tận, năm cùng / Em còn ngơ ngác giữa khung trời buồn / (...) Ngày qua anh nhỉ ngắn dài? / Mà em chờ mãi, nào hay năm tàn" (Cuối Năm); "... Mong mãi bóng người không hẹn đến / Rồi mang hư ảnh lộng vào thơ..." (Lá Thư). Nhung nhớ thành tương tư:

"Thư đã đọc rồi sao vẫn thiếu?
Có gì trong nắng, gió hôm nay?
Ai đem hương nhớ hòa trong nắng
Tỏa xuống lòng em nỗi nhớ ... ai..."
(Hương Nhớ).

Trót yêu, yêu quá thành ghét: "Ghét người, ghét quá làm sao / Đã ghét cái mặt, còn chào mà chi? / Lặng yên không nói năng gì / Ngó lơ mặc kệ ai đi, ai về ... / (...) Ghét người cho nắng thôi vàng / Mặc con bướm chết vội vàng đêm qua / Để tôi ghét mãi người ta / Để cho cay đắng bay qua góc chiều ..." (Ghét). Để rồi ghen cấm đủ chuyện:

"Con đường anh đã đi qua với em
Em cấm anh, không được bước đi với ai khác
Dù cỏ hoa có nở đầy thơm ngát
Dù phong cảnh có hữu tình (...)"
(Cấm Anh).

Thiên nhiên cũng thay đổi theo cảm tính con người: "... Phượng tím bây giờ lại trổ bông / Ngày xưa phượng tím sắc pha hồng / Phượng nay ủ rủ màu xanh tím / Phượng nở sao tôi nát cõi lòng?" (Phượng Tím Năm Nay). Có thất tình thì cũng có những phản ứng ngược, hết yêu thì cũng có thể lạnh lùng khi cần: "... Thưa ông, tình có đâu nhiều? / Tôi đem hoang phí bấy nhiêu đủ rồi / Chào ông, tôi nhún vai. Cười / Chúc ông vui mãi với đời ... bướm ong" (Chào Ông). Lạnh lùng một cách khô cứng khi người cũ gọi điện thoại, mới đó đã ra người xa lạ: "... Dạ thưa ông, hãy im đi đừng nói / Ông đã lầm, tôi không phải người xưa / Ông làm ơn đừng lên tiếng phân bua / Đừng nói nữa thưa ông, ông ... lầm số!" (Lầm Số). Giận quá làm thơ lục bát bắt đầu bằng câu ... tám và cố tình (!) sái luật bằng: "Bướm bay... kệ bướm, hoa nở... kệ hoa! / Bởi vì tôi giận người ta..." (tr. 209).

Tàn nhẫn trở thành hậu quả của tình yêu: "Rồi em sẽ dùng phép phù, phù thủy / Để một lần mang anh trở lại ra khơi / Em sẽ tận mắt nhìn anh chìm giữa ngọn sóng chơi vơi / Em sẽ cười lên lanh lảnh những chuỗi cười / Chuỗi cười ... phù thủy" (Tiếng Cười Phù Thủy). Đòi nhận chìm chết người mà cứ xưng "em", ngán ngẩm thật! Hoặc nhà thơ đã bất nhẫn bỏ, đã bỏ mà còn phải năn nỉ "... Thôi nghe đừng hờn em thêm / Để em xin hứa bắt đền kiếp sau" (Năn Nỉ). Đền kiếp sau thì cũng như không, mâu thuẫn thay con tim!

Nàng trăng rồi cũng phôi pha, cũng bạc trắng với thời gian:

"... Nửa đời se sắt vì nhau
Nửa vầng trăng bạc, úa màu nửa khuya
Nửa đêm lệ rớt đầm đìa
Nửa ôm gối mộng, nửa lìa cõi mơ
Nửa lòng ai gửi vào thơ?
Nửa chung thủy, nửa lững lờ lướm ong!" (Nửa).

Kiếm tìm tình yêu, tức bỏ đi, đi xa, có thể tìm thấy hạnh phúc thì làm sao không khỏi có lúc lạc đường hay thất vọng. Thất vọng với tình nhưng người bạn đường dù "Trái Tim Bằng Gỗ" vẫn luôn ở bên nhà thơ: "... Hình như anh không bao giờ biết khổ / (...) Tôi trở về, rưng rưng máu trái tim... / Thật khẽ khàng anh nói: nín, nín đi em! / Anh không biết nói gì, / Bởi trái tim anh bằng gỗ!..." (tr. 262-3). Trọn đời, thời gian, tình già, ... toàn những ám ảnh: "Em vẫn đẹp mà, phải thế không? / Đừng anh, đừng nói má thôi hồng / Đừng anh, đừng nói da em nhạt / Đừng nói nếp nhăn đã chất chồng..." (Tình Già). Ám ảnh lớn: tình yêu còn không: "Cho rằng em có già đến đâu đi nữa.../ Nhưng chắc em cũng chưa già đến đỗi.../ Để không còn vui sướng khi nghe anh nói: - Anh vẫn yêu em!" (Lời

Vợ). Lắm lúc người thơ tìm về với một đấng thiêng liêng "Thánh Giá là niềm vui / Giáo đường là tổ ấm" (tr. 66). Nhà thơ than thở:

"... Lòng con từng mảnh tơi bời
Tim con rách nát Chúa ơi, vá dùm!
Hồn con và xác run run
Vịn cây thánh giá, quỳ cùng đau thương ..."
(Vịn Cây Thánh Giá).

Trăng Mộng còn là thơ về quê hương, Cần Thơ, với những cảnh cũ như cây phượng vĩ (tr. 68), những cố nhân (tr. 95, 158), những tình xưa (tr. 99); nhưng với người đi xa thì cảnh nhẹ hơn người và người cũng nhẹ hơn tình yêu kiếm tìm! Sương Mai mãi đắm mê với tình, với thơ, nhưng nếu các bài trong tập Trăng Mộng được sắp xếp theo thời gian sáng tác thì càng về cuối tập, cảm xúc và thi hứng đằm thắm hơn! Tình yêu ở đây không là những non dại bồng bột của Nguyễn Tất Nhiên, cũng không bi đát như T.T. Kh. Trong Trăng Mộng, tình chín hơn, đa dạng mà cũng đa lời, lắm ví von, giả thử, ... nhưng có cái tận tâm như mọi cuộc tình!

Ngoài một số tứ thơ cũ thường thấy ở nhiều nhà thơ như sơn khê, chân mây, trang giấy mới, áo mới, ... Sương Mai có những ý thơ riêng như "Mặc ai đem nắng rải đầy trong sương" (tr. 186), đánh rơi thời gian: "Tôi đánh rơi buổi sáng / Trên kẽ tay ơ hờ..." (tr. 281), cứ thế buổi trưa, buổi tối, hôm qua và hôm nay; hình ảnh một nửa "... Nửa vời, nửa tục, nửa tiên / Nửa đau nỗi nhớ, nửa điên nỗi sầu..." (Nửa). Hoặc hình ảnh theo thời sự như "...El Nino đến tiêu điều (...) Tình yêu, cơn bão Nino ... muôn đời" (tr. 38). Tỏ tình qua trung gian luật sư như đã trình bày ở trên. Mong đợi tình cũng lắm, mà trốn chạy cũng nhanh, như đã tìm ra chân lý: "Tôi bỏ người, tôi chạy rất xa (...) Tôi bỏ người, tôi chạy ... hụt hơi..." (tr. 291).

Thơ *Trăng Mộng* có hồn, đầy nhạc tính, ý tình thì linh động, nghịch ngợm lắm khi, nhà thơ giàu lời - cả lắm lời, khi tỏ tình cũng như thất tình: "Ví dầu, ví dầu ví dâu... / Bướm bay bỏ lại nỗi sầu cho hoa..." (tr. 247). Những vần thơ hay có thể kể:

"Anh hỡi, mùa thu như dáng ai
Mơ màng đôi chiếc lá lung lay

Lòng em: con sóc trên cành lạ
Mơ ước một lần có cánh bay
Anh hỡi, mùa thu mây khói vương
Đêm qua mơ thấy bóng người thương
Vẫy tay gọi nắng về cho gió
Sao lại tặng em một nỗi buồn?"
(Tình Thu);

"... Nếu một mai rất dịu dàng anh nói
Tiếng yêu em bằng rất đỗi thật thà
Bằng trái tim đầy ắp những thiết tha
Em sẽ khóc trong niềm vui tao ngộ
Nếu một ngày mình dìu nhau qua phố
Ly cà phê thật đằm thắm hương yêu
Ngồi nhìn nhau trong êm ả buổi chiều
Tay đan nhẹ, mình cần chi cấu nói?
(Nếu...)

Những câu như-lục-bát nhẹ nhàng:

"... Mang thơ ra giữa rừng hoa
Rải cho thơ với ánh tà
huy bay
Nụ hồng trong gió lắt lay
Mong thơ ra khóc một ngày
âm u..."
(Lục Bát Trên Ngàn)

Xen kẽ những kỷ xảo về chấm câu, nhưng vẫn vẫn xuôi một giòng thơ: "Tha thiết quá. Một ngày xưa áo trắng / Cổng thời gian. Đinh đóng giữa tim mình..." (tr. 85)

Sương Mai nhiều lần tự định nghĩa, tự họa:

"... Sáng nay sương ướt trên cành lá
Từng giọt long lanh rớt xuống đời
Tôi tưởng hồn tôi vừa rụng xuống
Mong manh thành những hạt sương rơi..."
(Lá Thư)

Những giọt mong manh, tế nhị và cũng thắm thiết với người, với thơ:

"Giọt sương có phải là tôi?
Hình như cùng rớt xuống đời bơ vơ
Chờ người níu áo đề thơ
Nào hay áo lụa ơ hờ tàn phai..."
(Sương Mai)

Đến bài cuối tập, nhà thơ tự thán như đóng lại cõi lòng, sau những rong ruổi với tình với thơ:

"Ba năm lên núi tìm thơ
Bỏ quên thân thế, tảng lờ áo cơm
Bây giờ xuống núi bôn chôn
Gánh thơ đã nặng, gánh buồn... nặng hơn"
(Tự Thán)

Sương Mai là một trong những người mới bước vào làng thơ hải ngoại nhưng đã liên tục và trung thành với thơ, một người có tình, có lòng với thơ. Nhà thơ đã cất bước đi từ tiếc nuối (*Thoảng Chút Hương Xưa*) đến tình (*Thơ Tình Sương Mai*) rồi nay là mộng (*Trăng Mộng*), và mộng vẫn là tình, là thơ, như một nhu cầu sống cho hiện tại. Trăng với Sương Mai đơn sơ là người tình, là bóng mát, là nồng nàn tình yêu. Trong những dòng thơ Việt hải ngoại, riêng thơ tình yêu không có chung quan trọng như trước nay vì thơ Đạo, thơ chống Cộng, thơ kỹ thuật, thơ thù tạc, ... hình như chiếm nhiều chỗ, nhiều diễn đàn! Ngày nào con người sống mà còn cần đến tình yêu thì ngày đó còn thơ tình, còn mộng còn trăng và hình như những nhà thơ tình thoải mái với thế giới và hạnh phúc mà họ tạo nên với thi ca. Thế giới và hạnh phúc mà các nhà khoa học và con người nói chung phải mất nhiều thử nghiệm và thời gian mới tìm ra mới dám chắc! Sương Mai qua *Trăng Mộng* đã xác nhận nhà thơ đã tìm ra cái thế giới của riêng mình và ở đó hy vọng nhà thơ đã tìm thấy hạnh phúc!

15-4-2000

Thiền tính
trong thơ Thái Tú Hạp

Thơ Thiền ở Việt Nam khởi đi từ những bài thi, phú của các thiền-sư đời nhà Trần thuộc Trúc-Lâm Yên-Tử. Thiền-thi tiên quyết không hẳn là thi-kệ và phải có những chức năng cần đủ để tạo nên thi ca, tức không chỉ nhắc vài từ ngữ nhà Phật là đủ. Văn-học miền Nam thời 1954-1975 đã có những bài thơ thám hiểm cõi Thiền của Quách Tấn, Hoài Khanh, Trụ Vũ, Phạm Thiên Thư, Bùi Giáng, Nhất Hạnh, Phổ Đức, ... Sau đó thơ Thiền đã đến chốn tù đày "cải tạo" với Thanh Tâm Tuyền, Nguyễn Xuân Thiệp, ... nơi chốn đó, thơ trở thành phương tiện để sống còn, thơ thiền như một lối thoát, như hạnh phúc còn lại! Phần tư cuối của thế kỷ XX, tình cảnh lưu đày đem đến những tiếng thơ Du Tử Lê, Thái Tú Hạp, ... riêng với nhà thơ sau, thơ thiền như vọng đến từ phương xa xôi nào! Thật vậy, thiền tính bàng bạc rồi có mặt trong thơ ông từ những thi-tập xuất bản ở ngoài nước như *Chim Quyên Lạc Đàn* (1982), *Miền Yêu Dấu Phương Đông* (1987) nhưng đến *Hạt Bụi Nào Bay Qua* (1995) thì thiền-tính càng rõ nét hơn:

"em cười như nụ hoa
trong mai tâm bồ tát
tiếng chuông đời thoảng qua
phù vân chim hót lá
(...) sớm mai nào chợt ngộ
tâm ta tưởng là hoa

trong sắc màu giả tưởng
có không nào trong ta"
(Chợt Ngộ) (1)

Tính Thiền đã thể hiện qua thi ca Thái Tú Hạp khi diễn tả, nói đến cái uyên ảo, tôn kính bằng ngôn ngữ trần gian và ngôn ngữ nghệ thuật. Dùng ngôn ngữ nhà Phật, cửa Thiền chưa hẳn đã thành thi-ca, mà sự dụng từ đó phải tự tâm bộc phát tự nhiên; đó là sự phân cách giữa thơ chốn nhà Chùa và thi-ca nghệ thuật! Hãy theo nhà thơ làm cuộc hành trình tìm Chân như:

"... đông tây nào đốn ngộ / người xa cách tâm linh / đời phù hư trá ngụy / tìm đâu thấy chân kinh" (tr. 159); "... chân tâm mãi hướng về / tiếng chuông còn vọng lạc / bên vực đời u mê..." (tr. 168); "...em về tâm mở Pháp Hoa / núi nghe tiếng thở mây qua mặt hồ / lời kim cổ gọi hư vô / tiếng im sỏi đá nguyệt ngơ ngẩn sầu .." (tr. 183); "ta về tịch mặc ngàn hoa / lá cao vút đẫm mây qua đỉnh trời / nhân gian dành trọn cuộc chơi / ta cùng em hát bên đồi xuân xưa / nhất quán rồi- mộng mai sau / tâm vô lượng mở - có nhau luân hồi / cảm ơn thơ, cảm ơn đời / trăm năm nhật nguyệt, đầy vơi nghĩa tình" (Luân Hồi Có Nhau).

Con người trong thế-giới thơ Thái Tú Hạp, sống, thở tự do, trong một tinh thần phá chấp, phá tâm vọng ngã, quên ta:

"đời không biết ta đến
chẳng biết ta đi
không ai còn nhớ trong biển hồ quên lãng
chỉ có hạt bụi chỗ ta ngồi" (tr.10),

một thế-giới vô-ngã, là cõi tạm, nên quên mình "gió cát ngàn dặm xa / ta làm thân mục tử / ngủ say trên đồi hoa / bỏ quên đời hư ảo..." (tr. 63), yêu cầu giải phóng khỏi mọi ràng buộc (khác phi nhân bản) để tự do tuyệt đối, ... Tự do phá chấp thoát khỏi nhiều ràng buộc kể cả bản thân, "vị tha vọng ngã": "hỏi muôn vạn nẻo ta bà / hỏi chân như có mù sa chốn nào / ... hỏi ta hạt bụi vô minh / sát na trong cõi hữu hình xuân thơm" (Tự Vấn), còn tự vấn, tâm còn động, ... là hãy còn vương vấn, chưa thoát: " tâm có động mười phương thao thức / cõi bình minh rạng rỡ hồn phương đông": "tâm động như giòng sông / (...) nụ cười tan theo hoa / sát na rồi vỡ nát" (tr. 162-163).

Thoát, kể cả ngôn tự như phương tiện:

"khuya nghe vũ trụ chuyển mình
sáng ra trời đất mới tinh
cỏ cây như vừa tắm gội
chữ nghĩa không còn trang kinh
tâm già nua ta chợt thức
đầu cành giọt nắng nguyên trinh"
(Vô Tự).

Vô tự nhưng con người vẫn cần tiếng nói: "... bây giờ ngôn ngữ chết / ta không còn tri âm.." (tr. 191)!

Con người vô ý trước những hình ảnh tự nhiên: "vườn xuân xưa trổ nụ hồng / em về từ cõi sắc không dấu hài / trăm năm tiếng hát nguyên khai / tâm bao dung nở cành mai nhiệm mầu" (Tâm Khai). Vô tâm nhờ tinh thần vô ngã và nhờ vậy ngộ bất chợt, không chờ, không tính toán: "... sớm mai nào chợt ngộ / tâm ta tưởng là hoa / trong sắc màu giả tưởng / có không nào trong ta" (Chợt Ngộ). Có-không không còn là vấn nạn: "... em hỏi ta căn nhà vĩnh cửu? / ta soi tâm thấu triệt vô thường" (Ngộ); "nhân gian dành trọn cuộc chơi / ta cùng em hát bên đồi xuân xưa / nhất quán rồi- mộng mai sau / tâm vô lượng mở - có nhau luân hồi ..." (Luân Hồi Có Nhau). Những lời hiện-đại để nói lên thiền-ý "thân như điện-ảnh hữu hoàn vô" (2) của thiền-sư Vạn-Hạnh!

Thiên nhiên

Nhà thơ Thái Tú Hạp đến với thiên nhiên một cách tự nguyện, hoặc để thưởng-lãm hoặc để bày tỏ, buông mình cho tâm động theo cảnh: "... trăm năm chừng ghé lại / cõi tạm đầy thương đau / căn nhà xưa quạnh quê / trong mắt sầu thiên thu..." (tr. 203). Thiên nhiên sinh động nên thơ, gợi cảm: "sỏi đá sầu thiên thu / suốt đời ta đau nhức"(tr. 26); "từng hàng cây đứng im / nụ mầm thiên thu nẩy / khu vườn rộn rã chim / mặt trời vừa thức dậy / (...) chỉ một mình ta thôi / trôi theo giòng suy tưởng / những tình xuân vô lượng / rót từ cõi nguyên khôi / lửa tàn trong thạch thất / rừng khoác kín đôi chân / em vì ta bước lại / từ đó lộc ra xuân" (Từ Đó Lộc Ra Xuân). Cả nơi tù hãm, nơi một vùng đất nước khốn khổ, nếu không có biến cố đổi đời, chưa chắc đã đặt chân đến. Thiên nhiên nơi nghịch cảnh sống lại trong tâm thức nhà thơ - sống hiện tại là nhớ-lại quá khứ nhất là những quá khứ trầm luân: "Gối đầu lên tảng đá/ buổi trưa rừng Quế Tiên / bầu trời xanh cao vút / hồn nghe dậy tiếng chim / (...) núi vẫn im - hoa rụng / trên áo tả tơi buồn / người tù bình yên lặng / trong giòng suối cánh lan / ba năm con đường cũ / rừng bỗng thấy xác xơ / cây và người khô héo / nỗi sầu giống như nhau / Quế Tiên rừng gục đầu / chiều mưa giăng trên mộ / tiếng chim xưa về đâu / rừng thu nghe hoang vắng / rừng ơi, rừng Quế Tiên / lòng ta buồn không dứt / sỏi đá sầu thiên thu / suốt đời ta đau nhức / (...) chiều nay xa cách rừng lòng ta buồn bã quá / rừng Quế Tiên - đau thương / người đi, về hiu hắt..." (Chiều Nhớ Rừng Quế Tiên).

Thiên nhiên thường hằng của bản thể, bên cạnh cái hữu hạn của thế giới, của hiện tượng. Thiên nhiên là hình ảnh của thi-ca, là biểu tượng: vạn vật và con người vốn cùng một bản-thể ("rừng ơi, rừng Quế Tiên / lòng ta buồn không dứt / sỏi đá sầu thiên thu / suốt đời ta đau nhức"), tức Chân-như, một thành đa, và rồi sẽ quay về cùng nguồn cội uyên nguyên, đa dạng bí nhiệm con người không thể biết hết!

Thế giới hiện tượng đó rồi ra hư ảo, vô thường, luôn biến động và tuân theo luật tuần hoàn:

"tình xưa về ngự cõi riêng
đường ngôi em rẽ hai miền phù vân
còn bao nhiêu sóng trong lòng
đổ ra mấy nhánh trăng vàng biển khơi
có không trên ngọn cát bồi
sớm hôm rồi chợt qua đồi cỏ lau
lá xanh biếc núi ngàn sau
cụm hoa còn ngẩn ngơ sầu chia xa
em về hoang tịch đời ta
dấu hương khói muộn nhạt nhòa chân mây"
(Cõi riêng)

Cuộc đời cũng như cảnh vật biến thiên, thay đổi, tang thương, nghiệt ngã, ... con người chứng kiến đành phải ngậm ngùi cũng như thiên nhiên, "nghìn năm sau sa mạc chiều / tiếng chim quốc gọi quạnh hiu ta bà / mai về từ chỗ chia xa / bãi sông đầu bạc ngàn lau ngậm ngùi" (tr. 57). Mà người buồn cảnh có vui đâu bao giờ, nhất là khi cảnh với người như đã hợp nhất, hai mà một: "tiếng mưa xé nát hồn viễn khách / em hát giùm ta khúc nhạc sầu / cho ta khua hết trong tiềm thức / hàng vạn chiều mưa phủ đớn đau / mưa ở quê nhà mưa núi thẳm / mưa rừng sâu nghiệt ngã tai ương / mưa hải đảo kiếp đời lưu lạc / mưa nhạt nhoà biệt tích cố hương!" (Cơn Mưa Nhớ Nhà).

Đời phải chăng giả tạm? ".. Trong vườn tâm trần thế / đời huyễn hoặc cơn mơ / trôi trên dòng sinh tử / nhoà khuất như trăng sao" (tr. 37). Đời là vô thường như bóng nắng (tr. 17); "như tiếng hót sớm mai nầy / của loài chim hoang về đậu trên cành sầu đông rã mục" thật ra chỉ như "những giấc mơ xưa đã tắt lịm rồi em" (tr. 23); .. hoặc tiếng chim khác từ cõi xa xăm: "gọi mãi thiên thu đời tĩnh lặng / thời gian biền biệt vết chân xa / con chim tận tuyệt nghìn khuya hót / mấy cõi sầu riêng thấu tim ta" (tr. 35).

Ngoại cảnh động tâm hoặc không thể không để tâm ngay cả trong nghịch cảnh thân tù đày hoặc biệt xứ: tiếng chim trong ghềnh núi khi tù binh phải đi đốn cây "lạnh lùng như chiếc bóng", tiếng chim như ân sủng, như hạnh phúc bất chợt nhưng thâm sâu, không phải ai cũng nghe thấy "người xa vẫn chưa về / trùng dương mờ mịt khói / chắc không còn ai nghe / tiếng chim trong ghềnh núi!" (Tiếng Chim Trong Ghềnh Núi), rồi tiếng chim cũng là hạnh phúc dõi tìm "từ đó ta có em trong tận cùng đất khổ / nhất nguyên này đẹp vô lượng tình yêu / ... em thắm xinh như nụ hoa vàng / như tiếng chim hót trong rừng cây..." (tr. 44). Tiếng chim của quá khứ lúc nào cũng đẹp: "thành nội tiếng chim khua cành nhãn / con đường đỏ thắm phượng ven sông" (tr. 109). Cuộc đời không lựa chọn "trên ngàn dặm lưu đày nghiệt ngã" nhưng tâm thức đã có những giây phút hạnh phúc chợt đến "lâu rồi mới nghe tiếng chim hoàng oanh hót" (tr. 121). Những tiếng chim trong những hoàn cảnh và nghịch cảnh khác nhau đó như những nguyên-thể, những "bản lai diện mục", ...

Những hình ảnh nghịch lý, bất chợt, oái ăm, cả dị thường, phi lý! Tâm thức xuyên suốt thời gian và không gian là vậy!

Cảnh trí thiên nhiên, sự vật hữu thể chính là thể hiện của bản-thể, của chân như. Nhà thơ đi tìm chân-nguyên, cội nguồn qua những cảnh vật, thiên nhiên, nơi thân quen cũng như miền xa lạ: những đám mây lúc tịnh yên, lúc vờn bay; những cánh hoa lẻ loi, hoang dại, hay rực rỡ, đua thắm, hoa vàng, hoa xanh; những vầng trăng lúc tỏ lúc mờ, lúc đến gần lúc vượt khỏi tầm nhìn nhân thế, v.v. Qua những tiếng động cảm được hoặc âm u đến từ một cõi nào!

Muốn đạt Chân Như, phải đạt Tâm hư-vô, tâm không, bằng trực giác. Mọi sự vốn dĩ là không, do tâm biến hóa mà ra. Chân-không diệu-hữu, cái không chân thật là cái có vi diệu đầy tính biện chứng: "... ngắm mây biền biệt xứ / ngàn dặm xa Huệ Năng / hành trang kinh vô tự / lòng sao mãi băn khoăn / đông tây nào đón ngộ / người xa cách tâm linh / đời phù hư trá ngụy / tìm đâu thấy chân kinh" (Chân Kinh).

Đốn ngộ bằng trực giác, ngay tức khắc - kiến tính, qua những hình ảnh của chân tâm, trí tuệ bát nhã như cành mai: "trăm năm tiếng hót nguyên khai / tâm bao dung nở cành mai nhiệm mầu" (tr. 182); như vầng trăng sáng, "chờ nhau dưới cội vô thường / soi tâm tư hiện một vừng trăng xưa" (tr. 205). "Người xưa ngẩng đầu nhìn trăng sáng" vì hiện hữu bất ổn "ta giờ trăng chết ở trong tâm", trăng trở nên "trăng cưu mang niềm đau vong quốc / bỏ đám mây tang tóc bên trời / kẻ lưu đày u hoài đất khách / đắp trăng sầu lên núi rong chơi" (Trăng Viễn Xứ, tr. 81); trăng sáng soi "nhớ người thăm thẳm trăng soi / đường chim quyên lạc bên đồi Hoa Nghiêm" (tr. 172), ...

Trăng còn là hình ảnh lãng mạn đẹp "em cách biệt như vầng trăng thần thoại / giòng sông xưa về ngủ muộn tương tư" (tr.149); thành thử khi phải đau khổ, xa cách "sông núi một đời oan nghiệt khổ đau" thì "vừng trăng chết đuối / trong hồn nhau" (tr. 134)! Trăng chết đuối - dù trong hồn nhau, rốt cùng cũng chỉ là ảo-tưởng, sắc tướng. Người cảm nhận Thiền sẽ không □bồng boat□ như Lý Bạch thuở nào!

Ánh trăng xanh như một chốn để về, như một nguồn cội tư duy "cho dù lỡ kiếp ba sinh / trong ta nguyên thủy trăng xanh cuối ngàn"(tr 194), gió (hư vô), gió đập cây tùng, thiên nhiên động tâm con người (khiến các cớ hỏi "hạt bụi nào bay qua"!). Mưa là hình ảnh khác được nhà thơ hơn một lần nói đến, như bài Mưa Trong Vùng Trí Tưởng (tr. 40-41), điêu luyện trong cái đậm đà khi nói đến "cố xứ", một quê hương trong xa xăm "kỷ hà tịch mịch" mà "giọt mưa trên cành nguyệt quế" người yêu dấu hái được như hạnh phúc tìm thấy!

Tâm nhiều quan hệ với mây nhưng không hẳn là mây trời vì mây của Thái Tú Hạp lẩn quẩn chốn thiền môn hoặc tâm thiền, có lúc mây trở thành am nơi chốn cũ "tâm hình như có sóng / chiều tịnh mặc đâu đây / phương nào thương cố quận / cho ta về am mây" (Thảo Trang). Tâm có sức mạnh nội tại có thể giao động như giòng sông hoặc có thể tác động đến mây "tâm xô giạt chiều mây" (tr. 162). Mây đối với nhà thơ đã trở nên sức mạnh huyễn-hoặc, từ những phù-vân của tri-kiến tầm thường hay "trong mắt em buồn thoáng mây trôi" (tr. 138) đến những trời xanh, mây xanh trong sáng của tự tính! Mây còn vương vấn nơi đỉnh đèo Hải Vân, nơi núi Ngự, mây núi đi chung như hồn nhiên tự tại của vạn vật, thành thử xưa hay nay vẫn là một trong tâm thức!

Suối nguồn đó là "mùa xuân Pháp Hoa", nơi "rừng Viên Mãn", nơi "căn nhà hạnh phúc", "căn nhà vĩnh cữu" (tr. 176), nơi "vườn xưa trổ nụ hồng" (tr. 182), ... khiến con người tiểu ngã cùng tâm thức sống thật, sống mạnh, một "mùa xuân đang kiêu hãnh bước vào" (tr. 124). Mùa Xuân là hình ảnh lý tưởng, cũng là lý tưởng được hình ảnh hóa: khởi đầu, uyên nguyên, thanh tịnh, sự sống và tái sinh. Cũng mùa Xuân là hình ảnh thời gian qua mau mà phải cáng đáng hiện tại. Thiền sư Mãn Giác thế kỷ XI đã có cái nhìn đầy đủ về mùa Xuân. Qua bài thi-kệ "Cáo tật thị chúng":

"Xuân khứ bách hoa lạc,
Xuân đáo bách hoa khai
Sự trục nhỡn tiền quá,
Lão tòng đầu thượng lai.
Mạc vị xuân tàn hoa lạc tận,

Đình tiền tạc dạ nhất chi mai" (2).

Xuân là hình ảnh tươi thắm, sinh động, của thường tồn, chân tâm, nhưng rồi cũng phải nhường chỗ cho mùa Thu theo quy luật sinh trưởng và tàn lụi của vạn vật. Khi "tóc đời đã bạc sợi yêu thương", tâm thức và trí tưởng vẫn thường trực dõi tìm quá khứ, ngôi nhà xưa, tìm "chút thân quen từ cõi tiềm thức hoang vu" nơi đó có "những con nhện tỏ tình dưới mái hiên dĩ vãng / những tấm liễn thép vàng xưa huyền hoặc / hoen mờ rêu mục dấu thân yếu / loài mọt ngày đêm rả rích / khung cửa chiều tia nắng dọi ngậm ngùi / như trái tim trong căn phòng cổ tích / chút thân quen từ cõi tiềm thức hoang vu" (Vẫn Yêu Em Mùa Xuân). Suối nguồn uyên nguyên đó là nơi con người "hạt bụi" luôn kiếm tìm trở về, một trở về làm tái sinh, sinh-hoạt lại cuộc hiện hữu "đời thắp lại những mầm xanh bát nhã" (Ta Sẽ Về).

"Tôi mơ ước cụm hoa vàng thắm nở
Trong vườn em hồn tháng chạp giăng mưa (...)
Tôi mơ ước mùa xuân em nguyên vẹn
Tóc hoa chanh tà lụa trắng đông phương"
(Quê Hương Trong Trí Tưởng).

Vậy, "từ trong cõi ưu tư sầu muộn / thân xác ta rã rời / qua từng sát na mầu nhiệm / ôi! kiếp người hư vô ..." (Hạt Bụi Nào Bay Qua), con người nhỏ bé, tiểu ngã đi tìm bản thể, muốn đến chân như, đạt thiền-tính, tâm thức có lúc trở nên tịnh. Một chân lý khôn cùng, tĩnh mà động, vừa huyễn-diệu vừa thường-hằng, như dịch lý, luân hồi! Hư-thực có- không luôn chuyển hóa, tuần hoàn. Đã nhận chân vô ngã, vô thường, trong tình cảnh lưu đày, dù không câu chấp, dù đã dứt bỏ thù hận, thì vướng mắc lớn vẫn là quê nhà, quá khứ, kiếp người theo một cách hiểu chưa trọn vẹn, nhưng với thời gian và tuổi đời, phá chấp đến tự nhiên với tâm thức người tìm đến Thiền. Kiến tính, an nhiên tự tại đưa Thiền vào cuộc sống nhân sinh mới! Tiểu-ngã, sản phẩm bất chợt của thiên nhiên, nhân quả đó, có lúc buông mình, sống nương theo biến dịch, thanh thản, an nhiên; tu dưỡng nhân cách, an nhiên tự tại, vui sống, tự tin vào bản thân, vô cầu vô ngại: "gió cát ngàn dặm xa / ta làm thân mục tử / ngủ say trên đồi hoa / bỏ quên đời hư ảo" (Cỏ Thi).

Không gian thiền

Thiên nhiên luôn có mặt, cõi thơ Thái Tú Hạp mở ra một không gian bao la, lúc mênh mông, lúc thanh vắng, nhà thơ ngộ được tâm thức Chân Như, bèn trải ra cho người khác. Không gian đó hàm chứa sự chuyển động, đối lập. Không gian đó có khi là của quá khứ (quê hương, con đường, phố hội đã đi qua, đã từng cư ngụ...), nơi có sự hiện hữu của cái 'Tâm ở lại' (tr. 27).

Tâm vướng bận quê-hương, quê nhà và quá khứ chiếm nhiều thơ của Thái Tú Hạp. Nào cổ phố Hội An, nào đà Nẵng, sông Hương, đất Thần-Kinh, Phù Cát, đèo Rù Rì, ...: "bằng hữu như sương hạc bay qua / em như trăng ngọc giếng quê nhà / còn đâu hơi thở tà huy thắm / như ánh sao chiều heo hắt xa / (...) tháng tám trăng về theo tiếng khóc / từ đáy huyệt sầu cố hương ta / người xưa nay đã chia nghìn kiếp / trăng vẫn chung tình với thế gian..." (Trăng Viễn Xứ), "tưởng chừng như đang ở cùng sông núi / ta thở cùng sen mùa hạ sang / ta uống cùng em con suối bạc / ta đùa cùng em cầu ao trăng / thành nội tiếng chim khua cành nhãn / con đường đỏ thắm phượng ven sông" (Nghe Suốt đời Ta Một Núi Sông), v.v.

Quê nhà và quá khứ đẹp và đáng nhớ, chỉ vì đã mất, đã vỡ nhoà, đã biến thiên. Còn lại chăng trong giấc mơ, trong trí tưởng, ước mộng:

"Tôi mơ ước cụm hoa vàng thắm nở
Trong vườn em hồn tháng chạp giăng mưa
Giòng sông thu chuyển mình thao thức nhớ
Bên ngàn lau nắng thắp mộng yêu xưa
(...) Tôi mơ ước mai về đêm hội ngộ
Bánh chưng thơm, hương nếp mới quây quần
Đời hóa vui trong tim người độ lượng
Trong hồi chuông đại nguyện giữa hư không
Tôi mơ ước gian nhà xưa trở lại
Ngói âm dương êm ấm sưởi tình nhau
Con khứu già líu lo quen giọng hót
Buổi trưa vàng tĩnh mịch nắng hàng cau

(...) Ngắn ngủi quá, ôi thời gian mơ ước
Không gian nhòa nhạt ý thơ vui
Ngọn cỏ hoang bên đường qua hiện thực
Ngày mai đi lạc lõng giữa quê người"
(Quê Hương Trong Trí Tưởng)

"... Đỉnh non cao sương mù giăng mấy lớp?
Biết đâu tìm tri kỷ giữa phù vân
Trong hơi thở quay về tâm tĩnh lặng
Tìm thấy ta an lạc chuyện tha nhân
Như dòng sông mênh mông về biển cả
Như mây trời tâm thức đã thong dong
Ta có em từ trong thiên cổ mộng
Tiếng đàn vui thanh thoát cõi phương Đông!"
(Tâm Người Viễn Xứ).

Từ quê hương địa lý thành quê quê thơ: "Cỏ thi tình quê hương" nên "ta kiếm hoài cỏ thi" (tr. 62). Rồi từ thi đến thiền, "ta mười năm diện tâm / kể từ khi xa nước" (tr. 190), ... hành trình như một tự nhiên! Về đâu? Về phương Đông, một không gian hình thù địa lý được nhiều lần đề cập đến trong thơ, như một ám ảnh, một ký ức văn hóa và như một suối nguồn, thiền và thi: "nhớ nhung hoài vọng phương đông"(tr. 200); "cõi người biệt dấu phương đông" (tr. 194); "tiếng đàn vui thanh thoát cõi phương đông"; "tâm có động mười phương thao thức / cõi bình minh rạng rỡ hồn phương đông"; "ta về cõi phương đông" (tr. 63); "phương đông buồn hiu hắt" (tr. 162). Ý còn được lên tựa một thi tập: Miền Yêu Dấu Phương Đông!

Thời gian thiền

"Ta cạn chén càn khôn
giữa khuya đời tịch mịch
mộng cũng tàn hư không
trang kinh nhòa thiên cổ
sương tóc bạc rừng phong
chung trà nhớ viễn khách
(...) đêm giao thừa bất tận

Tây Trúc ngàn dặm xa
niệm từ tâm giao động
cơn gió thoảng ngoài ta
thăm thẳm hồn cố hương
núi sông đầy ẩn tích
em mắt sầu đông phương
tang thương vừng nguyệt úa
hạt bụi nào bay qua
đất trời khuya huyễn hoặc
còn gì trong sát na
đời buồn mai thức dậy"
(Một Thoáng Phù Vân).

Nhà thơ cảm nhận trần thế ngắn ngủi, vô thường và đời người như sát na, khoảnh khắc. Xuân tươi thắm mãi được mong đợi, trân quý, rồi cũng qua đi nhường chỗ cho mùa Thu mong manh. Thời gian thiền biện chứng vận động giữa hai thế giới chóng vánh và thường hằng: "... ta và bóng thiền sư / trăm năm sầu như huyễn / giọt nắng miền u cư / làm sao tan hồn quốc" (tr.185); mong manh trong có-không: "... có phải mùa tan những lá nguồn / sông u hoài nhớ bến đò ngang / ... mây vẫn theo đời mây giong ruổi..."; "nụ cười tan theo hoa / sát na rồi vỡ nát." (tr. 163).

Nói đến thời gian đã qua, không gian tưởng còn đó, nhưng thật ra nhà thơ đề cao cái hiện-tại, cái giây phút hôm nay cần sống trọn vẹn, vì "đời cuốn thân đi tâm ở lại / phương nào ta cũng thấy quê thơ" (tr. 28). Thế giới Thiền ngoài thời-gian luân hồi vòng tròn theo thịnh suy bĩ thái, còn thứ thời gian một chiều, đi không bao giờ trở lại. Con người trực diện với thời gian sau này phải biết sống cái hiện tại. Nếu phải tiếc nuối thì nên tiếc thời gian qua đi chưa sống hết, chưa xong hành cử, chứ đừng tiếc nuối muốn tìm lại như nhà văn Pháp Marcel Proust trong A la recherche du temps perdu! Người thật tâm tìm đạo, sống đạo sẽ không cần phân biệt và không ngại sợ những khoảnh khắc vô thường!

Qua thời gian nghệ thuật, của thơ, là thời gian vĩnh cữu, của cái Tâm nhắm đạo. Thời gian là cái mốc đánh dấu trước sau, đánh dấu bước ngoặc của tâm thức: "người xưa lên thiếu thất / diện bích chín năm ròng / ta mười năm diện tâm / kể từ khi xa nước" (Về Thiếu Thất). Nhà thơ trừu tượng, thi hoá, linh hoá và thiền hóa con chữ trong tình cảnh sống xa quê nhà và cũng vì tình cảnh vật lý đó mà quá khứ là một ý niệm thời gian cũng biến thái theo!

Bí mật như thời gian của ban đêm: "đêm còn lại tiếng dế mèn / tiếng trở mình ngựa căng trong từng hơi thở lá / đêm ngọt ngào viễn mơ (...) đêm nhiệm mầu câm nín / ngàn năm tuyệt diệu như thơ ..." (tr.180). Thời gian trầm mặc của mùa Thu hoặc của chiều lắng "chiều như mãi vọng âm / trên hàng cây thốt nốt / chiều mở nguyệt trong tâm / cội nguồn ta tha thiết" (tr. 32), của mưa sa, hương hoa, lá e ấp, ... nhẹ êm từ nơi này hiên nắng nhìn ra"bên thềm hoa bay" (tr. 200), ... Hay những buổi chiều "cơn gió đìu hiu nhàu mặt nước" của tâm tưởng, ký vãng:

"Có những buổi chiều ray rứt nhớ
Hàng tre chim hót ngập hồn ta
Giòng sông soi bóng mây phiêu bạt
Tiếng ru ngọt lịm nắng quê nhà
Hương tóc em thơm qua ngõ trúc
Bàn tay quỳnh nở giữa đêm sương
Ta nằm trên cỏ mơ giấc bướm
Chiếc bào yên ngựa - chuyện hư không
Thuở ấy lòng ta hồ tịnh vắng
Em về như hạt bụi vu vơ
Cơn gió đìu hiu nhàu mặt nước
Ta bà xa xót những trăng thơ
Những buổi chiều hoang hồn viễn xứ
Canh gà xao xác nhớ mênh mông
Giọng ca thánh thót bên thềm nắng
Chiều đứng im lìm trên ngọn phong
(...) Gọi mãi thiên thu đời tĩnh lặng
Thời gian bặt bặt vết chân xa
Con chim tận tuyệt nghìn khuya hót
Mấy cõi sầu riêng thấu tim ta"
(Chiều Thăm Thẳm Nhớ).

Tình yêu như bao quát, phủ lên các thi bản của nhà thơ. Yêu người, yêu đời, yêu từng sát na đời cho. Một tình yêu thăng hoa từ những tình huống của cuộc đời: "mắt xưa trăng đẫm non ngàn /lời xanh biếc ngọc vô thường yêu em / lá theo tiếp lục đường chim / hồn mai phục giữa hoa-nghiêm lặng tờ" (Vô Thường Yêu Em). Vô thường yêu em tức tình yêu đã không tầm thường, có-không đã pha lẫn thiền vị! Tình đến giữa không gian Thiền, hay Thiền và tình đã làm một, với nhà thơ? "Muôn ngàn lộc biếc đầu non / em cho ta trọn ý thanh xuân / lời chim quyên hót lưu hương / ta thiền sư cũng bỏ rừng theo em ..." (Hiên Mây Còn Thắm Nụ Đào). Khi tâm tình với người yêu, ngôn ngữ tình nhuốm thi vị Thiền, và tình yêu phải chăng cũng là một chặng đường trên cả hành trình tâm linh đó:

"Mai ta về giữa non cao
Xé mây làm áo lụa đào cho em
Nghiệp từ mấy thuở trần duyên
Nắng thanh xuân đậu ngoài hiên ta bà
Đưa nhau dạo giữa ngân hà
Bỏ nhân gian lại chốn tà huy câm
Mai sau tình vỡ hư không
Có nghe tiếng hót tiền thân chim ngàn
Từ trong thiên cổ tri âm
Tiễn nhau xuống núi cưu mang kiếp sầu
Mai về khép cánh biển dâu
Giờ trang vô tự trắng nhòa sắc không
Chờ nhau dưới cội vô thường
Soi tâm tư hiện một vừng trăng xưa"
(Thanh Tịnh Khúc)

Tình ở đây ở trong thể trạng đơn sơ nhất, giữa một thiên nhiên huyễn hoặc:

"Thả mây cuối phố em qua
vừng trăng trên tóc quỳnh hoa chỗ nằm
lược là vô tận hỏi thăm
hương bồ kết nở trăm năm môi cười
hoa cam hoa bưởi ngậm ngùi
đã xa cố quận một đời viễn phương

bao giờ trầm ngát rừng hương
quế cay nồng tỏa suối nguồn thảnh thơi
ta về hát giữa lệ rơi
đại hồng chung điểm một thời xuân xưa"
(Mê Hoặc Trầm Hương).

Cái mê hoặc của một thời học trò Phan Chu Trinh và Phan Thanh Giản!

Tình yêu qua thơ Thái Tú Hạp là một tình trạng tâm thức sinh động, yêu đời! Có khi lại chỉ là cái cớ: "Cõi người biệt dấu phương đông / áo thu biếc có bụi hồng phôi pha / trong hồn em nhuốm mưa sa? / mùa đi vàng võ cội hoa nhân tình / (...) ta về đốt lửa càn khôn / hỏi em giữ mộng hoa vàng thiên thu" (Hoa Vàng Thiên Thu). Và trên tất cả là tình thơ trân trọng tặng người bạn đường, dài lâu với cuộc đời, trong cái hữu hạn, vô thường của nhân sinh:

"mùa xuân từ thuở yêu em
núi non xứ Quảng cũng mềm bước đi
hàng cây nẩy lộc thầm thì
nghe như giòng suối từ bi cội nguồn
mùa xuân từ độ bao dung
tiếng chung thuỷ ở, tiếng đường mật vui
tiếng hờn ghen, tiếng ngậm ngùi
tiếng đau dao cắt, tiếng mùi mẫm yêu
lúc khuya sớm thuở quê nghèo
lúc chinh chiến lửa phận treo tuổi mình
lúc ngã ngựa, khi tàn binh
lúc non cao vẫn trọn tình thăm nuôi
trùng dương u thảm phận người
quẩn quanh hải đảo tiếng cười đắng cay
xa rồi thác lũ trời tây
đời hư ảo thoáng chim bay cuối ngàn
đất trời thơm ngát lộc non
cho ta xuân thắm vô vàn yêu em"
(Mùa Xuân Yêu Em).

*

Ngôn ngữ thiền-thi không dài dòng, và lời hữu hạn để nói cái vô cùng, mong đụng đến cõi thật của Kinh Bát nhã. Cái chính ẩn tàng; con chữ hữu hình để nói cái vô tượng, cả vô ngôn: "đời thắp lại những mầm xanh bát nhã / tình thương nối nhịp lời kinh.." (Trở Lại Suối Nguồn);

"Nếu một mai trí tưởng về có thật
bóng cá ngược dòng khe suối cũ yêu thương
Tâm có động mười phương thao thức
Cõi bình minh rạng rỡ hồn phương đông"
(Mưa Trong Vùng Trí Tưởng).

Lời nói lên tư tưởng phá chấp, cởi bỏ vướng mắc, phân biệt nhị nguyên: đếm sao khuya "cổng chùa khuya chưa khép / bầy sao rủ nhau về / (...) thiền sinh quanh quẩn nghĩ / giọt nến nhoè chữ tâm / ba sao và nguyệt hạ / sắc không chỉ một lần .." (tr. 160-1), "... ngắm mây biền biệt xứ / ngàn dặm xa Huệ Năng / hành trang kinh vô tự / lòng sao mãi băn khoăn / đông tây nào đón ngộ / người xa cách tâm linh / đời phù hư trá nguỵ / tìm đâu thấy chân kinh" (Chân Kinh), ...

Lời thơ thường ẩn dụ, ước lệ hóa - thiền-thi đòi hỏi, khiến gợi hình, như lời kêu gọi, một lời nguyện niệm, hơn là một trả lời đã sẵn, gây suy nghĩ cho người đọc, tùy tâm cảnh, đời sống, trực chỉ nhân tâm nếu có cơ duyên càng tốt, tức không hẳn phổ quát. Nếu nói về ẩn dụ "bản thể" thì nào là căn nhà, quê-hương, mùa Xuân, cỏ thi, phương đông, mặt người mẹ, ... Rõ là bản thể không đâu xa, thường ở trong tầm tay. Con đường đến chân lý, giác ngộ bản thể thì có mây, gió, đường Trường An, ...

Ngôn ngữ thơ Thái Tú Hạp còn mang tính tượng trưng:

".. lòng nào hoài vọng lữ
hoàng hạc khói vô thường
lời nay là ngụy ngữ
bụi hoen cõi tà dương .." (tr. 53);
"bụi nào chao động hoàng hôn" (tr. 167).

Tính hàm súc thì trong rất nhiều thi bản:

"Vô lượng giòng sông em trở lại

Tao ngộ trời quê thắm ngọn ngành
Dặm sương gió lặng trời phiêu bạt
Vũ trụ hằng sa hạt cải xanh
Thanh tịnh rừng mai thơm ngát mật
Đường trăng suối mạch gọi nhau về
Trăm hoa ngây ngất trang kinh sớm
Than lửa tình ta cháy hôn mê
Đông phương huyền sử ngàn u tịch
Đá ong rêu phủ lối mù sương
Thơ đau từng nhánh đời sinh tử
Trăm năm như giọt nắng vô thường
Bình nước càn khôn reo trên bếp
Đồng tiền mừng tuổi xót xa thương
Trầm mặc căn nhà thơ ấu niệm
Mơ hồ cánh bướm ngẩn ngơ hương
Ta về theo hồi chuông tỉnh thức
Ruộng lúa tiền nhân đã nẩy mầm
Bờ tre thiên ấn ngời cổ ngữ
Nhân gian chung nhịp thở từ tâm"
(Xuân Hạnh Ngộ)

Để nói lên được hết ý của Thiền, nhà thơ dĩ nhiên sử-dụng một số điển cố dù thưa thớt như "đỗ quyên, kiếp ba sinh, Tây Trúc, ...", cũng như dùng ngôn từ Thiền, có chức năng nặng biểu cảm và mời gọi: ngộ, liễu, giác, tâm, hữu-vô, không, sắc không, tính, duyên, vọng-thực, vọng tưởng, vọng niệm, chân-huyễn, nghiệp, bồ đề, tịnh khúc, cổ phong, vô lượng, vô thường, vô tự, u cư, đại hồng chung, trầm luân, hằng sa, đồi Hoa Nghiêm, ... Những từ thường gặp như hạt bụi: "hạt bụi nào bay qua" (tr.106), "hạt bụi trần ai khổ lụy"(tr.112), "nhớ thương chừ rồi mai kia hạt bụi"(tr. 142), "sá chi đời hạt bụi" (tr.153), ""cát bụi nào vong thân" (tr. 169), trong trại tù, nhà thơ tưởng có hạt bụi "niềm vui vừa đậu ở trên mi" làm "nháy hoài con mắt trái" sau biết "chỉ là hạt bụi vu vơ" (tr. 20, 23), như "cỏ thi tình quê hương" (tr. 63), như chim hạc "bầy hạc rong chơi phù ảo ngàn xa" (tr.134), con dế: "con dế sầu lưu lạc", "loài dế đã bỏ quên / lời ca buồn tháng chạp","đêm còn lại tiếng dế mèn" (tr. 180), ... Hoặc chữ dùng cũ nhưng không gian mới, buồn, u mặc:

"Chiều nay sầu cổ độ / Trầm mình trong cô liêu / Hỏi thăm người thiên cổ / Sao thế nhân tiêu điều ..." (Vô Đề)

Nhà thơ dùng thể phủ-định và nghi vấn, từ tự vấn thông thường "hỏi ta hạt bụi vô minh / sát na trong cõi hữu tình xuân thơm..." đến "hỏi em nguồn cội hư hao / hỏi không sắc tướng lối vào tử sinh"(Tự Vấn), đến truy bức đời đổi thay, hành cử, tư duy, bỏ, xóa ngộ nhận, tự khuyên, tự nhẫn, ... mà cũng có thể nhà thơ muốn vượt lên trên những nghi vấn nhân sinh và tâm thức. Trầm tư, thực nghiệm tư duy không tránh được những giả thiết và nêu những nghi vấn về nhân sinh, thế sự, ... để có thể đến kết đề, Chân-như!

Một số so sánh, đối chiếu như để giải bày, thực nghiệm tâm thức. Đối chiếu qua một mặt phẳng: "thi sỹ soi giòng nước / tóc với mây một màu / (...) đời qua như bóng huyễn / hoa xuân rụng trước thềm..." (tr.193), qua mặt hiển hiện: ".. phương trời nào hiện chân như / có em nhan sắc thiên thu gọi về / ý ta nghìn vực u mê / vọng lên tiếng hát đá khe nhìn trùng.."(tr.183), hoặc giọt nắng chiều:

"buổi chiều trước công án
giọt nắng trang kinh nhòa
tâm thiền sư chợt động
những mùa nắng quê xưa
(...) ta và bóng thiền sư
trăm năm sầu như huyễn
giọt nắng miền u cư
làm sao tan hồn quốc"
(Giọt Nắng).

Bóng nắng theo tâm thức và vận hành đời mà tan "chiều có mây về trên đỉnh Ngự / giòng sông Hương hờ hững bóng trăng sầu / (...) em có biết lời thơ đầy mật ngữ / đời trôi tan như bóng nắng vô thường" (tr. 187). Hoặc nắng trở lại miền ký ức: " mười năm chợt về như nắng / đầu sông gió thổi mây qua..." (tr. 114). Mặt hồ mù tăm nói lên cái hư ảo, không thể nắm bắt: "hãy như gương lặng hồn ta / trăm năm soi bóng trăng tà đầu non / bụi nào chao động hoàng hôn / trong vô lượng kiếp mù tăm mặt hồ" (tr. 167). Tư duy trước đóa hoa hồng sớm mai, nhìn sắc mà nghĩ đến uyên nguyên, cội nguồn:"có phải là sắc hoa / hay chỉ là giả tưởng / tâm có phải là hoa / hay mắt nhìn ảo tưởng ..." (tr. 173).

Giọng thơ Thái Tú Hạp nói chung bình đạm, chậm, trầm, không đắm say cuồng nhiệt thường-phàm như phần đông thi nhân. Cái Tôi thật tư riêng không nhiều, thường khi nói cái Tôi cũng là cái Ta chung chung! Nhạc tính trong thơ Thiền đã hẳn là thiết yếu, nhà thơ đã thành công trong nhiều thi bản. Hãy nghe nhà thơ nói lên một nỗi niềm trầm lắng:

"mười năm sầu rong ruỗi mãi
con đường phố mới thênh thang
sông hồ ta ngàn phiêu bạt
tình xa lòng cũng như không
(...) dương liễu chiều reo như suối
ngõ về thơm ngát hương hoa
tình ta cao như đỉnh núi
tuổi vàng sao quá thiết tha
mười năm trùng dương bát ngát
chợt sầu như chuyện hôm qua
thư em như giòng sữa ngọt
chiều nhen chút lửa lòng ta
(...) mười năm giờ như mây nổi
tang thương đời cũng phôi pha
núi sông nào lên tiếng hát
hồn xuân về lại trong mai..."
(Nỗi Buồn Trong Thành Phố Mới)

Hoặc khi nhung nhớ, hồi tưởng có trở về thì cũng trong một khung cảnh tôn nghiêm, lòng trang trọng:

"mười năm rời xa mẹ
lòng con đầy tiếng kinh
tuổi đời rêu nắng xế
lời mẹ thiết tha tình
(...) đời con chiều quạnh quẽ
đất lạ hắt hiu sầu
mười năm rời xa mẹ
chùa im vắng tiếng chuông

mùa đông nghèo lạnh buốt
thân xác gầy yêu thương...
đường mai mờ bụi đỏ
lối về tan nát xuân
con bên bờ vực thẳm
ngắm mây sầu ly hương"
(Nhớ Mẹ).

*

Thơ Thái Tú Hạp có thể nói thuộc truyền thống mỹ học Thiền. Một tổng hợp mới giữa thi và thiền, của nhân tâm và cõi Chân Như. Cõi thơ với cõi thiền, ý của thiền chữ của thơ, một chuyển thể liên hợp tiên tục! Nhà thơ Thái Tú Hạp nhập trong bản thể đại ngã bằng con đường tự lực qua thi ca, qua thích ứng và thực nghiệm tư duy, tâm thức. Nhà thơ như muốn nhìn thấu cổ kim, với tu dưỡng, với kinh-qua của nhiều cuộc đời (lính, thuyền nhân, lưu vong, ...). Thơ Thái Tú Hạp vừa là chân dung cuộc đời nhiều biến động của người Việt từ nhiều thập niên qua, đồng thời cũng là luồng gió mát nhân văn và tâm-linh mà con người vật chất cuối thế kỷ XX công khai tìm kiếm!

Trong tình cảnh lưu vong ở hải ngoại, sau những đoạn đời gian truân, khổ ải, mất mát, vượt biên, tù đày, v.v., từ phía các nhà thơ cùng mẫu số chung đó, một số phẫn nộ vung lời, tiếp tục chiến đấu, bạo động lời hoặc tiếng thơ thất thanh, ... nhưng cũng có những người như Thái Tú Hạp thơ hiền hòa, thâm trầm hơn, như có chiều u uẩn! Thiền chính là niềm u uẩn đó! Thái Tú Hạp, "người lữ hành buồn / mang nỗi nhớ trăm năm" (tr. 73), thành thử đã thiền hoá thi ca, đã biến tình và thơ làm một với thiền! Thiền tính khiến thơ ở đây thanh khiết, hướng thượng, toàn bộ thi ca tâm thức trở thành cõi Niết Bàn của riêng ông! Ở Thái Tú Hạp, những bức xức, tiếc nuối nếu có thì như đã chìm lắng thật sâu!

Qua thi ca *thiền-vị*, Thái Tú Hạp nhờ cơ duyên, đã nhiều lần thành công bày tỏ cảm xúc trước cái thường hằng, cái đẹp tự tại của thiên nhiên, trước cảnh trí của một số tình huống nhân sinh. Nhà thơ nhận ra chân-như ở một số hiện tượng, qua liên hệ với con người - người mẹ già, người yêu, bạn hữu, đồng hương, gần bên hoặc đã không gian xa cách, và cả những người muôn năm cũ! Hình thức, ngôn ngữ và nhạc điệu tạo nên phong cách thơ, nội dung và cái còn lại sau khi thưởng thức thi-bản tạo nên thi-vị. Tất cả những yếu tố, đặc tính vừa kể tạo nên một không gian đạo, những chức năng nhà thơ thành công đem đến cho sáng tác mình, tạo nên thi vị Thiền-thi một cách nghệ thuật. Thơ của Thái Tú Hạp trước hết là một lên đường tầm đạo và toàn thể sự nghiệp thi ca của ông (dĩ nhiên ông hãy còn tiếp tục sáng tác!) nếu phải thu tóm, thiển nghĩ người lên đường tìm đạo đó đã ngộ đạo, đã đụng đến uyên-nguyên của Thiền. Tâm thức nhà thơ đầy ắp chuyện nhân sinh nhưng đồng thời trống không một cách an nhiên tự tại. Nhà thơ cho người thưởng thức cảm tưởng ông tu dưỡng nhân cách! Thi ca trong trường hợp Thái Tú Hạp đã là phương tiện đạt đến chân lý bản-thể huyền diệu của đạo. Ngộ đạo không có nghĩa là đạt đạo. Giác ngộ, có bản lĩnh chân tu, không có nghĩa là đạt đến cửa Chân như. Trần Nhân Tông, một vị thiền sư thế kỷ XIII, đệ nhất tổ phái thiền Trúc-Lâm Yên-Tử dù đã xuất gia trên núi Yên-tử mà vẫn phải ra tay việc nước trần thế khi cần và đã để lại những câu phú nổi tiếng:

"Cư trần lạc đạo thả tùy duyên
Cơ tắc xan hề khốn tắc miên
Gia trung hữu bảo hưu tầm mích
đối cảnh vô tâm mạc vấn thiền" (4)

Đấy là dấu chứng của niềm vui Cư Trần Lạc đạo, của chân tâm đã đạt! Một lý-tưởng mà nhà thơ Việt Nam sống đời lưu vong có thể nào đạt được!?

Chú-thích

1. Chúng tôi trích dẫn thơ từ tuyển tập *Hạt Bụi Nào Bay Qua* (Sông Thu, 1995) gồm những sáng tác mới bên cạnh một số thơ đã in trong các tuyển tập trước đó. Những trích dẫn ngắn được ghi số trang từ tuyển tập. Ngoài ra có một số thơ từ nguồn khác.
2. Ngô Tất Tố dịch "Thân như bóng chớp có rồi không" ("Thị Đệ Tử". *Văn Học Đời Lý*. Sài-Gòn: Khai Trí, 1960, tr. 30).

3. Bản dịch của Ngô Tất Tố:
"Xuân trôi, trăm hoa rụng,
Xuân tới, trăm hoa cười.
Trước mắt, việc đi mãi,
Trên đầu, già đến rồi!
Đừng tưởng xuân tàn hoa rụng hết,
Đêm qua, sân trước, một cành mai"
("Có Bệnh, Bảo Với Mọi Người". Sđd, tr. 52).
4. Bản dịch Lê Mạnh Thát:
"Ở đời vui đạo hãy tùy duyên
đói cứ ăn, đi mệt ngủ liền
Trong nhà có báu thôi tìm kiếm
đối cảnh vô tâm chớ hỏi thiền ".
Kệ kết bài phú Cư Trần Lạc Đạo, trích từ Lê Mạnh Thát.
Toàn Tập Trần Nhân Tông (TpHCM: NXB Thành Phố HCM; Viện Nghiên Cứu Phật Học, 2000), Tập 1, tr. 414.

7-2003

Thơ Tô Thùy Yên,
quán trọ hồn đông-phương

*Quand les mythologies s'effrondent,
c'est dans la poésie que trouve refuge le divin;
peut-être même son relais*
(Saint-John Perse)(1)

Từ những bài thơ đầu trên tạp chí *Sáng-Tạo* năm 1956-57, Tô Thùy Yên (sanh năm 1938) đã quan niệm nhà thơ là kẻ sĩ, là người chép sử, với một cái Tôi dấn thân và có trách nhiệm:

"Tôi là Tô Thùy Yên là thi sĩ là người chép sử tương lai
Vốn học hành dang dở nên đứng bờ cuộc đời ngó xuống hư vô...". (Tôi, *SángTạo*, 11, 8-1957)

Nhà thơ tự nhận trách nhiệm, một cách nghiêm chỉnh, hết mình: "... Tôi giựt giành đổ máu với tôi / Từng chữ một / Những tên cai ngục / Ngôn ngữ bất đồng / Với thứ linh hồn quốc cấm, / Tôi tù tội chung thân / ... Bài thơ bỗng mất nửa linh hồn / Ngủ ngờ ngôn ngữ ngổn ngang / (...) Để làm gì ý thức? / Tôi van nài tôi hãy xót thương tôi ..." (Thi Sĩ, tr. 9, 11).

Vì sáng tạo, nhà thơ có lúc tỏ ra cương ngạnh: "... Có đọc thuộc thánh thư / Linh hồn tôi vẫn vậy / Tôi vẫn không thể lạy / Dù đứng trước hư vô..." (Thân Phận Của Thi Sĩ). Tôi, Ta thay đổi hình như có ý nghĩa một khẳng định. Thời đầu trên Sáng-Tạo ông khẳng định Tôi, một cái Tôi hiện sinh, trí thức mới tìm thấy trên đường lần về thi ca tượng trưng. Ta đến sau đó, Ta của Chiều Trên Phá Tam Giang, của Mùa Hạn, Ta Về (Ta về như hạc vàng)! Sau 1971, thơ vương vấn những thắc mắc siêu hình: Trường Sa Hành, Bất Tận Nỗi Đời Hung Hãn Đó, Và Rồi Tất Cả Sẽ Nguôi Ngoai và các bài Quỉ Xướng Thi khác, thì cái Ta rõ nét hơn, trưởng thành hơn trong hành trình tri thức vũ trụ và nhân sinh:

"Ta hỏi han, hề, Hiu Quạnh lớn
Mà Hiu Quạnh lớn vẫn làm ngơ..." (tr. 85);

"Hoàng hôn xô bóng ta trên cát
Ta lớn lao và ta cô đơn ..." (tr. 56).

Tôi đó du hành trong vũ trụ với một sứ mệnh nào đó: "... Câu hỏi vạn niên, lời đáp nhất thời, / Chữ nghĩa rối bời gai góc loạn / Con đường suy tưởng thật lang thang / Ngày một xa thêm Chân Lý lớn / (Như bào thai, Chân Lý lớn cư an..." (tr. 68). Nay và xưa, Tôi và Ta, thực ra trộn lẫn, hòa hợp, có khi hòa mà không đồng, như tâm hồn Việt trước phức tạp nhân thế và chiến tranh.

Thi tính ở Tô Thùy Yên biểu hiện qua những hình ảnh, những biểu tượng, ngụ ngôn, ở những tiết điệu bất ngờ độc đáo, và qua ngôn ngữ của nhà thơ. Ở ông, người đọc cảm nhận một hồn đông phương vừa làm nền vừa là điểm đến của thơ, qua những ngõ ngách thuần lý, những tư duy rất hiện đại mà cũng rất Việt Nam, một Việt Nam nhiều ngàn năm văn hóa! Thơ ông thể hiện tư duy và cảm nghiệm từ đời sống, là chính hành trình của tư duy. Thơ trở thành phương tiện để hít thở nơi bít bùng ngộp thở, ở một thời ngột ngạt bí hơi! Tư duy thơ, tư duy ngôn ngữ là tư duy giá trị, một khả năng tiếp tục trong hiện tại dù con đường lịch sử ra sao đi nữa! Nói như Aristote, thơ (poètikè) có thực hơn cả lịch sử (2). Ông tổ thi ca Hy-Lạp xác định thi ca liên hệ đến sự lên tiếng, trần thuật, hoặc nhà thơ nói, hoặc để nhân vật nói, một cách thực tế! Nhưng phải nói, như căn tính, như thực thể! Như Saint-John Perse, Friedrich Holderlin, v.v. đã làm!

Thơ Tô Thùy Yên như tâm sự ấp ủ đã lâu, tư duy đã chín, cái nhìn đã rõ, kinh kệ, triết lý và cả ca dao, tục ngữ đã mặc khải! Thành ngôn ngữ, hình ảnh, cung cách rất riêng của Tô Thùy Yên - "nên tôi làm thơ theo ý riêng tôi nghĩa là dịch thuật tâm hồn nghĩa là nói về con cháu chúng ta..." (Tôi). Khí thơ ngang tàng, tự tin nhưng thành khẩn, không tự cao. Thơ như sứ điệp, như lời tiên đoán hay nhắn nhủ của một người thấy mặt trời lặn phía trước nhưng bất lực.

Trước hết, vào thời tuổi trẻ hoạt động, Tô Thùy Yên đã đem vào thơ một số ý tưởng siêu hình về thân phận người, trước hết trong bài Cánh Đồng Con Ngựa Chuyến Tàu xuất hiện trên tạp chí *Sáng-Tạo* số 7, tháng 4-1956 mà bài Tôi đến sau như một hiệu đính:

"Trên cánh đồng hoang thuần một màu,
Trên cánh đồng hoang dài đến đỗi
Tàu chạy mau mà qua rất lâu.
Tàu chạy mau, tàu chạy rất mau.
Ngựa rượt tàu rượt tàu rượt tàu.
Cỏ cây, cỏ cây lùi chóng mặt.
Gò nổng cao rồi thung lũng sâu.
Ngựa thở hào hển, thở hào hển.
Tàu chạy mau, vẫn mau, vẫn mau.
Mặt trời mọc xong, mặt trời lặn.
Ngựa gục đầu, gục đầu, gục đầu
Cánh đồng, a! cánh đồng sắp hết.
Tàu chạy mau càng mau càng mau.
Ngựa ngả lăn mình mướt như cỏ,
Như giữa nền nhung một vết nâu. " (tr. 13).

Đó là trên bờ, dưới nước thì sông biển mênh mông, con người nhỏ bé, hữu hạn nhỏ nhoi. Con người nhiều cao vọng:"Chúng ta sẽ gia giáo hóa thiên nhiên / Chúng ta sẽ đồng loạt hóa Định Mệnh" (tr. 65), nhưng trước khi đến nhận thức đó, con người đi chinh phục như những nhân vật của A. Malraux trong Les conquérants mà Tô Thùy Yên đã dịch trước 1975. Người lính hải hành đến Trường Sa, mới nhận chân thực chất của mình là một đơn vị nhỏ bé trong vũ trụ to lớn và bao trùm:

"... Ta hỏi han hề Hiu Quạnh Lớn
Mà Hiu Quạnh Lớn vẫn làm ngơ
Đảo hoang, vắng cả hồn ma quỉ.
Thảo mộc thời nguyên thủy lạ tên
Mỗi ngày mỗi đắp xanh rờn lạnh

Lên xác thân người mãi đứng yên
(...) Sóng thiên cổ khóc, biển tang chế
Hữu hạn nào không tủi nhỏ nhoi?
(...) Mặt trời chiều rã rưng rưng biển
Vầng khói chim đen thảng thốt quần..."
(Trường Sa Hành, tr. 85-87)
(... Cửa thần phù dựng trường sơn sóng
Mỗi ngọn xô chìm một ước mơ..." (tr. 97)

Chiến tranh từ Trường Sơn đưa ra biển, sóng gió ngập tràn, mỗi ngọn sóng đưa con người xa dần những ước ao cuộc sống, những lý tưởng đời. Con chim lạc bạn nơi bãi Đông mù!

Nảy ra những băn khoăn siêu hình, con người là một yếu tố nhỏ nhoi của tam tài, ngũ hành, một tình cờ dịch hóa mà thành! Trong một lặng yên của vô, của phần số làm người, vô trước một tuần hoàn và vũ trụ quá đỗi lớn và bất ngờ. Có người thi sĩ lãng du về kể lại:

"Đầu tiên ta kể về im lặng
Dưới vòm trời, dưới mái tóc ta.
 (.. .) Thật ra ta có kể gì đâu.
Cuối cùng cũng vẫn là im lặng,
Im lặng trùm phô diễn mọi điều "
(Chim Bay Biển Bắc, tr. 68, 71).

Nhà thơ ý thức cái hữu hạn khi đứng trước cái vô hạn hay không thể hiểu. Nơi một không gian mênh mông và buồn u uất chạm đến hư vô, như không gian của Huy Cận trong bài Tràng Giang (và cả tập *Lửa Thiêng*). Người thơ như tơ, dễ vỡ dễ tan quá, mà lại mang cả cái sầu vũ trụ. Cùng thời Tô Thùy Yên có Phổ Đức và Hoài Khanh cũng có khuynh hướng đem vũ trụ vào thơ, nhưng hai người sau chưa chạm đến bề sâu tri thức!

"... Thi sĩ, ôi, hoàng tử bị thương,
Hãy thốt giùm chúng ta lời nói chót
Như bài thai đố giữa hư không." (tr. 33).

Thảm kịch xảy ra cho con người khi bị thai đố đặt trước nó. Tức là khi thai đố được đặt ra, khi vấn nạn trở nên to lớn, tức có sự lung lay, gãy đổ hoặc đang đứng trước vực thẳm. Hỏi tức đã có lựa chọn, sở thích hoặc phủ nhận, một cử chỉ hư vô hóa. Nói khác đi, đặt vấn nạn tức khêu gợi, lôi cuốn, kêu mời một cái gì chưa có, cả không thể có. Tô Thùy Yên đã dừng lại ở bờ vực hư vô! Mời gọi khởi hành, bước đi! Đến một tương quan với tuyệt đối!

".. . Đời đồng thuộc mỗi câu tra vấn.
Gió thổi chai người đứng lặng thinh.
Biển Bắc tuyệt mù con nhạn lạc
Thời gian mất trí trắng vô âm ... " (tr. 36).

Thật ra, những vấn nạn lớn nhỏ mà Tô Thùy Yên đưa ra trong thơ ông cần sự câm nín, lặng yên. Tô Thùy Yên đã nói, đã lên vần, lên nhạc điệu, đã ngoại xuất tâm hồn, đi ra, đi tới tha nhân, cả với hậu sinh, đã là một nỗ lực vô hiệu hóa cái âu lo vì thai đố cần phải có trả lời! Nhưng câu trả lời sẵn đã không thể có, và thai đố vẫn hoàn bí ẩn. Như thiên nhiên đáng được cảm ơn:

"Ta nhìn ngọn cỏ lòng mê mẩn
Nghĩ tới đời ràn rụa thâm ân".

Chiến tranh là một thai đố lớn, làm người lính, tham dự cuộc chiến tranh khi không có lựa chọn, định mệnh của một thế hệ. Con đường đi nhận nhiệm sở thân cò, cảnh hoàng hôn mờ ảo và như đã báo hiệu sẽ dài lâu:

"Con đường đáo nhậm, xa như nhớ
Chiều mập mờ xiêu lạc dáng cò..."

Cảnh chiến trận cũng là thảm kịch nhân sinh:

"...Tiếp tế khó -- đôi lần phải lục
Trên người bạn gục đạn mươi viên
Di tản khó -- sâu dòi lúc nhúc
Trong vết thương người bạn nín rên
Người chết mấy ngày chưa lấy xác,
Thây sình, mặt nát, lạch mương tanh ...
Sông cái nước men bờ sóng sánh.
Cồn xa cây vướng sáng mơ màng.
Áo quan phong quốc kỳ anh liệt
Niềm thiên thu đầm cỗ xe tang ..." (Qua Sông, tr. 25, 26)

Bùi Giáng bối rối ở những ngã ba tư tưởng, còn Tô Thùy Yên khi đến ngã ba đã thủ phận đi theo một lối đường hình như không lựa chọn. Làm con ngựa phi đường xa hay thân con dế giang hồ và con chim lạc bạn đều là thái độ thủ phận không thể tránh trong những nghịch cảnh: "Tôi òa khóc khi mây chiều xuống thấp / Treo khí giới trên cành tìm hiểu những ngôi sao...". Đành "Ta về tắm lại dòng sông cũ / Luống những bình yên kiếp dã tràng "(tr. 37).

Nhận chân bất lực, trong một hoàn cảnh lịch sử bất ổn, tự thấy bất lực không làm tròn được bổn phận tự khoác cho ở những ngày tuổi trẻ:

" ... Ta gắng về sâu lòng quá vãng
Truy tầm mê mỏi lý sơ nguyên " (tr. 38)

"... Ngọn gió lạ thường sẽ thổi tới,
Quật ngã những bức tượng, xô xập những đền đài.
Tiếng hú chạy dài suốt lịch sử
(...) Ngọn gió lạ thường sẽ thổi tới,
Dựng dậy những hồn ma, dập vùi những kẻ sống.
Chúng ta hiểu rằng mọi sự bắt đầu..." (tr . 31).

Quỷ vương làm trời thời chiến tranh nhân danh, động não:

"... Bảo xác chết làm phân bón hòa bình
Chúng nó giết người trong nhà ngoài ngõ
Chúng nó giết người như dọn rừng hoang
Một tiếng thôi tư bản hay vô sản
Không ai đứng ngoài cuộc báo thù này
Nát than tôi đường mã tấu hai phe
Tôi ngã quỵ đôi bàn tay sạch sẽ..." (Ngoại Cuộc).

Nhìn ra nét người khốn thân nơi thù địch:

"... Vì sao ngươi tới đây?
Hỡi gã cộng quân sốt rét, đói,
Xích lời nguyền sinh Bắc, tử Nam"

Vì khi nghĩ lại thân phận mình:

"Vì sao ta tới đây?
Lòng xót xa, thân xác mỏi mòn,

Dưới mắt ngươi ta làm tên lính ngụt
(...) Ta thương ta yếu hèn.
Ta thương người khờ khạo.
Nên cả hai cùng cam phận quay cuồng,
Nên cả hai cùng mắc đường Lịch Sử,
Cùng mê sa một con đĩ thập thành"
(Chiều Trên Phá Tam Giang, tr. 75, 78).

Trong hoàn cảnh đó, thảo lư của người xưa biến thành gian nhà cỏ, trở thành một chốn về, một trạm nghĩ chân:

"Hề, ta trở lại gian nhà cỏ
Giữa cánh đồng không, bên kia sông
Trống trãi hồn ta cơn gió rã
Tiếng tàn tàn rụng suốt mênh mông
(...) Hề, ta trở lại gian nhà cỏ
Tử tội mừng ơn lịch sử tha
Ba vách, ngọn đèn xanh, bóng lẻ
Ngày qua ngày, cho hết đời ta" (tr. 39, 46)

Thời bó thân khởi đầu khi quỷ vương thắng thế cờ gian. Như kẻ chết đuối trong một trò chơi trên cạn, nhà thơ phải vào bên trong những hàng rào kẽm gai nép thân mất tất cả tự do, nhân phẩm thêm một lần, vì bên ngoài cũng không khá hơn, cũng là một nhà tù - khổ lớn hơn. Khi con người tự mạo nhận chủ nhân con người khác, những kẻ "thua trận". Những bài Mùa Hạn, Tàu đêm, Thức Giấc Trong Biệt Giam, ... "phong phú hóa" kinh nghiệm này. Nhà tù chôn cuộc đời, thân thế, màu tang tóc âm cảnh phủ trùm, vẫn ngoi lên hy vọng trở về ... dương thế!

"... Ta nhặt từng trang sách rách toang
đùa ngu đã xé vứt ra đường.
Ta gom từng hạt cây luân lạc,
Mong mỏi gầy lên một địa đàng.
(...) Bao giờ ta trở về dương thế,
Sống đáng vinh danh lại kiếp người..."
(Mùa Hạn, tr. 111)

Khi di chuyển bằng tàu lửa về đêm, kinh hoàng nhận ra "Ta trở thành than, thành súc vật. / Tiếng người e cũng đã quên ngang (...). Lịch sử dường như rất vội vã / Tàu không đỗ lại các ga qua..."(Tàu đêm, tr. 119. 122). Kinh nghiệm cá nhân ở đây là những chia xẻ, có giá trị chứng tá chống khuôn mặt thú, chống tha nhân là tù ngục của nhau, chống u tối, tàn bạo, ... mà lại già mồm nhân danh giải phóng, cách mạng! Bởi thế cái buồn của Tô Thùy Yên thời này không phải buồn tình, buồn cá nhân, lẻ tẻ, mà là cái buồn vô hạn, cái buồn khôn tả của không được hiểu hay kém diễn tả trước cái bí nhiệm vô cùng của bánh xe lịch sử, nhân quả. Cái buồn nương theo lịch sử, định mệnh. Nhưng sứ mệnh làm người há dễ gì quên:

" Chiều ra đồng hái rau hoang,
Nghe sầu theo gió thổi tràn mặt ta.
Ơn trời, ơn đất bao la,
Hái đi, này những xót xa kiếp người.
Cổ kim chung một mái trời,
Kinh Thi cũng có bóng người hái rau.
Lâu rồi, nhật nguyệt tiêu hao, ..
Thất phu cũng biết thẹn mình,
Góc sân, trơ mắt đứng nhìn được a?
Thất tung từ nhắm mắt ra,
Chim kêu, vượn hú, biết nhà ta đâu? ..." (Hái Rau)

Và cũng có lúc Ta Về dù trong tan hoang, tối tăm, về "ngôi nhà hương hỏa", bên những người thân, những cảnh tượng quen thuộc:

"... Ta về như đứa con phung phá
Khánh kiệt đời trong cuộc biển dâu
Mười năm, con đã già như vậy
Huống mẹ cha, đèn sắp cạn dầu
Con gẫm lại đời con thất bát,
Hứa trăm điều, một chẳng làm nên.
Đời qua, lớp lớp tàn hư huyễn.
Giọt lệ sương thầm khóc biến thiên.
(...) Lịch sử ngơi đi nhiều tiếng động
Mười năm, cổ lục đã ai ghi?

Ta về cúi mái đầu sương điểm,
Nghe nặng từ tâm lượng đất trời ..." (tr. 132, 127, 128).

Nhưng không tự hào cá nhân, cái vinh ngẩng đầu cũng như cái đau là cái chung. Mười năm trầm luân trở về như từ xa xăm: "... Mười năm chớp bể mưa nguồn đó / Người thức mong buồn tận cõi xa ...". Mười năm "chết dấp", như đã "hóa thân thành vượn cổ sơ", "Mười năm, đá cũng ngậm ngùi thay","Mười năm, ta vẫn cứ là ta", "con dế vẫn là con dế ấy / Hát rong bờ cỏ, giọng thân quen" (tr. 126-136)!

Nơi "thiên hạ cùng xanh mặt, trắng mắt / Nhớn nhác dòm quanh, lén cả than... " thì làm sao chứa chấp được con người trán đã nhăn mà phẫn nộ còn chất chất? Người thì bỏ đi ra biển để "xác lên bãi / Nằm dài dài như lúc chiến tranh" (tr. 163). Trở về địa ngục lớn đó may mà có lúc ra đi ngẩng mặt. Bỏ lại hết, còn chăng những nhắn nhủ thiết tha:

"Anh lên đường, cúi mặt lên đường
Giả tảng không nhìn nỗi sỉ nhục
(...) Hứa đi em,
Nghe im lặng mà sống,
Nhìn trời đất mà vui.
Hãy như người từng trải mỏi mê về
Lúc tàn khuya,
Nhà hương hỏa tối mốc.
Còn ai không, có gọi chỉ thêm buồn.
Thôi, chẳng tiếc túi vàng đã phung phá
Mà mừng mẩu nến chợt tìm ra..."

Anh phải đi thôi, vì "Chỗ tối tăm nằm ở phía dưới chân đèn,
Nỗi ngu muội nằm ngay trong ý thức.
Anh nhìn quanh kinh ngạc lạnh hồn:
Mọi người vẫn sống được.
Đáng tội cho anh có một cái đầu thong thống bốn bề...."
(Giã Biệt, tr. 193, 201, 208)

Từ thập niên 1970, Tô Thùy Yên vô khuôn 4 câu, 7 chữ nhưng không phải thất ngôn luật vì tự do bằng trắc và không cần đối, và ông cũng làm nhiều bài theo thể Trường ca, như để dễ suy nghĩ và dễ truyền đạt tư duy hơn thể tự do. Tư tưởng tự diệt dù ảnh hưởng Phật hay triết lý hiện sinh, cũng đã chớm mầm! Bắt đầu với tiềm thức từ bỏ phận người đến với quỷ. Qui Xướng Thi là chùm thơ gồm năm bài (Tưởng tượng ta về nơi bản trạch, Và rồi tất cả sẽ nguôi ngoai, Ba trăm năm Lịch sử làm thinh, và Bài ca lý của người cuồng sĩ và Cánh Đồng Con Ngựa Chuyến Tàu). Nhan đề Quỷ Xướng Thi được lấy từ bài thơ của Vương Ngư Dương đề trên tranh Bồ Tùng Linh (tác giả của Liêu Trai Chí Dị). Tác giả phải chăng muốn mượn tâm sự của Bồ Tùng Linh để gửi gấm tâm sự của chính mình - một tâm sự rối bời và u uất của những gã trí thức bất lực trong một xã hội đầy chiến tranh và thù hận giữa người với người. Những lúc giữa trời biển với ánh sáng ngày vẫn bị ám ảnh quỷ ma, như khi thấy những đảo Trường Sa:

"... Đảo hoang, vắng cả hồn ma quỉ
Thảo mộc thời nguyên thủy lạ tên
Mỗi ngày mỗi đắp xanh rờn lạnh
Lên xác thân người mãi đứng yên..." (tr. 85)

Chỉ mới là những tiên đoán, nghi ngại sẽ xảy ra. Nhưng khi bị cưỡng bách ra Bắc chịu "cải tạo", nhà thơ đã thật sự gặp ma quỷ trong cái xác còm cõi của những kẻ phổ dương lý thuyết phản bội con người:

"Ở đây, địa ngục chín tầng sâu,
Cả giống nòi câm lặng gục đầu,
Cắn chết hàm răng, ứa máu mắt,
Chung xiềng nhưng chẳng dám nhìn nhau
(...) Như tên phù thủy già điên loạn,
Lịch sử lên cơn dữ bất thường,
Treo ngược con đen trên lửa đỏ,
Quật mồ thánh đế phi tang xương..." (tr. 101, 103).

Hiền nhân cũng phải quyên sinh "từ đó hạc bay không".

*

Những hình ảnh, biểu tượng và ngụ ngôn, nói ít để nói nhiều, nói nhiều trong hạn chế, và tinh tế cái phải nói. Tô Thùy Yên dùng thể nói quá, nói để phiền lòng người khác:

".. Tôi thổ huyết cuồng mê như núi lửa
Thiêu hủy hình hài ăm ắp chất cô đơn
Rời trời đất hừng đông như trứng vỡ
Tôi đã đầu thai thức dậy đỏ sơ sinh"
(Kiếp Khác).

Người đọc nghĩ đến thời tạo thiên lập địa, nghĩ đến bà Nữ Oa đội đá vá trời. Cuộc tang thương nương dâu thành biển, không gian có đổi thay nhưng hương thời gian hãy còn đó, nơi Vườn Hạ "Thời gian đứt quãng dài vô định / Như sợi dây diều băng mất tăm..." (tr. 91).

Thơ Tô Thùy Yên là thơ của một kẻ ở đời này, đời phong ba tàn tạ, sống trong một thời gian nhưng muốn vĩnh cữu với những vật và biểu tượng của ảo ảnh. Thời gian ở đây mang u hoài ngày tháng, nặng trĩu gia tài, nặng những không gian sự vật đã mất, đã tàn phai; nói đến thời gian là để cho hoài niệm sinh động lên. Thơ Tô Thùy Yên ấp ủ một hồn thơ đông-phương, thấm sâu vô não trạng, bay bổng lên khỏi đời thường (sống ở Sài-Gòn, đi hành quân, ở tiền tuyến versus hậu phương của người yêu, chiến dịch, đi tù, sống phận bị bủa vây trong nhà tù lớn hay sống đời lưu vong, hội nhập, ...).

Hình ảnh trăng dịu dàng bị biển đưa sóng, dù nhẹ, đưa vào bãi, trong khi người chinh phu phải lên đường:

"Bầy ngựa chứng hàng thùy dương vó bão
Biển đưa trăng lăn vào đá tiếng ru ..".

Trăng như một hiện diện vĩnh hằng không chạm được:

"Biết đâu chẳng có một con người
Mà ta yêu suốt đời ta thắm thiết mãi
Như một vầng trăng rời rợi cổ thi
Nhìn năm không xế lặn..." (tr. 154)

Nước lớn, tràng giang, biển ngập tràn, biển đêm, sông lớn, mưa, mưa thành mùa, ... nhiều lần trở lại trong thơ Tô Thùy Yên: "Giặc đánh lớn - mùa mưa đã tới, / Mùa mưa như một trận mưa liền. / Châu thổ mang mang trời nước sát, / Hồn chừng hiu hắt nỗi không tên..." (Qua Sông, tr. 25). Hiu hắt hồn buồn một nỗi không tên, không thể rõ rệt nên không nhãn hiệu! Những hình ảnh vĩ đại ở khía cạnh sâu thẳm, lâu dài, tâm linh. Và từ biểu tượng đi đến tiên tri, Tô Thùy Yên có những cái nhìn như thấy hậu lai, trong một số hoàn cảnh, dự đoán những tai ương khổ hạnh sắp ập tới:

"... Một ngày, ngọn gió lạ thường sẽ thổi tới
Ngoài biển khơi, trên lục địa,..
Sò hến, côn trùng cũng chẳng yên thân
... Ngọn gió lạ thường sẽ thổi tới,
Quật ngã những bức tượng, xô xập những đền đài
Tiếng hú chạy dài suối lịch sử
Ngọn gió lạ thường sẽ thổi tới
Xé rách một kỷ nguyên, phân tán các dân tộc
để mọi người câm lặng ăn năn.."
(Ngọn Gió Lạ Thường Sẽ Thổi Tới, 31-32)

*

Thi tính ở Tô Thùy Yên biểu hiện qua hình ảnh đã nói ở phần trên, và qua ngôn ngữ riêng của nhà thơ: "Ngày lòa dậy" (tr. 211), "Khiến cả lòng ta cũng rách tưa " (TSH), "Tưởng tượng ta về nơi bản trạch" (tr. 47), "vẫn thứ mực thông dụng / không phải cường toan" (tr. 9), "hiên ga nhỏ giọt cường toan" (Trời Mưa Đêm Xa Nhà), ... Những chữ của văn hóa lục tỉnh, nhưng kỹ xảo, trang trọng: "địa ngục chín từng ("ở đây địa ngục chín từng sâu", tr. 101). Vật và chữ dùng trong Nam: làm miết miết" (tr. 45), "con còng ẩn nhẩn bò quanh quẩn (tr 50)", "lục bình, mây mỏi chuyến lang thang (tr. 28)". "... lược sử ta trong bí lục nào" (tr. 24). Bài Vườn Hạ âm hưởng lục tỉnh đến thế thì thôi, cứ như hơi thơ Bình Nguyên Lộc: "... Thấp thoáng ánh đèn rây lưới lá / Đàn ai lên cổ khúc hoài lang? " (tr. 94).

Ngôn ngữ Tô Thùy Yên là thứ ở sách người xưa, ngôn ngữ sách vở, lời lẽ người xưa, người có đọc sách thánh hiền, có học, đó không hẳn là ngôn ngữ thông thái, điêu luyện của người Bắc như nhiều người đề cập đến khi nói về ngôn ngữ thơ Tô Thùy Yên. Thành ra riêng mà cũng của chung, những chiến tranh, lý tưởng, hy vọng, v.v. Tô Thùy Yên sáng tạo thi tính, nhạc điệu, ... từ vật liệu cổ có sẵn mà không cũ, như ngôn ngữ, như ý văn gia bảo chung! Cả những chỗ phát tiết của thơ, qua âm điệu, cách nhấn mạnh. Nếu so với Thanh Tâm Tuyền, ngôn ngữ Tô Thùy Yên đi vào tâm thức, ấp ủ, đa nghĩa, bắt phải trả lời, trong khi ngôn ngữ Thanh Tâm Tuyền như phán ra, như đã nói xong, nói toạc ra hết; một bên hồn đông phương, quỷ ám, ma trơi, người đẹp trong tranh, một bên lồ lộ mà gai góc, ...!

Làm mới những sáo mòn, cổ điển đã quen trong những phạm trù, mạch thi ca mới. Cảnh nào dễ mà khó tả hơn cảnh đất nước khi hết ... chiến tranh tháng tư 1975 với những kẻ lãnh đạo toàn trị bằng sắt máu, thế mà với ngọn thơ Tô Thùy Yên, những cảnh đọa đày trần gian chiến loạn bên Tàu thời Đỗ Phủ - qua các kiệt tác "tam lại", "tam biệt" như Thạch Hào Lại, Vô Gia Biệt, như trở lại; trở lại một cách dồn dập, trở lại, biến một nơi đang thịnh trị tương đối trước đó thành địa ngục a tỳ:

"... Xứ khổ, thêm chi mùa thảm khốc
Than ôi! Trời đã bỏ rơi dân!
Nắng kim khí chảy, đá ran nứt,
Gió táp, rừng khô rụm, cát tràn
Sông hồ nẻ đáy, giếng vô vọng
Muông thú điên lầm lũi bỏ đàn
Dân làng lũ lượt kéo lên rú
Lùng sục đào khoai củ đã khan.
Côn trùng kiệt sức lìa hang ổ
Lên chết thiêu trên mặt đất hừng,
Ác điểu ngày đêm gào xáo xác
Cơ hồ cả thế giới lâm chung..."
(Mùa Hạn, tr. 101, 102)

Những bất hạnh triền miên, không ngừng. Hết sóng gió đến bão táp mà trời thì mãi ủ mây đen! Một thời hồng hoang với tâm địa thú dữ của con người ý thức hệ đã đánh mất tư cách làm người! Cứ như Lam Sơn Thực Lục, Bình Ngô Đại Cáo! Một lối kể lể, tuần tự, liên luỹ!

Bài Đãng Tử là một bài thơ đặc biệt khác mang tính kể lể đồng thời nhắn nhủ, lo âu:

"... Bạn có nghe, này bạn có nghe
Vũ trụ mien man chuyển động đều.
Chim đã bay quanh từ vạn cổ,
Gió thật xưa, mây thật già nua.
Nên với một đời, bao biến đổi
Mà trong vô hạn có chi đâu.
(...) Bìm bịp chiều chiều kêu nước lớn.
Đi, đi đâu, chèo chống mỏi mê?
Đến ngã ba, đành theo một lối,
Tiếc ngẩn không cùng theo lối kia..." (tr. 23-24).

Tứ và ý thơ làm sống dậy con chữ: "Thức dậy đi vào gỗ đá ơi!". Rồi những tiết điệu bất ngờ độc đáo, thí dụ những tiết điệu của nghi vấn, của những câu hỏi lớn: "Sóng thiên cổ khóc, biển tang chế / Hữu hạn nào không tủi nhỏ nhoi?"(tr. 86); "Còn ở đâu làn nước giếng khơi" (tr. 106); "ở đâu còn cụm mây hư ảo" (tr. 107) Ố nghi vấn cả khi không cần nêu câu hỏi!

*

Nếu Thanh Tâm Tuyền hiện đại với âm hưởng Tây phương thì Tô Thùy Yên là dấu vết khảo cổ, nhân chủng học cho một phương đông huyền diệu, thần bí. Không khí cổ thời, ý và nhân sinh quan có vẻ của người xưa, không gian và cảm giác xưa. Sống ở thế kỷ XX, ông chụp ảnh nghệ thuật, dùng máy hiện đại hôm nay để năm bắt những nét đẹp đông-phương vương vất đâu đó trong vũ trụ, nhất là những nét đan thanh của tâm hồn! Cái đẹp ở đây là cái đẹp của những huyễn mộng hoang đường, của một thế giới ẩn chìm trong thời gian, là mỹ cảm của tâm hồn nhà thơ đứng trước thiên nhiên, trước đời văn minh mà như hoang sơ. Cái đẹp ở trong nỗi buồn thế kỷ, ngôn ngữ thăng hoa thành mộng mị cổ thời. Cái Tôi sung mãn truyền thừa văn hóa, hãnh tiến trong hoang vu cũng như trong bức rối của thời đại.

Kẻ hậu sinh sau này muốn tìm hiểu con người và cảnh tượng đời sống Việt nửa sau thế kỷ XX không thể không mở tìm lại những trang thơ Tô Thùy Yên, như thơ Đỗ Phủ khi muốn mường tượng lại cõi nhân sinh thời An-Lộc Sơn! Thơ Tô Thùy Yên gắn liền với đời sống, đặt vấn đề cho lương tâm nhân loại, cho đồng loại, và không chỉ ở một thời. Ở Tô Thùy Yên, có thể nói đến thi ca như một kinh nghiệm vừa tư duy vừa tâm linh mà cũng là một kinh nghiệm nhân sinh. Thơ ông là một khẳng định lớn của con người! Có lần ông đã nhận định rằng "thế kỷ mà chúng ta đang sống đây càng lúc càng hiển lộ một hiện tượng tách biệt trầm trọng lạ lùng giữa thơ và đời sống. Tách biệt đến mức tưởng chừng bây giờ thơ đã trở thành một công việc riêng tư hết sức chuyên môn như trong một hội kín giữa các người làm thơ với nhau thôi (...) Nếu lịch sử là nỗ lực mô tả những diễn biến cụ thể của thời gian thì thơ, một cách khái quát, là lịch sử trừu tượng của thời gian, là phần hồn thiêng của lịch sử " (3).

Chú-thích

1. "Khi mọi thần thoại gãy đổ, chính trong thi ca là nơi thần linh trú ngụ, như một trạm nghỉ ". Qua sáng tạo, nhà thơ trở thành trung gian với thần linh - ý thứ ba của Saint John Perse trong bài diễn văn nhận giải Nobel văn chương ngày 10-12-1960.
2. "La poésie est plus vraie que l'histoire" (*La Poétique*).
3. "Bài nói chuyện của Tô Thùy Yên trong buổi ra mắt Thơ Tuyển tại Houston TX ngày 9-3-1996". *Ngày Nay* TX, 340, 1-4-1996, tr. B3.
4. Thơ trích dẫn đánh số trang từ tập *Thơ Tuyển* của Tô Thùy Yên (St. Paul, MI: Tác giả xuất bản, 1995. 220 tr.). Những bài khác trích từ tạp chí *Sáng-Tạo* hoặc các hợp tuyển đã xuất bản. Riêng chùm thơ Quỷ Xướng Thi chỉ có ba trong năm bài được in lại trong *Thơ Tuyển*.

12-2001

Trần Trung Đạo:
thơ như một lên đường

Theo dịch lý, cuộc đời là một hạnh phúc. Khi đứa hài nhi chào đời là thời điểm và không gian hội tụ của âm dương tuần hoàn. Đứa bé đến, vào đời, với hạnh phúc tự tại, an nhiên. Nhưng tội nghiệp cho bé vì bé đã không chào đời vào thời tạo thiên lập địa mà đã đến với đời sau khi ông Adam bà Eva ăn trái cấm mà theo sách vở kể là để ... khôn ra! Lý trí bắt đầu đưa con người xa dần cái hạnh phúc đáng ra an nhiên đã có. Và từ đó có tranh đấu, có chiến tranh, có bất công, có v.v. đủ cả. Nhưng không thấy hạnh phúc đâu! Không còn, vậy thì phải đi tìm, phải làm đủ mọi cách cho có. Hóa ra, cái thông minh của con người, tin học, kỹ thuật, khoa học, v.v. là để ... tìm lại cái hạnh phúc đã có từ nguyên thủy con người đã đánh mất! Sinh ra làm người Việt Nam còn bất hạnh hơn nữa, vì con người ở nơi đó dùng thông minh trí tuệ để đưa chiến tranh, chết chóc và chia rẽ đến với mọi người, thành thị cũng như thôn quê, đưa những giá trị ngoại lai choàng lên cổ mọi người!

Trần Trung Đạo cũng như đa số chúng ta đã ra đời và trưởng thành trong chiến tranh. Anh đã đi tìm cái hạnh phúc cho đời, nhưng anh vẫn chưa có được, chúng ta cũng chẳng hơn gì! Biến cố tháng Tư 1975 đã đưa anh ra biển và đến một vùng đất mà dân cư, tình người và giá trị cuộc sống khác biệt hẳn nơi vùng đất anh đã sinh trưởng; anh bỏ nước ra đi sau khi đã "thụ hưởng" cái "thiên đàng" do đồng loại từ phương Bắc đem tới áp đặt! Đất mới, đời mới, nhưng hạnh phúc vẫn chưa có. Con người sống đời lưu xứ làm sao có hạnh phúc trọn vẹn! Kẻ lưu đày cũng sẽ ngủ không yên dù phận anh đã ổn, vì bên kia địa cầu nơi anh đã bỏ đi, còn có hàng hàng lớp lớp đồng loại, trong đó có cả người thân, gia đình và họ hàng; họ đang sống trong cái khốn cùng phá sản của một chủ nghĩa, không tương lai, không cả sự sống còn cho mỗi ngày, mỗi giây phút!

Đó là lý do khiến anh Trần Trung Đạo dùng thi ca để nói cho đời biết trên trần gian đã có và hãy còn địa ngục, cho đồng loại ở ngoài nước biết trên quê hương xa xôi đang có những cảnh khốn cùng và những con người bị đày đọa. Thơ thường được hiểu là phương tiện ca tụng Tình yêu, cái Đẹp. Thơ còn là tiếng nói của con tim khi buồn khi vui, là nguồn sống, v.v. Nhưng khi đời rõ rệt đã là địa ngục thì thơ không thể tránh trở thành phương tiện đấu tranh. Thơ Trần Trung Đạo ra đời khi cuộc sống đã là bóng tối, khi con người đã phải nhận khổ ải, nhục nhằn để "qua cầu". Thơ anh đa phần trong hai tập đã xuất bản *Đổi Cả Thiên Thu Tiếng Mẹ Cười* (1992) và *Thao Thức* (1996) là bản án nhắm cái bóng tối đó. Trần Trung Đạo không ca tụng cuộc đời, anh tấn công và kết án, nhân danh con người. Nếu anh có nói đến tình yêu thì tình đó cũng ở trong khung cảnh một quê hương rã rời hoặc một xứ người lạc lõng!

Trần Trung Đạo nói với người đọc những tâm tình gì? Trước hết, đó là tiếng lòng của một con người từng đau khổ, một người chưa hết đau khổ, dù anh đang sống ở Boston, Bắc Mỹ. Thơ của một con người nhân danh con người; anh làm thơ vì con người chưa có hạnh phúc. Anh nói đến những thảm cảnh khó tưởng tượng nhưng đã có thật ở Việt Nam. Như chuyện đau thương của một anh "bộ đội", kẻ chiến thắng của cuộc chiến vừa qua:

"... Tổ quốc bao năm rồi "thống nhất"
Anh về, đi giữa phố không quen
Hà-Nội mang nỗi buồn chiến thắng
Thừa huy chương nhưng thiếu miếng ăn
(...) Đám trẻ ăn mày ngơ ngác đứng
Tìm gì trong khoảng trống hôm nay
Hỡi em, cô gái quàng khăn đỏ

Lại gần anh nhận diện tương lai ..."
(TT, Nỗi Buồn Chiến Thắng)

Người miền Nam còn tệ hơn, họ không được chế độ mới công nhận. Biết bao thảm cảnh khó tưởng tượng nhưng đã có thật ở Việt Nam. Một bà mẹ đã bán máu để nuôi con, lên nhà thương Chợ Rẫy không biết lần thứ mấy:

"... Đứa con út ốm đau
Vẫn hằng đêm đòi sữa
Chẳng còn gì bán nữa
Ngoài giọt máu mẹ cha..."
(ĐCTTTMC, Bà Mẹ Điên)

Đành trốn khỏi địa ngục, rơi vào một địa ngục khác của con người lòng thú, như "Người con gái Việt Nam trên đại lộ Sri Ayuthaya" cũng là tựa một bài thơ trong ĐTTTMC:

"... Bay phơ phất giữa phố phường xa lạ
Mười sáu tuổi kiếp giang hồ chung chạ
Trôi lang thang như những bọt bèo
Đất nước nghèo không giữ nổi chân em
Nên xứ người em làm thân gái khách..."

Trốn bất hạnh chung để tìm tự do, nhân phẩm, nhưng thế giới nay đã ngoảnh mặt làm ngơ với những người tị nạn Việt Nam như em Hoàng Thị Thu Cúc ở trại Sikew Thái Lan đã phải treo cổ chết khi đã cuối đường cùng mà vẫn không thấy hy vọng nào:

"... Vĩnh biệt em người con yêu xứ Huế
Ngủ đi em đừng oán hận cuộc đời
Anh đứng lặng nghe đau từ tim phế
Xin thơ nầy lau vết máu em rơi
... Khi treo cổ bằng sợi dây oan nghiệt
Em nghĩ gì về đất nước mai sau
Chúng ta có quá nhiều điều thua thiệt
Trách chi em ước vọng đã phai màu..."
(TT, Vĩnh Biệt Em, Thu Cúc)

Hay trốn bất hạnh chung để phải gánh chịu bất hạnh riêng khác, mất tất cả người thân như em bé Việt Nam, quá nhỏ nhưng đã quá đau khổ:

"... Họ kể lại em từ đâu không biết
Cha mẹ em đã chết đói trên tàu
Chị của em hải tặc bắt đi đâu
Sóng cuốn mất người em trai một tuổi..."
(ĐCTTTMC, Em Bé Việt Nam Và Viên Sỏi)

Thảm cảnh Việt Nam thì thơ văn nào nói cho hết. Nhưng vẫn chưa hết cảnh sầu, như đã là người Việt Nam là cứ phải cam tâm thua thiệt. Như những người lính thua trận, phải chết ở quê người, sau khi đã trả nợ cho tập thể. Những người lính một thời, một thế hệ đang ra đi:

"Người lính già Việt Nam
Vừa mới chết đêm qua
Trên đường phố San Jose bụi bặm
Anh đã đi bao nhiêu nghìn dặm
Đến nơi đây chỉ để chết âm thầm
Không một phát súng chào
Không cả một người thân
Không ai nói với anh một lời tiễn biệt..."
(TT, Người Lính Già Vừa Chết Đêm Qua)

Trần Trung Đạo viết nhiều thơ nói về Mẹ và qua Mẹ, anh bộc tỏ những căm hận bóng tối, những đau khổ không thể san sẻ vì ai cũng cùng cảnh ngộ, và với Mẹ, anh bày tỏ những hoài bảo của anh và những người cùng thế hệ. Anh mở đầu tập *Thao Thức*:

"Nhờ có mẹ thơ con còn hy vọng
Mẹ là thơ nên đất nước sẽ hồi sinh"

Thế hệ anh không có "những ngày thơ ấu" thanh bình, đến "tuổi mộng mơ" thì không trọn vẹn. Thế hệ bị "bắt trẻ đồng xanh", đem đi nướng cho chủ nghĩa hão huyền của người lớn:

"Con đường thế hệ chúng tôi qua
Mây xám che ngang tuổi ngọc ngà
Tôi học những gì năm tháng ấy

Lọc lừa, phản bội với điêu ngoa
... Con đường thế hệ chúng tôi qua
Thiếu bóng cây xanh thiếu bóng nhà
Những hố bom dài theo kỷ niệm
Chôn vùi mộng ước mới đơm hoa..."
(ĐCTTTMC, Con Đường Thế Hệ Chúng Tôi Qua)

Nhưng đây là thế hệ mà con tim hãy còn nóng tình quê hương; chí tang bồng thu gọn lại trong những hăng say lý tưởng chưa thành, những thề ước sẽ ra tay xây dựng một tương lai tốt đẹp hơn. Anh sẽ về, vì tiếng gọi tha thiết của đất Quế Sơn, Điện Bàn, của con sông Thu Bồn, "mảnh đất nào chôn khúc nhau tôi" như tựa bài anh viết gần đây trên tạp chí *Phương Đông* phát hành ở thành phố Boston:

"... Tôi sẽ về sống chết với quê hương
Trong hầm hố chưa tan mùi súng đạn
Ai đã cướp mất của đời tôi những ước mơ, hy vọng
Đã gài chông trên luống tuổi thơ vàng
Ai đã biến núi sông thành một bãi tha hoang
Tiếng rên siết trong đêm đã át đi giọng hò câu hát
... Tôi sẽ về để sống với quê hương
Mai tôi chết xin làm phân nuôi đất"
(TT, Tôi Sẽ Về)

"... Mai mốt em về thăm lại giòng sông
Xin đừng hỏi sao lòng sông nước cạn
Từ dạo em đi, xa vùng lửa đạn
Chưa một lần về lại bến sông xưa..."
(TT, Bến sông xưa)

Thế hệ lạc loài, cả khi sẽ nhắm mắt bỏ thế gian:

"Mai anh chết xin em đừng vuốt mắt
Để một ngày anh sẽ thấy quê hương
Trên dương thế lạc loài không tổ quốc
Thì cần chi địa ngục với thiên đường
... Vì trần gian anh tủi nhục lâu rồi
Tên đăng tử một đời không sự nghiệp

"... Mai anh chết xin em đừng hương khói
Hồn ma anh xiêu lạc bốn phương trời
Sẽ ở lại những nơi nào tăm tối
Những nơi nào không một kẻ rong chơi..."
(ĐCTTTMC, Mai Anh Chết)

Một lời kêu gọi:

"... Đồng bào ơi hãy vùng lên cách mạng
Khi bước đi xin nhớ ngẩng cao đầu
Một đời nầy hay muôn vạn đời sau
Tôi kiêu hãnh làm người dân nước Việt"
(ĐCTTTMC, Cho Tôi Xin)

Những con người sống thân phận lưu vong, xa cội rễ; lưu vong là một tình cảnh thất bại, tiêu cực, nhưng có những con người lưu xứ vẫn ôm ấp nỗi lòng và thao thức muốn làm cái gì đó cho quê hương:

"... Tôi vẫn đợi bên giòng sông lịch sử
Một bầy chim lưu lạc bốn phương trời
Bỗng một sớm về đây gom góp lửa
Gieo mầm xanh trên muôn vạn nẻo đời"
(ĐCTTTMC, Tôi Vẫn Đợi)

Tiếng lòng của Trần Trung Đạo dù sôi sục vẫn đượm nhân ái của Phật pháp, của văn hóa Á đông. Những xin lỗi tự giác, những tự nhủ thiết tha.

"... Chùa thanh tịnh chẳng dung hồn lữ thứ
Một chiều thu tôi lạy Phật ra đi
Bỏ lại tiếng chuông chùa vang khuya sớm
Cây đa già đứng lặng khóc chia ly
... Tôi sẽ đến ngôi chùa xưa Viên Giác
Nhặt mảnh đời rơi rớt ở đâu đây
Ôi thằng bé nghèo nàn xưa đã lớn
Đi làm người du thực ở phương tây..."
(TT, Nhớ Cây Đa Chùa Viên Giác)

Thơ anh đơn sơ nhưng đậm đà tình người, đầy lòng nhân đạo. Lời thơ anh không uyên bác, cầu kỳ, không bí hiểm nhưng chuyên chở nhiều thông điệp cho đồng loại ở trong cũng như ngoài nước, cho cả những kẻ gây ác gây thù.

Thơ Trần Trung Đạo chung khuynh hướng thuộc giòng thi ca tranh đấu, một giòng chính của đa số các người làm thơ ở hải ngoại nhất là các thế hệ trên 40; nhà thơ ở hải ngoại nào cũng đã có lúc để lý tưởng, lòng nhiệt thành hoặc căm hờn thốt thành tiếng thơ. Dù vậy, Trần Trung Đạo là một trong số thiểu số những nhà thơ mà sáng tác tranh đấu trội bật hơn những chủ đề thi ca khác; thơ Tình yêu theo nghĩa hẹp hình như không có chỗ trong những vần thi ca của anh.

Gióng tiếng thơ chưa đủ, anh Trần Trung Đạo còn viết truyện và đăng đàn trước đồng bào ở ngoài nước, với cùng những tâm tình và phẫn nộ đó. Với những ước mơ tự do dân chủ và hạnh phúc cho những người ở quê nhà. Anh kêu gọi giải thể bạo tàn, lật đổ u tối và điên cuồng. Anh tuyên dương những người hùng đã vị quốc vong thân như Lê Văn Hưng, Nguyễn Khoa Nam, Hồ Ngọc Cẩn, trung tá cảnh sát tên Long:

"... Sáng ba mươi anh trở về với mẹ
Hồn anh bay giữa trời quê hương
... Anh ngã xuống giữa Sài-Gòn không để lại đủ họ tên
Nhưng lịch sử ngàn năm sau vẫn nhớ
Trung tá Long ..."
(TT, Hơi Thở Việt Nam)

Những ai theo dõi thơ và việc làm của anh qua sinh hoạt và báo chí cộng đồng hay qua trung gian thế giới siêu không gian internet, không thể không nhìn thấy cái nhiệt thành tha thiết của anh. Cái nhiệt thành đáng quý ở một thời điểm con người chạy theo những giá trị có tính cách cá nhân hay hào nhoáng, "thực tế" hơn. Cái nhiệt thành của một thanh niên Việt Nam không cứ phải đã từng cầm súng nay dĩ nhiên tiếp tục sứ mạng. Cái nhiệt thành người đọc tin chắc cũng không vì danh vọng. Mà danh vọng gì sẽ dành cho những người tố cáo tội ác, bạo tàn hay thương yêu những người bất hạnh? Tôi nghĩ Trần Trung Đạo làm thơ, lên tiếng, tranh đấu, cổ võ cho tự do, dân chủ, quyền làm người để trả nợ sông núi đã tác thành nên anh; một cách tự ý, xung phong! Những ai rời đất nước trước anh và đã đi một phần con đường như anh, không thành, không kết quả, không thể không quý mến anh, người còn lửa trong lòng, còn lý tưởng để đuổi theo. Và đã hơn một lần anh đã nhìn thấy cái bế tắc của những bậc cha anh đồng thời anh đã lên tiếng nhận nhiệm vụ của thế hệ anh đối với quê hương cũng như cho thế hệ trẻ hơn. Trung Đạo trong bút hiệu anh vừa có cái nghĩa con đường trung kiên, lý tưởng, vừa có ngầm ý tỏ lộ đạo làm người của người mang tên hiệu đó. Nhơn là trung đạo của "thiên địa nhân" mà cũng là tên thật của anh. Trần Hoài Thư trong một bài viết về thơ Trần Trung Đạo đã cho rằng Trần Trung Đạo thuộc "thế hệ nhìn vào tương lai, thế hệ ngẩng cao đầu về trước mặt, một thế hệ mà sự mơ ước là kết quả của những phân lìa, tan tác" ("Đọc một bài thơ của nhà thơ Trần Trung Đạo Giấc Mơ Nhỏ Của Tôi").

Hy vọng lòng thành tuổi trẻ sẽ giúp Trần Trung Đạo tránh những con đường mòn của những người đã và gây gây đổ vỡ cũng như vấy mực đen tối lên cuộc đời! Và hãy chúc cho nhau tìm thấy Hạnh Phúc! Xua tối tăm, cho người, cho tương lai!

8-1997

Nguyễn Vy Khanh

Sinh ngày 5-3-1951 (28-1 Tân Mão), tại Vĩnh Phước, Quảng Trạch, Quảng-Bình. Cử nhân giáo-khoa Triết Tây (1973), Cao học Triết Tây (1975) - đại-học Văn khoa Sài-Gòn, và tốt nghiệp thủ khoa ban Việt-Hán khoá 13 (1971-1974) đại học Sư phạm Sài Gòn. Sau khi tị nạn chính trị tại Canada, tốt nghiệp Cao-học Quản trị Thư viện (Master of Library Science, đại học Montréal, 1978). Hai nghề chính thức: giáo chức trước 1975, và chuyên viên thư viện (librarian) Quốc hội và chính phủ Québec từ 1978 ở Montréal và Quebec City; ngoài ra chuyên nghiên cứu lịch sử và nhân văn liên hệ đến Việt Nam, với quan niệm: *"Kiến thức cũng như nghề nghiệp chính thức và nghiệp dư, sau nhiều thập niên hoạt động, cho chúng tôi tâm niệm và ý chí, trong khả năng khiêm tốn và khả thể, đi tìm sự thực và ghi lại cho các thế hệ sau, với hy vọng rằng chỉ có thống nhất nhân tâm và địa lý khi nào những khúc mắc và vấn nạn lịch sử đã được nhìn nhận và giải tỏa".*

Tác-phẩm đã xuất-bản

Khung Cửa (thơ, in roneo, Sài-Gòn, 1972)

Ngô Đình Diệm Và Nỗ Lực Hoà Bình Dang Dở (dịch-thuật, "Ngo Dinh Diem En 1963" của Nguyễn Văn Châu; Los Alamitos CA: Xuân Thu, 1989)

Lỗ Tấn Và Truyện Xưa Viết Lại (biên khảo và dịch-thuật; Xuân Thu, 1997)

Bốn Mươi Năm Văn Học Chiến Tranh 1957-1997 (Glendale CA: Đại Nam, 1997)

Văn Học Và Thời Gian (Westminster CA: Văn Nghệ, 2000)

Văn Học Việt Nam Thế Kỷ XX: Một Số Hiện Tượng Và Thể Loại (Đại Nam, 2004).

33 Nhà Văn Nhà Thơ Hải-Ngoại: tuyển tập nhận-định văn-học (ebook; Montréal: TGXB, 2008; tb Nguyễn Publishings, 2016)

Văn Học Miền Nam 1954-1975: nhận-định, biên-khảo và thư-tịch (Toronto: Nguyễn Publishings, 2016)

Sẽ xuất-bản

Văn-Học Việt-Nam 40 Năm Hải-Ngoại
Văn-Học Chữ Quốc-Ngữ Thời Đầu và Miền Nam Lục-Tỉnh
Người Việt Hải-Ngoại và Việt-Nam

www.ingramcontent.com/pod-product-compliance
Lightning Source LLC
Chambersburg PA
CBHW060103170426
43198CB00010B/756